കറുത്തചിറകുള്ള വെളിച്ചം

അറിവിനൊപ്പം വളരുന്ന അന്ധവിശ്വാസങ്ങൾ

Karuthachirakulla Velicham
Arivinoppam Valarunna Andhaviswasangal
Study

Chandrasenan Mithirmmala

CHINTHA PUBLISHERS
Thiruvananthapuram

First Edition
May 2025

Published & Typesetting
Chintha Publishers, Thiruvananthapuram

Cover Design
Vinod Mangoes

ISBN : 978-93-48009-11-1

CO - 3635 / 7478

₹ 320

Email: chinthapublishers@gmail. com
Website: www. chinthapublishers. com

A version is available at National Libraries
Kolkata, Mumbai, Chennai and Delhi

Distribution
DESHABHIMANI BOOK HOUSE
H O Thiruvananthapuram 695035

Branches & Agencies
Head Office Kunnukuzhi • Statue Thiruvananthapuram
Saphalyam Complex Thiruvananthapuram
Machingal Lane Thrissur • IG Road Kozhikode
Mavoor Road Kozhikode • NGO Union Building Kannur
Central Bus Terminal Complex Thavakkara Kannur
Revenue Tower Ernakulam • Sulthanpetta Palakkad
Postoffice Road Kottaym • Hospital Road Nilamboor
Old Municipal Bus Stand Kalpatta

കറുത്തചിറകുള്ള വെളിച്ചം

അറിവിനൊപ്പം വളരുന്ന അന്ധവിശ്വാസങ്ങൾ

ചന്ദ്രസേനൻ മിതൃമ്മല

ചിന്ത പബ്ലിഷേഴ്സ്
തിരുവനന്തപുരം 695 035
വില: ₹ 320

ചന്ദ്രസേനൻ മിതൃമ്മല

സംസ്ഥാന ഭാഗ്യക്കുറിവകുപ്പിൽ ഡെപ്യൂട്ടി ഡയറക്ടർ, കേരള ചുമട്ടുതൊഴിലാളി ക്ഷേമബോർഡ് തിരുവനന്തപുരം, കൊല്ലം ജില്ലാ കമ്മിറ്റികളിൽ ചെയർമാൻ എന്നീ നിലകളിൽ പ്രവർത്തിച്ചിട്ടുണ്ട്. മജീഷ്യൻ ഗോപിനാഥ് മുതുകാട് എക്സിക്യൂട്ടീവ് ഡയറക്ടറായ മാജിക് അക്കാദമിയുടെ ഡയറക്ടർ, അദ്ധ്യാപകൻ എന്നീ നിലകളിൽ ജാലവിദ്യാരംഗത്ത് പ്രവർത്തിക്കുന്നു.

പ്രധാന കൃതികൾ: *മായാക്ഷരങ്ങൾ, ഇന്ദ്രജാലപ്പടവുകൾ, ഇന്ദ്രജാലക്കഥകൾ.*

ഭാര്യ	:	കെ ഉഷാദേവി (ഹെഡ്മിസ്ട്രസ് ശാസ്തമംഗലം എൻ എസ് എസ് ഹൈസ്കൂൾ),
മക്കൾ	:	ആതിര, ചൈത്ര
വിലാസം	:	മാസ്മരം, ശാസ്തമംഗലം, തിരുവനന്തപുരം 10
E-mail	:	chandrasenanmithirmala@gmail.com
ഫോൺ	:	9447103723

ഉള്ളടക്കം

പ്രസാധകക്കുറിപ്പ്

മനുഷ്യസങ്കല്പത്തിനൊപ്പംതന്നെ പ്രതിമനുഷ്യനും പിൽക്കാല വ്യവഹാരങ്ങളിൽ കടന്നുകൂടിയിട്ടുണ്ടാവണം. മനുഷ്യന്റെ സഞ്ചയതാവബോധത്തിലാണ് അന്ധവിശ്വാസങ്ങളുടെ വേരെന്ന് യുങ് നിരീക്ഷിച്ചിട്ടുണ്ട്. ആകയാൽ മനുഷ്യന്റെ ബോധമണ്ഡലത്തിന്റെ വികാസത്തോടൊപ്പം പ്രതിമനുഷ്യസങ്കല്പങ്ങളും നിലകൊള്ളും. അതിനാലാണ് എത്ര നിവാരണം ചെയ്യപ്പെട്ടാലും അന്ധവിശ്വാസങ്ങൾ പുതിയരൂപത്തിൽ പ്രത്യാഗമനം ചെയ്യുന്നത്. മനുഷ്യന്റെ സാമൂഹ്യാവബോധം വികസിക്കുന്നതിനനുസരിച്ച് ശാസ്ത്രീയാവബോധം വളരണമെങ്കിൽ ബോധപൂർവ്വമായ പരിശ്രമം ആവശ്യമാണ്. ശാസ്ത്രം വളരുമ്പോൾ പ്രച്ഛന്നശാസ്ത്രവും വളരുന്നു. അന്ധവിശ്വാസങ്ങൾക്ക് ശാസ്ത്രീയ അടിത്തറ ചമയ്ക്കുന്ന പ്രച്ഛന്നശാസ്ത്രത്തെ അനാവരണം ചെയ്യേണ്ടതുണ്ട്. അൽത്തൂസർ നിരീക്ഷിച്ചതുപോലെ വിദ്യാഭ്യാസം പ്രത്യയശാസ്ത്രപരമായ ഭരണകൂട ഉപകരണമാണ്. ആകയാൽ അത് തെറ്റായ അവബോധത്തെ സൃഷ്ടിച്ചുകൊണ്ടിരിക്കും. ഉന്നതവിദ്യാഭ്യാസം നേടിയവർക്കിടയിൽ അന്ധവിശ്വാസം പ്രബലമായിരിക്കുന്നതിന്റെ കാരണമിതാണ്. അരാഷ്ട്രീയതകൾക്കും അന്ധവിശ്വാസങ്ങൾക്കും എതിരായ പോരാട്ടം ബഹുമുഖസ്പർശിയാവണം. അതിൽ ആശയതലത്തിലുള്ള പോരാട്ടം പ്രധാനമാണ്. ശാസ്ത്രബോധത്തോടൊപ്പം നിലനിൽക്കുകയും വളരുകയും ചെയ്യുന്ന അശാസ്ത്രീയതയുടെയും അന്ധവിശ്വാസത്തിന്റെയും ഭൂമികയിൽനിന്നാണ് ഈ പുസ്തകം നമ്മോടു സംസാരിക്കുന്നത്. അയുക്തികത താണ്ഡവമാടുന്ന ഇക്കാലത്ത് ഈ പുസ്തകം ശാസ്ത്രീയധാരണകൾക്കൊപ്പം നിലകൊള്ളുന്നവർക്ക് ഏറെ സഹായകരമാകും.

ചിന്ത പബ്ലിഷേഴ്സ്

ആമുഖം

അനുപദം വായിച്ചു വായിച്ചു ഉള്ളിൽ കടക്കേണ്ടുന്ന കൃതിയാണ് *കറുത്തചിറകുള്ള വെളിച്ചം.* അന്ധവിശ്വാസങ്ങളുടെയും അബദ്ധധാരണകളുടെയും ഇരുണ്ടലോകത്തിൽ യുക്തിബോധത്തിന്റെയും സൂക്ഷ്മമായ അപഗ്രഥനത്തിന്റെയും വജ്രസൂചി കടത്തിവിടുന്നതാണ് വിവിധ അദ്ധ്യായങ്ങളിലായി ശ്രീ. ചന്ദ്രസേനൻ മിതൃമ്മല ചെയ്തിരിക്കുന്ന രചനാ കൃത്യം. ശാസ്ത്രം പഠിച്ചതുകൊണ്ട് ഒരാൾ ശാസ്ത്രീയ സമീപനം സ്വീകരിച്ചു കൊള്ളണമെന്നില്ല. ശാസ്ത്രജ്ഞനും ശാസ്ത്രകാരനും വാസ്തവത്തിൽ ഒന്നല്ല. ശാസ്ത്രത്തിൽ ജ്ഞാനമുള്ളവനാണ് ശാസ്ത്രജ്ഞൻ. അയാളുടെ ചിന്താപദ്ധതിയോ സമീപനരീതിയോ ശാസ്ത്രീയമായിക്കൊള്ളണമെന്നില്ല. കാര്യങ്ങൾ ശാസ്ത്രീയമായി അപഗ്രഥനം ചെയ്യുകയും തന്റെ പ്രവർത്തനത്തിന്റെ രീതി ശാസ്ത്രമായി സ്വീകരിക്കുകയും ചെയ്യുന്നവനാണ് ശാസ്ത്രകാരൻ. ശ്രീ. ചന്ദ്രസേനൻ മിതൃമ്മല അത്തരത്തിലാണ് ശാസ്ത്രത്തെ സമീപിക്കുന്നതും കൈകാര്യം ചെയ്യുന്നതും എന്ന് ഇതിലെ ഓരോ ലേഖനവും നമുക്ക് വ്യക്തമാക്കിത്തരുന്നു. മനുഷ്യന്റെ വ്യക്തിജീവിതത്തിലും സാമൂഹികജീവിതത്തിലും ഇരുൾപരത്തുന്ന വിശ്വാസങ്ങളുടെയും ധാരണകളുടെയും ഇരുൾച്ചിറകുകൾ പറിച്ചുമാറ്റി അതിനുള്ളിലെ വസ്തുതകളുടെ വെളിച്ചം പുറമേ പ്രദർശിപ്പിക്കുകയാണ് ഗ്രന്ഥകാരൻ ചെയ്യുന്നത്. അതിന് ശാസ്ത്രീയമായ രീതിശാസ്ത്രമാണ് കൈക്കൊള്ളുന്നത്.

എന്താണ് ആ സമീപനരീതി? വസ്തുതകൾ അപഗ്രഥിച്ച് അതിനുള്ളിലെ ആശയത്തെ വെളിപ്പെടുത്തുക; അല്ലെങ്കിൽ വസ്തുതകളുടെ പിൻബലത്തിൽ ആശയനിർമ്മിതിയിലേക്ക് പോവുക. (From facts to idea) അതാണ് ശാസ്ത്രീയമായ സമീപനരീതി. നേരെമറിച്ച് ഭാവനയിൽ

ഒരു ആശയം നിർമ്മിച്ചതിനുശേഷം അതിനുവേണ്ടി തെളിവുകൾ കെട്ടിയുണ്ടാക്കുന്നതാണ് ആശയവാദം (From idea to facts). ആശയവാദമാണ് അന്ധവിശ്വാസങ്ങൾക്കും അബദ്ധധാരണകൾക്കും വിളനിലമാകുന്നത്. അത്തരം വിശ്വാസഗോപുരങ്ങളുടെ അടിത്തറകളും ഈടുവെപ്പുകളും ശാസ്ത്രീയമായ അപഗ്രഥനത്തിലൂടെ ഇടിച്ചുനിരത്തുകയാണ് ചന്ദ്രസേനൻ മിതൃമ്മല ചെയ്യുന്നത്.

'അന്ധവിശ്വാസങ്ങളെ അപ്രത്യക്ഷമാക്കുന്ന കല' എന്ന ഇരുപത്തിമൂന്നാം അദ്ധ്യായമാണ് ഗ്രന്ഥകാരന്റെ ഈടുവെപ്പായി നിലനിൽക്കുന്നത്. ജാലവിദ്യ പഠിക്കുകയും പ്രയോഗിക്കുകയും ചെയ്യുന്ന ഗ്രന്ഥകാരന്റെ മാനിഫെസ്റ്റോവാണ് ആ അദ്ധ്യായം. 'കലർപ്പില്ലാത്ത ജാലവിദ്യയ്ക്ക് അഥവാ മന്ത്രവാദത്തിന് ശാസ്ത്രത്തോടാണ് കൂടുതൽ അടുപ്പം' എന്ന് വ്യക്തമാക്കുന്ന ഈ ലേഖനം ചന്ദ്രസേനൻ എന്ന ജാലവിദ്യക്കാരൻ സമൂഹത്തെ ബാധിച്ചുകൊണ്ടിരിക്കുന്ന മനുഷ്യാതീതശക്തി വിശ്വാസത്തിന്റെ യുക്തിയെയും അത് പടുത്തുയർത്തിക്കൊണ്ടിരിക്കുന്ന വിശ്വാസപ്രപഞ്ചത്തെയും അപഗ്രഥിച്ച് ഉള്ളുകള്ളികൾ അനാവരണം ചെയ്യുന്നു. ശാസ്ത്രകാരനും ജാലവിദ്യക്കാരനും പിന്തുടരുന്നത് സത്യാന്വേഷണത്തിന്റെ വഴികളാണ്. ജാലവിദ്യക്കാരന് അന്ധവിശ്വാസിയാകുവാൻ കഴിയുകയില്ല. അങ്ങനെ സംഭവിച്ചാൽ അത് അവന്റെ ജാലവിദ്യയുടെ അന്ത്യവും സ്വജീവിതാന്ത്യവും കുറിക്കും. ജാലവിദ്യക്കാരനെ ദൈവീകശക്തിയുള്ളവനായി കാഴ്ചക്കാർ കാണുന്നില്ല എന്നതാണ് മറ്റൊരു പ്രത്യേകത. ഏതോ ഒരു കൈവേല -ട്രിക്ക് - അതാണ് കാഴ്ചക്കാർ കരുതുന്നത്. അതുകൊണ്ട് ജാലവിദ്യ കാണുന്നവരിൽ ഭക്തിയല്ല, അത്ഭുതവും ആഹ്ലാദവുമാണ് ജനിക്കുന്നത്. ജാലവിദ്യക്കാരൻ തന്റെ വിദ്യയുടെ രഹസ്യം പൊതുജനങ്ങൾക്ക് വെളിപ്പെടുത്തിക്കൊടുക്കുന്നില്ല. എന്നാൽ ശാസ്ത്രകാരൻ ശാസ്ത്രീയമായി തന്റെ കണ്ടെത്തലുകളെ പൊതുസമൂഹത്തിന് വ്യക്തമാക്കിക്കൊടുക്കുന്നു എന്നതാണ് അവർ തമ്മിലുള്ള വ്യത്യാസം. മന്ത്രവാദവും ജാലവിദ്യയും 'അതുതാനല്ലയോയിത്' എന്ന അഭേദകല്പനയിലാണ് നിലനിന്നത്. പിൽക്കാല പരിണിതിയിലാണ് മന്ത്രവാദം അന്ധവിശ്വാസകോടിയിൽ പെട്ടുപോയത്. ഗോത്രജീവിതകാലത്തും നാട്ടുവാഴി കാർഷിക സമൂഹത്തിലും ചികിത്സയ്ക്കും പ്രകൃതിപ്രതിഭാസങ്ങളെ വിശദീകരിക്കാനും കാലാവസ്ഥാ നിരീക്ഷണത്തിനും ശാസ്ത്രത്തിന്റെ പ്രാക്തനരൂപമായ മന്ത്രവാദത്തെ മനുഷ്യസമൂഹം ഉപയോഗിച്ചിരുന്നു. ശാസ്ത്രത്തിന്റെ വരവോടെയാണ് അതിന് മാറ്റം സംഭവിച്ചത്. പക്ഷേ, അത്തരം അന്ധവിശ്വാസങ്ങൾ പുതുരൂപത്തിലും ഭാവത്തിലും തിരിച്ചുവരികയാണ്. അങ്ങനെ തിരിച്ചുവരുന്നവയെ അപഗ്രഥിച്ചുകൊണ്ടിരിക്കുകയാണ് ചന്ദ്രസേനൻ മിതൃമ്മല ചെയ്യുന്നത്. വിവിധ അദ്ധ്യായങ്ങളിലായി

വ്യാപിച്ചുകിടക്കുന്ന വൈജ്ഞാനിക പ്രയോഗരീതികളെ ഓരോന്നായി വിശദീകരിക്കാനോ സൂചിപ്പിക്കുവനോ കഴിയുകയില്ല. അത്ര ഗഹനവും വൈവിദ്ധ്യപൂർണ്ണവുമാണ് ഇതിലെ ജ്ഞാനമേഖലകൾ.

എന്തുകൊണ്ടാണ് ശാസ്ത്രവിപ്ലവം കഴിഞ്ഞ് ഡിജിറ്റൽ യുഗത്തിൽ എത്തിനിൽക്കുന്ന സമകാലിക ലോകത്തിൽ ഗ്രാമീണ ഗോത്രജീവിതത്തിലെ വിശ്വാസങ്ങളും ധാരണകളും അനുസ്യൂതം നിലനിൽക്കുന്നത് എന്നചോദ്യം തികച്ചും പ്രശ്നപരമാണ്. 'വിശ്വാസം അതല്ല എല്ലാം' എന്ന ഒന്നാം അദ്ധ്യായത്തിലെ പ്രാരംഭവാക്യത്തിൽത്തന്നെ ഗ്രന്ഥകാരൻ അത് സൂചിപ്പിക്കുന്നുണ്ട്. യുക്തിസഹമല്ലാത്ത വിശ്വാസങ്ങളും അവയോടനുബന്ധിച്ചുള്ള ആചാരങ്ങളും സമൂഹത്തിൽ വേരുന്നിനിൽക്കുന്നത് മതത്തിന്റേയും സംസ്കാരത്തിന്റേയും പിൻബലത്തിലാണ്. മതഫാസിസവും സാംസ്കാരിക രാഷ്ട്രീയവും രൂപം പ്രാപിച്ചുവരുന്നത് ഈയൊരു അധോതല ഘടനയിൽ (Deep structure) നിന്നാണ്. വിശ്വാസം ആചാരാനുഷ്ഠാനങ്ങളുടെ രൂപത്തിൽ മാത്രമല്ല, സാമ്പത്തിക ചൂഷണത്തിനുവേണ്ടിയുള്ള ഭൗതിക പ്രവർത്തനമായും കയറിവരുന്നതിനെ ആട്, തേക്ക്, മാഞ്ചിയം, മാഗ്നെറ്റിക് ബെഡ്, സർവ്വരോഗസംഹാരികളായ അടിവസ്തുങ്ങൾ തുടങ്ങിയ തട്ടിപ്പുകളെ ചൂണ്ടിക്കാണിച്ച് ഗ്രന്ഥകാരൻ വിശദീകരിക്കുന്നു. സാക്ഷരതയുടെ പേരിൽ വീമ്പുപറയുന്ന കേരളം കണ്ണുമൂടിക്കെട്ടുകയാണ് എന്നാണ് ചന്ദ്രസേനൻ മിതൃമ്മലയുടെ നിലപാട്.

പുതിയകാലത്തെ തട്ടിപ്പുകൾ ബൗദ്ധികതലങ്ങളിലാണ് സംഭവിക്കുന്നത്. 'അന്ധവിശ്വാസത്തിന്റെ ഭിന്നഭാവങ്ങൾ' എന്ന അദ്ധ്യായത്തിൽ ഇത് വിശദീകരിക്കുന്നു. കപടശാസ്ത്രവും ശാസ്ത്രവാദികളും തട്ടിപ്പിന്റെ പുതിയ രൂപങ്ങൾ അണിനിരത്തിയാണ് വരുന്നത്. മനഃശാസ്ത്രം, സിരാവ്യൂഹ ശാസ്ത്രത്തിലെ കണ്ടെത്തലുകൾ, നവമാധ്യമ സാങ്കേതികവിദ്യ, ഡിജിറ്റൽടെക്നോളജി, വൈദ്യശാസ്ത്രം തുടങ്ങിയ മേഖലകളിലെ അറിവുകളെ ഉപയോഗിച്ചുകൊണ്ടാണ് അബദ്ധധാരണകളെ ഗ്രന്ഥകാരൻ ആക്രമിക്കുന്നതും തുറന്നുകാണിക്കുന്നതും. ആത്മീയതയും ആത്മീയ രാഷ്ട്രീയവും സമൂഹത്തെ കീഴ്പ്പെടുത്തിക്കൊണ്ടിരിക്കുന്ന വർത്തമാനകാലാവസ്ഥയിൽ 'അതീന്ദ്രിയജ്ഞാനത്തിന്റെ അടിവേരുകൾ' പോലുള്ള അപഗ്രഥനങ്ങൾ ശക്തമായ സാമൂഹിക ഇടപെടലുകൾ കൂടിയാണ്.

വിഷയവൈവിദ്ധ്യംകൊണ്ട് സമ്പന്നമാണ് ഇതിലെ ഓരോ അദ്ധ്യായവും. സ്പിരിറ്റ് വാക്കിങ്, പരേതാത്മാക്കളുടെ തിരിച്ചുവരവ്, മന്ത്രവാദചികിത്സ, സ്ഥിരോത്സാഹ വിശ്വാസം, പതിമൂന്നിൽ വെള്ളി, അന്ധവിശ്വാസം ഒരു മാനസികരോഗം, ആനിമിസം മതങ്ങളുടെ മാതാവ്, നരബലി തുടങ്ങിയ ശീർഷകങ്ങളെല്ലാം നമ്മുടെ സമകാലിക ജീവിത

ത്തിൽ തുടരുന്ന ഫ്യൂഡൽ സംസ്കൃതിയുടെ അവശിഷ്ടങ്ങളാണ്. അതു കൊണ്ടുതന്നെ ഈ കൃതി സാമൂഹികവിമർശന രചനകൂടിയാണ്. എം സി ജോസഫും എ ടി കോവൂരും മറ്റും യുക്തിവിചാരത്താൽ അന്ധവിശ്വാസങ്ങളെ ആക്രമിച്ച് തുറന്നുകാണിച്ചുവെങ്കിൽ യാന്ത്രികമായ യുക്തിവിചാരത്തിനപ്പുറം ശാസ്ത്രത്തിന്റെ രീതിശാസ്ത്രം ഉപയോഗിച്ചാണ് ചന്ദ്രസേനൻ മിതൃമ്മല അന്ധവിശ്വാസങ്ങളെ നേരിടുന്നത്. കേവല യുക്തിവാദികളെപ്പോലെ ഉപാലംബഭാഷയോ പരിഹാസങ്ങളോ ഉപയോഗിക്കുന്നില്ല. പകരം ബോദ്ധ്യപ്പെടുത്തി തിരുത്തിയെടുക്കലിന്റെ രീതിശാസ്ത്രമാണ് ഉപയോഗിക്കുന്നത്. വെടിക്കുറ്റിയിൽ കരിമരുന്ന് ഇടിച്ചു നിറയ്ക്കുന്നതുപോലെ ജ്ഞാനപദ്ധതികളെ സാന്ദ്രമാക്കിക്കൊണ്ടുള്ള പ്രതിപാദനം ഗൗരവപൂർണ്ണമായ വായനയെയാണ് *കറുത്തചിറകുള്ള വെളിച്ചം* ആവശ്യപ്പെടുന്നത്.

ഡോ. പി സോമൻ

വിശ്വാസം അതല്ല എല്ലാം

യുക്തിസഹമല്ലാത്ത വിശ്വാസങ്ങളും അവയോടനുബന്ധിച്ചുള്ള ആചാരങ്ങളും സമൂഹത്തിൽ വേരുന്നിനിൽക്കുന്നത് മതത്തിന്റെയും സംസ്കാരത്തിന്റെയും പിൻബലത്തിലാണ്. അതുകൊണ്ടാണ് പലപ്പോഴും മതനേതാക്കളെല്ലാം അമാനുഷിക സിദ്ധികളുള്ളവരായി ചിത്രീകരിക്കപ്പെടുന്നത്. ഇത് ഇന്നും ഇന്നലെയും തുടങ്ങിയ ഒരു കാര്യമല്ല. വേട്ടയാടി ഉപജീവനം കഴിച്ച് നായാടികളായി നടന്നിരുന്ന അതിപുരാതന മനുഷ്യർപോലും ഇത്തരം വിഷമവൃത്തങ്ങളിൽ ബന്ധിതരായിരുന്നു. അലഞ്ഞുതിരിഞ്ഞ് നടന്ന് ജീവിതം കൊണ്ടാടിയിരുന്ന പ്രാകൃത മനുഷ്യർ കൂട്ടത്തോടെ ഒരുസ്ഥലത്ത് പാർപ്പുറപ്പിക്കുവാൻ തീരുമാനിക്കുമ്പോഴാണ് കൃഷിയുടെ ആവശ്യകത അനിവാര്യമായത്. അതുകൊണ്ടു തന്നെ കൃഷിക്കാര്യങ്ങളുടെ സൗകര്യാർത്ഥം അവർ നദീതടങ്ങളിൽ പാർപ്പുറപ്പിച്ചു. എന്നിട്ടും വേനൽക്കാലങ്ങളിൽ ജലദൗർലഭ്യം അനുഭവപ്പെടുവാൻ തുടങ്ങിയതോടെ അവർക്ക് മഴ അനിവാര്യമായി. മഴയില്ലാത്ത അവസ്ഥയിൽ കൃഷിനാശമുണ്ടായപ്പോൾ അവർ മഴയ്ക്കുവേണ്ടി അത്യധികം ആഗ്രഹിച്ചു. അതോടെ മഴ പെയ്യിക്കുന്നവർ (റെയിൻ മേക്കേഴ്സ്) എന്നൊരു വിഭാഗം രൂപപ്പെട്ടു. പ്രതിസന്ധിഘട്ടത്തിൽ പോംവഴി ഉണ്ടാക്കിയവർ അങ്ങനെ ഗോത്രത്തലവന്മാരായി. ഒരു ഗോത്രത്തലവന് മഴപെയ്യിക്കാനായില്ലെങ്കിൽ മറ്റൊരാൾ അപ്രകാരം ചെയ്യുകയും ഗോത്രത്തലവനായി മാറുകയും ചെയ്തിരുന്ന ഒരു പൂർവ്വകാലചരിത്രം നമുക്കുണ്ടായിരുന്നു. മഴ പെയ്യിക്കൽ സാദ്ധ്യമായിരുന്നില്ലെങ്കിലും മഴ പെയ്യിച്ചതായി വരുത്തിത്തീർക്കുവാൻ ഇവർക്കായി എന്നതാണ് പ്രധാനം. അങ്ങനെ പ്രകൃതിസഹജമായി നടക്കുന്ന സംഭവങ്ങളെല്ലാം തങ്ങളുടെ

കഴിവിന്റെ ഫലമാണെന്ന് തെറ്റിദ്ധരിപ്പിക്കുവാനും പൊതുസമൂഹത്തെ വിശ്വസിപ്പിക്കുവാനും ഇവർക്കായി എന്നതാണ് വസ്തുത. നിരന്തരമായ നിരീക്ഷണത്തിലൂടെ പ്രകൃതിയെ മനസ്സിലാക്കിയ ഇവർ പ്രകൃതിയിലെ സ്വാഭാവിക സംഭവങ്ങളെയെല്ലാം തന്ത്രപൂർവ്വം ഇവരുടെ കഴിവുകളാക്കി മാറ്റി. മനസ്സിൽ പതിഞ്ഞ ഈ വിശ്വാസം പൊതുസമൂഹം വരും തലമുറകൾക്കായി കൈമാറി. അങ്ങനെ പ്രാകൃതമനുഷ്യന്റെ പ്രാരംഭ ജീവിതം മുതൽ ഇത്തരം യുക്തിരഹിതവിശ്വാസങ്ങൾ സമൂഹത്തിൽ ഇടംപിടിച്ചു.

പേർഷ്യയിലെ മാജിവർഗക്കാരായിരുന്നു ഇത്തരം പ്രവർത്തനങ്ങളിൽ മുന്നിൽനിന്നത്. ഈസ്റ്റേൺ മെഡിറ്ററേനിയനിലും വെസ്റ്റേൺ ഏഷ്യയിലും ഇവർ അധിവസിച്ചിരുന്നു. പ്രകൃതിനിരീക്ഷണത്തിൽ അനുഭവജ്ഞാനമുള്ള ഇവർ മഴക്കോളുവരുമ്പോൾത്തന്നെ പരസ്യമായി വെളിയിലിറങ്ങുകയും പ്രത്യേകമായ ചില അംഗവിക്ഷേപങ്ങളിലൂടെ ബഹുജനശ്രദ്ധ പിടിച്ചുപറ്റുകയും ചെയ്തു. തുടർന്ന് സ്വാഭാവികമായി മഴ പെയ്തു കഴിയുമ്പോൾ ഇത് തങ്ങളുടെ കഴിവുകൊണ്ട് സംഭവിപ്പിച്ചതാണെന്ന് സമൂഹത്തെ ബോദ്ധ്യപ്പെടുത്തി. അതുപോലെതന്നെ മേഘം ഒരു ഭാഗത്തുനിന്നും മറ്റൊരുഭാഗത്തേക്ക് കാറ്റിന്റെ ശക്തിയാൽ ഒഴുകി നീങ്ങുമ്പോൾ ഇവർ കൈകൾകൊണ്ട് മേഘത്തെ തള്ളിമാറ്റിയതായി അഭിനയിക്കുന്നു. ഇതുകണ്ട സാമാന്യജനങ്ങൾ ഇത് വിശ്വസിച്ചുപോരുകയും ചെയ്തു. മാജി എന്ന വാക്കിന്റെ അർത്ഥംതന്നെ ക്ലവർ അഥവാ ബുദ്ധിയുള്ള എന്നാണ്. ഈ വാക്കിൽനിന്നാണ് ഇംഗ്ലീഷിൽ മാജിക് എന്ന പദം രൂപമെടുത്തത്. അന്ന് മാജിക് എന്നാൽ വാനശാസ്ത്രവും ജ്യോതിഷവും ആൽക്കെമിയുമെന്നല്ല, ഗൂഢമായതെല്ലാം ചേർന്നതായിരുന്നു. പ്രകൃതിസഹജമായി നടക്കുന്ന സംഭവവികാസങ്ങൾ തങ്ങളുടെ കഴിവിന്റെ ഫലമായി സംഭവിച്ച അത്ഭുതങ്ങളാണെന്ന് ബോദ്ധ്യപ്പെടുത്തി അമാനുഷികരായി മാറുവാൻ പ്രാകൃതമനുഷ്യർപോലും വഴികൾ കണ്ടെത്തിയിരുന്നു. യഥാർത്ഥ വസ്തുത അറിയുന്നവർ വെറും ന്യൂനപക്ഷമായിരുന്നു. അവർ സംഘടിതമായി സത്യാവസ്ഥ മറച്ചുവയ്ക്കുകയും ബഹുഭൂരിപക്ഷത്തിനെ തെറ്റിദ്ധരിപ്പിക്കുകയും ചെയ്തു.

ഈയൊരു തുടക്കം വൻവിജയമായിരുന്നു. കാലഘട്ടങ്ങൾ മാറുന്നതിനനുസരിച്ച് നൂതന സംവിധാനങ്ങളിലൂടെ ഇത്തരം ശ്രമങ്ങളും നവീകരണത്തിന് വിധേയമാവുകയും ശക്തമായി നിലനിൽക്കുകയും ചെയ്തു. കാലം മാറിയതോടെ അറിവിന്റെ മേഖലകൾ വിപുലമായി. അപ്പോൾ പോലും ഇതിനൊരു മറുവശംകണ്ട ബുദ്ധിമാൻമാർക്ക് അതേ അറിവുകൊണ്ടുതന്നെ ആൾക്കാരെ തെറ്റിദ്ധരിപ്പിക്കുവാനും കഴിഞ്ഞു. ഈ സാദ്ധ്യതയെയാണ് മതങ്ങൾ കണ്ടറിഞ്ഞ് പ്രോത്സാഹിപ്പിച്ചത്. യുക്തി

സഹമായി ചിന്തിക്കുമ്പോൾ മതങ്ങൾക്ക് പ്രസക്തിയില്ലാതാകുന്നു. അതു കൊണ്ടുതന്നെ യുക്തിരഹിതമായ വിശ്വാസങ്ങൾ ഊട്ടിയുറപ്പിക്കേണ്ട ചുമതല മതങ്ങളുടേതായിമാറി. മനുഷ്യസമൂഹത്തിന്റെ പുരോഗതിക്ക് നിരക്കാത്ത വിശ്വാസങ്ങളാണ് അന്ധവിശ്വാസങ്ങൾ. എല്ലാക്കാലത്തും എല്ലാ ദേശത്തും ഏറെക്കുറെ എല്ലാ മനുഷ്യരും ഒരു കാര്യത്തിലല്ലെങ്കിൽ മറ്റൊന്നിൽ അന്ധവിശ്വാസികളായിരുന്നു. അതുകൊണ്ടുതന്നെ മനുഷ്യന്റെ ചരിത്രമെന്നത് അന്ധവിശ്വാസങ്ങളുടെ ചരിത്രംകൂടിയാണ്. ബോധനിലവാരത്തിന്റെ ഏറ്റക്കുറച്ചിലുകൾക്കനുസരിച്ച് അന്ധവിശ്വാസങ്ങളിൽ മാറ്റംവന്നിട്ടുണ്ട്. ഏറ്റവും രസകരമായ ഒരു വസ്തുത ആരുംതന്നെ താനൊരു അന്ധവിശ്വാസിയാണെന്ന് സമ്മതിക്കുന്നില്ല എന്നതാണ്. സമൂഹത്തിന്റെ പുരോഗതിയെ പിന്നോട്ട് നയിക്കുന്ന അന്ധവിശ്വാസം എപ്രകാരം ജനിക്കുന്നുവെന്നും അതിനെതിരെ എന്തു ജാഗ്രതയാണ് നാം പുലർത്തേണ്ടതെന്നും ചിന്തിക്കേണ്ട കാലം അതിക്രമിച്ചിരിക്കുന്നു. അല്ലാത്തപക്ഷം പരിണാമത്തിന്റെ വിപരീതദിശയിൽ സഞ്ചരിക്കുന്നവരായി നാം മാറും.

കണ്ണു മൂടിക്കെട്ടുന്ന കേരളം

അറിവിന്റെ അന്വേഷണങ്ങളുമായി ജാഗ്രതയോടെ സദാ തുറന്നിരിക്കേണ്ട കണ്ണുകൾ സ്വയം മൂടിക്കെട്ടി അജ്ഞതയുടെ അന്ധകാരത്തിൽ കഴിയുവാൻ വിധിക്കപ്പെട്ടവരാണോ മലയാളികൾ? ആട്, തേക്ക്, മാഞ്ചിയം, മാഗ്നെറ്റിക് ബെഡ്, സർവ്വരോഗസംഹാരികളായ അടിവസ്ത്രങ്ങൾ തുടങ്ങി എന്ത് തട്ടിപ്പിനും ഏത് ചതിക്കും വിശാലവേദിയൊരുക്കി കാത്തിരിക്കുന്നവരായി മാറുകയാണോ നാം? ഇന്ന് നൽകുന്ന 5000 രൂപയ്ക്ക് മൂന്നാഴ്ചകൾക്കുശേഷം 50,000 രൂപയുടെ സാധനങ്ങൾ നൽകാമെന്ന് പറയുമ്പോൾ നഷ്ടമാകുന്ന 5,000 രൂപയെക്കുറിച്ച് ചിന്തിക്കാതെ അർഹതയില്ലാത്ത 50,000 ത്തിൽ താൽപ്പര്യമെടുക്കുന്നവരാണോ നാം? ഈ ചോദ്യങ്ങൾക്കെല്ലാം അതേ എന്നാണ് കേരളത്തിൽ ഉത്തരമെന്നത് ഞെട്ടിക്കുന്ന ഒരു സത്യമാണ്.

നൂറുരൂപയ്ക്ക് താഴെ വിലയുള്ള ഒരു ഇന്ദ്രജാല ഉപകരണം ആസ്തിയാക്കി കോടിക്കണക്കിന് രൂപയുടെ ചെപ്പടിവ്യവസായം അരങ്ങേറുമ്പോൾ വരിവരിയായി ചെന്നുനിന്ന് ഈ തട്ടിപ്പിന് ആക്കംകൂട്ടാൻ അഭ്യസ്തവിദ്യരായ മലയാളികൾക്ക് യാതൊരു മടിയുമില്ല. പണ്ടൊക്കെ ഇത്തരം തട്ടിപ്പുകൾക്ക് ഇരയാകുന്നത് വിദ്യാഭ്യാസമില്ലാത്തവരായിരുന്നുവെങ്കിൽ ഇന്ന് ഈ തട്ടിപ്പുകൾക്ക് തലവയ്ക്കുവാൻ അവർക്ക് സമയമില്ല. ഈ പ്രക്രിയ നന്നായി ചെലവാകുന്നത് അഭ്യസ്തവിദ്യരിലും ഒരു പരിധിവരെ ജീവിതനിലവാരം ഉയർന്നവരിലുമാണ്. അറിവ് വർദ്ധിക്കുന്നതിനനുസരിച്ച് പാരാനോർമൽ വിശ്വാസങ്ങളും വർദ്ധിക്കുമെന്നും അതുകൊണ്ടുതന്നെ ഇതിനെ ഇൻഫർമേഷൻ പൊല്യൂഷൻ എന്ന് വിളിക്കാമെന്നും പ്രൊഫ. റേ ഹൈമൻ പറഞ്ഞത് എത്രയോ ശരി.

ഇടതും വലതും രണ്ട് അർദ്ധഗോളാകൃതിയിൽ സ്ഥിതിചെയ്യുന്ന തലച്ചോറിന്റെ നടുവിലായി ഒരു പാലംപോലെ മിഡ് ബ്രെയിൻ നിലകൊള്ളുന്നു. കൃത്യതയോടെ നിർവ്വഹിക്കേണ്ട കണക്കുകൂട്ടലുകൾ പോലുള്ള പ്രവർത്തനങ്ങൾ ഇടതുഭാഗത്തെ അർദ്ധഗോളവും കലാപരവും കായികവും സാംസ്കാരികവുമായ പ്രവർത്തനങ്ങൾ വലതുവശത്തെ അർദ്ധഗോളവും നിർവഹിക്കുന്നു. ഒരർദ്ധഗോളം പ്രവർത്തിക്കുമ്പോൾ മറ്റേ അർദ്ധഗോളം പ്രവർത്തിക്കുന്നില്ല. ഈയൊരു ദുഃസ്ഥിതി ഒഴിവാക്കുവാൻ മിഡ്ബ്രയിൻ ആക്ടിവേറ്റ് ചെയ്ത് ഇരു അർദ്ധഗോളങ്ങളേയും ഒരേ സമയം ഒരേപോലെ പ്രവർത്തിപ്പിക്കുമ്പോൾ അത്ഭുതങ്ങൾ അരങ്ങേറും. പഞ്ചേന്ദ്രിയങ്ങളുടെ ഇടനില ഇല്ലാതെതന്നെ ബ്രയിൻ നേരിട്ട് പ്രവർത്തിക്കും. അങ്ങനെ കണ്ണില്ലാതെ കാണാനും കാതില്ലാതെ കേൾക്കാനും നാവില്ലാതെ രുചിക്കാനും മൂക്കില്ലാതെ മണക്കാനും തൊലിയില്ലാതെ സ്പർശിക്കുവാനുമെല്ലാം അനായാസം കഴിയുന്നു. അതോടെ കണ്ണുകൾ മൂടിക്കെട്ടി കൈകൊണ്ട് സ്പർശിച്ച് വായിക്കുവാനും നാവു പുറത്തേക്കിട്ട് അകലെയിരിക്കുന്ന ആഹാരസാധനം രുചിക്കുവാനും കഴിയും. ഇതെല്ലാം കേവലം എൽ കെ ജി പഠനങ്ങൾ മാത്രമാണ്. ഉയർന്നതലത്തിൽ കയറുമ്പോൾ ഏതൊരു പുസ്തകത്തിന്റേയും പുറംചട്ടയിൽ കൈവെച്ചാൽ പുസ്തകം മനക്കണ്ണിലൂടെ വായിക്കുവാനാകും. ഒറ്റനോട്ടത്തിൽ പുസ്തകം മുഴുവൻ ഹൃദിസ്ഥമാകുന്നു. വായനയ്ക്കിനി സമയം ആവശ്യമില്ല. കണ്ണിന്റെ അനാവശ്യമായ ഇടപെടലാണ് വായനയ്ക്ക് സമയം ആവശ്യമാക്കിയത്. അതിനി ഉണ്ടാവുകയില്ല. അങ്ങനെ 2020 ൽ ലോകം ഞെട്ടുന്ന പുതുശാസ്ത്രപ്രതിഭകളെ സംഭാവന ചെയ്യുവാൻ ഞങ്ങളെ സഹായിക്കു. നിങ്ങളുടെ മിഡ്ബ്രെയിൻ ഞങ്ങളെ ഏൽപ്പിക്കു. അനായാസം അതിനെ ആക്ടിവേറ്റുചെയ്ത് നിങ്ങളെ ഒരു ശാസ്ത്രജ്ഞനാക്കാം, സാഹിത്യകാരനാക്കാം, കായികതാരമാക്കാം, സിനിമാതാരമാക്കാം, വൈമാനികനാക്കാം, എഞ്ചിനീയറാക്കാം എന്തിനേറെ എന്തുമാക്കാം! കേവലം 30 ദിവസവും 25,000 രൂപയും മാത്രമാണ് നിങ്ങൾക്ക് ആകെയുള്ള ചെലവ്. നഷ്ടപ്പെടുവാൻ ഇത്രമാത്രം. കിട്ടാനുള്ളതോ...? ഇതാണ് മിഡ്ബ്രെയിൻ ആക്ടിവേഷന്റെ ഇന്ദ്രജാലം. ഇത്രയുമില്ലെങ്കിൽത്തന്നെയും ഇതിൽ തലവെയ്ക്കുവാൻ തയ്യാറുള്ളവരാണ് നാം. കാരണം നാം ഇൻഫർമേഷൻ പൊല്യൂഷനുമായി നടക്കുന്നവരാണല്ലോ. നിർമ്മിത ബുദ്ധിക്കുപോലും കടന്നുചെല്ലുവാനാകാത്തതരം അത്ഭുതങ്ങളാണ് ചുരുങ്ങിയ നാളുകൾകൊണ്ട് ചുരുങ്ങിയ ചെലവിൽ സാദ്ധ്യമാകുന്നത്. ഇങ്ങനെയൊക്കെ അതിഭാവുകത്വം അവകാശപ്പെട്ടാൽപ്പോലും അവിടെ തല വയ്ക്കുവാൻ നമുക്കുള്ള താത്പര്യം അപാരമാണ്.

മിഡ്ബ്രെയിൻ എന്നത് ഇപ്പറയുന്നതുപോലെ ഒരു പാലമൊന്നു

മല്ല. തലച്ചോറിന്റെ പ്രവർത്തനത്തിൽ കാര്യമായ യാതൊരു പങ്കം ബ്രെയിൻ സ്റ്റെം എന്നറിയപ്പെടുന്ന ഈ ഭാഗത്തു നടക്കുന്നുമില്ല. എന്നിട്ടും ഇതിനെ നല്ലൊരു വിൽപ്പന വസ്തുവാക്കി അവതരിപ്പിക്കുന്നു. കാഴ്ചയ്ക്കും കേൾവിക്കുമുള്ള വിവരങ്ങൾ നൽകുന്നതിന് സഹായിക്കുന്നതിന് മാത്രമാണ് മിഡ്ബ്രെയിൻ പ്രധാനമായും പ്രവർത്തിക്കുന്നത്. എന്നിട്ടും ഇതിന്റെ പേരിൽ നിരവധി തട്ടിപ്പുകൾ അരങ്ങേറുന്നു. ആഗോളതലത്തിൽ വേരുകളുള്ള ഇത്തരം സ്ഥാപനങ്ങൾ നിരവധിയാണ്. കേരളത്തിൽ മാത്രം ഇത്തരത്തിലുള്ള ഇരുപതോളം ഇന്റർനാഷണൽ സ്ഥാപനങ്ങളുണ്ട്. അതിൽ അമേരിക്ക ആസ്ഥാനമായുള്ള ഒരു സ്ഥാപനത്തിൽനിന്നും ഒരുവർഷത്തിനകം ആയിരംപേരെ പരിശീലിപ്പിക്കുവാൻ കഴിഞ്ഞു എന്നാണ് അവർ അവകാശപ്പെടുന്നത്. രണ്ടരക്കോടിയുടെ വ്യവസായം ഈയൊരു സ്ഥാപനംമാത്രം നടത്തിയിരിക്കുന്നു. ശേഷിച്ച സംസ്ഥാനങ്ങളുടേയും അവിടെ നടക്കുന്ന സ്ഥാപനങ്ങളുടേയും കണക്കുകൾകൂടിയെടുക്കുമ്പോൾ ഇതിന്റെ വ്യാപ്തി എത്രയാകുമെന്ന് കണക്കാക്കുക. ഇനി ഈ വ്യവസായത്തിന്റെ മുതൽമുടക്കിലേക്ക് കടന്നാലോ. നൂറുരൂപയ്ക്ക് താഴെ വിലയുള്ള ഒരിന്ദ്രജാല ഉപകരണമാണ് ഈ വ്യവസായത്തിലെ പ്രധാന ഉപകരണം. ഇന്ദ്രജാലക്കാർ കണ്ണുകെട്ടി മോട്ടോർ സൈക്കിൾ ഓടിക്കുന്ന ബ്ലൈൻഡ് ഫോൾഡ് പാഡാണിത്. കണ്ണുകെട്ടി ബൈക്കോടിക്കുമ്പോഴും വായിക്കുമ്പോഴും എഴുതുമ്പോഴും എല്ലാം മൂന്നുതരം വിഷനുകളാണ് ജാലവിദ്യക്കാർ പിൻതുടരുന്നത്. അടിഭാഗത്തുകൂടി കാണുന്ന ഡൗൺവിഷൻ, വശങ്ങളിലൂടെ കാണുന്ന സൈഡ് വിഷൻ, പിന്നെ നേരെകാണുന്ന സ്ട്രെയിറ്റ് വിഷൻ. ഇത്തരം മൂന്ന് കാഴ്ചകൾക്കും സൗകര്യമൊരുക്കുന്ന പാഡുകളാണ് ഇതിലേക്കായി ഉപയോഗിക്കുന്നത്. ഇന്ദ്രജാലം അറിയാത്ത ഒരാൾക്ക് ഒരു കാരണവശാലും ഇതിന്റെ രഹസ്യമറിയാനാവുന്നില്ല എന്നതാണ് ഇതിന്റെ നിർമ്മാണ രഹസ്യം. സങ്കീർണ്ണമായ ഇത്തരം നിർമ്മാണ രഹസ്യമുള്ള ഉപകരണ സൂത്രമായിരുന്നിട്ടുകൂടി ഇതിന് വില തീരെ കുറവാണ്. ഈ ഉപകരണത്തിന്റെ അനന്ത സാദ്ധ്യതയെയാണ് പൗരാണിക മിത്തുകളുമായി കൂട്ടിച്ചേർത്ത് കഥമെനഞ്ഞ് സാമാന്യബുദ്ധിയുള്ളവരെ (അതിബുദ്ധിമാന്മാരെ കബളിപ്പിക്കുവാൻ എളുപ്പമാണ്) കബളിപ്പിക്കുന്നത്. ഋഷിമാരുടെ ദിവ്യജ്ഞാനവും മറ്റും വായിച്ചുംകേട്ടും അറിഞ്ഞ മനസ്സുകളിലേക്ക് വളരെ തന്ത്രപൂർവ്വം വിരുദ്ധവിവര സിദ്ധാന്തം (Misinformation Effect) അടിച്ചേൽപ്പിച്ച് വിജയം കണ്ടെത്തുകയാണിവിടെ. വലയിലകപ്പെടുന്ന ആൾക്കൂട്ടങ്ങളെ അണിനിരത്തിയാണ് രണ്ടാംഘട്ട പ്രവർത്തനം. ആൾക്കൂട്ട സാന്നിദ്ധ്യം വിശ്വാസ്യതയ്ക്ക് കാരണമാക്കിയാണ് പ്രവർത്തനം പുരോഗമിപ്പിക്കുന്നത്.

മിത്തുകളാണ് ഇവിടെ വിൽപ്പനയ്ക്ക് ആക്കംകൂട്ടുന്നത്. ആൽബർട്ട് ഐൻസ്റ്റീൻപോലും മിഡ് ബ്രെയിനിന്റെ പന്ത്രണ്ട് ശതമാനം മാത്രമാണ് ഉപയോഗിച്ചിട്ടുള്ളതെന്ന് കേൾക്കുമ്പോൾ ശേഷിച്ച 88 ശതമാനം ഉപയോഗിച്ചിട്ടേയില്ലെന്ന ഒരു ധാരണ നാം അറിയാതെ ജനിക്കുകയാണ്. സാധാരണ മനുഷ്യർ തലച്ചോറിന്റെ പത്ത് ശതമാനത്തിന് താഴെമാത്രമേ ഉപയോഗിക്കുന്നുള്ളൂവെന്ന് വ്യാജപ്രചാരണം ശക്തമായി നിലനിൽക്കുമ്പോൾ നാമത് വിശ്വസിച്ചുപോവുകയാണ്. എങ്ങനെയാണ് ഇത്തരമൊരു നിഗമനത്തിലെത്തിയതെന്ന് ആർക്കുമറിയില്ല. ഈ അശാസ്ത്രീയമായ പത്ത് ശതമാനം മിത്തിൽ പിടിച്ചാണ് വശീകരണ മന്ത്രം പ്രയോഗിക്കുന്നത്. പഞ്ചേന്ദ്രിയങ്ങളെ ഒഴിവാക്കി എക്സ്ട്രാ സെൻസ് വികസിപ്പിക്കാമെന്ന് കേൾക്കുമ്പോൾത്തന്നെ കോമൺ സെൻസ് പോലും നഷ്ടപ്പെടുന്നവരായി നാം മാറുന്നുവെന്നതാണ് സത്യം.

കാഴ്ച സാദ്ധ്യമാക്കുവാൻ കണ്ണുകൾ ആവശ്യമില്ലെങ്കിൽ അന്ധത ബാധിച്ച ഒരാളെയെങ്കിലും ഈ പരിശീലനത്തിലൂടെ കാഴ്ചകാണുവാൻ സഹായിച്ചുകൂടേ? ഓട്ടിസം ബാധിച്ച ഒരു കുട്ടിയേയെങ്കിലും ഈ തലച്ചോർ ഉദ്ദീപനത്തിലൂടെ സാധാരണനിലയിൽ എത്തിച്ചുകൂടേ? പഠന വൈകല്യമുള്ള ഒരാളെയെങ്കിലും ഈ പരാധീനതയിൽനിന്നും രക്ഷപ്പെടുത്തിക്കൂടേ? കഥയിൽ ചോദ്യമില്ലെന്നതുപോലെ ഇത്തരം ചോദ്യങ്ങൾക്കിവിടെ പ്രസക്തിയില്ലാതാകുന്നു. അഥവാ ഇതൊന്നും ചോദിക്കുവാൻ സമയമെടുക്കാതെ നാമോരോരുത്തരും നമ്മുടെ കുട്ടികളെ ഒന്നാമതാക്കുവാൻ വെമ്പൽകൊള്ളുകയാണ്. ഇവിടെയാണ് നമ്മുടെ യുക്തിചിന്തയ്ക്ക് മങ്ങലേൽക്കുന്നത്.

അഞ്ചുവയസ്സുമുതൽ 16 വയസ്സുവരെയുള്ള കുട്ടികളെയാണ് ഇത്തരം പരിശീലനങ്ങൾക്ക് വിധേയമാക്കുന്നത്. ഈ കുട്ടികൾ കണ്ണുകൾ മൂടിക്കെട്ടി കാർഡുകൾ തിരിച്ചറിയുന്നത് കാണുമ്പോൾ പിന്നെ നാം മറ്റൊന്നും ആലോചിക്കുന്നില്ല എന്നതാണ് പ്രത്യേകത. പരിശീലനത്തിനെത്തുന്ന കുട്ടികളുടെ കണ്ണുകൾ ഭംഗിയായി മൂടിക്കെട്ടിയശേഷം വായിക്കുവാൻ ആവശ്യപ്പെടുകയാണ് ആദ്യത്തെ പണി. തീർച്ചയായും കുട്ടികൾക്ക് വായിക്കാനാവുകയില്ല. തുടർന്ന് സംഗീതസാന്ദ്രമായ ഒരന്തരീക്ഷം സൃഷ്ടിച്ചുകൊണ്ട് മിഡ്ബ്രെയിൻ ആക്ടിവേറ്റ് ചെയ്യുന്നതായി അവകാശപ്പെടുന്നു. നിശ്ചിത സമയത്തിനുശേഷം (ഇത് കേവലം പത്ത് മിനിട്ട് മാത്രമേ ഉണ്ടാവുകയുള്ളൂ) ഡൗൺവിഷൻ സാദ്ധ്യതയുള്ള തരത്തിൽ പാഡ് കണ്ണിൽക്കെട്ടുകയും കാഴ്ചയുണ്ടോ എന്ന് ചോദിക്കുകയും ചെയ്യും. അപ്പോൾ അടിഭാഗത്തുകൂടി കാണുന്ന കുട്ടികൾ കാണുന്നുവെന്ന് അവകാശപ്പെടും. ഇത് കണ്ണിന്റെ കാഴ്ചയല്ലെന്നും തലച്ചോറിന്റെ നേരിട്ടുള്ള ഇടപെടൽമൂലമാണെന്നും കുട്ടിയെ ധരിപ്പിക്കുന്നു. യുക്തിചിന്ത

ലഭ്യമല്ലാത്ത കുട്ടികൾ ഇതപ്പാടെ വിശ്വസിക്കുന്നു. തുടർന്നുള്ള ദിവസങ്ങളിൽ സൈഡ് വിഷനും സ്ട്രെയിറ്റ് വിഷനും തരമാക്കിക്കൊടുക്കും. ഇതും തലച്ചോറിന്റെ നേരിട്ടുള്ള പ്രവർത്തനമാണെന്ന് ബോദ്ധ്യപ്പെടുത്തും. ശബ്ദവേദിയായ അസ്ത്രപ്രയോഗം നടത്തുന്ന അർജ്ജുനനും കർണ്ണനും ഏകലവ്യനുമെല്ലാം കഥകളിലൂടെ നമ്മുടെയുള്ളിൽ ഒരു മിത്തായി കിടക്കുമ്പോൾ വിശ്വാസ്യതയേറുകയാണ്. തട്ടിപ്പുകൾക്ക് തണലേകുവാൻ എല്ലായ്പ്പോഴും ഒരു മിത്ത് കൂട്ടിനുണ്ടാകും. ഇവിടെ സംഭവിക്കാൻ സാദ്ധ്യതയുള്ള വലിയൊരപകടം നാം കാണാതെ പോവുകയാണ്. യുക്തിചിന്ത ഉറയ്ക്കുന്ന സമയം ഈ കുട്ടിക്ക് താൻ കണ്ടതെല്ലാം കണ്ണിലൂടെയാണെന്ന സത്യം ബോദ്ധ്യപ്പെടും. അതോടെ ഇതൊരു തട്ടിപ്പായിരുന്നുവെന്ന വസ്തുതയും. പ്രമുഖരായ പലരും തന്റേയീ തട്ടിപ്പിനാണല്ലോ പ്രശംസ നൽകിയതെന്ന് ബോദ്ധ്യപ്പെടുമ്പോൾ കൂടുതൽ തട്ടിപ്പുകൾ കൂടുതൽ പ്രശംസയ്ക്ക് ഹേതുവാകുമെന്ന ഒരു ധാരണയിലേയ്ക്ക് അവർ ചെന്നെത്തിക്കൂടെന്നില്ല. ഇനി കാര്യങ്ങൾ ബോദ്ധ്യമാകുമ്പോൾ ചില കുട്ടികളിൽ കുറ്റബോധം കടന്നുവരുവാനും സാദ്ധ്യതയുണ്ട്. ഇത് ക്രമേണ വിഷാദാവസ്ഥയിലേക്ക് നയിക്കുവാനും അതിലൂടെ മാനസികപ്രശ്നങ്ങൾ ഉണ്ടാകുവാനും ഇടയുണ്ട്. ഇത് രണ്ടായാലും അവർ സമൂഹത്തിന് ബാദ്ധ്യതതന്നെയാണ്. കേവലം ധനലാഭത്തിനായി കുട്ടികളുടെമേൽ അടിച്ചേൽപ്പിക്കുന്ന ഈ ക്രൂരതയെ കുട്ടികൾക്കെതിരായുള്ള അതിക്രമമായി കണ്ട് നടപടിയെടുക്കേണ്ടതാണ്.

കോടിക്കണക്കിന് രൂപയുടെ ഭാഗ്യക്കുറി സമ്മാനമായി ലഭിച്ചുവെന്നറിയിച്ച് ലോകമാകമാനം നടത്തുന്ന തട്ടിപ്പാണ് പലപ്പോഴും ഏറ്റവും കൂടുതൽ വരുമാനമുള്ള വ്യവസായമായി മാറുന്നതെന്ന് കണക്കുകൾ സൂചിപ്പിക്കുന്നു. അറിവിന്റേനേരെ കണ്ണുമൂടിക്കെട്ടി സ്വയം അന്ധകാരത്തിൽ പതിക്കുന്ന മുതിർന്ന തലമുറകളെ കടത്തിവെട്ടി ഭാവിയുടെ വാഗ്ദാനങ്ങളും ദേശത്തിന്റെ കരുത്തുമായ യുവതലമുറയെ നിർദ്ദയം കണ്ണുകെട്ടി ഇരുട്ടിലേക്ക് നയിക്കുന്ന കപടശാസ്ത്രങ്ങളെ നിയമംകൊണ്ട് നിരോധിക്കുക മാത്രമല്ല നാം ചെയ്യേണ്ടത്. അറിവിന്റെ വിശാലമായ വാതായനങ്ങൾ മലർക്കെ തുറന്നിട്ടുകൊണ്ട് കണ്ണുകളിലെ അജ്ഞതയുടെ മൂടുപടം വലിച്ചെറിയുകയാണ് ചെയ്യേണ്ടത്. ശക്തമായ ശാസ്ത്രബോധം കുട്ടികളിൽ വളർത്തിക്കൊണ്ടുവരുവാനുള്ള തീവ്രശ്രമം മനുഷ്യസ്നേഹികളായ ഒരോരുത്തരുടേയും ഭാഗത്തുനിന്നുമുണ്ടാകേണ്ടതുണ്ട്.

അന്ധവിശ്വാസത്തിന്റെ 'ഭിന്ന' ഭാവങ്ങൾ

ഫെസിലിറ്റേറ്റഡ് കമ്യൂണിക്കേഷൻ അഥവാ സുസാദ്ധ്യ ആശയവിനിമയം എന്ന കപട ശാസ്ത്രസങ്കേതം എഴുപതുകളോടെ തുടക്കമിട്ടുവെങ്കിലും എൺപതുകളോടെയാണ് വേരോട്ടുവാൻ തുടങ്ങിയത്. നൂതനമായ ഒരു വിദ്യാഭ്യാസപ്രവർത്തനമെന്ന മുഖംമൂടിയിട്ടുകൊണ്ടാണ് ഈ പ്രക്രിയ തുടക്കത്തിൽ രംഗപ്രവേശം ചെയ്തത്. അതുകൊണ്ടു തന്നെ പ്രാരംഭഘട്ടത്തിൽ എതിർപ്പുകൾ തുലോം വിരളമായിരുന്നു. മിഡ്ബ്രെയിൻ ആക്ടിവേഷൻ എന്ന തട്ടിപ്പ് കടന്നുവന്നതും വിദ്യാഭ്യാസ പ്രക്രിയയുടെ പേരിലായിരുന്നു. കോടിക്കണക്കിന് രൂപയുടെ തട്ടിപ്പാണ് മിഡ്ബ്രെയിൻ ആക്ടിവേഷനിലൂടെ നടന്നത്. ശക്തമായ ഇടപെടലുകളിലൂടെ ഒരു പരിധിവരെ ഇതിനു തടയിട്ടുവാനായെങ്കിലും മറ്റു പലരൂപത്തിലും ഇത് പലസ്ഥലത്തും ഇന്നും നിലവിലുണ്ട്. മിഡ്ബ്രെയിൻ ആക്ടിവേഷൻ എല്ലാ കുട്ടികൾക്കുംവേണ്ടി ചിട്ടപ്പെടുത്തിയതാണെങ്കിൽ ഫെസിലിറ്റേറ്റഡ് കമ്യൂണിക്കേഷൻ എന്നത് പ്രധാനമായും ഭിന്നശേഷിക്കാരെ ലക്ഷ്യമിട്ടാണ് കടന്നുവന്നത്. ആശയവിനിമയത്തിന് സംസാരഭാഷയും ശരീരഭാഷയും ശബ്ദക്രമീകരണവുമാണ് പ്രധാനമായും ഉപയോഗിച്ചുവരുന്നത്. ഓട്ടിസം, സെറിബ്രൽ പാൾസി[1] കുട്ടികൾക്ക് ഇതത്ര എളുപ്പമല്ലാത്തതിനാൽ ഒരാൾ ഫെസിലിറ്റേറ്ററായി[2] കടന്നുവരുന്നു. അയാളുടെ സഹായത്തോടെ മറ്റൊരാളിന് ആശയവിനിമയം നടത്തുവാൻ കഴിയുന്ന അവസ്ഥയാണ് ഫെസിലിറ്റേറ്റഡ് കമ്യൂണിക്കേഷൻ അഥവാ സുസാദ്ധ്യ ആശയവിനിമയം. ഏഷ്യൻ രാജ്യങ്ങളിൽ പലപ്പോഴും രക്ഷിതാക്കൾതന്നെ ഫെസിലിറ്റേറ്റർമാരായി മാറുകയും തങ്ങളുടെ കുട്ടികളിൽ അത്ഭുത സാന്നിദ്ധ്യമുണ്ടെന്ന് അവകാശപ്പെടുകയും ചെയ്യുന്നു. യഥാർത്ഥത്തിൽ

അവർ അറിയുന്ന കാര്യങ്ങൾ രഹസ്യ സന്ദേശങ്ങളിലൂടെ പാർട്ണർക്ക് നൽകുകയാണ് ചെയ്യുന്നത്. ഓട്ടിസം അല്ലെങ്കിൽ സെറിബ്രൽപാൾസിയുള്ള വ്യക്തിയുടെ ശരീരഭാഗങ്ങളിൽ, പ്രധാനമായും ചുമലിലും കൈയിലും ബോധപൂർവ്വം നിർദ്ദേശങ്ങൾ നൽകിക്കൊണ്ടാണ് ഇതു സാദ്ധ്യമാക്കുന്നത്. ഐഡിയോ മോട്ടോർ റെസ്പോൺസ് (ഐ എം ആർ) ഇക്കാര്യത്തിൽ സംഭവിക്കാറുള്ളതിനാൽ മിക്ക സഹായികളും തങ്ങൾതന്നെയാണ് ഇത് ചെയ്യുന്നതെന്ന് മിക്കപ്പോഴും അറിയാറില്ല.

സയന്റിഫിക് ടെമ്പർ അഥവാ ശാസ്ത്രാവബോധം എന്ന വാക്ക് ആദ്യമായി ഉപയോഗിച്ചത് ഇന്ത്യയുടെ പ്രഥമ പ്രധാനമന്ത്രിയായ പണ്ഡിറ്റ് ജവഹർലാൽ നെഹ്റുവാണ്. മഹത്തായ ഇന്ത്യയുടെ ബൃഹത്തായ ജനതയെ നോക്കിയാണ് അന്നദ്ദേഹം ആ വാക്ക് പ്രയോഗിച്ചത്. വിദ്യാഭ്യാസം, ആരോഗ്യം തുടങ്ങിയ മേഖലകളിലെ പുരോഗതിയിൽ അന്ന് ഇന്ത്യൻ ജനസമൂഹം തീരെ പിന്നിലായിരുന്നു. എന്നാലിന്ന് സ്ഥിതിമാറി. വിദ്യാഭ്യാസം അടക്കമുള്ള പലമേഖലകളിലും നാം മുൻപന്തിയിലെത്തി. അപ്പോഴും അന്ധവിശ്വാസങ്ങളും തന്മൂലമുണ്ടാകുന്ന അബദ്ധങ്ങളും അപകടങ്ങളും വർദ്ധിച്ചുകൊണ്ടേയിരിക്കുന്നു. അറിവ് കൂടുന്തോറും പാരാനോർമൽ[3] വിശ്വാസങ്ങളും വർദ്ധിക്കുമെന്ന അമേരിക്കൻ സൈക്കോളജിസ്റ്റായ റേ ഹൈമന്റെ ഇൻഫർമേഷൻ പൊല്യൂഷൻ[4] എന്ന സിദ്ധാന്തം വലിയൊരു സത്യമാണെന്ന് നാം ഇന്നറിയുന്നു. അറിവുള്ളവന്റെ അന്ധവിശ്വാസം അറിവില്ലാത്തവന്റെ അന്ധവിശ്വാസത്തേക്കാൾ അപകടകാരിയാണെന്നുകൂടി പണ്ഡിറ്റ്ജി പറഞ്ഞിരുന്നു. ആ കടുത്ത അപകടസന്ധിയാണ് നാമിന്ന് നേരിടുന്നത്. അന്ന് ജവഹർലാൽനെഹ്റു ഇതുപറയുമ്പോൾ അദ്ദേഹംപോലും പ്രതീക്ഷിക്കാത്ത തരത്തിലാണ് നാം അന്ധവിശ്വാസത്തിന്റെ അന്ധകാരത്തെ വാരിപ്പുണർന്നത്. ബോധപൂർവ്വം പരിശ്രമിച്ചാൽ ആരേയും എന്തും വിശ്വസിപ്പിക്കാം. വിശ്വാസിയെ അവിശ്വാസിയാക്കുവാനും അവിശ്വാസിയെ വിശ്വാസിയാക്കുവാനും പ്രയാസമേതുമില്ല. ഈയൊരു യാഥാർത്ഥ്യത്തെ ശരിക്കും ഉപയോഗിക്കുന്നത് അന്ധവിശ്വാസങ്ങളുടെ മൊത്തവിതരണക്കാരാണ്. അങ്ങനെ സമൂഹത്തെയാകെ തെറ്റിദ്ധരിപ്പിക്കുവാനും വഴിതെറ്റിക്കുവാനും പലരൂപത്തിലും പലഭാവത്തിലും എവിടെയും എപ്പോഴും അവർ പ്രവർത്തിച്ചുകൊണ്ടേയിരിക്കുന്നു. സാമ്പത്തികലാഭം മുൻനിർത്തിയുള്ള ഇത്തരം പ്രവർത്തനങ്ങളെ പ്രതിരോധിക്കുവാൻ പലപ്പോഴും യഥാസമയങ്ങളിൽ ഇടപെടലുകളുണ്ടാവുന്നില്ല. അതുകൊണ്ടുതന്നെ ഇവയെല്ലാം തഴച്ചുവളരുകയും ചെയ്യുന്നു.

മനസ്സിൽ നാം ഒരുകാര്യം സങ്കൽപ്പിക്കുമ്പോൾ തന്നെ അപ്രകാരം പ്രവർത്തിക്കുന്നതിന് നമ്മുടെ പേശികൾ തയ്യാറാവുന്നു. സങ്കൽപ്പം

ശക്തമാവുമ്പോൾ സങ്കൽപ്പിച്ച വ്യക്തിപോലുമറിയാതെ പേശികൾ അക്കാര്യം നിർവ്വഹിക്കും. ഇതിന്റെ ഫലമായി സംഭവിക്കുന്ന കാര്യങ്ങളാണ് ഓട്ടോമാറ്റിക് റൈറ്റിംഗ്[5], ഡൗസിങ്[6], ഓജോ ബോർഡ്[7] ചലനം എന്നിവ. ഇതു സംബന്ധിച്ച് ഫ്രാൻസിൽ നടത്തിയ രസകരമായ ഒരു പഠനമുണ്ട്. ഒരു മേശയ്ക്കുചുറ്റും വട്ടമിട്ടുനിന്ന ആൾക്കാർ മേശയിൽ ശക്തമായി കൈ അമർത്തി. നിശ്ചിത സമയമാകുമ്പോൾ മേശ ഇടതുഭാഗത്തേക്ക് കറങ്ങുമെന്ന് മേശമേൽ എഴുതിവച്ചിരുന്നു. ഏവരേയും അമ്പരപ്പിച്ചുകൊണ്ട് മേശ ഇടതുഭാഗത്തേക്ക് കറങ്ങുകയുണ്ടായി. അതാണ് ഐഡിയോ മോട്ടോർ ഇഫക്ട് അഥവാ ഐഡിയോ മോട്ടോർ റെസ്പോൺസ്. ഇതുതന്നെയാണ് ഓജോബോർഡിലും സംഭവിക്കുന്നത്. എന്നാൽ ഇത്തരം ചലനങ്ങൾ തങ്ങൾമൂലമാണ് സംഭവിച്ചതെന്നറിയാത്ത ഒരു മഹാഭൂരിപക്ഷത്തെ അന്ധവിശ്വാസത്തിലേക്ക് ആനയിക്കുവാൻ കപട ശാസ്ത്രവാദികൾക്ക് അനായാസം കഴിഞ്ഞു. അങ്ങനെ ഹിപ്നോട്ടിസത്തിന്റെ പേരുപറഞ്ഞ് പാരാനോർമൽ വിശ്വാസികൾ അമാനുഷികത പ്രചരിപ്പിക്കുവാൻ തുടങ്ങി. ടെലിപ്പതി[8], പ്രീ കൊഗ്നിഷൻ[9] തുടങ്ങി അശാസ്ത്രീയമായ എല്ലാ കാര്യങ്ങൾക്കും ശാസ്ത്രത്തിന്റെ പിൻബലം നൽകി അവർ തങ്ങളുടെ വ്യവസായം കൊഴുപ്പിച്ചു.

ഗുരുതരമായ വിനിമയപ്രശ്നങ്ങളുള്ളവർക്കുവേണ്ടി മാത്രമാണ് തുടക്കത്തിൽ ഫെസിലിറ്റേറ്റഡ് കമ്യൂണിക്കേഷൻ ആരംഭിച്ചത്. കീബോർഡിലെ അക്ഷരങ്ങളിലേയ്ക്ക് അവരുടെ കൈകൾ എത്തിച്ചുകൊണ്ടാണ് ഇതു സാദ്ധ്യമാക്കിയിരുന്നത്. അതുകൊണ്ടുതന്നെ ഇതിനെ സപ്പോർട്ടഡ് ടൈപ്പിങ് എന്നും പറഞ്ഞിരുന്നു. ഇതു യഥാർത്ഥത്തിൽ റാപ്പിഡ് പ്രോംപ്റ്റിങ് മെത്തേഡു[10] (ആർ പി എം) മായി ബന്ധപ്പെട്ടതാണ്. അതിനാൽ ഇതിനെ ഇൻഫർമേറ്റീവ് പോയിന്റിങ് എന്നും വിശേഷിപ്പിക്കുന്നു. പരിമിതികൾ മറികടക്കുവാൻ ഇതു സഹായിക്കുന്നില്ലെന്ന് മാത്രമല്ല, അതിന്റെ വ്യാപ്തി കൂട്ടുകയും ചെയ്യും. സഹായിയുടെ മിടുക്കാണ് ഇവിടെ വിജയം കാണുന്നത്. കമ്യൂണിക്കേഷൻ പാർട്ണർക്ക് സഹായംചെയ്യുന്ന വ്യക്തിയാണ് ഫെസിലിറ്റേറ്റർ അഥവാ സഹായി. കീ ബോർഡിലെ അക്ഷരങ്ങൾ ഉറപ്പാക്കുന്നതിന് സഹായി പാർട്ണറുടെ കൈകാൽ മുട്ടുകൾ, കൈക്കുഴകൾ, കൈമടക്കുകൾ, കാൽമടക്കുകൾ, ശരീരത്തിന്റെ പിൻഭാഗമടക്കം ശരീരമാകെ സൂചനകൾക്കായി ഉപയോഗിക്കുന്നു. ഇപ്രകാരം കടുത്ത സൂചനകളിലൂടെ ഓരോ അക്ഷരവും ബോദ്ധ്യപ്പെടുത്തിയാണ് സഹായി പാർട്ണറെക്കൊണ്ട് വാക്കുകൾ അഥവാ ഉത്തരങ്ങൾ സൃഷ്ടിക്കുന്നത്. കൊടിയ പീഡനവഴികളും ഇതിലേക്കായി അവലംബിക്കുന്നു എന്നതാണ് വസ്തുത. പാർട്ണറെയും കാഴ്ചക്കാരെയും ഒന്നാകെ കബളിപ്പിക്കുന്ന ക്രൂരതയാണ് ഇവിടെ നടമാടുന്നത്. ഇത്

പാർട്ട്ണറുടെ യഥാർത്ഥ കഴിവ് വികസിപ്പിക്കുന്നതിനുള്ള സാദ്ധ്യതകൾപോലും ഇല്ലാതാക്കുന്നു എന്നതാണ് ദയനീയമായ വസ്തുത. സഹജമായ കഴിവുകളിൽപ്പോലും അവർക്കുള്ള വിശ്വാസം സഹായിയുടെ ഇടപെടലിലൂടെ നഷ്ടപ്പെടുകയാണ്. ചോദ്യവും ഉത്തരവും സഹായി തന്നെ നിശ്ചയിക്കുന്നു. എന്നാലിത് പാർട്ട്ണറുടെ കഴിവായി ചിത്രീകരിക്കുകയും തങ്ങളുടെ പരിശീലന മികവാണ് ഇതെന്ന് അവകാശപ്പെടുകയും ചെയ്യുന്നു.

സാധാരണനിലയിൽ യാതൊന്നിലും പ്രതികരിക്കാതിരുന്ന ഓട്ടിസംകാരും സെറിബ്രൽപാൾസിക്കാരുമെല്ലാം അത്ഭുതകരമായി കാര്യങ്ങൾ ടൈപ്പ് ചെയ്യുവാൻ തുടങ്ങിയപ്പോൾ പലരും അമ്പരന്നുപോയി. ഫെസിലിറ്റേറ്ററുടെ സാന്നിദ്ധ്യവും ഇടപെടലും ഇവിടെ വിസ്മരിക്കപ്പെടുകയായിരുന്നു. ഒരുപക്ഷേ, ആരെങ്കിലുമിത് സൂചിപ്പിച്ചാൽ ഫെസിലിറ്റേറ്ററുടെ മനസ്സിലുള്ള കാര്യം ടെലിപ്പതിയിലൂടെ മനസ്സിലാക്കിയാണ് ഇവർ ഇപ്രകാരം ചെയ്യുന്നതെന്ന ഒരു മറുപടിയുമായി കപട ശാസ്ത്രവാദികൾ മുന്നിലെത്തും. ഒരു പരിധിവരെ ഫെസിലിറ്റേറ്റർ അറിഞ്ഞുകൊണ്ടും ചിലപ്പോൾ ഐഡിയോ മോട്ടോർ റെസ്പോൺസിലൂടെ അറിയാതെയും ഇതു സംഭവിക്കുകയായിരുന്നു. ഇതിലെ അശാസ്ത്രീയത ബോദ്ധ്യപ്പെടുത്തുവാൻ നടത്തുന്ന പരീക്ഷണങ്ങളെ തന്ത്രപൂർവ്വം നിരാകരിക്കുവാൻ കപടശാസ്ത്രവാദികൾക്ക് കഴിഞ്ഞിരുന്നു. പരാജയപ്പെട്ടപ്പോൾ സാഹചര്യം അനുകൂലമായിരുന്നില്ലെന്നും ആൾക്കൂട്ടത്തെ കണ്ട അമ്പരപ്പിൽ മനസ്സ് വ്യാകുലപ്പെട്ടുവെന്നും പരീക്ഷണസ്വഭാവം വന്നപ്പോൾ മനസ്സിന്റെ പ്രവർത്തനം സുഗമമായില്ലെന്നും ഒക്കെപ്പറഞ്ഞ് പരാജയങ്ങളെ അവർ പുറന്തള്ളി. ഓട്ടിസം-സെറിബ്രൽപാൾസിക്കാരോട് ഒരു കർക്കശ നിലപാടെടുക്കുവാൻ പരീക്ഷണക്കാർ തയ്യാറാകാതിരുന്ന സാഹചര്യവും കപട ശാസ്ത്രവാദികൾക്ക് സഹായകമായി. എങ്കിൽപ്പോലും ശാസ്ത്രീയമായ പ്രവർത്തനങ്ങൾ നടത്തുന്ന ഒരു സ്ഥാപനവും ഇതംഗീകരിച്ചില്ലെന്ന് മാത്രമല്ല, കപട ശാസ്ത്രത്തിന്റെ ഗണത്തിൽ ഇതിനെ പെടുത്തുകയും ചെയ്തു.

1960 കളിൽ ഡെൻമാർക്കിൽ ഇതു പ്രചാരത്തിൽ വന്നുവെങ്കിലും ശാസ്ത്രീയത തെളിയിക്കുവാനാകാത്തതിനാൽ ശ്രദ്ധിക്കാതെ പോയി. 1970 കളിൽ ഓസ്ട്രേലിയയിലും 1980 കളിൽ അമേരിക്കയിലും തുടർന്ന് ഏഷ്യയിലും യൂറോപ്പിലുമെല്ലാം ഇതു കാട്ടുതീപോലെ പടർന്നുപിടിച്ചു. ടീച്ചിംഗ് സ്ട്രാറ്റെജി[11] എന്നപേരിൽ രംഗപ്രവേശം ചെയ്തിരുന്നതിനാൽ കർശനമായ ചെറുത്തുനിൽപ്പുണ്ടായതുമില്ല. അതിരുകവിഞ്ഞ അമാനുഷികത അവകാശപ്പെടുവാൻ തുടങ്ങിയപ്പോൾ ഇക്കാര്യത്തിൽ ഗൗരവമായ പഠനങ്ങൾ നടന്നു. അപ്രകാരം 1991 ൽ അമ്പതോളം പഠനങ്ങൾ

നടന്നതിൽ ഒരെണ്ണത്തിൽപ്പോലും ഫെസിലിറ്റേറ്റഡ് കമ്യൂണിക്കേഷനിൽ ശാസ്ത്രീയത ഉള്ളതായി കണ്ടെത്തിയില്ല. മറിച്ച് ഇതുവെറുമൊരു സഹായിക്കൽ മാത്രമാണെന്ന് ബോദ്ധ്യപ്പെടുകയും ചെയ്തു. 1994 ൽ അമേരിക്കൻ സൈക്കോളജിക്കൽ അസോസിയേഷൻ (എ പി എ) ഒരു പ്രമേയംതന്നെ പാസാക്കി. ഫെസിലിറ്റേറ്റഡ് കമ്യൂണിക്കേഷന് ശാസ്ത്രീയമായ ഒരടിത്തറയില്ലെന്ന് വ്യക്തമാക്കുന്നതായിരുന്നു ആ പ്രമേയം. നിരവധി വ്യാജ ലൈംഗികപീഡന പരാതികൾ ഫെസിലിറ്റേറ്റഡ് കമ്യൂണിക്കേഷനിലൂടെ ഉണ്ടായി. സഹായി നിശ്ചയിക്കുന്നവർക്കെല്ലാമെതിരെ പാർട്ണറെക്കൊണ്ട് പരാതി പറയിപ്പിക്കൽ വ്യാപകമായി. പല കുടുംബങ്ങളിലും നിരപരാധികളായ കുടുംബാംഗങ്ങൾ കേസിൽപ്പെട്ട് ജയിലിലായി. തുടർന്ന് ചികിത്സയ്ക്കോ നിയമനടപടികൾക്കോ ഇത്തരം സാദ്ധ്യതകൾ ഉപയോഗിക്കുവാൻ പാടില്ലെന്നും തീരുമാനിക്കുകയുണ്ടായി. അമേരിക്കൻ അക്കാദമി ഓഫ് ചൈൽഡ് ആന്റ് അഡോളസെന്റ് സൈക്യാട്രി (എ എ സി എ പി), അമേരിക്കൻ സ്പീച്ച് ലാംഗ്വേജ് ഹിയറിംഗ് അസോസിയേഷൻ (എ എസ് എച്ച് എ) തുടങ്ങിയ സ്ഥാപനങ്ങളും ഇതേ നിലപാടുകളെടുത്തു. 1998 ൽ ബ്രിട്ടീഷ് ഗവൺമെന്റും ഫെസിലിറ്റേറ്റഡ് കമ്യൂണിക്കേഷൻ ശാസ്ത്രീയാടിത്തറയുള്ള ഒന്നല്ലെന്ന കണ്ടെത്തൽ സ്ഥിരീകരിച്ചു. ഇത്തരം ശക്തമായ നീക്കങ്ങൾ നടന്നിട്ടും ഫെസിലിറ്റേറ്റഡ് കമ്യൂണിക്കേഷൻ തഴച്ചുവളർന്നു. അത്രമാത്രം സാമ്പത്തികനേട്ടം ഇക്കാര്യത്തിലുണ്ടായിരുന്നതാണ് ഈ വളർച്ചയ്ക്ക് കാരണമായത്. 2014 ൽ ലോകത്താകമാനം വേരുകളുള്ള ഒരു പ്രസ്ഥാനമായി ഇത് വളർന്നു. ഓട്ടിസം, സെറിബ്രൽപാൾസി തുടങ്ങിയ പ്രശ്നങ്ങൾ നേരിടുന്ന വ്യക്തികളുടെ കുടുംബാംഗങ്ങൾക്ക് ആശയുടെ ചെറിയൊരു കച്ചിത്തുരുമ്പുപോലും വലിയൊരാശ്വാസമാണ്. ഈ സാദ്ധ്യതയെയാണ് കൗശലപൂർവ്വം ഒരുക്കൂട്ടം കപടശാസ്ത്രവാദികൾ വ്യവസായമാക്കി മാറ്റിയത്. മറ്റൊരുവിഭാഗം ആളുകളുണ്ട്. അവർ കേവലം പ്രശസ്തിക്കുവേണ്ടി ഇതു പ്രോത്സാഹിപ്പിച്ചു. തങ്ങളുടെ കുട്ടികളോ ബന്ധുക്കളോ അത്ഭുതങ്ങൾ ചെയ്യുന്നവരാണെന്ന് വരുത്തിത്തീർക്കുവാൻ ഇവർ ഫെസിലിറ്റേറ്റഡ് കമ്യൂണിക്കേഷന്റെ സഹായംതേടി. ദ നാഷണൽ ഇൻസ്റ്റിറ്റ്യൂട്ട് ഓഫ് ഹെൽത്ത് ആന്റ് ക്ലിനിക്കൽ എക്സലൻസ് (എൻ ഐ സി ഇ) 2012 ൽ ശക്തമായ ഒരു താക്കീത് നൽകിയത് ഓട്ടിസമുള്ള കൗമാരക്കാർക്ക് ഒരിക്കലും ഫെസിലിറ്റേറ്റഡ് കമ്യൂണിക്കേഷൻ നൽകരുതെന്നാണ്.

ഇത്തരത്തിൽ സാഹചര്യം ഗുരുതരമായപ്പോൾ ഇംഗ്ലണ്ടിൽ മൈക്കിൾ ഫാരഡെ, മാഞ്ചെസ്റ്ററിൽ ജയിംസ് ബ്രെയ്ഡ്, ഫ്രാൻസിൽ മിഷേൽ ഉജേൻ ഷെവ്റേൽ, അമേരിക്കയിൽ വില്യം ജെയിംസും റേ ഹൈമനുമെല്ലാം ഇതിന്റെ അശാസ്ത്രീയത ബോദ്ധ്യപ്പെടുത്തുവാനുള്ള

പരീക്ഷണങ്ങളുമായി രംഗത്തുവന്നു. ഫെസിലിറ്റേറ്റഡ് കമ്യൂണിക്കേഷനിൽ അമാനുഷികതയോ ആത്മീയതയോ ഒന്നുമില്ലെന്നും ഐഡിയോമോട്ടോർ പ്രവർത്തനമാണെന്നും അവർ തെളിയിച്ചു. രഹസ്യ സഹായത്തോടെയാണ് ഈ പ്രവർത്തനം നടക്കുന്നതെന്നും ഫെസിലിറ്റേറ്ററായി വരുന്ന വ്യക്തിയുടെ മിടുക്കാണ് ഇവിടെ പുറത്തുവരുന്നതെന്നും തെളിവുകൾ സഹിതം ബോദ്ധ്യപ്പെടുത്തുവാൻ ഇവർക്കായി. സഹായിക്കറിയാത്ത ഒരു കാര്യവും പറയുവാനോ ടൈപ്പ് ചെയ്യുവാനോ സാധിക്കുകയില്ല. ആരുടെയും മനസ്സുവായിക്കുന്നതല്ല ഇതെന്നും മനഃപൂർവ്വമുള്ള ഇടപെടലുകളിലൂടെ അവരെക്കൊണ്ട് ചെയ്യിപ്പിക്കുന്നതാണിതെന്നും വ്യക്തമാക്കുവാൻ ഇവരുടെ ഇടപെടൽ സഹായിച്ചു. ഈ സാദ്ധ്യത സമർത്ഥമായി ഉപയോഗിച്ച ഡെരൻ ബ്രൗൺ എന്ന ഇന്ദ്രജാലക്കാരൻ ഇതേ സങ്കേതമുപയോഗിച്ച് അത്ഭുതകരമായ ജാലവിദ്യയും രൂപകൽപ്പന ചെയ്തു. തുടർന്ന് ഇന്ദ്രജാലമേഖലയിൽ നിരവധി അത്ഭുതങ്ങൾ സൃഷ്ടിക്കുന്നതിന് ഇതു കാരണമായി. ഒരു വ്യക്തിയുടെ കൈയിലുള്ള നോട്ടിന്റെ നമ്പർ മുണ്ടുമൂടി തറയിൽ കിടക്കുന്ന ഒരാൾ പറയുന്ന അത്ഭുതജാലവിദ്യ തെരുവുജാലവിദ്യക്കാർ ചെയ്യുന്നുണ്ട്. അവിടെയും ഇതേ സങ്കേതമാണ് ഉപയോഗിക്കുന്നത്. ഒരുപക്ഷേ, ഫെസിലിറ്റേറ്റഡ് കമ്യൂണിക്കേഷൻ സംവിധാനം ഉപയോഗിക്കുന്നവരെപ്പോലും അത്ഭുതപ്പെടുത്തുന്ന നിലയിൽ ജാലവിദ്യയിൽ ഇതു വിജയംകണ്ടു. ഇന്ദ്രജാലത്തിൽ ഒരത്ഭുതം സൃഷ്ടിച്ച് കാണിക്കുന്നത് കാഴ്ചക്കാരെ അത്ഭുതപ്പെടുത്തുവാനും സന്തോഷിപ്പിക്കുവാനുമാണ്. എന്നാൽ കച്ചവടക്കണ്ണുകളുള്ള കപട ശാസ്ത്രവാദികൾ ഇതൊരു വ്യവസായമായി സ്വീകരിക്കുകയും ഭിന്നശേഷിക്കാരിലൂടെ ഇത് വ്യാപിപ്പിക്കുകയുമാണ് ചെയ്തത്. അങ്ങനെ അന്ധവിശ്വാസത്തിനും ഭിന്നഭാവങ്ങളുണ്ടാവുന്നു. ഭിന്നശേഷിയുള്ളവരെയും അവരുടെ കുടുംബാംഗങ്ങളെയും അവരിലൂടെ സമൂഹത്തെയും ഒന്നാകെ കബളിപ്പിക്കുന്ന ഈ സമ്പ്രദായത്തിന്റെ ആഴവും പരപ്പും അറിയാത്ത മാധ്യമങ്ങൾ ഇത്തരം പ്രവർത്തനങ്ങൾക്ക് അറിഞ്ഞും അറിയാതെയും പ്രാധാന്യം നൽകുന്നു. ഇത് സമൂഹത്തോടുചെയ്യുന്ന അനീതിയും കടുത്ത വെല്ലുവിളിയുമാണ്.

കുറിപ്പുകൾ

1. സെറിബ്രൽ പാൾസി - തലച്ചോറിനെ ബാധിക്കുന്ന തളർവാതം.
2. ഫെസിലിറ്റേറ്റർ - സഹായി
3. പാരാനോർമൽ - അസാധാരണം
4. ഇൻഫർമേഷൻ പൊല്യൂഷൻ - വിവരമലിനീകരണം
5. ഓട്ടോമറ്റിക് റൈറ്റിംഗ് - സ്വയംപ്രേരിത രചന (അമാനുഷിക കഴി

വുകളാൽ സ്വയമെഴുതുന്നുവെന്ന തെറ്റായ വിശ്വാസം).

6. ഡൗസിംഗ് - കൈയിൽ കരുതുന്ന ഒരു വടികൊണ്ട് ഭൂമിക്കടിയിൽ വെള്ളമുണ്ടോയെന്ന് കണ്ടുപിടിക്കാനാവുമെന്ന തെറ്റായ വിശ്വാസം.
7. ഓജോ ബോർഡ് - ഒരു ബോർഡിൽ നാം വയ്ക്കുന്ന ടോക്കൺ നാമറിയാതെ ചലിക്കുന്നുവെന്ന തെറ്റായ വിശ്വാസം.
8. ടെലിപ്പതി - അന്യചിത്തജ്ഞാനം അഥവാ പരഹൃദയജ്ഞാനം.
9. പ്രീ കൊഗ്നിഷൻ - ഭാവിയിൽ നടക്കുവാൻ പോകുന്ന കാര്യങ്ങളെക്കുറിച്ച് അറിവുണ്ടെന്ന തെറ്റായ വിശ്വാസം.
10. റാപ്പിഡ്പ്രോംപ്റ്റിംഗ് മെത്തേഡ് - ഓട്ടിസം അടക്കമുള്ള മാനസിക പ്രശ്നങ്ങളുള്ളവർക്ക് സൂചനകളിലൂടെയോ എഴുത്തിലൂടെയോ ടൈപ്പ് ചെയ്തോ സഹായിക്കുന്ന രീതി.
11. ടീച്ചിംഗ് സ്ട്രാറ്റെജി - പഠനതന്ത്രം

ക്ലവർ ഹാൻസ്

കൂട്ടലും കുറയ്ക്കലും സ്ക്വയർറൂട്ട് കണ്ടെത്തലും സാമാന്യം ബുദ്ധിമുട്ടു ള്ള കാര്യമാണല്ലോ. എന്നാൽ അവയെല്ലാം നിഷ്പ്രയാസം ചെയ്യുകയും ബൗദ്ധികമായ നിരവധി പ്രവർത്തനങ്ങൾ അനായാസം നിർവ്വഹിക്കു കയും ചെയ്യുന്ന ഒരു കുതിര ജർമ്മനിയിലുണ്ടായിരുന്നു. ഇരുപതാം നൂ റ്റാണ്ടിന്റെ തുടക്കത്തിൽ ലോകജനതയെ ആകെ അത്ഭുതപ്പെടുത്തി ഈ കുതിര തന്റെ പ്രത്യേക കഴിവുകൾ പ്രകടിപ്പിച്ചു. കണ്ടവരെല്ലാം മൂക്ക ത്ത് വിരൽവച്ചു. ഹാൻസ് എന്ന കുതിര അങ്ങനെ ക്ലവർഹാൻസ് എന്ന പേരിൽ അറിയപ്പെടുവാൻ തുടങ്ങി. ക്ലവർഹാൻസ് ഇഫക്റ്റ് എന്ന സങ്കേ തംപോലും മനഃശാസ്ത്രത്തിൽ രൂപപ്പെട്ടു. അങ്ങനെ ക്ലവർഹാൻസ്പ്ര തിഭാസം ചിന്തകരുടെ ഇടയിൽ പരക്കെ ചർച്ചചെയ്യപ്പെടുവാൻ തുടങ്ങി. 2 + 4 എന്ന് ബോർഡിലെഴുതേണ്ട താമസം ഹാൻസ് തന്റെ മുൻകാലു കൾ ആറു തവണ ഉയർത്തിക്കാണിക്കും. 16 ന്റെ സ്ക്വയർ റൂട്ട് ചോദി ച്ചാൽ ഉടനെ ഹാൻസ് നാലെന്ന് കാണിക്കും. കൂട്ടലും കുറയ്ക്കലും ഹരി ക്കലുമൊന്നും ഹാൻസിന് പ്രശ്നമേയല്ല. സമയം പറയും, തീയതി പറയും, അക്ഷരമാല, അക്ഷരവിന്യാസം ഇതെല്ലാം ചുറുചുറുക്കോടെ കാണിക്കുവാൻ ഹാൻസിന് ഒരു വിഷമവുമില്ല. ഹാൻസിന്റെ ഇത്തരം അത്ഭുതപ്രവൃത്തികൾ ശാസ്ത്രസ്നേഹികളെ തീർത്തും വെട്ടിലാക്കി. ആർക്കുംതന്നെ ഇതെങ്ങനെ സംഭവിക്കുന്നുവെന്ന് വെളിപ്പെടുത്തുവാ നായില്ല. ചോദിച്ചാലും എഴുതിക്കാണിച്ചാലും തന്റെ കുളമ്പുകളുയർത്തി ഉത്തരംനൽകുന്ന ഹാൻസ് പലരെയും കഴുതകളാക്കി എന്നതാണ് സത്യം. ഇതോടെ ഹാൻസിനെക്കുറിച്ചുള്ള നിറംപുരട്ടിയ അത്ഭുതകഥക ൾ നിരവധിയുണ്ടായി. ഗുസ്റ്റാവ് വൂൾഫ് എന്ന ജർമ്മൻ സൈക്യാട്രിസ്റ്റ്

ഹാൻസിന്റെ ഒരാരാധകനായിരുന്നു. മനുഷ്യനെപ്പോലെ ചിന്തിക്കുവാനും ആശയങ്ങൾ പ്രകടിപ്പിക്കുവാനും മനുഷ്യന് മനസ്സിലാകുന്ന വിധത്തിൽ അതവതരിപ്പിക്കുവാനും മൃഗങ്ങൾക്കും കഴിയുമെന്ന് അദ്ദേഹം പ്രഖ്യാപിച്ചു. പണ്ട് നാം കേട്ട പഞ്ചതന്ത്രം കഥകളിലെല്ലാം മനുഷ്യനുമായി അനായാസം സംസാരിക്കുന്ന എത്രയോ പക്ഷികളെയും മൃഗങ്ങളെയും നാം കണ്ടിരിക്കുന്നു. തിര്യക്കുകളുടെ ഭാഷ വശമാക്കിയ അത്ഭുതവ്യക്തികളെയും നാം കഥകളിലൂടെ മാത്രമേ കണ്ടിട്ടുള്ളൂ. എന്നാൽ ഇവിടെ ഹാൻസ് ഇതെല്ലാംചെയ്യുന്നു. ഇതോടെ പുരോഗമനപ്രവർത്തകരെല്ലാം അങ്കലാപ്പിലായി. എങ്ങനെയാണിത് സംഭവിക്കുന്നതെന്ന് വിശദീകരിക്കുവാൻ കഴിയാതിരുന്നതിനാൽ ഇതെല്ലാം വിശ്വസിക്കുകയല്ലാതെ മറ്റുവഴികളൊന്നുമുണ്ടായിരുന്നില്ല. അങ്ങനെ 1891 മുതൽ ഹാൻസ് പ്രതിഭാസം ഒരഴിയാക്കുരുക്കായിത്തന്നെ നിന്നു.

ഇതിനൊരു പരിഹാരമെന്നോണം ജർമ്മനിയിലെ എഡ്യൂക്കേഷൻ ബോർഡ് ഒരു കമ്മീഷനെ നിയമിച്ചു. ഹാൻസ് കമ്മീഷനെന്ന പേരിൽ അതിന്റെ പ്രവർത്തനങ്ങൾ തുടങ്ങി. കാൾ സ്റ്റംപ് എന്ന മനശ്ശാസ്ത്രജ്ഞന്റെ നേതൃത്വത്തിൽ പതിമ്മൂന്ന് പേരടങ്ങുന്ന ഒരു സംഘമായിരുന്നു ഈ പ്രവർത്തനങ്ങൾ നിയന്ത്രിച്ചിരുന്നത്. ഒരു മൃഗഡോക്ടർ, ഒരു സർക്കസ് മാനേജർ, ഒരു കുതിരപ്പട ഉദ്യോഗസ്ഥൻ, ബർലിൻ സുവോളജിക്കൽ ലാബിന്റെ ഡയറക്ടറും കുറെ അദ്ധ്യാപകരും ഒക്കെ ചേർന്നതായിരുന്നു ഈ കമ്മീഷൻ. 1904 സെപ്റ്റംബർ മാസത്തിൽ ഈ കമ്മീഷൻ അതിന്റെ കണ്ടെത്തലുകൾ പ്രഖ്യാപിച്ചു. യാതൊരുവിധ തന്ത്രങ്ങളും ഈ പ്രതിഭാസത്തിന് പിന്നിലില്ലെന്നതായിരുന്നു വിധിയെഴുത്ത്. ഇതോടെ ക്ലവർഹാൻസ് ഒരത്ഭുതക്കുതിര തന്നെയെന്ന് വിലയിരുത്തപ്പെട്ടു. കമ്മീഷന്റെ കണ്ടെത്തലുകൾ ഓസ്കർ ഫംഗ്സ്റ്റ് എന്ന മനശ്ശാസ്ത്രജ്ഞൻ മൂല്യനിർണ്ണയം നടത്തി. അദ്ദേഹം ആദ്യം പഠിച്ചത് കുതിരയുടെ ഉടമസ്ഥനും പരിശീലകനുമായ വിൽഹം വോൺ ഓസ്റ്റനെയാണ്. അദ്ദേഹം ഗണിതശാസ്ത്ര അദ്ധ്യാപകനും കുതിര പരിശീലകനുമാണെന്ന കണ്ടെത്തൽ വളരെ വിലപ്പെട്ടതായി. പരീക്ഷണസമയങ്ങളിൽ തെളിഞ്ഞ മറ്റൊരു വസ്തുത ഓസ്റ്റണ് അറിയുന്ന ഉത്തരങ്ങൾ മാത്രമേ കുതിര കൃത്യമായി പറയുന്നുള്ളൂവെന്നതാണ്. ഓസ്റ്റണല്ലാതെ മറ്റൊരാൾ ചോദ്യമുന്നയിച്ചാൽ ആറുശതമാനം മാത്രമേ ശരിയുത്തരം ലഭിക്കുന്നുള്ളൂ. ചോദ്യകർത്താവിന്റെ ഭാവം, ചലനം, മുഖഭാവം എന്നിവയിൽ പ്രകടമായ മാറ്റങ്ങൾ ഫംഗ്സ്റ്റ് കണ്ടെത്തി. എപ്പോൾ തന്റെ കുളമ്പിന്റെ ചലനം നിർത്തണമെന്നത് ഇത്തരത്തിലാണ് കുതിര കണ്ടെത്തുന്നതെന്ന് ഫംഗസ്റ്റണ് മനസ്സിലായി. മനഃപൂർവമല്ലാത്ത ആംഗ്യസൂചനകൾ അതിവിദഗ്ദ്ധമായി കണ്ടെത്തുവാനുള്ള കുതിരയുടെ കഴിവാണ് ഈ

അത്ഭുതത്തിന് ആധാരമെന്ന് ഫംഗ്സ്റ്റ് കണ്ടെത്തി. ഉത്തരങ്ങളിലേ ക്കെത്തുന്ന സൂചനകൾ കാണികൾപോലും അവരറിയാതെ നൽകുന്നു ണ്ടായിരുന്നുവെന്നതാണ് ഏറെ രസകരമായ വസ്തുത. പല മൃഗങ്ങൾക്കും തൊട്ടടുത്തുനിൽക്കുന്നവരുടെ ഹൃദയമിടിപ്പ് അറിയുവാനാകുമെന്ന് ശാസ്ത്ര ജ്ഞർ കണ്ടെത്തിയിട്ടുണ്ട്. ഈ കണ്ടെത്തലാണ് ക്ലവർഹാൻസ് ഇഫക്ട് എന്നപേരിലറിയപ്പെട്ടത്.

യഥാർത്ഥ വസ്തുത വെളിവായിട്ടും ഓസ്റ്റൺ തന്റെ അത്ഭുതപ്രവർത്ത നങ്ങളുമായി മുന്നോട്ടുതന്നെ പോയി. ആരൊരാളിനും തളയ്ക്കുവാനാകാത്ത അശ്വമേധംതന്നെ ഹാൻസ് നടത്തി. ഇതംഗീകരിക്കുന്ന ഒരു മഹാഭൂരി പക്ഷം ഹാൻസിന്റെ ആരാധകർ ഹാൻസ് എന്ന കുതിരയെ വാഴ്ത്തിപ്പാ ടി. സാമാന്യജനങ്ങൾക്ക് ബോദ്ധ്യപ്പെടുവാൻ പാകത്തിൽ ഇതിന്റെ പിന്നിലെ തന്ത്രങ്ങൾ വിശദീകരിക്കുവാൻ പലർക്കും കഴിഞ്ഞിരുന്നില്ല. ഈയൊരു സാദ്ധ്യതയെ പരമാവധി പ്രയോജനപ്പെടുത്തിയാണ് ഓസ്റ്റ ൺ തന്റെ അത്ഭുതവിദ്യകളുമായി ലോകം ചുറ്റിയത്. പ്രകൃത്യാതീതമെ ന്ന് തോന്നുന്ന ഇത്തരം സംഭവങ്ങൾക്ക് മുന്നിൽ എല്ലാം മറന്ന് പകച്ച നിൽക്കുക എന്നത് പൊതുസമൂഹത്തിന്റെ ഒരു സ്ഥിരം ശൈലിയാണ്. ശാസ്ത്രീയ വിശകലനം ചെയ്യുവാനും വസ്തുതകളെ ശരിയായ നിലയിൽ വ്യാഖ്യാനിക്കുവാനുമുള്ള അറിവ് സമ്പാദിക്കൽ മടിപിടിച്ച മനസ്സുകളിൽ ഒരിക്കലുമുണ്ടാവുകയില്ല. ഒരു മഹാഭൂരിപക്ഷം ഇത്തരത്തിൽ അഭിരമി ക്കുന്നതിനിടയിൽ ആരെങ്കിലും ഇതിനെതിരായി ചിന്തിക്കുകയോ പ്രവ ർത്തിക്കുകയോ ചെയ്താൽപോലും പലപ്പോഴും ഇതൊന്നും ശ്രദ്ധിക്കാതെ പോവുകയാണ് പതിവ്. കാരണം നാം ഓരോരുത്തരും അത്ഭുതങ്ങൾ ഇഷ്ടപ്പെടുന്നവരും അത് ചെയ്യണമെന്ന് ആഗ്രഹിക്കുന്നവരുമാണ്. അത്ഭു തങ്ങൾ കേൾക്കുന്ന വേളയിൽത്തന്നെ അതിന്റെ നിജസ്ഥിതി അന്വേ ഷിക്കാതെ അവ പാടി പ്രചരിപ്പിക്കുന്ന തരത്തിൽ വികസിച്ച ഒരു സാ മൂഹ്യമനശ്ശാസ്ത്രം ഇതിന്റെ പിന്നിലുണ്ട്. അതിനാൽ നാം പലപ്പോഴും ശാസ്ത്രത്തെത്തന്നെ നിരാകരിക്കുന്നു. ചാൾസ് ഡാർവിന്റെ പ്രശസ്തമായ രചനകൾ മൃഗങ്ങളുടെ സ്വഭാവത്തെപ്പറ്റിയായിരുന്നുവെന്ന് പലരും ചി ന്തിക്കാതിരുന്നതാണ് ഇവിടെ ചിന്താക്കുഴപ്പത്തിന് കാരണമായത്. മൃഗ ങ്ങൾ എത്രമാത്രം ബുദ്ധിപരമായി പ്രവർത്തിക്കുന്നുവെന്ന് അദ്ദേഹം വളരെ ഭംഗിയായി രേഖപ്പെടുത്തിയിട്ടുണ്ട്. അതിന്റെ ചുവടുപിടിച്ച് കട ന്നുവന്ന പ്രശസ്തനായ ഡച്ച് ബയോളജിസ്റ്റ് നിക്കോളാസ് ടിൻ ബർഗൻ (1907-1988), ഓസ്ട്രേലിയൻ ബയോളജിസ്റ്റുകളായ കോൺറാഡ് ലോറൻസ് (1903-1989), കാൾവോൺ ഫ്രിഷ് (1886-1982) എന്നിവർ സ്വഭാവരൂപീകരണ ശാസ്ത്രത്തിൽ മികച്ച പഠനങ്ങളുമായി മുന്നോട്ടുവന്നു. മനഃപൂർവ്വമല്ലാത്ത വളരെ ചെറിയ ചലനങ്ങൾപോലും സൂക്ഷ്മമായി നിരീ

ക്ഷിക്കുവാൻ മൃഗങ്ങൾക്കാവുമെന്ന മഹത്തായ അറിവ് അതോടെ ലോകമറിഞ്ഞു. ഈ പഠനത്തിലൂടെ 1973 ലെ ഫിസിയോളജി/മെഡിസിൻ വിഭാഗത്തിലെ നൊബേൽ സമ്മാനം ഇവർ മൂന്നുപേരുമായി പങ്കിടുകയായിരുന്നു. ഐഡിയോമോട്ടോർ പ്രതിഭാസപ്രകാരം നാമറിയാതെ ചില സൂചനകൾ നമ്മിൽ നിന്നുതന്നെയുണ്ടാകുമെന്ന കണ്ടെത്തൽ അറിവിന്റെ മേഖലയിൽ ഒരു വിപ്ലവംതന്നെ സൃഷ്ടിച്ചിരുന്നു. ഹാൻസിന് കാലുയർത്തുവാൻ പാകത്തിൽ ഓസ്റ്റന്റെ ശരീരത്തിൽ ചില ഭാവമാറ്റങ്ങളുണ്ടാവുകയും അതുമനസ്സിലാക്കിയ ഹാൻസ് കാലുകളുയർത്തുവാൻ തുടങ്ങുകയുമായിരുന്നു. ശരിക്കുള്ള ഉത്തരമറിയുന്ന ഓസ്റ്റൺ അറിഞ്ഞും ചിലപ്പോൾ അറിയാതെയും സ്വന്തം കൺപീലികൾ ചലിപ്പിച്ച് ചലനം നിർത്തുവാനുള്ള സൂചന നൽകുകയുമായിരുന്നു. ഫെസിലിറ്റേറ്റഡ് കമ്യൂണിക്കേഷന് സമാനമായ പ്രവർത്തനമാണ് ഇവിടെയും നടക്കുന്നത്. സമർത്ഥമായി സൂചനകൾ നൽകുവാനും അതിസമർത്ഥമായി അവ സ്വീകരിക്കുവാനും കഴിയുമ്പോൾ അവിടെ അത്ഭുതങ്ങൾ സംഭവിക്കുമെന്നതിൽ തർക്കമില്ല. നിരന്തരപരിശീലനത്തിലൂടെ ഇത് സ്വായത്തമാക്കുവാൻ മനുഷ്യർക്കും മൃഗങ്ങൾക്കും അനായാസം സാധിക്കും. സൂക്ഷ്മനിരീക്ഷണവും ഗൗരവമായ പഠനവും സമന്വയിച്ചുനിന്നാൽ മാത്രമേ ഇത്തരം പ്രവർത്തനങ്ങൾ കണ്ടെത്തുവാനാകൂ. അല്ലാത്തപക്ഷം അമാനുഷികതയിലും അത്ഭുതപ്രവർത്തനങ്ങളിലും അഭയം കണ്ടെത്തുന്നവരായി നാം ഓരോരുത്തരും മാറുമെന്നതിൽ തർക്കമില്ല.

വിഗ്രഹം പാലുകുടിക്കുമ്പോൾ

1995 സെപ്റ്റംബർ 21 ന് ഡൽഹിയിൽ ഗണേശവിഗ്രഹം പാലുകുടിച്ചു! തുടർന്ന് നന്ദിയും ശിവനും പാലുകുടിച്ചു! കേട്ടവർ കേട്ടവർ ഓടിയെത്തി. അതും വെറുംകൈയോടെയല്ല. ഏവരും എത്തിയത് പാലുമായാണ്. വിഗ്രഹങ്ങൾ പാലുകുടിക്കുന്നുവെന്നുകണ്ട് പ്രസ്തുതയിടങ്ങളിലേക്ക് പാലൊഴുകി. ഒരുനേരത്തെ അന്നത്തിന് വകയില്ലാത്തവർ; പാൽ കുടിക്കുവാനുള്ളതാണെന്ന് ചിന്തിക്കുവാൻപോലും കഴിയാത്തവർ നിരവധിയുള്ള നമ്മുടെ നാട്ടിലാണ് വിഗ്രഹത്തിന് പാലുമായി ആളുകൾ ക്ഷമയോടെ വരിവരിയായി നിന്നത്. 'ഹിന്ദു മിൽക് മിറക്കിൾ' എന്നപേരിൽ പത്രങ്ങൾ ഇതാഘോഷിച്ചു. ബി ബി സി പോലും ഇതു റിപ്പോർട്ട് ചെയ്തു. തത്ഫലമായി പാലിന് വിലകൂടി. അധികൃതർക്ക് ഇടപെടലിലൂടെ പാലിന്റെ വില നിയന്ത്രിക്കേണ്ടിവന്നു. കാട്ടുതീപോലെ വാർത്ത നാട്ടിലെങ്ങും പരന്നു. നൽകുന്ന പാൽ അത്രയും കുടിക്കുന്ന വിഗ്രഹങ്ങൾ.. ആനന്ദലബ്ധിക്കിനിയെന്തുവേണം. വിളിച്ചാൽ വിളികേൾക്കുന്ന ദൈവം മാത്രമല്ല, കൊടുത്താൽ കുടിക്കുന്ന ദൈവങ്ങളും നമുക്ക് സ്വന്തം. പുരോഗമനപ്രവർത്തകനും മുതിർന്ന ശാസ്ത്രജ്ഞനുമായ യശ്പാൽ ഇതുവെറും തട്ടിപ്പാണെന്ന് വെളിപ്പെടുത്തി. കോസ്മിക് റേയ്സിനെപ്പറ്റി നമുക്കേവർക്കും അവബോധമുണ്ടാക്കിത്തന്ന ആ മഹാന് അതിനേക്കാൾ പ്രയാസമേറിയതായിരുന്നു പാലുകുടിയിലെ കള്ളത്തരം ബോദ്ധ്യപ്പെടുത്തൽ. സ്പേസ് ആപ്ലിക്കേഷൻ സെന്ററിന്റെ പ്രഥമ ഡയറക്ടർ തന്റെ വിലപ്പെട്ട സമയം വിഗ്രഹം പാലുകുടിക്കുന്നത് അത്ഭുതമല്ലെന്ന് ബോദ്ധ്യപ്പെടുത്തുവാൻ വിനിയോഗിച്ചു. ഭാരമില്ലാത്ത പഠനം (Learning without burden) പ്രാവർത്തികമാക്കുവാൻ തന്റെ സമയം മുഴുവൻ ചെലവഴിച്ച യശ്പാൽ

ആ വിലയേറിയ സമയമാണ് ഈ അത്ഭുതനാവരണത്തിനായി നീക്കി വച്ചത്. അശാസ്ത്രീയമായ എന്തിനെയും അതിനിശിതമായി നേരിടുവാൻ യശ്പാൽ എന്ന മഹാമനുഷ്യൻ തയ്യാറായി എന്നതാണ് ഇവിടെ മഹത്തരമായത്.

കാപ്പില്ലറി ആക്ഷൻ അഥവാ കേശികത്വം എന്ന സമസ്യയാണ് ഇവിടെ പാലുകുടിക്കൽ സാദ്ധ്യമാക്കിയത്. ഭൂഗുരുത്വത്തിനെതിരായി ദ്രാവകം സൂക്ഷ്മസുഷിരങ്ങളിൽക്കൂടി മുകളിലേക്ക് കയറുന്നതോ താഴുന്നതോ ആയ പ്രതിഭാസമാണ് കേശികത്വം. സസ്യങ്ങളും വൃക്ഷങ്ങളും ഭൂമിയിൽനിന്നും വലിച്ചെടുക്കുന്ന ജലം അതിന്റെ വേരിൽനിന്നും ഇലകളിലേക്കെത്തിക്കുന്നത് ഇപ്രകാരമാണ്. കേശിക ഉയർച്ചയും കേശിക താഴ്ചയും സംഭവിക്കാറുണ്ട്. കുഴലിന്റെ വലുപ്പം കുറയുന്നതനുസരിച്ച് എതിർബലം കുറയുന്നതിനാൽ ദ്രാവകം കൂടുതൽ മുകളിലേക്കൊഴുകും. ഒരു കുടത്തിൽ വെള്ളം നിറച്ചുവച്ചാൽ ജലം ഒരൽപ്പം ഉയർന്നുനിൽക്കുന്നതായി കാണാം. ഇവിടെ കുടത്തിന്റെ വലുപ്പം കൂടിയതിനാൽ എതിർബലം കൂടിയതിനാലാണ് ഇപ്രകാരം സംഭവിക്കുന്നത്. തീരെ നേർത്ത കുഴലുകളിൽ എതിർബലം കുറയുന്നതിനാൽ നീരൊഴുക്ക് അനായാസം സംഭവിക്കുന്നു. ഇതു ഹൈസ്കൂൾ ക്ലാസുകളിൽ നാം പഠിച്ചതാണെങ്കിലും ഗണപതി പാലുകുടിക്കുമ്പോൾ നാമത് മറക്കുന്നു. മഹാനായ യശ്പാലിനെപ്പോലെ വിലപ്പെട്ട മനുഷ്യർ അവരുടെ അത്യാവശ്യ പ്രവർത്തനങ്ങൾ മാറ്റിവച്ച് വിശദീകരിക്കുമ്പോൾ മാത്രമേ നാമിത് മനസ്സിലാക്കുന്നുള്ളൂ. ഈയൊരാലസ്യത്തിന് മാറ്റംവന്നാൽ മാത്രമേ നമുക്ക് ശാസ്ത്രീയ മനുഷ്യരായി മാറുവാനാകൂ. നാഷണൽ കൗൺസിൽ ഫോർ സയൻസ് ആന്റ് ടെക്നോളജി കമ്യൂണിക്കേഷൻ ശാസ്ത്രജ്ഞന്മാർ ഇത് വിശദമായി ബോദ്ധ്യപ്പെടുത്തുകയും പ്രദർശിപ്പിക്കുകയും ചെയ്തപ്പോൾ മാത്രമാണ് പുരോഗമനപ്രവർത്തകരെങ്കിലും ഇതുമനസ്സിലാക്കിയത്. അപ്പോഴും ക്ഷീരഗണേശൻ അത്ഭുതസിദ്ധിയായി കണക്കാക്കുന്നവർ പൂർണ്ണമായി ഇല്ലാതായില്ല.

അമിതമായ ഭക്തി ഭ്രാന്തിന് തുല്യമാണ്. അവിടെ യുക്തിക്കോ ശാസ്ത്രത്തിനോ സ്ഥാനമില്ല. വിശ്വാസി എപ്പോഴും തന്റെ വിശ്വാസത്തെ ഉയർത്തിക്കാട്ടുവാൻ അതീവ താൽപ്പര്യംകാണിക്കും. ഇതിനുള്ള ഏതൊരവസരവും അവർ ഫലപ്രദമായി പ്രയോജനപ്പെടുത്തുകയും ചെയ്യും. കാരണം അത് അവരുടെ വിശ്വാസം സംരക്ഷിക്കുന്നതിന് അനിവാര്യമായ ഒന്നാണ്. ഈയൊരു ബോധമാണ് കേട്ടപാതി കേൾക്കാത്തപാതി പാലുമെടുത്ത് വരിയിൽ നിൽക്കുവാൻ പ്രേരിപ്പിക്കുന്ന ഘടകം. കാപ്പില്ലറി ആക്ഷനെക്കുറിച്ച് പരീക്ഷയ്ക്കുവന്ന ചോദ്യത്തിന് ശരിയായി ഉത്തരമെഴുതി റാങ്ക് കരസ്ഥമാക്കിയ വ്യക്തിയെ

പാല്യമായി വിഗ്രഹത്തിനരികിൽ കണ്ടാൽപ്പോലും അതിശയിക്കേണ്ട തില്ല. ഇവിടെ ശാസ്ത്രം പരീക്ഷയെഴുതുവാനുള്ളതും വിശ്വാസം കാത്തു സൂക്ഷിക്കുവാനുള്ളതുമാണ്. ശാസ്ത്രത്തെ അംഗീകരിച്ചുകൊണ്ടുതന്നെ വിശ്വാസത്തെ കാത്തുസൂക്ഷിക്കുവാൻ നമുക്കു കഴിയുന്നു എന്നതാണ് യഥാർത്ഥ അത്ഭുതം. ഇതിനെയാണ് മനശ്ശാസ്ത്രജ്ഞർ ബിലീഫ് പെർസിവറൻസ് എന്നുപറയുന്നത്. നമ്മുടെ വിശ്വാസം അടിസ്ഥാനരഹിതമാണെന്നും തികച്ചും അശാസ്ത്രീയമാണെന്നും ശാസ്ത്രവഴികളിലൂടെ ബോദ്ധ്യപ്പെട്ടുമ്പോൾ ആ ശാസ്ത്രം അംഗീകരിക്കുവാനും അതോടൊപ്പം വിശ്വാസത്തെ നിലനിൽത്തുവാനും മനസ്സ് കാട്ടുന്ന തന്ത്രത്തെയാണ് ബിലീഫ് പെർസിവറൻസ് എന്നുപറയുന്നത്. ഉയർന്ന വിദ്യാഭ്യാസം സിദ്ധിച്ചവരിലാണ് ഈ പ്രവണത കൂടുതലുള്ളതെന്നാണ് പഠനങ്ങൾ സൂചിപ്പിക്കുന്നത്. ശാസ്ത്രം പലപ്പോഴും തെറ്റുകളിലൂടെ സഞ്ചരിച്ചാണ് ശരികളിലെത്തുന്നത്. അതാണ് അതിന്റെ യഥാർത്ഥ വഴി. എന്നാൽ തെറ്റുകളിലൂടെ സഞ്ചരിക്കുന്നു എന്നതിനാൽ ശാസ്ത്രത്തെ വിശ്വസിക്കുവാനാകില്ലെന്നു കണ്ടെത്തലാണ് പല വിശ്വാസികളെയും അടക്കിഭരിക്കുന്നത്. അതിനാൽ ശക്തമായ തീരുമാനമെടുക്കുവാൻ കഴിയാത്ത ഒരാളിന് ശാസ്ത്രത്തിന്റെ പിൻബലത്തിൽ വിശ്വാസം ഉപേക്ഷിക്കുവാനാകില്ല. അതിനാകണമെങ്കിൽ ഓരോ വിശ്വാസത്തിന്റെയും പിന്നിൽ അശാസ്ത്രീയതയുണ്ടെങ്കിൽ അത് ബോദ്ധ്യപ്പെടുവാനുതകുന്ന തരത്തിൽ മനസ്സിനെ മെരുക്കിയെടുക്കേണ്ടതുണ്ട്. അപ്പോൾ മാത്രമേ ഉള്ളിൽനിന്നും ജനിക്കുന്ന ഒരു തീരുമാനമായി അത് പുറത്തുവരുകയുള്ളൂ. അല്ലാത്തപക്ഷം മറ്റുള്ളവരെ സമാധാനിപ്പിക്കുവാനായി നടത്തുന്ന ഒരു നാട്യം മാത്രമായി ഇതുമാറും. അവസരം ഒത്തുവന്നാൽ വീണ്ടും അശാസ്ത്രീയ വിശ്വാസത്തിലേക്ക് തിരികെ പോകുന്നതിനും ഇതു കാരണമാകും. അതോടെ ശാസ്ത്രത്തെ നിരാകരിച്ചുകൊണ്ട് വിശ്വാസം നമ്മെത്തന്നെ നയിക്കുകയും ചെയ്യും. അനവധിപേർ അനുകൂലിച്ചാൽ അത് ശരിയാകുമെന്ന ധാരണയാണ് നാം മാറ്റിയെടുക്കേണ്ടത്. ബഹുഭൂരിപക്ഷത്തിന്റെ വിശ്വാസം അശാസ്ത്രീയമാണെങ്കിൽ അത് ബോദ്ധ്യപ്പെടുത്തി അവരെ തിരുത്തിയവരാണ് ചരിത്രത്തിൽ കാതലായ മാറ്റം സൃഷ്ടിച്ചിട്ടുള്ളത്. അനാചാരങ്ങളും അന്ധവിശ്വാസങ്ങളും നിരവധി മനസ്സുകളിൽ ആധിപത്യം പുലർത്തുന്നു. അതുകൊണ്ട് അത് ശരിയാകാമെന്ന സമാധാനിക്കലല്ല; മറിച്ച് അതിന്റെ അശാസ്ത്രീയത ബോദ്ധ്യപ്പെടുത്തുന്നതാകണം നമ്മുടെ കടമ.

അതീന്ദ്രിയ ജ്ഞാനത്തിന്റെ അടിവേരുകൾ

അമാനുഷികസിദ്ധികളെക്കുറിച്ചുള്ള അന്വേഷണം മാനവ ചരിത്രത്തിന്റെ തുടക്കംമുതൽ നടന്നിരുന്നു. ഇതു രണ്ടുതരത്തിലാണ് സംഭവിച്ചത്. അമാനുഷിക സിദ്ധികൾ ശരിയാണോ എന്നറിയുവാനാണ് ചിലർ പരിശ്രമിച്ചതെങ്കിൽ അമാനുഷികസിദ്ധികൾ കൈക്കലാക്കുവാനാണ് ചിലർ തയ്യാറായത്. അമാനുഷിക കഴിവുകൾ ശരിയാണോ എന്ന് അന്വേഷിക്കുന്നവരെ അത്ഭുതപ്പെടുത്തുവാൻ ഇത് അവകാശപ്പെടുന്നവർക്ക് കഴിഞ്ഞിരുന്നു എന്നതാണ് ചരിത്രം വെളിപ്പെടുത്തുന്ന വസ്തുത. ഓരോ അത്ഭുതവും അനാവരണം ചെയ്യുവാൻ തുടങ്ങുമ്പോൾ അതിനേക്കാൾ വലിയ അത്ഭുതങ്ങളുമായി അമാനുഷികചിന്തകർ കടന്നുവന്നു. പ്രകൃത്യാതീതമായ കഴിവുകൾ ഉപയോഗിച്ച് അത്ഭുതങ്ങൾ കാട്ടുന്നവരാണ് തങ്ങളെന്ന അവകാശവാദവുമായി ഇവർ അന്നും ഇന്നും സജീവമായി നിലനിൽക്കുന്നു. ഈ വാദങ്ങളെ തള്ളിക്കളയുവാൻ സമൂഹത്തിനാകാത്തത് പ്രധാനമായും രണ്ട് കാരണങ്ങളാലാണ്. ഒന്ന്, ശാസ്ത്രബോധമില്ലായ്മയും തത്ഫലമായുള്ള അറിവില്ലായ്മയും. ഇതു പരിഹരിക്കുവാനാകുന്ന പോരായ്മയാണ്. ശാസ്ത്രബോധമുണ്ടാക്കുവാനും അതിലൂടെ അറിവ് വർദ്ധിപ്പിക്കുവാനും പരിശ്രമത്തിലൂടെ സാദ്ധ്യമാണ്. എന്നാൽ രണ്ടാമത്തെ ഘടകം തികച്ചും സങ്കീർണ്ണമായ ഒന്നാണ്. അത്ഭുതസിദ്ധികളും അമാനുഷിക കഴിവുകളും ഉണ്ടാകണമെന്ന ആഗ്രഹം എല്ലാ ആൾക്കാരിലുമുണ്ട്. അതിന്റെ അളവ് ഏറിയും കുറഞ്ഞുമിരിക്കുമെന്ന് മാത്രം. അംഗീകാരങ്ങളിലും പ്രശസ്തിയിലുമൊക്കെയുള്ള താൽപര്യംപോലും ഇതിന്റെ ഭാഗമായിട്ടാണുണ്ടാകുന്നത്. നാമോരോരുത്തരും അമാനുഷികമായ കഴിവുകൾ ആഗ്രഹിക്കുന്നതിനാൽ ഇത്തരം കഴിവുകൾ എവിടെയെങ്കിലു

മുണ്ടെന്ന് കേട്ടാൽ നാമറിയാതെതന്നെ അതിനെ പിന്താങ്ങുവാനുള്ള വ്യഗ്രത നമ്മിലുടലെടുക്കുന്നു. വ്യക്തമായ തെളിവുകളില്ലെങ്കിൽപ്പോലും നാമതിനെ ശരിവയ്ക്കുന്നു. ഇത് നാം തന്നെ നമ്മോട് ചെയ്യുന്ന ഒരു സമാധാനപ്പെടുത്തലാണ്. സമൂഹത്തിലെ ഒരു മഹാഭൂരിപക്ഷം ഇത്തരക്കാരാണ്. അതുകൊണ്ടാണ് അമാനുഷികതകൾക്ക് ഇത്രയേറെ പ്രചാരം ലഭ്യമാകുന്നത്. ഇതിനെ ചെറുത്തുതോൽപിക്കുക അത്ര നിസ്സാരമായ ഒരു പ്രവർത്തനമല്ല. ഓരോ വ്യക്തിയുടെയും ഉള്ളിന്റെയുള്ളിൽ കാലങ്ങളായി ഉറഞ്ഞുകൂടിയ ഒരു വിശ്വാസമാണിത്. വിശ്വാസം മാത്രമല്ല, വിശ്വാസത്തിൽനിന്നും ഒരു പടികൂടി കടന്ന് ഒരു സ്വഭാവവിശേഷമായും ഇത് മാറിയിരിക്കുന്നു.

കാലങ്ങളായി നമ്മുടെ സ്മൃതിപഥങ്ങളിലൊന്നും വരാതിരുന്ന ഒരു വ്യക്തി, ചിലപ്പോൾ ഒരുകാലത്ത് വളരെയേറെ അടുപ്പമുണ്ടായിരുന്ന ഒരുവ്യക്തി, അകാരണമായി ഒരുനാൾ നാം അദ്ദേഹത്തെക്കുറിച്ചോർക്കുന്നു. ഒപ്പം അദ്ദേഹവുമായി ബന്ധപ്പെട്ട ചില സംഭവങ്ങളും നമ്മുടെ സ്മൃതിയിലേക്ക് കടന്നുവരുന്നു. എപ്പിസോഡിക് മെമ്മറിയാണ് നമുക്കുള്ളത്. അതിനാൽ ഒരു വ്യക്തിയെ ഓർക്കുമ്പോൾ അദ്ദേഹവുമായി ബന്ധപ്പെട്ട ചില സംഭവങ്ങളും സ്മൃതിപഥത്തിലേക്ക് കടന്നുവരും. അടുത്തദിവസം, ഒരുപക്ഷേ, അന്നുതന്നെ, ആ വ്യക്തി നമ്മെ കാണുവാൻ വരുന്നു. അല്ലെങ്കിൽ നമ്മെ ഫോണിലൂടെ ബന്ധപ്പെടുന്നു. ഇവിടെ നമ്മുടെയുള്ളിൽ ഒരത്ഭുതം കടന്നുവരും. ഇത് പരഹൃദയജ്ഞാനം അഥവാ ടെലിപ്പതിയാണെന്ന് വിശ്വസിക്കുന്ന നിരവധി വ്യക്തികളുണ്ട്. ഇതു സംബന്ധിച്ച നിരവധി പഠനങ്ങളും പരീക്ഷണങ്ങളും വിവിധ രാജ്യങ്ങളിൽ വ്യാപകമായി നടന്നിട്ടുണ്ട് എന്നുമാത്രമല്ല, ഇന്നും നടന്നുകൊണ്ടേയിരിക്കുന്നു. വ്യക്തമായ ഒരുത്തരം ഇക്കാര്യത്തിൽ ലഭ്യമല്ലാത്തതിനാൽ അമാനുഷികസിദ്ധികളിൽ വിശ്വസിക്കുന്നവർ ഇത് പരഹൃദയജ്ഞാനമായി കണക്കാക്കുന്നു. മറ്റുള്ളവരാകട്ടെ ഇത് കേവലം യാദൃച്ഛികതയായി കരുതുന്നു. രണ്ടുകൂട്ടർക്കും അവരുടേതായ ന്യായങ്ങൾ ഇക്കാര്യത്തിൽ ഉണ്ടുതാനും. അതിനാൽ ശരിയുത്തരം എന്നത് സാദ്ധ്യമല്ലാതായിരിക്കുന്നു. അതുകൊണ്ടുതന്നെ അത് ശാസ്ത്രമല്ലെന്ന് ശാസ്ത്രനിരീക്ഷണമുള്ളവരും ശാസ്ത്രത്തിന് അത് കണ്ടെത്തുവാനാകാത്തതാണെന്ന് വിശ്വാസപക്ഷവും വാദിക്കുന്നു. ശാസ്ത്രീയമായ നിഗമനങ്ങൾ രൂപപ്പെടുന്നതുവരെ ഈ തർക്കങ്ങൾ നിലനിൽക്കുകതന്നെ ചെയ്യും.

ടെലിപ്പതി എന്ന ഗ്രീക്കുപദത്തിന്റെ അർത്ഥംതന്നെ അതിന്റെ സ്വഭാവത്തെ സൂചിപ്പിക്കുന്ന ഒന്നാണ്. ടെലി എന്നാൽ അകലം, ദൂരം എന്നൊക്കെയാണർത്ഥം. പാതോസ് അഥവാ പാഥിയ എന്നാൽ വികാരം, അവബോധം, താത്പര്യം എന്നൊക്കെയാണ്. ഒരാളിന്റെ

താത്പര്യങ്ങളോ വികാരങ്ങളോ ചിന്താധാരകളോ അകലെയുള്ള മറ്റൊരാളിലേക്ക് പഞ്ചേന്ദ്രിയങ്ങളുടെയോ മറ്റുവിധ സാങ്കേതികതയുടെയോ സഹായമില്ലാതെ കൈമാറുന്ന അവസ്ഥയാണ് ടെലിപ്പതി അഥവാ പരഹൃദയജ്ഞാനം. 1882 ൽ എഫ് ഡബ്ലിയു മീയേഴ്സ് എന്ന മനഃശ്ശാസ്ത്രജ്ഞനാണ് ആദ്യമായി ഈ പദം ഉപയോഗിച്ചത്. പിൽക്കാലത്ത് മെന്റൽ ടെലിപ്പതി എന്ന ഒരു ശാഖ രൂപപ്പെട്ടു. എക്സ്ട്രാ സെൻസറി പെർസെപ്ഷൻ അഥവാ അതീന്ദ്രിയജ്ഞാനം എന്നാണ് അതിനെ നാമകരണം ചെയ്തത്. മനസ്സുവായിക്കുന്ന മെന്റലിസ്റ്റുകൾ ഈ ഗണത്തിൽപ്പെട്ടവരാണെന്നാണ് അവകാശപ്പെടുന്നത്. ജാലവിദ്യാസങ്കേതങ്ങളുടെ സഹായത്തോടെയാണ് യഥാർത്ഥത്തിൽ മനസ്സുവായിക്കുന്നതായി നമ്മെ ബോദ്ധ്യപ്പെടുത്തുന്നത്. ഇതിനുപുറമെ ചില മനശ്ശാസ്ത്ര സാദ്ധ്യതകളും ഇക്കാര്യത്തിൽ ഉപയോഗിക്കുന്നു. മനസ്സുവായിക്കുന്ന വ്യക്തി തികഞ്ഞ ശ്രദ്ധാലുവായിരിക്കണമെന്നത് പ്രധാനപ്പെട്ട ഒന്നാണ്. ശരീരഭാഷ അഥവാ ബോഡിലാംഗ്വേജ് നിരീക്ഷിക്കുവാൻ പരിശീലിക്കേണ്ടതുണ്ട്. ഓരോ ആളിന്റെയും വ്യക്തിത്വം പ്രത്യേകമായി പരിഗണിക്കണം. തലമുറകളുടെ പ്രത്യേകതകൾ ശ്രദ്ധിക്കണം. ഏറെക്കുറെ എല്ലാവർക്കും താത്പര്യമുള്ള വിഷയം മനസ്സിലാക്കണം. ഈ പറഞ്ഞവയെല്ലാം സാഹചര്യങ്ങൾക്കനുസരിച്ച് സന്ദർഭോചിതമായി ചെയ്യേണ്ടവയാണ്. ഇതിനോടൊപ്പം ജാലവിദ്യാ സങ്കേതം കൂടിയാകുമ്പോൾ മനസ്സുവായിക്കൽ ഒരു പ്രശ്നമേയല്ലെന്നുവരും. ഒട്ടുമിക്ക അവസരങ്ങളിലും ഒരാൾ തന്റെ മനസ്സിലുള്ള കാര്യം അറിയാതെ മറ്റൊരാളോട് പറഞ്ഞുപോകും. അതു ശരീരഭാഷയിലൂടെയും വാമൊഴിയിലൂടെയുമൊക്കെ സംഭവിക്കാം. ഒരിഞ്ചുചോദിച്ച് ഒരു മൈൽ കൈക്കലാക്കുന്ന കൗശലം ഇവിടെ അനിവാര്യമാണ്. അതിനായി നമ്മുടെ കഴിവിൽ നമുക്കൊരു വിശ്വാസമുണ്ടാക്കിയെടുക്കുക എന്നത് അനിവാര്യമായ ഒന്നാണ്.

പത്തൊമ്പതാംനൂറ്റാണ്ടിൽ അമേരിക്കൻ മജീഷ്യനും മെന്റലിസ്റ്റുമായിരുന്ന വാഷിംഗ്ടൺ ഇർവിങ് ബിഷപ്പാണ് മനസ്സിലിരുപ്പ് വായിച്ചെടുക്കുന്ന അത്ഭുതവിദ്യ പരസ്യമായി സ്റ്റേജിൽ അവതരിപ്പിച്ചത്. അദ്ദേഹം ഇത് അതീന്ദ്രിയജ്ഞാനമാണെന്ന് അവകാശപ്പെട്ടിരുന്നില്ല. ശരീരചലനങ്ങൾ നിരീക്ഷിച്ച് അതിന്റെ വെളിച്ചത്തിൽ വിവരങ്ങൾ ശേഖരിക്കുന്ന മസ്കുലർ സെൻസിറ്റിവിറ്റിയാണിതെന്നാണ് അദ്ദേഹം അവകാശപ്പെട്ടത്. ബ്രിട്ടീഷ് മെഡിക്കൽ ജേർണലിന്റെ എഡിറ്ററും ഇംഗ്ലണ്ടിലെ പ്രശസ്ത മനശ്ശാസ്ത്രജ്ഞനുമായ ഫ്രാൻസിസ് ഗാൾട്ടന്റെ നേതൃത്വത്തിൽ ഒരുസംഘം ഇദ്ദേഹത്തെ നിരീക്ഷണം നടത്തി. ബിഷപ്പ് കാണാതെ മറച്ചുവച്ചിരുന്ന വസ്തുക്കൾ എല്ലാ പരീക്ഷണങ്ങളിലും അദ്ദേഹം അനായാസം കണ്ടെത്തി. യഥാർത്ഥ വസ്തുത അറിയുന്ന ഒരാ

ളിന്റെ സാന്നിദ്ധ്യത്തിൽ മാത്രമേ ബിഷപ്പ് ഉത്തരം നൽകിയിരുന്നുള്ളൂ. സഹായിയുടെ കൈപിടിച്ചശേഷം ബിഷപ്പ് ഉത്തരം കണ്ടെത്തുകയായിരുന്നു. അതുകൊണ്ടുതന്നെ ബിഷപ്പിന്റെ പ്രകടനം ശാസ്ത്രജ്ഞർ അംഗീകരിക്കുവാൻ കൂട്ടാക്കിയില്ല. ഐഡിയോ മോട്ടോർ മൂവ്മെന്റാണ് ഇതിന് കാരണമായതെന്ന് അന്നുതന്നെ കണ്ടെത്തിയിരുന്നു. ഇംഗ്ലണ്ടിലെ പ്രശസ്തനായ മെന്റലിസ്റ്റ് സ്റ്റുവർട്ട് കമ്പിലാൻഡ് (1851-1922) ഇപ്രകാരം അത്ഭുതങ്ങൾ കാട്ടിയിരുന്നു. അദ്ദേഹവും അവകാശപ്പെട്ടത് മസിൽ റീഡിങ്ങിലൂടെയാണ് മനസ്സിലെ കാര്യങ്ങൾ മനസ്സിലാക്കിയതെന്നാണ്.

അമാനുഷികത അവകാശപ്പെട്ട് നിരവധി അത്ഭുതങ്ങൾ കാട്ടിയ ക്രീറി സഹോദരിമാരുടെ (മേരി, ആലീസ്, മോദ്, കാതലീൻ, എമിലി) അമാനുഷികസിദ്ധി സൊസൈറ്റി ഫോർ സൈക്കിക്കൽ റിസർച്ച് പരിശോധിച്ചു. കോഡുകളിലൂടെ വിനിമയം നടത്തിയാണ് ഇവർ അത്ഭുതം അവകാശപ്പെട്ടതെന്ന് അനായാസം കണ്ടുപിടിക്കപ്പെട്ടു. 1916 നും 1924 നുമിടയിൽ ഗിൽബർട്ട് മുറെ 236 പരീക്ഷണങ്ങൾ ഇക്കാര്യത്തിൽ നടത്തിയിരുന്നു. കുറെപ്പേർക്ക് വിജയം കണ്ടെത്തുവാനായെങ്കിലും ബഹുഭൂരിപക്ഷംപേരും പരാജയപ്പെടുകയായിരുന്നു. വിജയിച്ചവർപോലും ചാൻസസ് എക്സ്പെക്ടേഷൻസ് മൂലമാണ് വിജയിച്ചതെന്ന് ഹാർവാർഡ് യൂണിവേഴ്സിറ്റിയിലെ ലിയോനാർഡ് റ്റി ടോലന്റ് എന്ന മനശ്ശാസ്ത്രജ്ഞൻ കണ്ടെത്തി. സാമുവൽസോളും അദ്ദേഹത്തിന്റെ സഹായി ഗോൾഡ്നിനെയും കൂടിച്ചേർന്ന് 160 വ്യക്തികളിൽ ഒരു ലക്ഷത്തി ഇരുപത്തിയെണ്ണായിരം പരീക്ഷണങ്ങൾ നടത്തിയെങ്കിലും പരഹൃദയജ്ഞാനം തെളിയിക്കുവാൻ ആർക്കും കഴിഞ്ഞില്ല. സാമുവൽ സോൾ അതീന്ദ്രിയജ്ഞാനത്തിൽ വിശ്വാസമുണ്ടായിരുന്ന വ്യക്തിയായിരുന്നു. അമേരിക്കൻ ഗവേഷകനായ ജെ ബി റൈൻ ഇദ്ദേഹത്തിന്റെ കണ്ടെത്തലുകളെയെല്ലാം തെളിവുകൾ നിരത്തി ഖണ്ഡിക്കുകയായിരുന്നു. ലണ്ടനിൽ ക്വീൻമേരി കോളജിലെ ഗണിതശാസ്ത്ര അദ്ധ്യാപകനായിരുന്നു സാമുവൽസോൾ. ഇദ്ദേഹത്തിന് യൂണിവേഴ്സിറ്റി ഓഫ് ലണ്ടനിൽനിന്നും മനശ്ശാസ്ത്രത്തിൽ ഓണററി ഫെല്ലോഷിപ്പും ലഭിച്ചിരുന്നു. സൊസൈറ്റി ഫോർ സൈക്കിക്കൽ റിസർച്ചിന്റെ പ്രസിഡന്റായി 1950 മുതൽ 1952 വരെ പ്രവർത്തിച്ച വ്യക്തിയുമാണ്. *ഷെർലക് ഹോംസ്* എന്ന വിഖ്യാതകൃതിയുടെ കർത്താവായ അർതർ കോനൻഡോയലും അതീന്ദ്രിയജ്ഞാനത്തിൽ വിശ്വാസമർപ്പിച്ച വ്യക്തിയായിരുന്നു. മാത്രമല്ല, പ്രശസ്ത മാന്ത്രികൻ ഹാരിഹുഡിനി അതീന്ദ്രിയജ്ഞാനമുള്ള വ്യക്തിയാണെന്ന് അടിയുറച്ച് വിശ്വസിക്കുകയും ചെയ്തിരുന്നു. ഹാരിഹുഡിനിതന്നെ ഇതംഗീകരിക്കാതിരിന്നിട്ടും ഡോയൽ തന്റെ വിശ്വാസം മാറ്റിയില്ല എന്നതാണ് ഏറെ ആശ്ചര്യകരം.

ശാസ്ത്രീയമായ പഠനങ്ങളിലൊന്നും അതീന്ദ്രിയജ്ഞാനം തെളിയിക്കപ്പെട്ടിരുന്നില്ല. എങ്കിൽപ്പോലും ഇതിൽ വിശ്വാസമർപ്പിക്കുവാൻ പാകത്തിലുള്ള ഒരു മനസ്സ് ബഹുഭൂരിപക്ഷം വ്യക്തികളിലുമുണ്ടെന്നതാണ് സത്യം. അതിപ്രശസ്തരായ ചിലർ ഇതിന്റെ പ്രചാരകരായതുതന്നെയാണ് ഒരുപരിധിവരെ ഈ വിശ്വാസത്തെ ഉണർച്ചത്. അതോടൊപ്പം ഇത്തരം അമാനുഷികതകൾ നമുക്കുണ്ടാകണമെന്ന നമ്മുടെ അകമനസ്സിലെ അടങ്ങാത്ത ആഗ്രഹവും.

ഔട്ട് ഓഫ് ബോഡി എക്സ്പീരിയൻസ് അഥവാ സ്പിരിറ്റ് വാക്കിങ്

ജന്മംനൽകിയ മാതാവ്, പിതാവ് എന്നിവരോടൊപ്പം സഹോദരി, ആന്റി എന്നിവരെ തലയ്ക്കടിച്ചുകൊന്ന് ആത്മാവിനെ ശരീരത്തിൽ നിന്നും വേർപെടുത്തി സ്വതന്ത്രമാക്കിയത് തിരുവനന്തപുരം സ്വദേശിയാണ്. വിദേശരാജ്യത്തെ വൈദ്യപഠനം വഴിയിലുപേക്ഷിച്ച് നിർമ്മിത ബുദ്ധിയിൽ (ആർട്ടിഫിഷ്യൽ ഇന്റലിജൻസ്) പഠനം നടത്തിവരവെയാണ് ഈ യുവാവ് ഒരൽപംപോലും മടികൂടാതെ കൂട്ടക്കൊല നടത്തിയത്. നാട്ടുമുഴുവൻ വിറങ്ങലിച്ചുപോയ ഈ സംഭവത്തിൽ നാലുപേർ മോചിതരായി എന്നാണ് അദ്ദേഹം അഭിപ്രായപ്പെട്ടത്. അതായത് ആത്മാവിനെ സ്വതന്ത്രമാക്കി എന്നർത്ഥം. ഇവിടെ മോചനം സാധ്യമാക്കിയ വിപ്ലവകാരിയായി ഇദ്ദേഹം മാറിയപ്പോൾ നാലുരക്തസാക്ഷികളുണ്ടായി. ഇദ്ദേഹം വെറുമൊരു വ്യക്തിയല്ല, അന്ധവിശ്വാസത്തിന്റെ അഗാധ ഗർത്തങ്ങളിൽ ആപത്കരമായി ആണ്ടുപോയ ഒരു ജനവിഭാഗത്തിന്റെ പ്രതിനിധികൂടിയാണ്. അതുകൊണ്ടാണ് സമാന സംഭവങ്ങൾ രാജ്യത്തെമ്പാട്ടും അടിക്കടി നടന്നുവരുന്നത്. ഉന്നതതലത്തിൽ ജീവിച്ചുവന്ന ഒരു കുടുംബത്തിൽ, അതും കേരളത്തിൽ, ഇതെങ്ങനെ സംഭവിക്കുന്നു. അതറിയണമെങ്കിൽ നാം ആസ്ട്രൽ പ്രൊജക്ഷൻ അഥവാ ഔട്ട് ഓഫ് ബോഡി എക്സ്പീരിയൻസ് എന്തെന്ന് അറിയണം.

മനസ്സ് എന്ന് ഇന്ന് നാം പറയുന്നു. പണ്ട് നാമിതിനെ ആത്മാവ് എന്നുവിളിച്ചിരുന്നു. ആത്മീയവാദികളെ സംബന്ധിച്ചിടത്തോളം ആത്മാവിന് മരണമില്ല. അത് ചിരഞ്ജീവിയാണ്. എവിടെയും എപ്പോഴും സഞ്ചരിക്കുവാനാകുന്ന അത്ഭുതവസ്തു. സാധാരണനിലയിൽ മരണത്തോടുകൂടി ആത്മാവ് ശരീരം വിട്ടുപോകുന്നു. എന്നാൽ ജീവിച്ചിരിക്കെ നമുക്കുതന്നെ

ആത്മാവിനെ സ്വതന്ത്രമാക്കിവിടുവാൻ ആകുമോ എന്ന ചിന്തയാണ് ആസ്ട്രൽ പ്രൊജക്ഷൻ എന്ന സാദ്ധ്യതയിലേക്ക് ആളുകളെ ആകർഷിച്ചത്. വാതിലുകളും ജനാലകളും അടച്ചുപൂട്ടിയ ഒരു മുറിയിൽ തികഞ്ഞ ഏകാഗ്രതയോടെ തനിച്ചിരിക്കുക. തുടർന്ന് ശവാസനം രീതിയിൽ മലർന്നുകിടക്കുക. കണ്ണുകൾ അടയ്ക്കുമ്പോൾ കൺപോളകൾക്ക് ശക്തി നൽകരുത്. ബോഡി നന്നായി റിലാക്സ് ചെയ്യുക. ചിന്തകൾ പാടെ ഒഴിവാക്കുക. മനസ്സ് ശാന്തമാക്കുക. കാലിലെ പെരുവിരൽ മുതൽ മുകളിലേക്ക് തലവരെ ഓരോ ഭാഗവും പരിപൂർണ്ണമായി റിലാക്സ് ചെയ്യുക. അപ്പോഴേയ്ക്കും ഒരു ഹിപ്നോട്ടിക് അവസ്ഥ സംജാതമാകും. കണ്ണുകൾ തുറക്കാതെതന്നെ വെളിച്ചം കാണുന്നതായി അനുഭവപ്പെടും. അപ്പോൾ മനസ്സ് ഉണർന്നിരിക്കുകയും ശരീരം നിശ്ചലമായിരിക്കുകയും ചെയ്യും. ഈ അവസ്ഥയിൽ ശരീരത്തിൽനിന്നും മനസ്സ് ഇളകുന്നതായി സങ്കൽപ്പിക്കുക. നമ്മുടെ ശരീരത്തിന്റെ ആകൃതിയിൽ മനസ്സ് മുകളിലേക്ക് മുകളിലേക്ക് ഉയർന്നുയരും. അഥവാ അപ്രകാരം നമുക്കനുഭവപ്പെടും. ബലമുള്ള ഒരു കയർ നമുക്ക് നേരെ ഇറങ്ങിവരും. അതിൽപിടിച്ച് കയറുന്നതായി സങ്കൽപിക്കുക. കൈകൾ അനങ്ങാതെ നാം അറിയാതെ കയറിലൂടെ മുകളിലേക്കുയരും. ഇതോടെ ശരീരത്തിൽനിന്ന് മനസ്സ് വേർപെടും. മുകളിൽനിന്ന് ആത്മാവിലൂടെ നമുക്ക് നമ്മുടെ ശരീരത്തെ ദർശിക്കാം. ഇതാണ് ഔട്ട് ഓഫ് ബോഡി എക്സ്പീരിയൻസ്. നിരന്തരപരിശ്രമത്തിലൂടെ മനസ്സിനെ ഇഷ്ടമുള്ള ഇടങ്ങളിലേക്ക് അയയ്ക്കാം. അത് ഭൂമിയിലാകാം ആകാശത്താകാം എവിടെയുമാകാം. ഇത് അനായാസം സാധിച്ചവരാണ് ഞങ്ങളെന്ന അവകാശവാദവുമായാണ് സ്പിരിറ്റ് വാക്കിങ് അവകാശപ്പെടുന്നവർ കടന്നുവരുന്നത്. നമുക്കൊരുപക്ഷേ, പറ്റിയില്ലെങ്കിൽ മനസ്സിനെ ഏകാഗ്രമാക്കാനാകാത്തതുകൊണ്ടാണ് കഴിയാത്തതെന്ന് പറയും. അങ്ങനെ നിരന്തരം പരിശീലനം നടത്തുന്നവരായി നമ്മെ മാറ്റും. ഇതിനിടെ താളംതെറ്റിയ മനസ്സുള്ളവരിൽ ഒരു ഹാലൂസിനേഷൻ ഉണ്ടായെന്നും വരാം. ഇതാണ് അപകടാവസ്ഥ.

ലോകത്താദ്യമായി ഇത്തരത്തിൽ ചിന്തിക്കുകയും അതിലേക്ക് വേണ്ടി പരിശീലനം നടത്തുകയും ചെയ്തത് ഇമാനുവൽ സ്വീഡ്ബർഗ് എന്ന സ്വീഡിഷ് മൈനിംഗ് എൻജിനീയറാണ്. അനാട്ടമിസ്റ്റും അസ്ട്രോണമറുമാണ് ഇദ്ദേഹം. 1688 ജനവരി 29 ന് സ്വീഡനിൽ ജനിച്ച ഇദ്ദേഹം 1772 മാർച്ച് 29 ന് ഇംഗ്ലണ്ടിൽ മരണമടഞ്ഞു. 1758 ൽ *ഹെവൻ ആന്റ് ഹെൽ* എന്ന വിഖ്യാത പുസ്തകം രചിച്ചു. അനാട്ടമിയിലും ഫിസിയോളജിയിലും നിരവധി സംഭാവനകൾ നൽകിയ ഇദ്ദേഹം സെറിബ്രൽ കോർട്ടക്സിനെപ്പറ്റിയും നാഡീശാസ്ത്രത്തെപ്പറ്റിയും നിരവധി ശാസ്ത്രീയ കണ്ടെത്തലുകൾ നടത്തി. 1730 ൽ ഇദ്ദേഹം ആത്മീയതയിലേക്ക്

തിരിഞ്ഞു. ആത്മാവ് ശരീരവുമായി എങ്ങനെ ബന്ധപ്പെടുന്നുവെന്ന കാര്യത്തിലാണ് സ്വീഡൻബർഗ് ശ്രദ്ധ കേന്ദ്രീകരിച്ചത്. നിയോപ്ലേറ്റോനിസം രീതിയാണ് ഇദ്ദേഹം ഇക്കാര്യത്തിൽ അവലംബിച്ചത്. സ്വപ്നവ്യാഖ്യാനത്തിലായിരുന്നു തുടക്കം. *ഇന്ററാക്ഷൻ ഓഫ് ദി സോൾ ആന്റ് ദി ബോഡി* എന്ന കൃതി 1769 ൽ പ്രസിദ്ധീകരിച്ചു. ഇതിൽ ആത്മാവിന്റെ സഞ്ചാരരീതികൾ അദ്ദേഹം വിശദീകരിച്ചു. എന്നാൽ ശാസ്ത്രീയമായ ഒരടിത്തറ ഇക്കാര്യത്തിൽ അദ്ദേഹത്തിന് കണ്ടെത്തുവാനായില്ല. ഫ്രഞ്ച് എഴുത്തുകാരനും നിരൂപകനും പത്രപ്രവർത്തകനുമായ ഹോനോറെ ദി ബാൽസക് (1799-1850) തന്റെ ഫിക്ഷൻ നോവലായ *ലൂയിസ് ലെമ്പർട്ട്* എന്ന കൃതിയിൽ ആസ്ട്രൽ പ്രൊജക്ഷനെ സംബന്ധിച്ച് വിശദീകരിക്കുകയുണ്ടായി. ഹെലൻ കെല്ലർ തന്റെ *മൈ റിലീജിയൻ* എന്ന കൃതിയിൽ ആത്മാവിന്റെ സഹായത്തോടെ ഏഥൻസിലെത്തിയതിനെക്കുറിച്ച് പരാമർശിക്കുന്നു. ഇതെല്ലാം കേവലം സാഹിത്യരചനകൾ മാത്രമായിരുന്നു.

ആസ്ട്രൽ ബോഡിയെക്കുറിച്ച് സജീവമായ പരീക്ഷണങ്ങൾ നടന്നത് പത്തൊമ്പതാം നൂറ്റാണ്ടിലാണ്. *ഔട്ട് ഓഫ് ബോഡി* എക്സ്പീരിയൻസ് (ഒ ബി ഇ) എന്ന പദം 1943 ൽ ജി എൻ എം ടൈറൽ തന്റെ *അപ്പാരിഷൻസ്* എന്ന പുസ്തകത്തിലാണ് ആദ്യമായി പ്രയോഗിക്കുന്നത്. തുടർന്ന് ഇതുസംബന്ധിച്ച് പലരും ഗവേഷണം നടത്തിയെങ്കിലും മോൺട്രോ ഇൻസ്റ്റിറ്റ്യൂട്ടിന്റെ സ്ഥാപകനായ റോബർട്ട് മോൻട്രോയാണ് ഇത് സംബന്ധിച്ച് കൂടുതൽ പഠനങ്ങൾ നടത്തിയത്. അതിന്റെ ഭാഗമായി *ജേർണീസ് ഔട്ട് ഓഫ് ദി ബോഡി* എന്ന കൃതി 1971 ൽ അദ്ദേഹം പുറത്തിറക്കി. തുടർന്ന് 1985 ൽ *ഫാർ ജേർണീസും* 1994 ൽ *അൾട്ടിമേറ്റ് ജേർണിയും* പുറത്തിറക്കി. എന്നാൽ അപ്പോഴൊക്കെയും ന്യൂറോ സയന്റിസ്റ്റുകൾ ഇത് മാനസികവിഭ്രാന്തി മൂലമുള്ള ഡിസോസിയേഷനാണെന്ന് തെളിവുകൾ നിരത്തി ബോദ്ധ്യപ്പെടുത്തിയിരുന്നു. വെറുമൊരു സ്വപ്നാവസ്ഥ മാത്രമാണിതെന്നും അല്ലാതെ അതീന്ദ്രിയ ശക്തികൊണ്ടുണ്ടാകുന്ന ഒരു പ്രതിഭാസമല്ലെന്നും 1887 ൽ ചാൾസ് റിച്ചറ്റ് രേഖപ്പെടുത്തി. മനസ്സിന്റെ സങ്കൽപ്പങ്ങൾ മാത്രമാണിവയെന്ന് 1912 ൽ കൊളംബിയ യൂണിവേഴ്സിറ്റി പ്രൊഫസർ ജെയിംസ് എച്ച് ഹൈസ്ലോപ്പും 1930 ൽ യൂജിൻ ഓസ്റ്റിയും അഭിപ്രായപ്പെട്ടിട്ടുണ്ട്. 1959 ൽ ഡെനോവൻ റാക്ലിഫ് അസ്ട്രൽ പ്രൊജക്ഷൻ എന്നത് മാനസിക വിഭ്രാന്തിയും ഹിസ്റ്റീരിയയുമാണെന്നാണ് അഭിപ്രായപ്പെട്ടത്. *ഡില്യൂഷൻസ് ആന്റ് ഹാലൂസിനേഷൻസ് ഓഫ് ദ സൂപ്പർ നാച്വറൽ ആന്റ് ദ ഓക്കൾട്ട്* എന്ന കൃതിയിൽ ഇത് സംബന്ധിച്ച വിശദാംശങ്ങൾ അദ്ദേഹം രേഖപ്പെടുത്തി. പ്രമുഖ ബയോളജിസ്റ്റായ ജൂലിയൻ ഹക്സിലിയുടെ

പഠനാർഹമായ ആമുഖത്തോടെയാണ് ഈ കൃതി ആരംഭിക്കുന്നത്. യഥാർത്ഥത്തിൽ ആസ്ട്രൽ പ്രൊജക്ഷൻ അഥവാ സ്പിരിറ്റ് വാക്കിംഗ് എന്നത് വെറുമൊരു വ്യക്തിത്വസവിശേഷത മാത്രമാണ്. ഇത് മാനസികാരോഗ്യവുമായി ബന്ധപ്പെട്ടതുമാണ്. ഉറച്ച തീരുമാനങ്ങളെടുക്കുവാൻ കെൽപ്പുള്ള ബലമുള്ള ഒരു മനസ്സിൽ ഒരിക്കലും ആസ്ട്രൽ പ്രൊജക്ഷൻ സംഭവിക്കുകയില്ല.

ആത്മാവ് എന്നതിനുതന്നെ തെളിവില്ലാത്ത സാഹചര്യത്തിൽ ആത്മാവിനെ വിട്ടുതൽ ചെയ്യുവാനാകില്ലെന്ന് പ്രശസ്ത മനശ്ശാസ്ത്രജ്ഞൻ റിച്ചാർഡ് വൈസ്മാൻ അഭിപ്രായപ്പെട്ടിട്ടുണ്ട്. മസ്തിഷ്കത്തിലെ ടെമ്പറൽലോബിലെ ന്യൂറൽ ഇൻസ്റ്റബിലിറ്റിയുമായി ബന്ധപ്പെട്ടാണ് ആസ്ട്രൽ ബോഡി സങ്കൽപ്പമുണ്ടാകുന്നതെന്ന് നിരവധി പഠനങ്ങൾ വ്യക്തമാക്കിയിട്ടുണ്ട്. എന്നിരുന്നാലും വിക്ടോറിയൻ കാലഘട്ടം മുതൽ നിലനിന്നിരുന്ന അസാധാരണ സിദ്ധിയാണ് ഔട്ട് ഓഫ് ബോഡി എക്സ്പീരിയൻസ് എന്ന് പാരാനോർമൽ വിശ്വാസികൾ ആവർത്തിച്ച് പറയുന്നു. ഈ പറച്ചിലുകളാണ് ഉറപ്പില്ലാത്ത മനസ്സുകളെ വശീകരിച്ച് കുറ്റകൃത്യങ്ങളിലേയ്ക്ക് നയിക്കുന്നത്. ലണ്ടനിലെ സൊസൈറ്റി ഫോർ സൈക്കിക്കൽ റിസർച്ചിലെ റിസർച്ച് ഓഫീസറും പ്രശസ്ത മനശ്ശാസ്ത്രജ്ഞയും എഴുത്തുകാരിയുമായ സീലിയഗ്രീൻ ഔട്ട് ഓഫ് ബോഡി എക്സ്പീരിയൻസിനെപ്പറ്റി 1968 ൽ ഗൗരവമുള്ള ഒരു പഠനംനടത്തി. പ്രശസ്തമായ മാധ്യമങ്ങളിലൂടെ അറിയിപ്പ് നൽകി 400 പേരെ തിരഞ്ഞെടുത്താണ് ഈ ശാസ്ത്രീയ പഠനം നടത്തിയത്. ചോദ്യാവലികൾ പൂരിപ്പിച്ചുവാങ്ങിയാണ് ആളുകളെ തിരഞ്ഞെടുത്തത്. വിവിധതരത്തിലുള്ള ഔട്ട് ഓഫ് ബോഡി എക്സ്പീരിയൻസായിരുന്നു പഠനവിഷയം. പഠനാനന്തരം ഇത് വെറുമൊരു ഹാലൂസിനേഷൻ മാത്രമാണെന്ന് ശക്തിയുക്തം തെളിയിക്കുവാൻ ഇവർക്കായി.

സാമാന്യവിവരവും വിദ്യാഭ്യാസവുമുള്ളവരെ നോട്ടമിട്ടാണ് ഇത്തരം അന്ധവിശ്വാസങ്ങൾ വേരുപിടിക്കുന്നത്. ധ്യാനാവസ്ഥയിലെ മനസ്സിന്റെ ചലനങ്ങളെ ദുർവ്യാഖ്യാനംചെയ്ത് വഴിതെറ്റിക്കുവാൻ എളുപ്പമാണ്. മാനസികാരോഗ്യം ഇല്ലാത്തവരിൽ ഇത് കാര്യമായി സ്വാധീനം ചെലുത്തും. അൽപ്പസ്വൽപ്പ വിശ്വാസങ്ങളിലൂടെ ഈവഴി സഞ്ചരിക്കുന്നവർ യാഥാർത്ഥ്യങ്ങളിൽനിന്ന് അകന്നകന്നുപോകും. തിരിച്ചെത്തുവാൻ സാദ്ധ്യതകളില്ലാത്ത ഈ വഴികളിലൂടെ മുന്നോട്ടുപോകുവാൻ മാത്രമേ സാധിക്കുകയുള്ളൂ. അവിടെ യാഥാർത്ഥ്യബോധമുള്ളവരെ അംഗീകരിക്കുവാൻ വിമുഖതയുണ്ടാകും. അത്തരക്കാരെ ഒഴിവാക്കുവാൻ ഏതു വഴിയും ഉപയോഗിക്കും. ആ ഒഴിവാക്കലുകൾ തങ്ങൾക്കുവേണ്ടിയല്ലെന്നും അവരെ രക്ഷപ്പെടുത്തുവാനാണെന്നും സ്വയം വിശ്വസിക്കും.

അതോടെ കുറ്റബോധം ഇല്ലാതാകും. ഇതിന്റെ പാരമ്യത്തിൽ അരുംകൊലകൾപോലും അനിവാര്യമായ ഒന്നായി മാറും. ഇന്ന് ചെറിയൊരു ശതമാനം ആൾക്കാരിൽ മാത്രമാണ് ഇത് സംഭവിക്കുന്നത്. ശതമാനനിരക്ക് അൽപ്പമൊന്ന് മാറിയാൽ സമൂഹത്തിനുണ്ടാകുന്ന വിപത്ത് വളരെ വലുതുതന്നെയാകും. ഇതിനെതിരെ ജാഗ്രത പുലർത്തുവാൻ പരിശ്രമിക്കുമ്പോഴാണ് അതൊരു പുരോഗമന പ്രവർത്തനമായി മാറുന്നത്.

ഇരുട്ടുമുറിയിലെ ഇല്ലാത്ത കറുത്തപൂച്ച
അഥവാ ഇലൂമിനാറ്റി

ഉന്നതവിദ്യാഭ്യാസവും ഉയർന്ന നിലയുമുള്ളവരുടെ ഇടയിലെ പ്രബലമായ ഒരന്ധവിശ്വാസമാണ് ഇലൂമിനാറ്റി. ഒട്ടുമിക്ക ക്യാമ്പസുകളിലും ഇലൂമിനാറ്റി എന്നത് ഒരു സ്റ്റാറ്റസ് സിംബലാണ്. അസാധാരണ കഴിവും ഉയർന്ന ബുദ്ധിനിലവാരവുമുള്ളവർക്കു മാത്രമേ ഇലൂമിനാറ്റി എന്നാൽ എന്താണെന്നറിയുകപോലുമുള്ളൂ എന്നാണ് വിശ്വാസം. ലൂസിഫർ എന്ന മോഹൻലാൽ സിനിമ പുറത്തിറങ്ങിയതോടെയാണ് ഇലൂമിനാറ്റി ചർച്ചകൾ വീണ്ടും സജീവമായത്. ഇലൂമിനാറ്റി അടയാളങ്ങളായ ഐ ഓഫ് സാത്താൻ അഥവാ സാത്താന്റെ കണ്ണ്, 666 എന്ന നമ്പർ, മൂങ്ങയുടെ രൂപം, ഒറ്റക്കണ്ണിന്റെ പ്രസക്തി എന്നിവ നിരവധിതവണ ഈ സിനിമയിൽ പ്രദർശിപ്പിക്കുന്നു എന്നാണ് ഇലൂമിനാറ്റിക്കാർ അവകാശപ്പെടുന്നത്. 'ലൂസിഫർ' എന്ന കഥാപാത്രം ഉപയോഗിക്കുന്ന കാറിന്റെ നമ്പർ 666. ഇതൊക്കെയാണ് ലൂസിഫറിനെ ഇലൂമിനാറ്റി അനുഭാവസിനിമയാക്കി മാറ്റിയത്.

എല്ലാ അന്ധവിശ്വാസങ്ങളും പലപ്പോഴും പലരും അറിയുന്നത് അന്ധവിശ്വാസത്തിനെതിരെ പോരാടുന്നവരിൽനിന്നാണ്. അന്തരീക്ഷത്തിൽനിന്ന് വിഭൂതിയും വായിൽനിന്ന് ശിവലിംഗവുമെല്ലാം സൃഷ്ടിക്കുന്ന മനുഷ്യദൈവത്തെ മാലോകർക്ക് പരിചയപ്പെടുത്തിക്കൊടുത്തത് ഇതിനെതിരെ പ്രവർത്തിച്ചവരാണ്. അതുപോലെ ഇലൂമിനാറ്റി എന്ന സങ്കൽപ്പം യാഥാർത്ഥ്യമാണോ എന്ന് ആളുകളെക്കൊണ്ട് ചിന്തിപ്പിച്ചതും ഇതിനെതിരെ പ്രവർത്തിച്ചവർ തന്നെ. സാധാരണനിലയിൽ വിദ്യാഭ്യാസമില്ലാത്തവരിലാണ് പല അന്ധവിശ്വാസങ്ങളും വേരോടുന്നത്. എന്നാൽ ഇലൂമിനാറ്റി അങ്ങനെയല്ല. ഇത് നല്ല വിദ്യാഭ്യാസമുള്ളവരിലു

ടെ മാത്രമാണ് നിലനിന്നുപോരുന്നത്.

കോൺസ്പിറസി തിയറി അഥവാ ഗൂഢാലോചനാ സിദ്ധാന്തം എന്ന ധാരയിലൂടെയാണ് ഇല്യൂമിനാറ്റി രംഗപ്രവേശം ചെയ്തത്. മറ്റാർക്കും അറിയാത്ത ഒരു രഹസ്യക്രമമുണ്ടെന്നും ആ ശക്തിയാണ് എല്ലാം നിയന്ത്രിക്കുന്നതെന്നുമുള്ള മതസങ്കൽപ്പംതന്നെയാണ് ഇല്യൂമിനാറ്റിയുടെയും കാതൽ. ലോകത്തെവിടെ എന്തുനടന്നാലും അത് ഇല്യൂമിനാറ്റിയുടെ പ്രവർത്തനഫലമായി സംഭവിച്ചതാണെന്ന് സാഹചര്യത്തെളിവുകൾ നിരത്തി ഇവർ വാദിക്കും. ഇതിനായി നിരവധി ഫോൾസ് എവിഡൻസുകൾ അഥവാ തെറ്റായ തെളിവുകൾ ഇവർ ഹാജരാക്കും. പ്രഥമദൃഷ്ട്യാ വിശ്വാസയോഗ്യമായി ഇത് തോന്നുകയും ചെയ്യും.

1776 ൽ ബവേറിയായിൽ എൻലൈറ്റൻമെന്റ് ഗ്രൂപ്പ് അഥവാ പ്രബുദ്ധ സംഘം എന്നനിലയിൽ ആദം വെയ് ഷോപ്റ്റ് എന്ന പ്രൊഫസറാണ് ഈ രഹസ്യസംഘം ഉണ്ടാക്കിയതെന്നാണ് ഒരു സങ്കൽപ്പം. പ്രഭുക്കൾ, സമ്പന്നർ, മതമേലാളന്മാർ എന്നിവർക്കെതിരെയാണ് ഈ സംഘടന പ്രവർത്തിച്ചിരുന്നത്. ദൈവനിഷേധികളായ 10 പേരടങ്ങുന്ന ഒരു മിലിറ്റന്റ് ഗ്രൂപ്പായിരുന്നു ഇത്. അതുകൊണ്ടുതന്നെ കത്തോലിക്കസഭ തുടക്കംമുതൽ ഇതിനെതിരായിരുന്നു. ഭരണാധികാരത്തെ വെല്ലുവിളിക്കുന്ന സംഘടനയായതിനാൽ സ്വാഭാവികമായും ഭരണവും ഭരണത്തെ നിയന്ത്രിച്ചിരുന്ന മതവും ഇതിനെതിരെ നടപടികൾ ആരംഭിച്ചു. ഭരണാധികാരി ചാൾസ് തീയോഡർ 1784 ലും 1785 ലും 1787 ലും 1790 ലും ഈ സംഘടന നിരോധിച്ചുകൊണ്ട് ഉത്തരവിറക്കി. ഓരോ നിരോധനത്തിലുമുണ്ടായ ക്രൂരമായ നടപടികളെ അതിജീവിച്ച് ഈ സംഘടന ഉയിർത്തെഴുന്നേറ്റു. എന്നാൽ 1790 കളിൽ ഇതിന്റെ സംഘാടകരായ 10 പേർ തമ്മിൽ സ്വരച്ചേർച്ചയില്ലാതെ വരികയും സംഘടനയുടെ കെട്ടുറപ്പില്ലാതാവുകയും ചെയ്തു. അന്ന് ഫ്രീമേസൺ എന്ന പേരിലാണ് ഇതറിയപ്പെട്ടിരുന്നത്. ഫ്രീമേസൻ സംഘടന ഇന്നുമുണ്ട്. അതിന് കേന്ദ്രീകൃത ഭരണസംവിധാനമേയില്ല. ഈ സംഘടനയുടെ ചുവടുപിടിച്ചാണ് ഗൂഢാലോചനാ സിദ്ധാന്തപ്രകാരം ഇല്യൂമിനാറ്റി എന്ന സങ്കൽപ്പം രൂപംകൊണ്ടത്. ഗോയ്ഥെ അടക്കമുള്ള പ്രഗത്ഭർ ഈ സംഘടനയുടെ ഭാഗമാണെന്ന പ്രചാരംപോലുമുണ്ടായി. നിരവധി അടയാള ചിഹ്നങ്ങൾ ഈ സംഘടനയ്ക്കുള്ളതിനാൽ അതിലേതെങ്കിലുമൊന്ന് എവിടെയെങ്കിലും കണ്ടാൽ അവരെല്ലാം ഇല്യൂമിനാറ്റികളാണെന്ന് പ്രചരിപ്പിക്കുവാൻ തുടങ്ങി. അപ്രകാരം ഗൂഗിൾപോലും ഇല്യൂമിനാറ്റിയുടെ നിയന്ത്രണത്തിലാണെന്ന വാദവുമുണ്ട്. കാരണം ഗൂഗിളിന്റെ ജി എന്ന അടയാളം ഇല്യൂമിനാറ്റിയെ സൂചിപ്പിക്കുന്നതാണ്.

1790 ന് ശേഷം 1960 കളിലാണ് ഇല്യൂമിനാറ്റി പുനർജ്ജനിക്കുന്ന

ത്. ഗ്രേഹിൽ, വെന്റൽ തോൺലേ എന്നീ വ്യക്തികൾ ചേർന്നെഴുതിയ *പ്രിൻസിപ്പിയ ഡിസ്കോഡിയ* എന്ന ഗ്രന്ഥമാണ് ഇല്യൂമിനാറ്റിയുടെ ആധികാരിക ഗ്രന്ഥമെന്ന് ചിലർ വിശ്വസിക്കുന്നു. സർ ഐസക് ന്യൂട്ടന്റെ *പ്രിൻസിപ്പിയ മാത്തമറ്റിക്ക* എന്ന പുസ്തകത്തെ ഓർമ്മിപ്പിക്കുന്നതാണ് ഇതിന്റെ തലക്കെട്ട്. എന്നാൽ *പ്രിൻസിപ്പിയ ഡിസ്കോഡിയ* വെറുമൊരു തമാശപ്പുസ്തകം മാത്രമാണ്. വസ്തുക്കളെ കണ്ടാൽ മാത്രം പോര അതിന്റെ ഉള്ളുകൂടി കാണുവാനാകണം. എങ്കിൽ മാത്രമേ അതിൽ ശാസ്ത്രീയതയുള്ളൂ എന്നൊക്കെ പ്രചരിപ്പിച്ച് ദുരൂഹതകളുടെ ശൃംഖല സൃഷ്ടിക്കലാണ് ഇവരുടെ രീതി. നാം സാധാരണനിലയിൽ ദൈനംദിനം ചെയ്യുന്ന പ്രവൃത്തികൾപോലും ഇല്യൂമിനാറ്റിയുടെ സ്വാധീനംമൂലം നാമറിയാതെ ചെയ്യുന്നതാണെന്നുപോലും അവർ വിശ്വസിപ്പിക്കുന്നു. കാലാവസ്ഥാവ്യതിയാനം പോലും മറികടക്കുവാനുള്ള ഉപായങ്ങളറിയുന്നവരാണ് ഇല്യൂമിനാറ്റികൾ എന്നാണ് വിശ്വാസം. ആദ്യമൊക്കെ ജനങ്ങളെ സംരക്ഷിക്കലായിരുന്നുവെങ്കിൽ ഇന്ന് അതിൽനിന്നും മാറി ലാഭമുണ്ടാക്കലിൽ പോലും ഇവർ ശ്രദ്ധചെലുത്തുന്നു. അതാണ് ബാങ്കിംഗ് രംഗത്തെ ഭീമൻ കമ്പനിയായ റോത്ത് ചൈൽഡ് കുടുംബം ഇല്യൂമിനാറ്റികളായി അറിയപ്പെടുന്നത്. ഡാൻ ബ്രൗണിന്റെ *ഏയ്ഞ്ചൽസ് ആന്റ് ഡീമോൺസ്* എന്ന കൃതിയും ഇല്യൂമിനാറ്റിയുടെ പുസ്തകമായി പ്രചരിപ്പിക്കപ്പെടുന്നു. ഈ കൃതി സിനിമയാവുകയും ചെയ്തു. അത്ഭുതങ്ങൾ ഇഷ്ടപ്പെടുക എന്നത് തലച്ചോറിന്റെ ഒരു സവിശേഷതയാണ്. ഇതു മനസ്സിലാക്കി രചനകൾ നിർവഹിക്കുന്ന വ്യക്തിയാണ് ഡാൺ ബ്രൗൺ. അതിനപ്പുറം അദ്ദേഹം ഇതിൽ മറ്റൊന്നും കണ്ടിരുന്നുമില്ല.

ലണ്ടൻ, വാഷിംഗ്ടൺ, വത്തിക്കാൻ, ഡെൻവർ എയർപോർട്ടിന്റെ നിലവറ എന്നിവ ഇവരുടെ ആസ്ഥാനങ്ങളായാണ് അനുഭാവികൾ വിശ്വസിക്കുന്നത്. ഷെർലക് ഹോംസ് വിശ്വാസംപോലെ ഒന്നാണിത്. ഷെർലക് ഹോംസിന് ഇപ്പോഴും കത്തുകൾ വരുന്നു എന്നത് അമിത വിശ്വാസങ്ങളുടെ ആഴത്തെ സൂചിപ്പിക്കുന്ന ഒന്നാണ്. ഈ പ്രപഞ്ചത്തെ മുഴുവൻ ലോകത്തിന്റെ പല കോണുകളിലിരുന്ന് ഒൻപത് പേർ നിയന്ത്രിക്കുന്നു. അവരുടെ അനുഭാവികൾ പലരൂപത്തിലും പലഭാവത്തിലും നമുക്കിടയിൽ പ്രവർത്തിക്കുന്നു. പക്ഷേ, നാമതറിയുന്നില്ല. ഏതൊരു സംഭവത്തിലും ഇല്യൂമിനാറ്റിയുടെ ഇടപെടൽ സുനിശ്ചിതം. അമേരിക്കയിൽ വേൾഡ് ട്രേഡ് സെന്റർ 2001 സെപ്റ്റംബർ ഒൻപതിന് തകർത്തതുപോലും ഇല്യൂമിനാറ്റിയുടെ സഹായത്തോടെയാണ്. ഡീമോണിറ്റൈസേഷന്റെ ഭാഗമായി നോട്ടുനിരോധനം ഏർപ്പെടുത്തിയതും ഇല്യൂമിനാറ്റിയുടെ ഇടപെടലുകളിലൂടെയാണ്. എന്തിന് നമ്മുടെ കേരളത്തിൽ നടന്ന വെള്ളപ്പൊക്കമടക്കം ഇല്യൂമിനാറ്റിയുടെ അജണ്ടയായിരുന്നു എന്ന് വിശ്വസി

ക്കുന്നവരുണ്ട്. ഇത്തരം തെറ്റായ കാര്യങ്ങൾക്ക് പ്രചാരം നൽകുവാൻ ചിലർ കാട്ടുന്ന വ്യഗ്രതയാണ് നാമിവിടെ കാണുന്നത്. കമ്യൂണിസ്റ്റ് വിരുദ്ധർക്ക് കമ്യൂണിസ്റ്റുകാർ ഇല്യൂമിനാറ്റികളാണ്. ഫാസിസ്റ്റുകൾക്ക് ജൂതന്മാർ ഇല്യൂമിനാറ്റികളാണ്.

ഒരു പുതിയ ലോകക്രമം സൃഷ്ടിക്കലാണ് തങ്ങളുടെ ചുമതലയെന്ന് പ്രചരിപ്പിക്കുന്നവരാണ് ഗൂഢാലോചനാ സിദ്ധാന്തക്കാർ. ക്ഷിപ്രവിശ്വാസ താത്പര്യക്കാർ വളരെപ്പെട്ടെന്ന് വീണുപോകുന്ന ഒരു വഴിയാണിത്. തികഞ്ഞ അന്വേഷകരാണെന്ന ധാരണ പരത്തുകയും എന്നാൽ അപ്രകാരമല്ലാതെ പ്രവർത്തിക്കുകയും ചെയ്യുക ഇവരുടെ പ്രത്യേകതയാണ്. എല്ലാ സംഭവങ്ങൾക്കുപിന്നിലും ഒരദൃശ്യശക്തിയുണ്ടെന്ന ധാരണ വെറുതെ പരത്തുകയാണ്. യഥാർത്ഥത്തിൽ മതത്തിനെതിരെയാണ് ഇല്യൂമിനാറ്റി സങ്കൽപ്പം പടുത്തുയർത്തിയതെങ്കിലും ഏകകാരണ സിദ്ധാന്തമെന്ന മതസങ്കൽപ്പത്തിലാണ് ഇല്യൂമിനാറ്റികൾ വിശ്വസിക്കുന്നത്. ഒരൊറ്റത്തീരുമാനം ലോകത്തിന്റെ പലകോണുകളിലിരുന്നുകൊണ്ട് നടപ്പിലാക്കുന്ന ഗൂഢസംഘം! സമൂഹത്തിനിടയിലേയ്ക്ക് അനുയായികളെ രഹസ്യമായി വിന്യസിച്ച് വിജയകരമായി പ്രവർത്തനം കാഴ്ചവയ്ക്കുന്നവർ. ഇങ്ങനെയൊക്കെയാണ് ഇല്യൂമിനാറ്റികൾ സ്വയം അവകാശപ്പെടുന്നത്. എന്തും ഏതും തങ്ങളുടേതോ അല്ലെങ്കിൽ തങ്ങളുടെ സ്വാധീനം മൂലമോ ഉണ്ടായതാണെന്ന് ബോദ്ധ്യപ്പെടുത്തുകയാണ് ഈ ഗൂഢാലോചനാ സിദ്ധാന്തക്കാരുടെ ഒരേയൊരു പണി. അതിപ്രശസ്തരായ ഓരോ വ്യക്തിയും തങ്ങളുടെ പ്രവർത്തകരാണെന്ന ധാരണ സമൂഹത്തിൽ പരത്തുക എന്നതാണ് ഇതിൽ പ്രധാനം. അങ്ങനെ മൈക്കിൾ ജാക്സണും ബ്രൂസിലിയും ട്രംപുമെല്ലാം ഇല്യൂമിനാറ്റികളായി ചിത്രീകരിക്കപ്പെടുന്നു.

ഇല്യൂമിനാറ്റിയുടെ ഉല്പത്തി ഇന്ത്യയിലാണെന്ന് വിശ്വസിക്കുന്നവരും ഏറെയാണ്. കലിംഗയുദ്ധത്തിനുശേഷം മാനസാന്തരം വന്ന അശോകചക്രവർത്തി രൂപംകൊടുത്ത സംഘടനയാണിതെന്നാണ് ഇവരുടെ വിശ്വാസം. തങ്ങളുടെ ശേഷി മനുഷ്യനന്മയ്ക്കായി ഉപയോഗപ്പെടുത്തുവാൻ അശോകചക്രവർത്തി ഒൻപതുപേരെ ചുമതലപ്പെടുത്തിയെന്നും അവർ അത് തലമുറകളായി കൈമാറി വരുന്നുവെന്നുമാണ് കരുതുന്നത്. കാലാവധി പൂർത്തിയാക്കുന്ന മുറയ്ക്ക് ഇവർ തങ്ങളുടെ പദവി അർഹതപ്പെട്ട മറ്റൊരാളിലേക്ക് കൈമാറുന്നു. ഇവരും ഇവരുടെ ആൾക്കാരും നമ്മുടെയിടയിൽ അതീവ രഹസ്യമായി പ്രവർത്തിക്കുന്നുണ്ടെന്നും ഇവർക്ക് തമ്മിൽ തിരിച്ചറിയുന്നതിന് പ്രത്യേക കോഡുകളുണ്ടെന്നും പ്രചരിപ്പിക്കുന്നു. എല്ലാക്കാര്യങ്ങളും നിയന്ത്രിക്കുന്ന ഒരു ശക്തി എവിടെയോ ഉണ്ടെന്ന് വിശ്വസിക്കുവാൻ പലർക്കും ഇഷ്ടമാണ്. സഹജമായ മടിയാണ് ഇത്തരം ചിന്താഗതികൾ സൃഷ്ടിക്കുന്നത്.

ഏതൊരു സംഭവത്തിനു പിന്നിലുമുള്ള ശാസ്ത്രീയത അന്വേഷിച്ചറിയുക എന്നത് ശ്രമകരമായ ഒരു പ്രവർത്തനമാണ്. അതിന് ശ്രമിക്കാതെ ഇതെല്ലാം അദൃശ്യമായ ഒരു ശക്തിയുടെ പ്രവർത്തനഫലമാണെന്ന സമാധാനപ്പെടലാണ് ഇത്തരം അന്ധവിശ്വാസങ്ങൾക്ക് വഴിയൊരുക്കുന്നത്. അറിവുകൾ തേടിയുള്ള അന്വേഷണങ്ങൾക്ക് തടയിടുന്ന ഇത്തരം സമാധാനപ്പെടലുകൾ യഥാർത്ഥത്തിൽ മടിയന്മാരുടെ സിദ്ധാന്തം മാത്രമാണ്. നിർഭാഗ്യവശാൽ അറിവുള്ളവരെപ്പോലും അങ്കലാപ്പിലാക്കുവാൻ ഇത്തരം പ്രവർത്തനങ്ങൾ കാരണമാകുന്നു എന്നത് ഗൗരവമായി കാണേണ്ടതാണ്. ശാസ്ത്രം അതിന്റെ എല്ലാ സാദ്ധ്യതകളും ഉപയോഗിച്ച് മുന്നേറുമ്പോഴും അന്ധവിശ്വാസങ്ങളിൽ അഭയംതേടുന്ന ഒരു പുതുതലമുറ ശക്തിയാർജിക്കുന്നു എന്നത് നാം തിരിച്ചറിയേണ്ട ഒന്നാണ്. വിശ്വാസത്തിൻമേൽ ചോദ്യങ്ങളോ സന്ദേഹങ്ങളോ ഇല്ല. അതുകൊണ്ടുതന്നെ ഇത് അശാസ്ത്രീയമായ ഒന്നാണ്. സന്ദേഹപ്പെടലിലൂടെയാണ് നിരവധി ശാസ്ത്രശാഖകൾ രൂപംകൊണ്ടത്. ഇതാണ് സത്യമെന്നിരിക്കിലും അന്ധവിശ്വാസങ്ങളുടെ പിന്നാലെ പോകുന്ന യുവമനസ്സുകൾ ഭാവിയുടെ പ്രതിസന്ധികളാണ്. ശാസ്ത്രത്തിന്റെ തണലിൽ പുരോഗമനാത്മകമായ നിരവധി കാര്യങ്ങൾ ചെയ്യുവാനുള്ളപ്പോൾ ഇരുട്ടുമുറിയിൽ ഇല്ലാത്ത കറുത്ത പൂച്ചയെ തപ്പുന്നതുപോലെ പലരും ഇന്നും ഇല്യൂമിനാറ്റിയെ അന്വേഷിച്ചു കൊണ്ടേയിരിക്കുന്നു.

പരേതാത്മാക്കളുടെ തിരിച്ചുവരവ്

മരണം എന്നത് ഉറപ്പുള്ള ഒന്നാണെങ്കിലും പലപ്പോഴും അപ്രതീക്ഷിതമായിട്ടാണ് അത് സംഭവിക്കുന്നത്. അതുകൊണ്ടുതന്നെ പരേതരോട് സംസാരിക്കാനായെങ്കിൽ എന്നൊരു താല്പര്യം ഏവരിലും സാധാരണയാണ്. പരേതർ പ്രിയപ്പെട്ടവരാണെങ്കിൽ പ്രത്യേകിച്ചും. ഈയൊരു സാദ്ധ്യത മുന്നിൽക്കണ്ടുകൊണ്ടാണ് ചിലർ പരേതാത്മാക്കളുമായി സംസാരിക്കാനാകുമെന്ന അവകാശവാദവുമായി കടന്നുവന്നത്. ഇത് ഫലപ്രദമായി ഏറ്റെടുത്തത് വെറും സാധാരണക്കാരായിരുന്നില്ല. സമൂഹത്തിലെ ഉന്നതസ്ഥാനീയരെന്ന് ഖ്യാതികേട്ടവരായിരുന്നു. അതൊരു മേന്മയായി അവതരിപ്പിക്കുവാനും അവർ തയ്യാറായി. സാധാരണക്കാരായ പലരും ഇതുകേട്ട് വിശ്വസിക്കുവാൻ പ്രേരിതരാവുകയും ചെയ്തു. ജസ്റ്റിസ് വി ആർ കൃഷ്ണയ്യർ പരേതയായ തന്റെ ഭാര്യയുടെ ആത്മാവുമായി നിരന്തരം സംവദിച്ചിരുന്നുവത്രേ. മാത്രവുമല്ല അതിപ്രധാനമായ ചില കേസുകൾ വിധി പറയുന്നതിനുമുമ്പ് അവരുമായി ചർച്ച ചെയ്തിരുന്നുവെന്നുപോലും അദ്ദേഹം സൂചിപ്പിക്കുന്നു. പരമോന്നത നീതിപീഠത്തിലെ അതിപ്രഗത്ഭനായ ഒരാൾ ഇപ്രകാരം അവകാശപ്പെടുമ്പോൾ പാവം സാധാരണക്കാർ ഇത് വിശ്വസിക്കുന്നതിലെന്താണു തെറ്റ്. വിചാരണകൾക്കുശേഷം വിധിപറയുന്നത് വളരെ ശ്രദ്ധയോടെ ഇരുത്തംവന്ന മനസ്സോടെ ചെയ്യേണ്ട ഒരു പ്രക്രിയയാണ്. ഇരുത്തംവരാത്ത ഒരു മനസ്സിനു മാത്രമേ പരേതാത്മാക്കളുമായി സംസാരിക്കുവാനാകൂ. മിഥ്യാധാരണ അഥവാ ഡിലൂഷൻ ഡിസോഡർ ഉള്ളവരിലാണ് ഇത്തരം ലക്ഷണങ്ങൾ കാണുവാനാകുന്നത്. തികച്ചും അതിശയോക്തിയോ, അയാഥാർത്ഥ്യങ്ങളോ ആണ് ഇത്തരം കാര്യങ്ങൾക്ക് പിന്നിലുള്ളത്.

സാധാരണ മാനസികരോഗികളെപ്പോലെയല്ല ഇവർ. ഇവർക്ക് സമൂഹവുമായി നന്നായി ഇടപഴകുവാനാകും. ഇത്തരം വിഭ്രാന്തികളുള്ളവർ സമൂഹത്തിലെ പല ഉന്നതരും തങ്ങളുമായി നിരന്തരം സമ്പർക്കത്തിൽ ഏർപ്പെടുന്നതായിപ്പോലും വിശ്വസിക്കും. അതോടെ അവരും ഉന്നതരുടെ പട്ടികയിലാണെന്ന് സ്വയം വിശ്വസിക്കും. മുൻ ഡി ജി പി ആയിരുന്ന അലക്സാണ്ടർ ജേക്കബ് മരിച്ചുപോയ ഒരാളിന്റെ ആത്മാവിനെ വിളിച്ചുവരുത്തി ഒരു കേസ് തെളിയിച്ചതായി അഭിപ്രായപ്പെടുന്നുണ്ട്. പിന്നീടൊരിക്കൽ ഇത്തരം ശ്രമം പരാജയപ്പെട്ടതായും പറയുന്നു. പരേതാത്മാക്കളെ തിരികെ വിളിക്കുവാൻ കെല്പുള്ള ഒരു മന്ത്രവാദിയെ വരുത്തി പരേതന്റെ ആത്മാവിനെ പരേതന്റെ മകന്റെ ശരീരത്തിൽ കടത്തിവിട്ട് മകനിലൂടെ മരണകാരണം അറിഞ്ഞു എന്നാണ് പറയുന്നത്. സ്വാഭാവികമായും യുക്തിപൂർവ്വം ചിന്തിക്കുന്ന ഒരാൾ അപ്പോൾ മകന്റെ ആത്മാവ് എവിടെപ്പോയി എന്ന് ചോദിക്കേണ്ടതാണ്. അല്ലാത്തപക്ഷം ഒരു ശരീരത്തിൽ രണ്ടാത്മാക്കൾക്ക് വസിക്കാനാകുമെന്ന് സമ്മതിക്കേണ്ടിവരും. ഇല്ലാത്ത ഒരുകാര്യം ഉണ്ടെന്ന് സങ്കല്പിച്ചുകൊണ്ട് പ്രവർത്തിക്കുമ്പോൾ ഇത്തരം വൈരുദ്ധ്യങ്ങളും കടന്നുവരുന്നു. പരേതന്റെ വീട്ടുകാർക്ക് സ്വാഭാവികമായി മരണത്തിൽ ചില സംശയങ്ങളുണ്ടാകുവാനിടയുണ്ട്. ഈ സന്ദേഹം മകനിലൂടെ പുറത്തുവന്നതാണ് യാഥാർത്ഥ്യം. ഇത് അന്വേഷണത്തിന് ആക്കം കൂട്ടുവാനുപകരിക്കുമെന്നതിൽ തർക്കമില്ല. മാത്രമല്ല, വിശ്വസിക്കുന്ന ഒരാൾ ഇത് കണ്ടെത്തുവാൻ പരമാവധി ശ്രമിക്കുകയും ചെയ്യും. ഇതാണിവിടെ സംഭവിച്ചത്. അല്ലാതെ പരേതന്റെ ആത്മാവ് വന്ന് കാര്യങ്ങൾ പറഞ്ഞതല്ല.

ഇപ്പറഞ്ഞവയെല്ലാം സമീപകാലത്തുനടന്ന സംഭവങ്ങളാണ്. എന്നാൽ അതിപ്രാചീന കാലംമുതൽ ഇത്തരം വിശ്വാസങ്ങൾ സമൂഹത്തിൽ ആഴത്തിൽ വേരോടിയിരുന്നു. 1891 ഫെബ്രുവരി മാസത്തിൽ അമേരിക്കയിൽ വിഖ്യാതമായ ഒരു പരസ്യം പ്രത്യക്ഷപ്പെട്ടു. "ഓജോ ദ വണ്ടർഫുൾ ടോക്കിംഗ് ബോർഡ്"- അഥവാ ഓജോ സംസാരിക്കുന്ന അത്ഭുതപലക എന്നതായിരുന്നു അത്. പിറ്റ്സ് ബർഗ് ടോയി ആന്റ് നോവൽറ്റി ഷോപ്പാണ് ഈ പരസ്യം നൽകിയത്. ഭൂതഭാവിവർത്തമാനങ്ങളെക്കുറിച്ചുള്ള ചോദ്യങ്ങൾക്ക് അത്ഭുതകരമായ കൃത്യതയോടെ മറുപടി എന്നായിരുന്നു അവകാശവാദം. തികച്ചും ഒരു ബോർഡ് ഗെയിം എന്ന നിലയിലാണ് ഇത് ആദ്യം അവതരിപ്പിച്ചത്. ഇംഗ്ലീഷ് അക്ഷരമാലയിലെ അക്ഷരങ്ങളും 0 മുതൽ 9 വരെയുള്ള അക്കങ്ങളും എസ്, നോ, ഗുഡ്ബൈ എന്നീ വാക്കുകളും ചേർന്ന ഒരു പരന്ന പലകയായിരുന്നു ഇത്. കൂടാതെ ഒരു ചെറിയ നാണയരൂപത്തിലുള്ള തടിയിലോ, പ്ലാസ്റ്റിക്കിലോ ഉള്ള ഒരു കഷണമുണ്ടായിരുന്നു. കെന്നാർഡ് നോവൽറ്റി എന്ന

കമ്പിനിക്കുവേണ്ടി പരസ്യം നൽകി ഈ ബോർഡ് ഗയിം അവതരിപ്പിക്കുമ്പോൾ അന്ധവിശ്വാസികൾക്ക് ഇത് നല്ലൊരായുധമായി തീരുമെന്ന് ഒരിക്കലും കരുതിയിട്ടുണ്ടാവില്ല. പില്ക്കാലത്ത് ആത്മീയവാദികൾക്ക് ഇത് ശക്തമായൊരായുധമായിത്തീർന്നു. അമേരിക്കയിൽനിന്നും യൂറോപ്പിലേക്കും തുടർന്ന് ലോകത്തെമ്പാടും ഇതൊരാവേശമായി മാറി. മരിച്ചുപോയവരുടെ ആത്മാക്കളെ വിളിച്ചുവരുത്തി സംസാരിക്കുവാൻ ഈ ബോർഡിലൂടെ സാദ്ധ്യമാകും എന്നാണ് പ്രചരിപ്പിച്ചത്.

1890 ൽ ഓജോബോർഡിന് പേറ്റന്റ് ലഭിക്കുമ്പോൾ തന്നെ അമേരിക്കൻ ലോയറായ എലിജബോണ്ട് (1847-1921) വെറുമൊരു പാർലർ ഗെയിമായിരുന്ന ഓജോബോർഡിനെ നല്ലൊരു വില്പനച്ചരക്കാക്കിയിരുന്നു. അമേരിക്കൻ ആത്മീയവാദിയായ പേൾകുറാനാണ് (1883-1937) ഇതിനെ ഗൂഢശാസ്ത്രവുമായി കൂട്ടിക്കെട്ടിയത്. ഒന്നാം ലോകമഹായുദ്ധകാലത്ത് മരണപ്പെട്ടവരുടെ ആത്മാക്കളെ വിളിച്ചുവരുത്തി സംസാരിക്കുവാൻ ഈ ബോർഡിലൂടെ കഴിയുമെന്നദ്ദേഹം ആൾക്കാരെ വിശ്വസിപ്പിച്ചു. 1920 ൽ ഓജോബോർഡ് ഒരുതരംഗമായി മാറി. അതോടെ അസ്വാഭാവികവും പ്രകൃത്യാതീതവുമായ ഒരു വിശ്വാസമായി ഇത് രൂപംപ്രാപിച്ചു. ഒരു പാർലർ ഗെയിമിനെ അമൂല്യസിദ്ധികളുള്ള ഒന്നാക്കി മാറ്റുവാൻ തലതിരിഞ്ഞ ഒരാത്മീയവാദി മതിയെന്നതാണ് ഏറെ അത്ഭുതം പകരുന്ന ചരിത്രവസ്തുത.

എ ഡി 1100 ൽ ചൈനയിലാണ് സ്വയംപ്രേരിത രചന അഥവാ ഓട്ടോമാറ്റിക് റൈറ്റിംഗ് സംബന്ധിച്ച സൂചനകൾ കാണുന്നത്. 960 മുതൽ 1279 വരെയുള്ള കാലഘട്ടത്തിൽ ചൈന ഭരിച്ചിരുന്ന സോങ് ഡൈനാസ്റ്റി രേഖകളിൽ ഇതു കാണുവാനാകും. അന്ന് ഇത് ഫൂജി എന്നാണറിയപ്പെട്ടിരുന്നത്. തികച്ചും ഇതൊരു കപടമന്ത്രവാദമായിരുന്നു. കാലക്രമേണ ഇത് പുരാതന ഇന്ത്യ, ഗ്രീസ്, റോം, മദ്ധ്യയൂറോപ്പ് എന്നിവിടങ്ങളിലേക്ക് കടന്നുകയറി. ആത്മീയപ്രസ്ഥാനങ്ങൾ ശക്തിപ്പെട്ടതോടെ മരിച്ചവരോട് സംസാരിക്കുവാനുള്ള ത്വരയും വർദ്ധിച്ചു. അമേരിക്കൻ സിവിൽവാറിൽ മരണപ്പെട്ടവരോട് ജീവിച്ചിരിക്കുന്നവർക്ക് സംസാരിക്കാനാകുമെന്ന് ശക്തമായ പ്രചാരണം ഇളക്കിവിട്ടു. അങ്ങനെയാണ് 1890 ൽ ഓജോബോർഡ് ലോകത്തെ കീഴടക്കിയത്.

കുട്ടികളുടെ വെറുമൊരു കളിപ്പാട്ടം ആത്മീയവാദികൾ സമർത്ഥമായി കൈകാര്യം ചെയ്തപ്പോഴുണ്ടായ മാറ്റങ്ങളാണിത്. സംഭവത്തിന് ഗൗരവംകൂട്ടാൻ ചില നിയമാവലികളും ഇവർ തയ്യാറാക്കി. ശാന്തമായിരുന്നുവേണം ഈ ബോർഡ് പ്രവർത്തിപ്പിക്കുവാൻ. ചിലപ്പോൾ ചില ആത്മാക്കൾ നിങ്ങളെ ഭയപ്പെടുത്തിയേക്കാം. അങ്ങനെ വന്നാൽ ഉടൻ ഗുഡ്ബൈ പറയുക. തനിച്ച് ഒരിക്കലും ഇതുപയോഗിക്കരുത്. അങ്ങനെ

വന്നാൽ ദുരാത്മാക്കൾ നിങ്ങളിൽ പ്രവേശിക്കാൻ ഇടയുണ്ട്. മാനസിക പിരിമുറുക്കം ഉള്ളപ്പോഴോ അസുഖമുള്ളപ്പോഴോ മദ്യപിച്ചുകൊണ്ടോ ഒന്നും ആ ബോർഡിനെ സമീപിക്കരുത് അരുംകൊല നടന്ന ഇടങ്ങൾ ശ്മശാനങ്ങൾ അസ്വഭാവിക മരണം നടന്ന ഇടങ്ങൾ എന്നിവിടങ്ങളിൽ വച്ച് ബോർഡ് പ്രവർത്തിപ്പിക്കരുത്. ദൈവത്തെക്കുറിച്ച് ഒന്നും ചോദിക്കരുത്. നിങ്ങൾ എപ്പോൾ മരിക്കുമെന്നും ചോദിക്കരുത്. മാത്രമല്ല നിങ്ങളുടെ യഥാർത്ഥ പേര് പറയരുത്. ഒരു ബോർഡ് ഒന്നിലധികം തവണ ഉപയോഗിക്കരുത്, ഗുഡ്ബൈ പറയാതെ പ്രവർത്തനം അവസാനിപ്പിക്കരുത്. മതവിശ്വാസികൾ ഇത് ഉപയോഗിക്കരുത്. എന്നിങ്ങനെ ചില നിയന്ത്രണങ്ങൾകൂടി കൊണ്ടുവന്നു. ഇതോടുകൂടി സംഗതി ഗൗരവംപൂണ്ടു.

ഓജോബോർഡിനോടൊപ്പം മരത്തിലോ പ്ലാസ്റ്റിക്കിലോ തയ്യാറാക്കിയ ഒരു നാണയംകൂടി ഉണ്ടാകും. ബോർഡിന്റെ മദ്ധ്യഭാഗത്ത് നാണയം വച്ചശേഷം അതിൽത്തന്നെ കൈ ഉറപ്പിക്കുക. തുടർന്ന് ഗുഡ്സ്പിരിറ്റ് കം ഗുഡ്സ്പിരിറ്റ് കം എന്നുവിളിക്കുക. സ്പിരിറ്റ് അഥവാ ആത്മാവ് വരുന്ന പക്ഷം നാമറിയാതെ നമ്മുടെ കൈക്കടിയിലെ നാണയം ചലിക്കുവാൻ തുടങ്ങും. തുടർന്ന് അത് Yes എന്ന ഭാഗത്തേക്കു നീങ്ങും ആത്മാവിന്റെ സാന്നിദ്ധ്യം അറിഞ്ഞു കഴിഞ്ഞാൽപ്പിന്നെ ആരുടെ ആത്മാവാണെന്നറിയണമെന്ന് സങ്കല്പിക്കുമ്പോൾത്തന്നെ നാണയം അക്ഷരങ്ങളിലൂടെ സ്വയം സഞ്ചരിച്ച് പേരു വെളിപ്പെടുത്തും. മരിച്ച വർഷം അക്കങ്ങളിലൂടെ ബോദ്ധ്യപ്പെടുത്തും. ഇതിനിടെ ഒരിക്കലും നാണയം താഴെ വീഴരുത്. അങ്ങനെ സംഭവിച്ചാൽ ആത്മാവ് തിരിച്ചുപോകും. ഇതിനിടെ നിങ്ങൾ ചോദിക്കുന്ന ചോദ്യങ്ങൾക്കെല്ലാം നാണയം നിങ്ങളുടെ കൈകളേയും വഹിച്ച് സ്വയം സഞ്ചരിച്ച് അക്ഷരങ്ങളിലും അക്കങ്ങളിലുമെത്തി മറുപടി നൽകും! ഇതാണ് ഓജോബോർഡ് പ്രവർത്തനം.

ക്രിസ്തുമതവിശ്വാസികളിൽ കത്തോലിക്കക്കാർ ആദ്യംതന്നെ ഇതിനെ എതിർത്തു രംഗത്തുവന്നു. ഇതിലെ അശാസ്ത്രീയതയായിരുന്നില്ല അതിനുകാരണം. ഇത് ദൈവനിഷേധം ആണെന്നതിനാലാണ് അവർ എതിർത്തത്. എങ്കിലും ഈ എതിർപ്പുകളെ അതിജീവിച്ച് പലരും ഇതു പരീക്ഷിച്ചു. സാമാന്യചിന്താഗതി മാത്രമുള്ളവരിൽ അങ്കലാപ്പുളവാക്കുവാൻ പാകത്തിൽ ഇതിൽ ചില വസ്തുതകൾ കുടികൊള്ളുന്നു എന്നതാണ് ആത്മീയവാദികൾക്കനുഗ്രഹമായത്. എന്നാൽ ശാസ്ത്രബോധമുള്ളവർ ഇതിനെ കപടശാസ്ത്രമെന്ന് വിളിച്ചു. അപ്പോഴും ഇതൊരു തർക്കവിഷയമായിത്തന്നെ നിലനിന്നു. അങ്ങനെ നമ്മുടെ സർവ്വകലാശാല ക്യാമ്പസുകൾക്ക് ഇതൊരു ഹരംതന്നെയായി മാറി.

ഐഡിയോ മോട്ടോർ പ്രതിഭാസത്തിലൂടെ സംഭവിക്കുന്ന ശാരീരിക മാനസിക (Psychophysical) പ്രതിഭാസമാണിതെന്ന് അനേകം തെളിവുകൾ നിരത്തി ശാസ്ത്രജ്ഞർ രംഗത്തെത്തുന്നതുവരെ ഇത് അമാനുഷികവും പ്രകൃത്യാതീതവും ഒക്കെയായി നിലനിന്നു. 1893 ൽ ഐ എം ആർ അഥവാ ഐഡിയോ മോട്ടോർ റെസ്പോൺസ് എന്തെന്ന് വിശദമായി ബോദ്ധ്യപ്പെടുത്തി മൈക്കിൾ ഫാരഡേ ഇതിന്റെ കാരണം വെളിച്ചത്തുകൊണ്ടുവന്നു. യഥാർത്ഥത്തിൽ ഓജോബോർഡിൽ പ്രവർത്തിക്കുമ്പോൾ അവരറിയാതെ തന്നെയാണ് നാണയം ചലിക്കുന്നത്. Yes അല്ലെങ്കിൽ No എന്ന അക്ഷരത്തിലേക്ക് നാണയം നീങ്ങുന്നത് ഉപബോധ (Sub-concious) മനസ്സിന്റെ പ്രവർത്തനഫലമായിട്ടാണെന്ന് പില്ക്കാലത്ത് പഠനങ്ങൾ വെളിവാക്കി. ഓജോബോർഡ് പ്രവർത്തിക്കുമ്പോൾ അതു പ്രവർത്തിപ്പിക്കുന്നവരുടെ അഥവാ ഓപ്പറേറ്റർമാരുടെ മനസ്സിലെ ചിന്തകളാണ് യഥാർത്ഥത്തിൽ നാണയം നീങ്ങുന്നതിന് കാരണമാകുന്നത്. ഇക്കാര്യം ന്യൂറോളജി പ്രൊഫസർ കൂടിയായ ടെറൻസ് ഹൈൻസ് തന്റെ *ന്യൂറോസയൻസ് & ദി പാരാ നോർമൽ* എന്ന പുസ്തകത്തിൽ വ്യക്തമാക്കിയിട്ടുണ്ട്.

ടേബിൾടേണിംഗ് അഥവാ മേശതിരിയൽ എന്ന പരീക്ഷണത്തിലൂടെ മൈക്കിൾ ഫാരഡേ ഇത് ബോദ്ധ്യപ്പെടുത്തിയിട്ടുമുണ്ട്. അനേകം വ്യക്തികൾ ഒരുമിച്ച് കൈവച്ച മേശ ആദ്യം ഇടത്തോട്ടും പിന്നെ വലത്തേക്കും തിരിച്ച് അദ്ദേഹം ഇത് ബോദ്ധ്യപ്പെടുത്തിയിട്ടുണ്ട്. ഇടത്തേക്ക് തിരിയും എന്ന് എഴുതിവച്ച മേശയിൽ കൈവച്ചവർ അവരറിയാതെ തന്നെ മേശ ഇടത്തേക്ക് തിരിയുന്നതായി കണ്ടു. വലത്തേക്ക് തിരിയും എന്നെഴുതിവച്ചപ്പോൾ മേശ വലത്തേക്കു തിരിഞ്ഞു. ഇത് ബോധപൂർവ്വം നമ്മുടെ പേശികൾ തനിയെ ചെയ്യുന്ന പ്രവൃത്തിയാണ്. ഇത്തരത്തിൽ നിരവധി പ്രവർത്തനങ്ങൾ ശരീരത്തിൽ നടക്കുന്നു. ഇപ്രകാരംതന്നെയാണ് ഓജോബോർഡിൽ നാണയം ചലിക്കുന്നതും. ഇതു മനസ്സിലാക്കാതിരിക്കുമ്പോൾ നാണയം ചലിപ്പിച്ചത് ആത്മാവാണെന്നു ധരിക്കും. സാമാന്യജ്ഞാനത്തിൽനിന്ന് നാം വിട്ടുനിൽക്കുന്നതുകൊണ്ടാണിതു സംഭവിക്കുന്നത്. അതോടെ ഡിസോസിയേഷൻ എന്ന മാനസികാവസ്ഥയിലേക്കു നാം മാറുന്നു. അതോടെ നമ്മുടെ അറിവും അവബോധവും നഷ്ടമാകുന്നു. 1927 ൽ *വെസ്റ്റിഷ്യൻ റിമൈൻസ് ഓഫ് പ്രിമിറ്റീവ് ബിലീവ് സിസ്റ്റം* എന്ന വാർത്താപത്രികയിൽ ഓജോബോർഡ് എന്നത് വിഡ്ഢികൾക്ക് പണവും സമയവും ചെലവഴിക്കാനുള്ള ഒരുഉപകരണം മാത്രമാണ് എന്നാണ് വിശേഷിപ്പിച്ചത്. അർദ്ധസത്യങ്ങളെ അപകടകരമായ നിലയിൽ പർവ്വതീകരിക്കുന്ന പ്രവർത്തനമാണിതെന്ന് 1921 ൽ തന്നെ ദേശീയ പത്രങ്ങൾ പ്രചരിപ്പിച്ചിരുന്നു. 1970 ൽ ഓജോബോർഡ്

ഉപയോഗിക്കുന്നവരെ സൂക്ഷ്മമായി നിരീക്ഷിച്ച സാമൂഹ്യ ശാസ്ത്രജ്ഞർ ഇവരെ കൾട്ട് മെമ്പേഴ്സ് എന്നാണ് വിളിച്ചത്.

ഓജോ സങ്കല്പം മുൻനിർത്തി നിരവധി സാഹിത്യകൃതികൾ രൂപം കൊണ്ടിട്ടുണ്ട് - ഇപ്പോഴും അതെല്ലാം ആമസോണിലും മറ്റും ചൂടപ്പംപോലെ വിറ്റഴിച്ചുവരുകയും ചെയ്യുന്നു. സിനിമാരംഗത്ത് നിരവധി സിനിമകളുണ്ടായി. അമേരിക്കയിലാണ് കൂടുതൽ സിനിമകളുണ്ടായത്. മലയാളത്തിലടക്കം ഇത്തരം സിനിമകൾ ഉണ്ടായിട്ടുണ്ട്. 2014 ൽ സ്റ്റൈലസ് വൈറ്റ് സംവിധാനം ചെയ്ത ഓജോ അമേരിക്കയിൽ വലിയ ജനസമ്മതി നേടി. ഇതിന്റെ തുടർച്ചയായി പലഭാഗങ്ങളിലായി വീണ്ടും സിനിമകളെത്തി. 1989 മുതൽ നിരവധി സിനിമകൾ രംഗത്തെത്തിയിരുന്നു.

മനസ്സിലെ ഒരു ചിന്ത നാമറിയാതെ മസ്കുലർ റിയാക്ഷനായി (പേശീപ്രതികരണം) പുറത്തുവരുന്നു. ഇത്തരത്തിൽ ബോധപൂർവ്വം ഒരു തീരുമാനമെടുക്കാതെ നടക്കുന്ന പേശീപ്രതികരണമാണ് സ്വയംപ്രേരിത രചനയ്ക്കും ഡൗസിംഗിനും ഫെസിലിറ്റേറ്റഡ് കമ്യൂണിക്കേഷനുമൊക്കെ സാദ്ധ്യമാക്കുന്നത്. ഓജോബോർഡും ഇതിന്റെയൊരു ഉല്പന്നം മാത്രമാണ്. പുളി കാണുമ്പോൾ വായിൽ വെള്ളംവരുന്നത് ഐ എം ആർ പ്രകാരമാണ്. എഡ്വിൻബർഗ് യൂണിവേഴ്സിറ്റിയിലെ സർജറി ഹിപ്നോട്ടിക് വിഭാഗത്തിലെ പ്രഗത്ഭനായ സ്കോട്ടിഷ് സർജൻ ജയിംസ് ബ്രൈഡ് (1795-1860) ആണ് ന്യൂറോഹിപ്നോളജി എന്ന പദം ആദ്യമായി ഉപയോഗിച്ചത്. ജന്റിൽമാൻ സയന്റിസ്റ്റ് എന്നറിയപ്പെടുന്ന ഇദ്ദേഹം ഹിപ്നോട്ടിക് അനസ്തേഷ്യയിലും ക്ലീനിക്കൽ അനസ്തേഷ്യയിലും പ്രാവീണ്യം തെളിയിച്ച വ്യക്തികൂടിയാണ്. ബ്രൈഡും തന്റെ സുഹൃത്തായ വില്യം ബഞ്ചമിൻ കാർപെന്ററും കൂടി 1852 മാർച്ച് 12 ന് ദ മോണോ-ഐഡിയോ-ഡൈനമിക് പ്രിൻസിപ്പൽ ബോദ്ധ്യപ്പെടുത്തിയിട്ടുണ്ട്. റോയൽ ഇൻസ്റ്റിറ്റ്യൂട്ട് ഓഫ് ഗ്രേറ്റ് ബ്രിട്ടൻ ഇത് പ്രസിദ്ധീകരിക്കുകയും ചെയ്തു. അറിയപ്പെടുന്ന നാഡീപ്രവർത്തന നിയമങ്ങൾക്കുമപ്പുറം എക്സൈറ്റോ മോട്ടോർ പ്രവർത്തനംകൂടി നമ്മിലുണ്ടെന്നവർ തെളിയിച്ചു. ശ്വസനം, വിഴുങ്ങൽ എന്നിവ അപ്രകാരം സംഭവിക്കുന്നതാണ്. അന്ന് കാർപെന്റർ സൂചിപ്പിച്ച സൈക്കോഫിസിയോളജിക്കൽ റിഫ്ലക്സ് ആക്ടിവിറ്റിയാണ് ഐഡിയോ മോട്ടോർ ഇഫക്റ്റ്. അന്നുവരെ മാലോകർ വിശ്വസിച്ചിരുന്ന നാഡീപ്രവർത്തനനിയമങ്ങൾക്കപ്പുറമായിരുന്നു ഇത്. കാർപെന്ററുടെ ഈ സിദ്ധാന്തമാണ് പില്ക്കാലത്ത് ബ്രൈഡ് ഏറ്റെടുത്തത്. കാർപെന്റർ ഇഫക്റ്റ് എന്നാണിതറിയപ്പെടുന്നത്. വികാരങ്ങളിൽനിന്നും ബോധപൂർവ്വമായ ആഗ്രഹങ്ങളിൽനിന്നും വിഭിന്നമാണ് മസ്കുലർ മൂവ്മെന്റ്. ഇതാണ് കാർപെന്റർ ഇഫക്റ്റ്. സൂക്ഷ്മമായ പേശീചലനം അഥവാ സബ്ടിൽ മസിൽ മൂവ്മെന്റ് മൂലമാണ് ബോധമനസ്സറി

യാതെ ഇത് സംഭവിക്കുന്നത്. ഓട്ടോമാറ്റിക് റൈറ്റിംഗ് ബോർഡാണ് ഓജോബോർഡിന്റെ മുൻഗാമി. 'ഓട്ടോമാറ്റിക് പെന്റുലപ്രതിഭാസവും' ഐ എം ആറിന്റെ ഫലമായിസംഭവിക്കുന്ന ഒന്നാണ്. ഒരു മോതിരം ചരടിൽ കെട്ടി നിശ്ചലാവസ്ഥയിൽ തൂക്കിപ്പിടിച്ചതിനുശേഷം വലത്തോട്ട് തിരിയണമെന്ന് മനസ്സുകൊണ്ട് സങ്കല്പിച്ചാൽമതി അത് സാവകാശം വലത്തേക്ക് കറങ്ങുന്നു. നില്ക്കണമെന്നും തുടർന്ന് ഇടത്തേക്ക് കറങ്ങണമെന്നും മനസ്സിൽ ചിന്തിച്ചാൽ അപ്രകാരം സംഭവിക്കും. കൈകൾ ബോധപൂർവ്വം ചലിപ്പിക്കേണ്ടതില്ല. ഇത് നമുക്ക് സ്വയം പരിശോധിച്ചു നോക്കാവുന്ന ഒന്നാണ്. ഇതാണ് ഐ എം ആർ അഥവാ ഐഡിയോ മോട്ടോർ റെസ്പോൺസ്. ഐഡിയ എന്നാൽ മെന്റൽ റപ്രസന്റേഷൻ. മോട്ടോർ എന്നാൽ മസ്കുലർ ആക്ഷൻ. ഇംഗ്ലീഷ് ശാസ്ത്രജ്ഞനായ മൈക്കിൾ ഫാരഡേ, സ്കോട്ടിഷ് സർജൻ ജയിംസ് ബ്രൈഡ്, ഫ്രഞ്ച് കെമിസ്റ്റ് മൈക്കിൾ യൂജിൻ ചെവ്റേൽ, അമേരിക്കൻ മനശ്ശാസ്ത്രജ്ഞന്മാരായ വില്യം ജെയിംസ്, റേഹൈമൻ എന്നിവർ ശാസ്ത്രീയ പരീക്ഷണങ്ങളിലൂടെ അമാനുഷികത അവകാശപ്പെടുന്നവർക്കെതിരെ പ്രതികരിക്കുകയും ഇത് ഐഡിയോ മോട്ടോർ റെസ്പോൺസാണെന്ന് ബോദ്ധ്യപ്പെടുത്തുകയും ചെയ്തു. എന്നിട്ടും ആത്മീയവാദികൾ പരേതാത്മാക്കളുമായി സംസാരിക്കുന്നതായി ബോദ്ധ്യപ്പെടുത്തുവാൻ ശ്രമിക്കുന്നു. ഇത്തരം അന്ധവിശ്വാസങ്ങൾ അടിച്ചേല്പിക്കുമ്പോൾ ആരോഗ്യമില്ലാത്ത മനസ്സുകളിൽ ഇത് ആഴത്തിൽ പതിക്കുകയും തത്ഫലമായി പലരും മാനസികവിഭ്രാന്തിയിലാവുകയും ചെയ്യും. സമൂഹത്തിൽ ഉന്നതസ്ഥാനങ്ങൾ അലങ്കരിക്കുന്നവർ ഇതൊക്കെ ശരിയാണെന്ന് അവകാശപ്പെടുമ്പോൾ മാനസികാരോഗ്യ രംഗത്തുണ്ടാകുന്ന മൂല്യച്യുതി വളരെ വലുതാണ്. വിദ്യാഭ്യാസമുള്ളവന്റെ അന്ധവിശ്വാസം വിദ്യാഭ്യാസമില്ലാത്തവന്റെ അന്ധവിശ്വാസത്തെക്കാൾ അപകടകാരിയാണെന്ന് നമ്മുടെ മുൻ പ്രധാനമന്ത്രി ജവഹർലാൽ നെഹ്രു സൂചിപ്പിച്ചത് എത്രയോ ശരിയെന്ന് നമുക്കിന്നും ബോദ്ധ്യപ്പെടുന്നു.

മന്ത്രവാദചികിത്സ അഥവാ മാജിക്കൽ റെമഡീസ്

2019 ഏപ്രിൽ 12. ലോകത്തിനുമുന്നിൽ കേരളം തലതാഴ്ത്തി നിന്ന കരിദിനം. ഉസ്താദ് എന്ന നൗഷാദ് മന്ത്രവാദചികിത്സയിലൂടെ പ്രായപൂർത്തിയാകാത്ത ഒരു പെൺകുരുന്നിനെ ദയയില്ലാതെ കൊടിയ പീഢനത്തിലൂടെ കൊലപ്പെടുത്തിയ ദുർദ്ദിനം. ആറുമണിക്കൂർ ഇടവിട്ട് പരമാവധി മൂന്നുദിവസം നൽകുന്ന കേവലം ഒരു പാരസെറ്റമോൾ ഗുളികകൊണ്ട് തീരാവുന്ന പനിക്ക് നൽകിയ മന്ത്രവാദ ചികിത്സയാണ് ജീവിതം തുടങ്ങാനിരുന്ന ഒരു കുഞ്ഞിനെ ഇല്ലാതാക്കിയത്. ചേർപ്പ് പെരുമ്പിള്ളിശ്ശേരിയിൽ അഷ്റഫ് ഹൃദയതടസ്സമടക്കമുള്ള രോഗങ്ങൾക്ക് മന്ത്രവാദചികിത്സ വാഗ്ദാനംചെയ്ത് നിരവധി ആൾക്കാരെ കബളിപ്പിച്ച് പൊലീസിന്റെ പിടിയിലായതും സമീപകാലത്താണ്. രോഗലക്ഷണം കണ്ടാലുടൻ ബാധയേറ്റതാണെന്ന് വിലയിരുത്തി ചികിത്സിച്ചതിന്റെ ഫലമായി കേരളത്തിൽ ഏഴോളം സ്ത്രീകളെ മന്ത്രവാദചികിത്സകർ അടിച്ചുകൊന്നിട്ട് കാലമേറെയായില്ല. ഇതെല്ലാം നടന്നത് ആരോഗ്യരംഗത്തും വിദ്യാഭ്യാസരംഗത്തും കാര്യമായ പുരോഗതി കൈവരിച്ച നമ്മുടെ സ്വന്തം കേരളത്തിലാണ്. മന്ത്രവാദചികിത്സയിൽ ഇരകളാകുന്നവരിൽ ഏറെയും സ്ത്രീകളും കുട്ടികളുമാണ് എന്നത് വളരെയേറെ ഗൗരവമർഹിക്കുന്ന ഒരുകാര്യമാണ്. മന്ത്രവാദചികിത്സകർ തമ്മിലുള്ള കുടിപ്പകയിൽ ശിഷ്യന്മാരുടെ കൈകളാൽ സ്വന്തം ഗുരുവിനും കുടുംബത്തിനും ജീവൻ നഷ്ടപ്പെട്ടതും ഇടുക്കി ജില്ലയിലെ തമ്പകക്കാനത്താണ്. അങ്ങനെ തികഞ്ഞ നിഗൂഢതകളിലൂടെ ഭീകരത പടർത്തി മന്ത്രവാദ ചികിത്സ നമ്മുടെ നാട്ടിലും അരങ്ങ് തകർക്കുന്നു. ഇത്തരം അന്ധവിശ്വാസങ്ങളിൽ അഭിരമിക്കുന്ന മനസ്സുകൾ എങ്ങനെയാണ് രൂപപ്പെടുന്നത്?

അന്ധവിശ്വാസങ്ങൾ പ്രചരിക്കുന്നതിന് വിദ്യാഭ്യാസം ഒരു തടസ്സമല്ലെന്നതിനുള്ള നിരവധി ഉദാഹരണങ്ങൾ നമുക്ക് കാണാവുന്നതാണ്. വികസിതരാജ്യങ്ങളോട് കിടപിടിക്കുവാൻ പാകത്തിൽ ഉയർന്ന വിദ്യാഭ്യാസനിലവാരമുള്ള കേരളത്തിൽ അന്ധവിശ്വാസങ്ങൾക്ക് നല്ല വേരോട്ടമുള്ളത് അതുകൊണ്ടാണ്. അതിനാലാണ് തമിഴ്നാട്ടിൽ നിർമ്മിക്കുന്ന മാഗ്നറ്റിക് ബെഡിനും ജട്ടിക്കും തമിഴ്നാട്ടിലേക്കാൾ വിൽപ്പന കേരളത്തിലുണ്ടാകുന്നത്. കേരളത്തിലെ മൊത്തം ജനസംഖ്യ എന്നത് ചെന്നൈ നഗരത്തിലെ ആകെ ജനസംഖ്യയോളമേ വരുകയുള്ളൂ. ഇത്രയധികം ആൾക്കാർ അവിടുണ്ടായിരുന്നിട്ടും അവരുടെ ഇത്തരം വ്യവസായങ്ങൾ പൊടിപൊടിക്കുന്നത് കേരളീയരുടെ സാമ്പത്തിക അടിത്തറയിലാണ്.

അന്ധവിശ്വാസമെന്നത് ലോകത്താകമാനം വേരോട്ടമുള്ള ഒന്നാണ്. മാത്രമല്ല, ഇത് സംസ്കാരത്തിന്റെ ഭാഗംകൂടിയാണ്. സംസ്കാരവും മിത്തും കൂടിക്കലർന്നതാണ് അന്ധവിശ്വാസമെന്ന് സാരം. ഇത് വ്യക്തികളുടെ സ്വഭാവത്തെ സ്വാധീനിക്കുകയും തത്ഫലമായി സമൂഹത്തിൽ ഇതിന്റെ പ്രതിഫലനം ഉണ്ടാവുകയും ചെയ്യുന്നു. പ്രകൃതി സഹജമോ ശാസ്ത്രീയമോ അല്ലാത്ത ഒന്നിലുള്ള വിശ്വാസത്തെയാണ് നാം അന്ധവിശ്വാസം എന്ന് വിവക്ഷിക്കുന്നത്. അപ്രതീക്ഷിതമായി ചിലത് സംഭവിക്കുമ്പോൾ അത് ഭാഗ്യംകൊണ്ടോ നിർഭാഗ്യം കൊണ്ടോ ഉണ്ടായതാണെന്ന ചിന്ത ഉടലെടുക്കുന്നതും ഇതുകൊണ്ടാണ്. 'ഒരു കാര്യത്തിന്റെയോ സംഭവത്തിന്റെയോ കാരണം ഇതായിരിക്കുമെന്ന് യാതൊരു അടിസ്ഥാനവുമില്ലാതെ ഊഹിക്കുകയും അതുതന്നെയാണെന്ന് വിശ്വസിക്കുകയുംചെയ്യുന്ന ചിന്താരീതിയാണ് മാന്ത്രിക ചിന്തനം. ഒരു വ്യക്തിയുടെ ചിന്തകളിലൂടെയോ മന്ത്രോച്ചാരണങ്ങളിലൂടെയോ അനുഷ്ഠാനപരമായ പ്രവൃത്തികളിലൂടെയോ ബാഹ്യയാഥാർത്ഥ്യങ്ങളെ നിയന്ത്രിക്കുവാനാകുമെന്ന മനുഷ്യന്റെ മിഥ്യാധാരണകളാണ് മാന്ത്രികചിന്തയുടെ ഉറവിടം'. ഡോക്ടർ എൻ എം മുഹമ്മദാലി എന്ന പ്രശസ്ത മനശ്ശാസ്ത്രജ്ഞന്റെ ഈ നിഗമനം എത്രയോ ശരിയാണ്. ഇന്ത്യയിൽ 62 ശതമാനം ആൾക്കാരും ജർമ്മനിയിൽ 68 ശതമാനം ആൾക്കാരും അമേരിക്കയിൽ 40 ശതമാനം ആൾക്കാരും ആഫ്രിക്കയിൽ 70 ശതമാനം ആൾക്കാരും അന്ധവിശ്വാസികളാണന്ന് സമീപകാല പഠനങ്ങൾ വ്യക്തമാക്കുന്നു.

പെരുപ്പിച്ചുപറയുന്ന വിശ്വാസങ്ങളും ആദർശങ്ങളും മറ്റുള്ളവരിൽ കാര്യമായ സ്വാധീനംചെലുത്തും. ഇത് ആരോഗ്യ സ്വഭാവത്തെ (ഹെൽത്ത് ബിഹേവിയർ) സ്വാധീനിക്കും. രോഗാവസ്ഥയിൽ വിശ്വാസങ്ങൾക്ക് വലിയ പ്രാധാന്യമുണ്ട്. അതുകൊണ്ടുതന്നെ തീർച്ചയായും

അത് ശാസ്ത്രീയമാകണം. അല്ലാത്തപക്ഷം അതുവരുത്തിവയ്ക്കുന്ന ഭവിഷ്യത്തുകൾ വളരെ വലുതാണ്. 2009 ൽ നടന്ന ഒരു പഠനത്തിൽ ക്യാൻസർ എന്നൊന്നില്ലെന്ന വിശ്വാസം വച്ചുപുലർത്തുന്ന നിരവധി ആൾക്കാരുണ്ടെന്ന് കണ്ടെത്തി. അത്തരം ഒരവസ്ഥ വന്നാൽ ഭാഗ്യമുണ്ടെങ്കിൽ രക്ഷപ്പെടുമെന്നും ഭാഗ്യമില്ലാത്തപക്ഷം ചികിത്സിച്ചതുകൊണ്ടും ഫലമില്ലെന്നുമാണ് അവർ കരുതുന്നത്. 2003 ൽ നടന്ന പഠനത്തിലും ഭാഗ്യനിർഭാഗ്യങ്ങളിലെ വിശ്വാസം മാനസികാരോഗ്യത്തെ സ്വാധീനിക്കുന്നതായി കണ്ടു. 2008 ലെ ഒരു പഠനം വെളിവാക്കിയത് സ്തനാർബുദത്തിന് ചികിത്സ ആവശ്യമില്ലെന്ന വിശ്വാസം വച്ചുപുലർത്തുന്നവർ നിരവധിയുണ്ടെന്നാണ്. ഇത്തരം രോഗികളിൽ ഒട്ടുമിക്കവരും കീമോതെറാപ്പി വേണ്ടെന്നുവച്ചത് സാമ്പത്തിക കാരണങ്ങളാലല്ല, മറിച്ച് വിശ്വാസത്തിന്റെ പേരിലാണ്. ഇത്തരം വിശ്വാസങ്ങൾ സമൂഹത്തിലുയർത്തുന്ന ഭീഷണി ചെറുതല്ല. അന്ധവിശ്വാസങ്ങളും മതവിശ്വാസങ്ങളും രൂപപ്പെടുത്തുന്നതിൽ മനുഷ്യമനസ്സിന്റെ മാന്ത്രിക ചിന്താപ്രവണത വഹിക്കുന്ന സ്ഥാനം വളരെ വലുതാണ്. ഇവിടെയാണ് പുരോഗമനശക്തികളുടെ ശക്തമായ ഇടപെടൽ അനിവാര്യമായിത്തീരുന്നത്. ചികിത്സകനിലും ചികിത്സാരീതിയിലുമുള്ള വിശ്വാസം നല്ലതാണ്. എന്നാൽ ഭാഗ്യനിർഭാഗ്യങ്ങളാണ് പ്രധാനമെന്നത് ശരിയായ വഴിയല്ല. നിർഭാഗ്യവശാൽ, ശാസ്ത്രംപഠിച്ച് ശാസ്ത്രീയമായി ചികിത്സിക്കുന്നവർ പോലും, ഭാഗ്യനിർഭാഗ്യങ്ങൾക്ക് പ്രാധാന്യം നൽകുന്നു എന്നത് കടുത്ത ഒരപരാധമാണ്.

2012 ൽ നടന്ന ഒരു പഠനം വെളിവാക്കുന്നത് ശാരീരിക അവശതകളിൽ കരിങ്കണ്ണിനുള്ള സ്ഥാനം വളരെ വലുതാണെന്ന് വിശ്വസിക്കുന്ന 40 ശതമാനം ആൾക്കാർ ലോകത്താകമാനം ഉണ്ടെന്നാണ്. ടർക്കിയിൽ നിലനിൽക്കുന്ന അന്ധവിശ്വാസങ്ങളിൽ ഏറ്റവും മുന്നിൽനിൽക്കുന്നത് കരിങ്കണ്ണിലുള്ള വിശ്വാസമാണ്. 2013 ൽ ഒരു ബ്രിട്ടീഷ് ജേർണൽ നടത്തിയ പഠനത്തിൽ ഹൈപ്പർ ടെൻഷൻ രോഗികളിൽ ബഹുഭൂരിപക്ഷവും ശാസ്ത്രീയചികിത്സ തേടുന്നില്ലെന്ന് കണ്ടെത്തി. പ്രമേഹരോഗികളുടെ അവസ്ഥയും ഇതുതന്നെയാണ്. ഇവരാരുംതന്നെ മരുന്നിൽ വിശ്വാസമർപ്പിക്കുന്നില്ല. ഭാഗ്യനിർഭാഗ്യങ്ങളായി മാത്രമാണ് ഇവർ രോഗത്തെ കാണുന്നത്. അപസ്മാരരോഗികളിൽ നല്ലൊരു ശതമാനം മന്ത്രവാദചികിത്സയിൽ അഭയം തേടുന്നവരാണ്. മാനസികരോഗ ചികിത്സ മോശമാണെന്നും സമൂഹം അത് മോശമായി ചിത്രീകരിക്കുമെന്നും ഭയക്കുന്നവരാണ് അധികവും.

പ്രമുഖ ശാസ്ത്രജ്ഞൻ ജൂലിയൻ ബി റോട്ടർ അവതരിപ്പിച്ച ഐഡിയ ഓഫ് ലോക്കസ് ഓഫ് കൺട്രോൾ അഥവാ നിയന്ത്രണ ബിന്ദു ചികിത്സാരംഗത്ത് വളരെ ശ്രദ്ധയാകർഷിക്കുന്ന ഒന്നാണ്. ബാഹ്യമോ ആന്ത

രികമോ ആയ ഒരു നിയന്ത്രണബിന്ദു ഏവരിലുമുണ്ടെന്നതാണ് റോട്ടർ തിയറിയിലെ കണ്ടെത്തൽ. ആന്തരികനിയന്ത്രണമുള്ള ആളുകൾ വിശ്വസിക്കുന്നത് അവർ ശക്തിപ്പെടുന്നുണ്ടോ ഇല്ലയോ എന്ന് നിശ്ചയിക്കുന്നതിന്റെ ഉത്തരവാദിത്വം ആത്യന്തികമായി അവരുടേതാണെന്നാണ്. സ്വന്തം പരിശ്രമമാണ് വിജയവും പരാജയവും നിശ്ചയിക്കുന്നതെന്ന് ഇവർ കരുതുന്നു. ഇതൊരു ശാസ്ത്രീയരീതിയാണ്. എന്നാൽ ബാഹ്യനിയന്ത്രണബിന്ദുവിൽ വിശ്വസിക്കുന്നവർ കരുതുന്നത് വിജയപരാജയങ്ങൾ നിശ്ചയിക്കുന്നത് ഭാഗ്യമോ, അവസരമോ, മറ്റുള്ളവരോ ആണെന്നാണ്. അവരുടെ ശക്തിപ്പെടലിൽ സ്വന്തം സ്വാധീനം കുറവാണ്. എന്നാൽ ഇവരെപ്പോഴും ഇങ്ങനെതന്നെ ആയിക്കൊള്ളണമെന്നില്ല. ഇവരിൽ മരണം, രോഗം തുടങ്ങിയ പ്രതികൂല സാഹചര്യങ്ങളിൽ ഉത്കണ്ഠയും പരാജയഭീതിയും അധികമായുണ്ടാവും. സ്വന്തം പിടിപ്പുകേടിൽ സംഭവിക്കുന്ന പാകപ്പിഴകളടക്കം നടക്കേണ്ടത് നടക്കുമെന്ന വിധി വിശ്വാസത്തിൽ തളച്ചിടും. പൊതുവേ ബാഹ്യനിയന്ത്രണ ബിന്ദുവിൽ വിശ്വസിക്കുന്നവർ സ്ഥിരോത്സാഹമില്ലാത്തവരും മടിയന്മാരുമായിരിക്കും. കേവലം വിശ്വാസങ്ങളിലഭയംതേടുന്നവരായി ഇവർ മാറുന്നു. 2012 ൽ ഷാഹിദ് ബഹസ്തി മെഡിക്കൽ സർവ്വകലാശാലയിലെ ബയാത്തും ഷാസവാനിയും നടത്തിയ ഒരു പഠനത്തിൽ ആരോഗ്യ വിശ്വാസങ്ങൾ ആരോഗ്യസ്വഭാവത്തെ കാര്യമായി സ്വാധീനിക്കുമെന്ന് കണ്ടെത്തി. ഒരു സംഭവം നടക്കുന്നതിന്റെ യഥാർത്ഥ കാരണം അറിയാതിരിക്കുമ്പോൾ ഇതിനുള്ള സാദ്ധ്യതകൾ കൂടും.

പശ്ചിമ ബംഗാൾ, അസം, ബീഹാർ, ജാർഖണ്ഡ്, ഒറീസ, ഛത്തീസ്ഘട്ട് തുടങ്ങി വിവിധ സംസ്ഥാനങ്ങളിൽ ഇന്നും സജീവമായ ഒരു വിശ്വാസമാണ് പപ്പി പ്രഗ്നൻസി സിൻഡ്രോം (പി പി എസ്) എന്നത്. നായ കടിച്ചാൽ ഒരു നായക്കുട്ടിയെ ഗർഭം ധരിക്കുമെന്ന് അവർ കരുതുന്നു. ഇരകൾ നായ്ക്കളെപ്പോലെ കുരയ്ക്കുമെന്നും വെള്ളം നോക്കുമ്പോൾ അവരുടെ നായ്ക്കുട്ടികളെ കാണാനാകുമെന്നുമൊക്കെ പ്രചരിപ്പിച്ചു. പ്രശസ്ത സൈക്യാട്രിസ്റ്റ് കുമാർ കാന്തിഘോഷ് 20 വർഷത്തെ ഗവേഷണ ഫലമായി ഇതു സംബന്ധിച്ച ഒരു പഠനറിപ്പോർട്ട് തയ്യാറാക്കി. 2003 ൽ ഇത് *ലാന്റ്സെറ്റ് മെഡിക്കൽ ജേർണലിൽ* പ്രസിദ്ധീകരിച്ചു. വിദ്യാഭ്യാസമില്ലാത്ത ഒരു വലിയ സമൂഹത്തിൽ ആഴത്തിൽ വേരോടിയ ഒരു വിശ്വാസമാണിതെന്നായിരുന്നു കണ്ടെത്തൽ. ഇതൊരുതരം മാസ് ഹിസ്റ്റീരിയയോ ഗ്രൂപ്പ് ഡില്യൂഷനോ ആണെന്നും അദ്ദേഹം കണ്ടെത്തി. ആന്റി റാബീസ് ചികിത്സ നൽകേണ്ട ഗുരുതരമായ ഒരു രോഗത്തെയാണ് ഇവിടെ കൊടിയ ഒരു അന്ധവിശ്വാസത്തിൽ തളച്ചിട്ടത്. *ഇന്റർനാഷണൽ ജേർണൽ ഓഫ് സോഷ്യൽ സൈക്യാട്രിയിൽ* ഇതു

സംബന്ധിച്ച് ശ്രദ്ധേയമായ ഒരു പരമ്പര പ്രസിദ്ധീകരിച്ചിരുന്നു. പശ്ചിമബംഗാളിൽ 73 ശതമാനം ആൾക്കാരും നാക്കുട്ടി ഗർഭം യഥാർത്ഥമാണെന്ന് കരുതുന്നവരാണെന്നായിരുന്നു അത്. പുരുഷന്മാരിലും ഈ ഗർഭധാരണം നടക്കുമെന്ന് വിശ്വസിക്കുന്നു എന്നതാണ് അത്ഭുതം. ഇത്തരം വിശ്വാസികളിൽ പലരും ഒബ്സസീവ് കംപൽസീവ് ഡിസോർഡർ ഉള്ളവരാണെന്ന് പഠനങ്ങൾ തെളിയിച്ചു. പേപ്പട്ടി വിഷബാധ അകറ്റുവാൻ ഒറ്റമൂലിചികിത്സ നടത്തുന്ന നിരവധി ദിവ്യചികിത്സകർ അവർ ചികിത്സിച്ച് ഭേദമാക്കിയ ആയിരക്കണക്കിന് ആളുകളുടെ കഥകൾ പറഞ്ഞാണ് പ്രശസ്തിയിലേയ്ക്കുയർന്നത്. വെസ്റ്റ് മിഡ്നാപൂർ ജില്ലയിലെ ജില്ലാ മെഡിക്കൽ ഓഫീസറായിരുന്ന ഡോ. നിതായ് കിഷോർമാരിക് നടത്തിയ പഠനത്തിൽ രോഗശാന്തിക്കാർ മരുന്നുനൽകിയ പലരും വിഷബാധയേറ്റവരായിരുന്നില്ലെന്ന് കണ്ടെത്തിയിരുന്നു. വിഷബാധയേറ്റവർ ഭേദമാകാതെ വരുമ്പോൾ ആധുനികചികിത്സ തേടിയെത്തുമായിരുന്നു. പലപ്പോഴും കാലതാമസം മൂലം അവർ മരണപ്പെടുകയും ചെയ്യും. തന്റെ ചികിത്സയിൽ വിശ്വസിക്കാതെ പോകുന്നവർക്ക് ഇതായിരിക്കും ഫലമെന്ന് ഇവർ പ്രചരിപ്പിക്കുകയും ചെയ്യും.

മന്ത്രവാദചികിത്സയിലൂടെ നിരവധി മരണങ്ങളുണ്ടായിട്ടും ഇന്ത്യയിൽ ഇപ്പോഴും ഇത് സജീവമാണ്. താന്ത്രികന്മാരും ബാബമാരും വിചാരിച്ചാൽ രോഗം ഭേദമാക്കുവാനും ധനം സമാഹരിക്കുവാനും അധികാരം പിടിച്ചെടുക്കുവാനുമൊക്കെ കഴിയുമെന്ന് ഒരു മഹാഭൂരിപക്ഷം ഇപ്പോഴും വിശ്വസിക്കുന്നു. ഇവരുടെയിടയിൽ സമ്പന്നരും വിദ്യാഭ്യാസമുള്ളവരുമാണ് അധികവും. കാര്യസാദ്ധ്യത്തിനായി മനുഷ്യക്കുരുതിയടക്കം ഇപ്പോഴും നടന്നുവരുന്നു. ഈ അടുത്തകാലത്ത് ഹൈദരാബാദിൽ 14 മന്ത്രവാദചികിത്സകരെ പൊലീസ് പിടികൂടി. പ്രബലരായ രാഷ്ട്രീയക്കാരെയും പ്രശസ്തരായ സിനിമാ - സ്പോർട്സ് താരങ്ങളെയും വീട്ടമ്മമാരെയും അതിസമർത്ഥമായി കബളിപ്പിച്ചവരായിരുന്നു ഇവർ. മഹാരാഷ്ട്രയിൽ കുട്ടികളില്ലാത്ത ദമ്പതിമാർ കുട്ടികളുണ്ടാകുവാൻ ഒരഞ്ചുവയസ്സുകാരനെ കുരുതികഴിച്ച് അറസ്റ്റിലായിട്ട് വർഷങ്ങൾ അധികമായിട്ടില്ല. ഉണ്ടായ ഒരു കുട്ടിയെ കൊന്നിട്ടായാലും നമുക്കൊരു കുട്ടിയുണ്ടാകണമെന്ന ആ ചിന്ത എത്ര മാരകമാണ്!

വിദ്യാഭ്യാസരീതിയിൽ കാതലായ മാറ്റമുണ്ടാകാതെ ഇത്തരം പ്രശ്നങ്ങൾ അവസാനിക്കുകയില്ല. കരിക്കുലം നിശ്ചയിക്കുന്നതുമുതൽ അദ്ധ്യയനംവരെയുള്ള എല്ലാ മേഖലകളിലും സജീവമായ ചിന്തയും പ്രവർത്തനവും അനിവാര്യമാണെന്ന വസ്തുത നാം ആൾക്കാരിലെത്തിക്കേണ്ടതുണ്ട്. ഈശ്വരന്റെ പേരിൽ നിരവധി അന്ധവിശ്വാസങ്ങൾ ആഘോഷിക്കുന്ന ഒരു രാജ്യമായതിനാൽ അന്ധവിശ്വാസ നിർമ്മാ

ർജ്ജന നിയമം നിർമ്മിക്കുന്നതിന് ഒരു മഹാഭൂരിപക്ഷം എതിർ നിൽക്കുന്നു എന്നതും ഗൗരവമായി കാണേണ്ട വസ്തുതയാണ്. ജ്യോതിഷം ഒരു ശാസ്ത്രമേയല്ലെന്നും പ്രശസ്ത ഫിലോസഫർ എഡ്വേർഡ് ഡബ്ലിയു ജയിംസ് വെളിപ്പെടുത്തി. കൾസൺസ് എക്സ്പെരിമെന്റ് ഇത് ശരിയാണെന്ന് ബോദ്ധ്യപ്പെടുത്തി. മെഡിക്കൽ നാഷണൽ കൗൺസിൽ ഓഫ് ജിയോ കോസ്മിക് റിസർച്ച് നിർദ്ദേശിച്ച ജ്യോതിഷകാരന്മാർക്ക് അവരുടെ ഒരു പ്രവചനം പോലും പൂർണ്ണമായി സാദ്ധ്യമാക്കുവാൻ കഴിഞ്ഞില്ല. ഇതുസംബന്ധിച്ച റിപ്പോർട്ട് 1985 ൽ പ്രസിദ്ധപ്പെടുത്തി. എന്നിട്ടുപോലും ഇന്ത്യാ ഗവൺമെന്റ് സുപ്രീംകോടതിയിൽ സമർപ്പിച്ച സത്യവാങ്മൂലത്തിൽ 4000 വർഷം പഴക്കമുള്ള ജ്യോതിഷം ഒരന്ധവിശ്വാസമല്ലാത്തതിനാൽ 1954 ലെ ഡ്രഗ്സ് ആന്റ് മാജിക്കൽ റമഡീസ് ആക്ടിന്റെ പരിധിയിൽ ഇതുവരില്ലെന്ന് വാദിച്ചു. അതിന്റെ അടിസ്ഥാനത്തിൽ സംഭവിച്ചതോ 2004 മുതൽ യൂണിവേഴ്സിറ്റികളിൽ ജ്യോതിഷം പഠിപ്പിക്കുവാൻ ഉത്തരവിടുവാൻ സുപ്രീംകോടതി നിർബ്ബന്ധിതമായി. 15-ാം നൂറ്റാണ്ടുവരെ അസ്ട്രോണമിയും കൂടിച്ചേർന്ന ശാഖയെയാണ് അസ്ട്രോളജി എന്ന് വിളിച്ചിരുന്നത്. നവോത്ഥാന കാലഘട്ടത്തിൽ അസ്ട്രോണമി ശാസ്ത്രമായി മാറിപ്പോവുകയും അസ്ട്രോളജി വിശ്വാസമായി നിൽക്കുകയും ചെയ്തു. അസ്ട്രോണമി ശാസ്ത്രമെന്ന നിലയിൽ വലിയ മാറ്റങ്ങൾക്ക് വിധേയമായി. വിശ്വാസം മാറ്റങ്ങൾക്ക് വിധേയമല്ലാത്തതിനാൽ അസ്ട്രോളജി കേവലം ഒരു വിശ്വാസമായിത്തന്നെ നിന്നു. ഈ വിശ്വാസവും ഒരു ശാസ്ത്രമായി പഠിക്കുവാൻ വിധിക്കപ്പെട്ടവരായി നാം മാറുന്നത് ഒരിക്കലും പുരോഗമനപരമല്ലെന്ന് വ്യക്തമാണ്. തന്മൂലം ഇന്ന് നാം സ്കാർലെറ്റ് ഫിവറിന് സ്കാർലെറ്റ് കർട്ടനും മഞ്ഞപ്പിത്തത്തിന് മഞ്ഞൾപ്പൊടിയും ആസ്മയ്ക്ക് കുറുക്കന്റെ ശ്വാസകോശവും മതിയെന്ന് കരുതുന്നവരായി മാറി.

1951 സെപ്റ്റംബറിൽ ഇന്ത്യാ-പാകിസ്ഥാൻ യുദ്ധമുണ്ടാകുമെന്ന് ജ്യോതിഷികൾ പ്രവചിച്ചിരുന്നു. ഈ പ്രവചനം വന്നപ്പോൾത്തന്നെ അന്ന് നമ്മുടെ പ്രധാനമന്ത്രി ജവഹർലാൽ നെഹ്റു പറഞ്ഞത്, ജ്യോതിഷവും ഭാവി പ്രവചനവും നിരോധിക്കുന്ന നിയമം അനിവാര്യമാണെന്നാണ്. അത്തരമൊരു പ്രധാനമന്ത്രി നമ്മെ നയിക്കുവാനുണ്ടായിരുന്നിട്ടും നാമിന്നും സന്ധിവേദന ഒഴിവാക്കുവാനും ആർത്രൈറ്റിസ് വേദന ഒഴിവാക്കുവാനും പിൻവലിക്കൽ ലക്ഷണം മാറ്റുവാനുമൊക്കെ മാന്ത്രിക മരുന്നിൽ അഭയം തേടുന്നവരായി. ഇന്നിപ്പോൾ ക്യാൻസർ തടയുവാൻ യോഗയും പശുവിൻ മൂത്രവും മതിയെന്ന നിലയിലേയ്ക്ക് മാത്രമല്ല, കൊറോണയ്ക്കുവരെ മാന്ത്രിക പരിഹാരമുണ്ടെന്ന് വിശ്വസിക്കുന്നവരായി നാം മാറിക്കൊണ്ടിരിക്കുന്നു.

ക്യാമ്പയിൻ എഗൈൻസ്റ്റ് സ്യൂഡോ സയൻസ് യൂസിംഗ് ലോ ആന്റ് എത്തിക്സിന്റെ ആഭിമുഖ്യത്തിൽ നടത്തിയ പഠനത്തിൽ പ്രതിവർഷം 400 കോടിരൂപ മാന്ത്രിക രോഗശാന്തി പരസ്യങ്ങൾക്കായി ചെലവഴിക്കുന്നതായി കണ്ടെത്തി. അങ്ങനെ രജിസ്റ്റർചെയ്യാത്ത മെഡിക്കൽ പ്രാക്ടീഷണർമാർ മാന്ത്രികപരിഹാരം വാഗ്ദാനംചെയ്യുന്ന പരസ്യങ്ങൾ നമ്മുടെ സംസ്ഥാനത്തും അഭിവൃദ്ധി പ്രാപിച്ചു. പ്രതിദിനം 80 മുതൽ 90 വരെ പരസ്യങ്ങൾ കേരളത്തിൽ ഇപ്രകാരം കാണാവാനാകും. 80 ൽപ്പരം ഉത്പന്നങ്ങളാണ് ഇതിന്റെ മറവിൽ വിൽപ്പന നടത്തുന്നത്. ഇവയിൽ ഭൂരിപക്ഷവും ഭക്ഷ്യവസ്തുക്കളായി നാമകരണം ചെയ്യുവരുന്നതിനാൽ ഡ്രഗ്സ് ആന്റ് മാജിക്കൽ റെമഡീസ് (ഒബ്ജക്ഷണൽ ബിൽ അഡ്വെർട്ടൈസ്മെന്റ്) ആക്ട് 1954 ന്റെ പരിധിയിൽ ഇതു വരുന്നില്ല. രജിസ്റ്റർചെയ്ത ചികിത്സകരിൽ ഈ നിയമം ഒതുങ്ങുന്നു എന്നതാണ് വസ്തുത. 2020ൽ ഈ നിയമം ഭേദഗതി ചെയ്തിട്ടും കാര്യമായ പുരോഗതി ഈ രംഗത്തുണ്ടായില്ല. 2013 ൽ മഹാരാഷ്ട്രയിൽ അന്ധവിശ്വാസ നിർമ്മാർജ്ജന ബില്ലിന്റെ ലീഡ് ക്യാമ്പയിനറും ആർക്കിടെക്റ്റുമായ നരേന്ദ്ര ധാബോത്കർ വെടിയേറ്റുമരിച്ചു. ഒടുവിൽ ശക്തമായ സമരങ്ങൾ നടന്നതിനാൽ 2013 ഡിസംബർ 11 ന് മഹാരാഷ്ട്രയിൽ ബില്ല് പാസായി. ഇന്ത്യയിലാദ്യമായാണ് ഒരു സംസ്ഥാനത്ത് ഒരു നിയമം നിലവിൽ വന്നത്. കർണാടകയിൽ ഇത്തരമൊരു നിയമം ആവശ്യപ്പെട്ട എം കൽബുർഗിയും എതിരാളികളുടെ വെടിയുണ്ടയ്ക്കിരയായി. അങ്ങനെ മാന്ത്രികചികിത്സയെന്ന അന്ധവിശ്വാസത്തിലൂടെ രോഗികൾ മാത്രമല്ല, ഇത്തരം ചികിത്സകളെ തള്ളിപ്പറയുന്നവരും മരണപ്പെടുന്ന ഒരു ദുരന്തസാഹചര്യം തികച്ചും ഭീതി പരത്തുന്നു. വിദ്യാഭ്യാസ പരിഷ്കരണത്തിൽ കരിക്കുലം പരിഷ്കരിച്ച് ഈയൊരവസ്ഥയ്ക്ക് പരിഹാരമുണ്ടായില്ലെങ്കിൽ നാം അന്ധകാരത്തിൽ നിന്നും അന്ധകാരത്തിലേക്ക് കടക്കുന്ന ജനതയെന്ന നിലയിൽ നാമകരണം ചെയ്യപ്പെട്ടുമെന്നതിൽ സംശയമില്ല.

സ്ഥിരോത്സാഹ വിശ്വാസം
അപകടകരമായ ഒരു മഹാമാരി

ബിലീഫ് പെർസിവറൻസ് അഥവാ കോൺസെപ്ച്വൽ കൺസർവേറ്റിസം എന്നത് സജീവമായി പരിഗണിക്കേണ്ട ഒരു വസ്തുതയാണ്. അന്ധവിശ്വാസങ്ങൾ രൂപപ്പെടുത്തുന്നതിൽ കാര്യമായ സ്വാധീനംചെലുത്തുവാൻ ഇതിനാകുന്നു. സ്ഥിരോത്സാഹവിശ്വാസമെന്നോ വിശ്വാസത്തിന്റെ സ്ഥിരോത്സാഹമെന്നോ ബിലീഫ് പെർസിവറൻസിനെ നാമകരണം ചെയ്യാവുന്നതാണ്. അന്ധവിശ്വാസങ്ങൾക്ക് ആക്കം കൂട്ടുന്നതിൽ സ്ഥിരോത്സാഹവിശ്വാസം വഹിക്കുന്ന പങ്ക് ശാസ്ത്രീയമായി അപഗ്രഥിക്കേണ്ടത് അനിവാര്യമാണ്. ഒരാളുടെ വിശ്വാസത്തിന് വിരുദ്ധമായ ശാസ്ത്രീയത്തെളിവുകൾ ലഭ്യമായാലും ശാസ്ത്രത്തെ അംഗീകരിച്ചുകൊണ്ട് വിശ്വാസത്തെ നിലനിർത്തുന്ന പ്രക്രിയയാണ് സ്ഥിരോത്സാഹവിശ്വാസം. ഇതിനെ പാടെ അവഗണിക്കുവാൻ കഴിയുകയില്ല. എന്തെന്നാൽ ഇത് പ്രകൃതിയുടെ അടിസ്ഥാന നിയമങ്ങളിൽ ഒന്നാണ്. അതുകൊണ്ടുതന്നെ ഈ വിശ്വാസംപേറുന്നവരെ തിരുത്തുക അത്ര എളുപ്പമുള്ളകാര്യവുമല്ല. പുരോഗമനശക്തികളുടെ ശക്തമായ പ്രവർത്തനവും സ്വാധീനവുമുള്ള സ്ഥലങ്ങളിൽപ്പോലും അന്ധവിശ്വാസം നിർമ്മാർജ്ജനം ചെയ്യാനാകാത്തതിന്റെ കാരണവും സ്ഥിരോത്സാഹവിശ്വാസത്തിന്റെ ശക്തമായ സ്വാധീനമാണ്.

ഓരോ പ്രതിസന്ധിയും ആൾക്കാരെ ഓരോ പാഠം പഠിപ്പിക്കുന്നു. നിർഭാഗ്യവശാൽ ചിലർ ഇത്തരം സന്ദർഭങ്ങളിൽ അന്ധവിശ്വാസങ്ങൾക്ക് അടിമപ്പെടുന്നുവെന്ന് പഠനങ്ങൾ തെളിയിച്ചിട്ടുണ്ട്. വിനാശകരമായി തോന്നുന്ന അനുഭവപരമായ വെല്ലുവിളികൾ നേരിടുമ്പോൾ ഇത്തരം വിശ്വാസങ്ങൾ മനസ്സിനെ കീഴടക്കുന്നുവെന്ന് അമേരിക്കയിൽ

അമേസിലെ അയോവ സർവ്വകലാശാല മനശ്ശാസ്ത്രവിഭാഗം ഡയറക്ടർ ക്രെയ്ഗ് എ ആൻഡേർസൺ അവകാശപ്പെടുന്നു. സ്ഥിരോത്സാഹ വിശ്വാസത്തെക്കുറിച്ച് ആദ്യം പഠനം നടത്തിയത് സാമൂഹ്യ മനശ്ശാസ്ത്രജ്ഞന്മാരായ ലിയോൺ ഫെസ്റ്റിംഗർ, ഹെൻട്രി വില്യം റിക്കൻ, സ്റ്റാൻലി ഷാച്ചർ എന്നിവരാണ്. 1954 ഡിസംബർ 21 ന് ലോകം അവസാനിക്കുമെന്ന് വിശ്വസിച്ച അംഗങ്ങളോടൊപ്പം ഒരു ആരാധനാലയത്തിൽ ഇവർ കഴിഞ്ഞു. പ്രവചനം പരാജയപ്പെട്ടതിനുശേഷവും മിക്കവിശ്വാസികളും അവരുടെ വിശ്വാസത്തിൽത്തന്നെ ഉറച്ചുനിന്നു. പ്രവചനം തെറ്റിയത് ഒരു പ്രശ്നമായി അവർ കണ്ടതേയില്ല. ഇതാണ് സ്ഥിരോത്സാഹ വിശ്വാസത്തിന്റെ ശക്തി. സ്പാനിഷ് ഫ്ലൂ, സ്കാർലെറ്റ് ഫിവർ തുടങ്ങിയ മഹാമാരികൾ വലിയൊരാപത്തായി കടന്നുവന്നപ്പോൾ കൊവിഡ് 19 വന്നതുപോലെ സാമാന്യജനങ്ങൾ ലോകമെമ്പാടും പ്രശ്നത്തിലായി. അപ്പോഴൊന്നും ആരാധനാലയങ്ങൾക്ക് യാതൊന്നും ചെയ്യുവാനായില്ല. എന്നാൽ ഓരോ മഹാമാരി കഴിയുമ്പോഴും വിശ്വാസികളുടെ എണ്ണത്തിൽ യാതൊരു കുറവും വന്നിട്ടില്ല എന്നുമാത്രമല്ല കാര്യമായ വർദ്ധനയുമുണ്ടായി എന്ന് ചരിത്രം പഠിപ്പിക്കുന്നു. പരീക്ഷണ മനശ്ശാസ്ത്രമേഖലയിലെ ശാസ്ത്രീയ പഠനങ്ങൾ ഇത്തരം വിശ്വാസങ്ങളുടെ പൊള്ളത്തരം തുറന്നുകാട്ടിയെങ്കിലും അതെല്ലാം അംഗീകരിച്ചുകൊണ്ട് വിശ്വാസം കാത്തുസൂക്ഷിക്കുന്നവരായിത്തന്നെ ഇവർ നിലനിന്നു.

സ്ഥിരോത്സാഹവിശ്വാസികളെ കൂടുതലായി കാര്യങ്ങൾ ബോദ്ധ്യപ്പെടുത്തുവാൻ ശ്രമിക്കുമ്പോൾ പലപ്പോഴും ബാക്ഫയർ പ്രതിഭാസം സംഭവിക്കാറുണ്ട്. ശാസ്ത്രീയ വിശദീകരണങ്ങൾ നൽകുമ്പോൾ ശാസ്ത്രത്തെ അംഗീകരിക്കുന്നതോടൊപ്പം അവരുടെ അശാസ്ത്രീയ വിശ്വാസങ്ങളിൽ അവർ ഉറച്ചുതന്നെ നിൽക്കുന്നത് ഇതുമൂലമാണ്. അതുകൊണ്ടുതന്നെ സാധാരണ വഴികളിലൂടെ ഇവരെ തിരുത്തുക എന്നത് അസാദ്ധ്യമാണ്. നാളിതുവരെ ഇവരോട് ഏറ്റുമുട്ടിയവരെല്ലാം ഇവരുടെ വിശ്വാസത്തെ ഊട്ടിയുറപ്പിക്കുകമാത്രമാണ് ചെയ്തത്. എന്തുകൊണ്ടാണിത് സംഭവിക്കുന്നതെന്ന കാര്യത്തിൽ ഇപ്പോഴും ശാസ്ത്രീയമായ വിശദീകരണങ്ങളുണ്ടായിട്ടില്ല. തലച്ചോറിലെ ന്യൂറോ കെമിക്കൽ പ്രക്രിയകൾ റിവാർഡ് ലേണിംഗിന് കാരണമാകുന്നുവെന്ന് 2011 ൽ ചില പരീക്ഷണങ്ങൾ തെളിയിച്ചിട്ടുണ്ട്. ഏതായാലും വ്യക്തമായ ഒരുത്തരം ഇനിയും ലഭിച്ചിട്ടില്ല. എന്നാൽ ഇതു സംബന്ധിച്ചുള്ള പഠനങ്ങൾ വിവിധ രാജ്യങ്ങളിൽ ഇപ്പോൾ നടന്നുവരുന്നു. ഒരുകാര്യം വ്യക്തമാണ്, വിശ്വാസം തെറ്റാണെന്ന വാദമുഖങ്ങൾ എത്രമാത്രം നിരത്തുന്നുവോ അത്രമാത്രം വിശ്വാസങ്ങൾ അടിയുറച്ചുതന്നെ നിൽക്കും. തെളിവുകളും ശാസ്ത്രവുമെല്ലാം ഇവിടെ കേവലം നോക്കുകുത്തികളാകും. എല്ലാ വാദമുഖങ്ങളെയും അതിജീവിച്ച്

ഈ വിശ്വാസങ്ങൾ നിലനിൽക്കുമെന്നാണ് മനശ്ശാസ്ത്രപഠനങ്ങൾ സൂചിപ്പിക്കുന്നത്.

ഈയൊരു സാദ്ധ്യതയാണ് നിക്ഷിപ്ത താൽപ്പര്യക്കാർ സമർത്ഥമായി ഉപയോഗിക്കുന്നത്. ബോധപൂർവ്വം പദ്ധതി തയ്യാറാക്കി മൂലധനം ഇറക്കി വിശ്വാസങ്ങളെ ഉറപ്പിക്കുന്നതിന് കോർപ്പറേറ്റുകൾ തയ്യാറാകുന്നു. അതിനാൽ അവർ ജ്യോതിഷത്തെ പരിപോഷിപ്പിക്കുന്നതിന് തുക ചെലവാക്കും. അതോടെ കാർഷികസംസ്കൃതിയുമായി ബന്ധപ്പെട്ട അക്ഷയതൃതീയ സ്വർണാഭരണങ്ങൾ വാങ്ങുവാനായിട്ടുള്ളതാണെന്ന് നമ്മെ വിശ്വസിപ്പിക്കുന്നു. കൂടാതെ പുകയില ഉൽപ്പന്നങ്ങൾ വ്യാപകമാക്കും. ശക്തമായ പ്രചാരണം മുറുകുമ്പോൾ പുകയില ആരോഗ്യത്തിന് ഹാനികരമാണെന്ന ലേബൽ ഒട്ടിച്ച കവറുകൾക്കുള്ളിലെ പുകയില നാം സധൈര്യം വാങ്ങുകയും ഉപയോഗിക്കുകയും ചെയ്യും. പരിസ്ഥിതിക്കെതിരായ നിരവധി പ്രവർത്തനങ്ങൾക്ക് മൂലധനമിറക്കും. പ്രതിരോധ കുത്തിവെയ്പ്പിനെതിരെ പ്രതികരിക്കുന്ന സേനകളെ വരെ സൃഷ്ടിക്കുവാൻ ഇവർക്കാകും. അതോടെ ഔഷധവിപണി സജീവമാകും. എന്തുവന്നാലും അത് വിധിയുടെ ഭാഗമാണെന്ന് കരുതുകയും പ്രതിസന്ധികളെ നാം വിശ്വസിക്കുന്ന ദൈവം തരണംചെയ്തുകൊള്ളും എന്ന് കരുതുകയും ചെയ്യും. ഇതിനെതിരെ എന്തു പ്രവർത്തനം സംഘടിപ്പിച്ചാലും അത് വൃഥാവിലാവുകയേ ഉള്ളൂ. കാരണം ഇതിന്റെ പിന്നിൽ സ്ഥിരോത്സാഹ വിശ്വാസം ഒന്നുമാത്രമാണ്.

ഇത്തരം വിശ്വാസം വച്ചുപുലർത്തുമ്പോൾ അറിയാതെതന്നെ ഒരു നിഷേധാത്മകത (ഡിനൈയലിസം) ഉടലെടുക്കും. പ്രായോഗികമായി പരിശോധിക്കാവുന്ന ഒരു യാഥാർത്ഥ്യം അംഗീകരിക്കുവാൻ വിസമ്മതിക്കുക, ചരിത്രപരമായ അനുഭവത്തിന്റെയോ സംഭവത്തിന്റെയോ സാധൂകരണം തടയുന്ന, അടിസ്ഥാനപരമായ, യുക്തിരഹിത പ്രവർത്തനം അംഗീകരിക്കുക എന്നിവയാണ് പ്രധാനമായും നിഷേധാത്മകത. അടിസ്ഥാനപരമായ വസ്തുതകളെയും ആശയങ്ങളെയും നിരാകരിക്കാതെ ഒരു വിഷയത്തെക്കുറിച്ചുള്ള ശാസ്ത്രീയ സമവായത്തെ പിന്തുണച്ച് അശാസ്ത്രീയമായ വിവാദപരാമർശങ്ങളെ അവഗണിക്കുന്നതാണ് ശാസ്ത്രീയ സമീപനം. ഇത്തരത്തിൽ ഉയർന്നനിലയിൽ ചിന്തിക്കുന്നവർപോലും എപ്പോൾ വേണമെങ്കിലും ഒരു സ്ഥിരോത്സാഹവിശ്വാസിയാകുവാൻ സാദ്ധ്യതയേറെയാണ്. അങ്ങനെയായാൽ അതുകൊണ്ടുതന്നെ ബാക്ഫയർ പ്രതിഭാസം നമ്മെ അടക്കിവാഴും. അതോടെ നിഷേധാത്മകത നമ്മുടെയുള്ളിൽ രൂപപ്പെടുകയും ചെയ്യും. നിഷേധാത്മകത നിലനിർത്തുന്നതിന് നാം അറിയാതെ തന്ത്രങ്ങൾ മെനയുന്നതിൽ മസ്തിഷ്കത്തിന്റെ വിരുത് അപാരമാണ്. അതോടെ സ്വത്വത്തെ സംരക്ഷിക്കുന്നതെന്ന്

കരുതുന്ന അമിതമൂല്യങ്ങൾ സംരക്ഷിക്കുവാൻ തയ്യാറാകും. വർഗ്ഗീയമോ യുക്തിരഹിതമോ ആയ കാര്യങ്ങൾപോലും സംരക്ഷിക്കുവാൻ സദാ സന്നദ്ധമാകും. നിയമാനുസൃതമായ സംഭാഷണമൊന്നും ഇവിടെ വില പ്പോവുകയില്ല. നിഷേധാത്മകത സ്ഥാപിക്കുവാൻ വാചാടോപങ്ങൾ ഉപയോഗിക്കുകയും ചെയ്യും. വസ്തുതകളെ ഒരു കാരണവശാലും അംഗീ കരിക്കാതിരിക്കലും അർദ്ധസത്യങ്ങളെ ഉയർത്തിക്കാട്ടലും കാര്യങ്ങൾ വളച്ചൊടിക്കലും എതിരാളികളുടെ നിലപാടുകൾ തെറ്റായി ചിത്രീകരി ക്കലുമൊക്കെ ഇതിന്റെ ഭാഗമായി സംഭവിക്കും. യുക്തിയും പരിസരവുമെ ല്ലാം തങ്ങൾക്കനുകൂലമാക്കി മാറ്റിയെടുക്കലും മറ്റൊരു തന്ത്രമാണ്.

ദക്ഷിണാഫ്രിക്കയുടെ മുൻ പ്രസിഡന്റ് തബോ എംബെക്കി എയ്ഡ്സ് എന്ന രോഗത്തെ അംഗീകരിച്ചിരുന്നില്ല. എയ്ഡ്സ് ഒരു രോഗമല്ലെന്നും പ്രാഥമികമായി ദാരിദ്ര്യം മൂലമുണ്ടാകുന്ന ഒന്നാണെ ന്നുമാണ് അദ്ദേഹം വിശ്വസിച്ചത്. പ്രതിരോധശേഷി ഇല്ലാതാകുന്ന മാരകമായ ഒരു രോഗമാണിതെന്ന ശാസ്ത്രീയ നിഗമനം അംഗീകരിക്കു വാൻ അദ്ദേഹത്തിന്റെ നിഷേധാത്മകത അദ്ദേഹത്തെ അനുവദിച്ചില്ല. അദ്ദേഹം പ്രസിഡന്റായിരിക്കുമ്പോൾ മൂന്നുലക്ഷത്തി അറുപത്തയ്യാ യിരത്തോളം ആളുകൾ എയ്ഡ്സ് ബാധിച്ച് മരണപ്പെട്ടു. ശരിയായ ചികിത്സ ലഭിച്ചിരുന്നുവെങ്കിൽ മൂന്നുലക്ഷത്തി നാൽപ്പത്തിമൂവായിരം മരണങ്ങൾ തടയുവാനോ നീട്ടുവാനോ കഴിയുമായിരുന്നു. ദക്ഷിണാഫ്രി ക്കയിലെ മുൻ ജഡ്ജ് എഡ്വിൻ കാമറൂൺ 2003 ൽ നടത്തിയ പഠന ത്തിൽ എയ്ഡ്സ് പാൻഡമിക് അണുബാധ വിശ്വസിക്കാത്ത ഒരു വി ഭാഗമുണ്ടെന്ന് തെളിയിച്ചിരുന്നു. 2009 ൽ *ഗ്ലോബലൈസേഷൻ ആന്റ് ഹെൽത്ത്* ജേർണലിൽ ഇതു സംബന്ധിച്ച ഒരു പഠനം പുറത്തുവന്നു. കാലിക പ്രശ്നങ്ങളിൽനിന്നും ശ്രദ്ധ മാറ്റുന്നതിന് ഡാറ്റാ സംവാദങ്ങളി ലേക്കും കപട ശാസ്ത്രീയ തെളിവുകളിലേക്കും ശ്രദ്ധതിരിപ്പിക്കുന്ന നിഷേ ധാത്മകവാദികളെ അതിൽ പരിചയപ്പെടുത്തുന്നു. ഇവർ ഒന്നുമില്ലായ്മ യിൽപ്പോലും വാദത്തിന്റെയോ ന്യായമായ സംവാദത്തിന്റെയോ രൂപം നൽകുന്നതിന് വാചാടോപ തന്ത്രങ്ങൾ ഉപയോഗിക്കുന്നുവെന്ന് കാലി ഫോർണിയ സർവ്വകലാശാല പ്രൊഫസർ ക്രിസ് ഹ്രഫ് നാഗിൽ വിശേ ഷിപ്പിച്ചിട്ടുണ്ട്. കൊവിഡ് 19 ന്റെ കാര്യത്തിലും ഇതൊരു രോഗമല്ലെന്ന വാർത്ത പലരും പുറപ്പെടുവിക്കുന്നു. ഇക്കാര്യവും ഇത്തരുണത്തിൽ കൂട്ടി വായിക്കേണ്ടതാണ്. വർത്തമാനകാലത്തെ ടെലിവിഷൻ കാഴ്ചപ്പാടുകൾ പരിശോധിച്ചാലും ഈ നിഷേധാത്മകത കാണാം. പ്രശ്നങ്ങളിൽ നിന്നും ശ്രദ്ധതിരിപ്പിക്കലിനായി വാചാടോപങ്ങൾ സൃഷ്ടിക്കുന്നതും മറ്റും ഇതിന്റെ ഭാഗമാണ്.

2014 ൽ *ദ അറ്റ്ലാന്റിക്* എന്ന ജേർണലിന്റെ മുൻ അസിസ്റ്റന്റ്

എഡിറ്റർ കാരിറോം പ്രതിരോധ കുത്തിവയ്പ്പ് നിഷേധിച്ചതിനെപ്പറ്റി എഴുതിയിരുന്നു. പ്രതിരോധ കുത്തിവയ്പ്പായ ഇൻഫ്ലുവൻസ ഷോട്ടിനെ തിരെയുള്ള നിരവധി കുപ്രചാരണങ്ങൾ അവർ രേഖപ്പെടുത്തി. കടുത്ത പാർശ്വഫലങ്ങൾ സൃഷ്ടിക്കുന്നതാണിതെന്ന് വെറുതെ പ്രചരിപ്പിക്കുക യായിരുന്നു. അതുകൊണ്ടുതന്നെ നിരവധി ആൾക്കാർ ഈ പ്രതിരോധ മരുന്ന് സ്വീകരിച്ചിരുന്നില്ല. യഥാർത്ഥത്തിൽ പ്രചരിപ്പിച്ച തരത്തിലുള്ള ഒരു പാർശ്വഫലവും ഈ പ്രതിരോധ മരുന്നിലുണ്ടായിരുന്നില്ല. ഇത്തരം പ്രവർത്തനങ്ങൾ ഏറ്റെടുക്കുന്നതിന് സ്ഥിരോത്സാഹവിശ്വാസികൾ എളുപ്പത്തിൽ സന്നദ്ധരാകും. യഥാർത്ഥത്തിൽ ഒരു പരിമിതിയെ ബുദ്ധിപൂർവ്വം ഉപയോഗിക്കുവാനും തന്മൂലം ലാഭമുണ്ടാക്കുവാനും കോർപ്പറേറ്റുകൾക്ക് അവസരമൊരുങ്ങുന്നു എന്ന് സാരം. കോർപ്പറേറ്റുകളുടെ സജീവസാന്നിദ്ധ്യം ഒളിഞ്ഞും തെളിഞ്ഞും നമുക്കിവിടെ കാണുവാൻ സാധിക്കും.

ഇവരുടെ ബോധപൂർവ്വമുള്ള ഇടപെടലുകൾ സംഭവിച്ചപ്പോൾ ആധുനിക പ്രൊഫഷണൽ തന്ത്രങ്ങൾ ആവിഷ്കരിച്ച് മുന്നേറുവാൻ സ്ഥിരോത്സാഹവിശ്വാസികൾക്ക് അവസരം ലഭിച്ചു. മനസ്സിനെ സ്വാധീനിക്കുന്ന കാര്യമായതിനാൽ മനശ്ശാസ്ത്രപരമായ സമീപനങ്ങളും ഉപയോഗിച്ചു. പ്രധാനമായും അഞ്ചുതരം തന്ത്രങ്ങളാണ് ഇക്കാര്യത്തിലിപ്പോൾ സജീവമായി പ്രവർത്തിച്ചുകാണുന്നത്. ഒന്ന് ഗൂഢാലോചനാസിദ്ധാന്തങ്ങൾ അഥവാ കോൺസ്പിരസി തിയറി എന്നതാണ്. സത്യം അടിച്ചമർത്താനുള്ള ഗൂഢാലോചനയിൽ എതിരാളികൾ ഉൾപ്പെട്ടിട്ടുണ്ടെന്ന് പ്രചരിപ്പിച്ച് നിരീക്ഷണങ്ങളെയും വസ്തുതകളെയും നിരസിക്കുകയും ഇതിനായി ഉജ്ജ്വല വാഗ്മികളെ രംഗത്തിറക്കുകയും ചെയ്യും. ഇതോടെ യഥാർത്ഥ വസ്തുത മറയ്ക്കപ്പെടുകയോ ശ്രദ്ധയാകർഷിക്കാതിരിക്കുകയോ ചെയ്യും. രണ്ടാമതായി വൈദഗ്ധ്യകാപട്യക്കാരെ അഥവാ ഫാൾസ് എക്സ്പെർട്ട്സിനെ സൃഷ്ടിക്കുക എന്നതാണ്. കൈക്കൂലിനൽകി ഒരു വിദഗ്ധനെ വശത്താക്കി ആധികാരികമായെന്നവണ്ണം മറ്റുള്ളവരെ നേരിടുക. അതത് മേഖലകളിൽ വൈദഗ്ധ്യം നേടിയവരെ സാധാരണ നിലയിൽ നാം വിശ്വസിക്കും. പ്രസ്റ്റീജ് സജഷൻ എന്ന മനശ്ശാസ്ത്രസങ്കേതം ഇവിടെ ക്രിയാത്മകമായി പ്രവർത്തിക്കും. പ്രസ്റ്റീജിയസായുള്ള ഒരാൾ പറയുന്ന കാര്യങ്ങൾ വിശ്വസിക്കുക എന്ന മാനസികാവസ്ഥ ഏവരിലും കുടികൊള്ളുന്നു. ഈ സാദ്ധ്യതയെയാണ് സ്വാധീനംചെലുത്തി ഫലപ്രദമായി ഉപയോഗിക്കുന്നത്. മൂന്നാമതായി ചെറി പിക്കിംഗ് ആണ്. നിഷേധാത്മകരുടെ ആശയങ്ങളെ ഏറെക്കുറെ പിന്തുണയ്ക്കുന്ന എന്തെങ്കിലുമൊന്ന് കണ്ടെടുത്ത് കാലഹരണപ്പെട്ട പലവസ്തുതകളും ബോധപൂർവ്വം നിരത്തി യഥാർത്ഥ ആശയങ്ങളെ ദുർബ്ബലപ്പെടുത്തുക.

അതോടൊപ്പം ബൗദ്ധിക ധൈര്യം നടിച്ച് ഒറ്റപ്പെടലിനെ അതിജീവിക്കുക. ഇത് സ്ഥിരോത്സാഹ വിശ്വാസികളിൽ സ്വമേധയാ നടക്കുന്ന ഒരു പ്രക്രിയയാണ്. നാലാമതായി ഗോൾപോസ്റ്റുകൾ നീക്കൽ അഥവാ മൂവിങ് ദി ഗോൾ പോസ്റ്റ് എന്നതാണ്. ഹാജരാക്കിയ യഥാർത്ഥ തെളിവുകളെ അംഗീകരിക്കാതിരിക്കുകയും പൂർത്തിയാക്കാൻ കഴിയാത്ത തെളിവുകൾ ആവശ്യപ്പെടുകയും ചെയ്യുക. വിദണ്ഡവാദം ഉന്നയിച്ച് എതിരാളികളെ നേരിടുന്ന വന്യമായ രീതിയാണിത്. അഞ്ചാമതായി യുക്തിവീഴ്ച അഥവാ ലോജിക്കൽ ഫാലസീസ് സൃഷ്ടിക്കലാണ്. വൈക്കോൽ മനുഷ്യൻ, ചുവന്ന മത്തി, ഫ്ളാറ്റ് എർത്ത് തുടങ്ങി നിരവധി അന്ധവിശ്വാസങ്ങളെ ശാസ്ത്രമാക്കി പുനരവതരിപ്പിക്കും. ഇതോടെ നല്ലൊരു വിഭാഗം ആൾക്കാർ സത്യാസത്യങ്ങളെ വേർതിരിച്ചറിയുവാൻ കഴിയാത്തവരായി മാറും. സാമാന്യമനുഷ്യരുടെ ചിന്താവിഷയങ്ങളുടെ മുൻഗണനാക്രമം പോലും ഇവർ നിശ്ചയിക്കുന്നതുപോലെ നടക്കും.

മനുഷ്യസഹജമായ പരിമിതിയാണ് സ്ഥിരോത്സാഹവിശ്വാസം. ആ പരിമിതിയെ അവരറിയാതെ ആയുധമാക്കുവാൻ തത്പരകക്ഷികൾക്ക് അനായാസം കഴിയുന്നുവെന്ന ഗുരുതരമായ ഒരപകടമാണ് ഇവിടെ സംഭവിക്കുന്നത്. ഈയൊരവസ്ഥയിലേക്ക് മാറുന്ന ഒരാൾ മിത്തുകളെ കൂട്ടുപിടിച്ച് പരിചിതമാക്കി മാറ്റും. ഇതിനെ ഫെമിലിയാരിറ്റി ബാക്ഫയർ അഥവാ പരിചിത ബാക്ഫയർ എന്നുപറയും. നിരവധി വാദമുഖങ്ങൾ ഒന്നിനുപുറകെ ഒന്നായി തൊടുത്തുവിട്ട് പ്രശ്നങ്ങളെ നേരിടുന്ന മറ്റൊരു രീതിയുണ്ട്. അതാണ് ഓവർകിൽ ബാക്ഫയർ ഇഫക്ട്. ഒരാളുടെ ലോകവീക്ഷണത്തെത്തന്നെ ഭീഷണിപ്പെടുത്തുന്ന തെളിവുകൾ നൽകുന്ന വേൾഡ് വ്യൂ ബാക്ഫയർ ഇഫക്ട് വേറെയുമുണ്ട്. ഇങ്ങനെ വിവിധ കോണുകളിലൂടെ പഴുതടച്ച് ആക്രമിക്കുകയെന്ന നവീനയുദ്ധമുറകളാണ് നിഷേധാത്മകവാദികൾ പ്രയോഗിക്കുന്നത്.

സ്റ്റീഫൺ ലെവാൻഡോവ്സ്കി എന്ന ഓസ്ട്രേലിയൻ മനശ്ശാസ്ത്രജ്ഞൻ ഇപ്പോൾ യു കെയിലെ ബ്രിസ്റ്റോൾ സർവ്വകലാശാലയിൽ സ്കൂൾ ഓഫ് സൈക്കോളജിക്കൽ സയൻസിൽ കൊഗ്നിറ്റീവ് സൈക്കോളജി ചെയർമാനാണ്. തെറ്റായ വിവരങ്ങളിലുള്ള ആളുകളുടെ വിശ്വാസം സംബന്ധിച്ച നിരവധി പഠനങ്ങൾ പ്രസിദ്ധീകരിച്ച വ്യക്തിയാണദ്ദേഹം. ജോൺകുക്കിനൊപ്പം *ലെവാൻഡോവ്സ്കി ഡീ ബങ്കിങ് ഹാൻഡ്ബുക്ക്* എന്നൊരു കൃതി 2011 ൽ പുറത്തിറക്കി. ബാക്ഫയർ ഇഫക്ടിനെ നന്നായി വിശദീകരിക്കുന്ന കൃതിയാണിത്. ബാക്ഫയർ ഇഫക്ടിന് അടിമകളായവരെ നേരിടുമ്പോൾ തികഞ്ഞ ശാസ്ത്രീയ വഴിവേണം തിരഞ്ഞെടുക്കുവാനെന്ന് ഈ പുസ്തകം മുന്നറിയിപ്പ് നൽകുന്നു. അടിസ്ഥാന വസ്തുതകൾ ഊന്നിപ്പറയുകയും അതിൽത്തന്നെ ഉറച്ചുനിൽക്കുകയുമാണ്

ഒന്നാമത്തെ വഴി. പുരാണങ്ങൾ പരാമർശിക്കുന്നെങ്കിൽ അതിനുമുമ്പ് തന്നെ ഇനിപ്പറയുന്നത് തെറ്റാണെന്ന ആമുഖത്തോടെ വേണം തുടങ്ങുവാൻ. മൂന്നാമതായി തെറ്റായ വിവരങ്ങൾ ഇല്ലാതാകുന്നതിലൂടെ അവശേഷിക്കുന്ന വിടവുകൾ നികത്തുന്നതിന് ഒരു ബദൽ നിർദ്ദേശം അടിയന്തരമായി നൽകണം. ഒരു പരിധിവരെ ഇത്തരക്കാരെ നേരിടുന്നതിന് ഇതുപകരിക്കും.

ഏതൊരാളിലും സ്ഥിരോത്സാഹവിശ്വാസവും അതിലൂടെ ബാക്ഫയർ ഇഫക്ടും എപ്പോഴും സംഭവിക്കാം. അത് സംഭവിച്ചു കഴിഞ്ഞാൽ അതിൽനിന്നും രക്ഷപ്പെടുക എന്നത് അത്ര എളുപ്പമുള്ള കാര്യമല്ല. അറിയാതെതന്നെ നാം ഒരു പക്ഷപാതിയായി മാറും. അതിന് ശാസ്ത്രീയ തെളിവുകളോ വസ്തുതകളോ ആവശ്യമില്ല. ഈയൊരവസ്ഥയിൽ ഇരുട്ടിന്റെ വഴികളിലൂടെ മാത്രമേ നമുക്ക് സഞ്ചരിക്കുവാനാകൂ. ഇതിനെ ചെറുക്കണമെങ്കിൽ അസാധാരണമായ ചെറുത്തുനിൽപ്പ് അനിവാര്യമാണ്. ഈ പക്ഷപാതത്തിന്റെ നിലനിൽപ്പും അപകടവും മനസ്സിലാക്കി എതിർവിശദീകരണങ്ങളെ സൂക്ഷ്മതയോടെ പഠിച്ച് അംഗീകരിക്കുവാൻ ബോധപൂർവ്വം ശ്രമിച്ചാൽ ഒരുപരിധിവരെ ഇത് തടയാം. എതിരായി വരുന്ന വാദങ്ങളെയെല്ലാം തള്ളി പുതിയ എതിർവാദങ്ങൾ തേടി വിശ്വാസം ഉറപ്പിക്കാതിരിക്കുവാൻ ശ്രമിക്കണം. കാരണം സ്ഥിരോത്സാഹവിശ്വാസത്തിന് അന്തർവ്യക്തി വിജ്ഞാന പ്രക്രിയയും (ഇൻട്ര പേഴ്സണൽ കൊഗ്നിറ്റീവ് പ്രോസസ്) കാരണമാണെന്ന് പഠനങ്ങൾ തെളിയിക്കുന്നു. മഹാനായ ഇംഗ്ലീഷ് രസതന്ത്രജ്ഞനും പ്രകൃതിതത്വ ചിന്തകനുമായ ജോസഫ് പ്രീസ്റ്റ്ലി പോലും സ്ഥിരോത്സാഹവിശ്വാസത്തിൽ അടിപ്പെടുകയുണ്ടായി. നിർണ്ണായകവസ്തുതകൾ എന്റെ ശ്രദ്ധയിൽപ്പെട്ടപ്പോൾ, വളരെപ്പതുക്കെ, വളരെ മടിയോടെ, എന്റെ ഇന്ദ്രിയങ്ങളുടെ തെളിവുകൾക്ക് ഞാൻ വഴങ്ങിയെന്ന് അദ്ദേഹംതന്നെ രേഖപ്പെടുത്തിയിട്ടുണ്ട്. യഥാർത്ഥ ചിന്തകനുപോലും തന്റെ കണ്ടുപിടുത്തങ്ങളടക്കം ഉൾക്കൊള്ളാൻ കഴിയാത്തവിധം നമ്മുടെ വിശ്വാസങ്ങൾ നമ്മെക്കൊണ്ടെത്തിക്കുമെന്ന സിദ്ധാന്തമാണ് സ്നോ ബ്ലൈൻഡ്നെസ്സ്. ആർതർ കാസ്ലർ നിർദ്ദേശിച്ചതാണ് സ്നോ ബ്ലൈൻഡ്നെസ് എന്നത്. സ്ഥിരോത്സാഹവിശ്വാസം നമ്മെ സ്നോ ബ്ലൈൻഡ്നെസ്സിലേക്ക് കൊണ്ടെത്തിക്കുമെന്ന് പഠനങ്ങൾ തെളിയിക്കുന്നു.

ബിലീഫ് പെർസിവറൻസ് ഒരു മഹാമാരിപോലെ വിനാശകാരിയാണ്. ഈയൊരവസ്ഥയിലേക്ക് ആരെയും മാറ്റുവാൻ മസ്തിഷ്കം സദാസന്നദ്ധമാണ്. നവമാധ്യമങ്ങളുടെ മത്സരപ്രവർത്തനം യാഥാർത്ഥ്യങ്ങളെ മൂടിവയ്ക്കുകയും അപ്രധാന വിഷയങ്ങളിലേക്ക് നമ്മുടെ ശ്രദ്ധ കൊണ്ടെത്തിക്കുകയും ചെയ്യും. ഇത് അപ്രതീക്ഷിതമായി സംഭവിക്കുന്ന

ഒന്നല്ല. ബോധപൂർവ്വം ചിട്ടപ്പെടുത്തി നടപ്പിലാക്കുകയാണ്. ഇവിടെ കഥയറിയാതെ ആട്ടം കാണുന്നവരായി നാം മാറുവാൻ പാടില്ല. മസ്തിഷ്കത്തെ പണയമെടുക്കുന്ന ഗുരുതരമായ ഒരപകടം നാമറിയാതെ ഇവിടെ നടക്കുന്നു. അതോടെ നാം അന്ധവിശ്വാസികളോ പമ്പര വിഡ്ഢികളോ ആയി മാറുകയാണ്. ഇത് രണ്ടായാലും അപകടം തന്നെയാണ്. ചിന്തകളെ സ്വാധീനിക്കുന്നതിലൂടെ ഒരാളെയും അതിലൂടെ ഒരു സമൂഹത്തെയും അനായാസം കീഴ്പ്പെടുത്തുവാനാകുമെന്ന സത്യം മനസ്സിലാക്കി ബോധപൂർവ്വം പ്രവർത്തനം നടക്കുമ്പോൾ നടക്കേണ്ട തിരിച്ചടിയും അതേനിലയിൽ ശാസ്ത്രീയവും അർത്ഥവത്തുമായി മാറേണ്ടതാണ്. അല്ലാത്തപക്ഷം എതിർപക്ഷത്തെ അശാസ്ത്രീയ വിശ്വാസങ്ങൾ ഉറപ്പിച്ചെടുക്കുന്ന ഒരു മഹാദുരന്തം സമ്മാനിക്കുന്നവരായി നാം മാറും. ഒരു പ്രവൃത്തി ചെയ്യുന്നതിന് ഒരാളെ നിർബ്ബന്ധിക്കുന്നതിന് പകരം ആ പ്രവൃത്തിയെടുക്കുവാനുള്ള ഒരു സാഹചര്യം നിർമ്മിച്ച് അയാളെക്കൊണ്ടത് ചെയ്യിപ്പിക്കുവാനായാൽ അത് സ്വന്തം ഇഷ്ടപ്രകാരം താൻ ചെയ്തതാണെന്ന് അയാൾ വിശ്വസിക്കും. ആ പ്രവൃത്തിയിലെ ആത്മാർത്ഥതയും വിശ്വാസവും കൂടുകയും ചെയ്യും. മറ്റൊരാളിന്റെ സമ്മർദ്ദമുള്ളതായി ഒരിക്കലും അറിയുകയുമില്ല. അതാണ് സ്ഥിരോത്സാഹവിശ്വാസം സൃഷ്ടിക്കലിന്റെ പിന്നിലെ മനശ്ശാസ്ത്രം. അതിനാൽ അപകടകരമായ തന്ത്രങ്ങൾ തയ്യാറെടുത്തുവരുമ്പോൾ അശാസ്ത്രീയ സമീപനം ഉണ്ടായാൽ ആപത്ത് തന്നെയാകും ഫലം. ശാസ്ത്രീയ സമീപനങ്ങൾ ജാഗ്രതയോടെ സ്വീകരിക്കേണ്ട അസാധാരണ സാഹചര്യമാണിതെന്ന് മനസ്സിലാക്കി പ്രവൃത്തിക്കുക മാത്രമാണ് ഒരേയൊരു പോംവഴി.

പതിമൂന്നിൽ വെള്ളി

പ്രശസ്ത ഫോക്‌ലോർ ചരിത്രകാരൻ ഡൊണൾഡ് ഡോസ്സിയുടെ അഭിപ്രായത്തിൽ അതിപുരാതനകാലം മുതൽ നിലനിന്നുപോന്ന കടുത്ത ഒരന്ധവിശ്വാസമാണ് പതിമൂന്നാം തീയതിയിലെ വെള്ളിയാഴ്ച. *വാട്ട് പൈഥഗോറസ് റോട്ട്* അഥവാ *ന്യൂമറോളജി* എന്ന ഗ്രന്ഥത്തിന്റെ രചയിതാവും ഗണിതശാസ്ത്രജ്ഞനുമായ പ്രൊഫസർ അണ്ടർവുഡ് ഡെഡ്‌ലിയുടെ കണ്ടെത്തൽ ഇതായിരുന്നു: വർഷത്തിൽ ഒരു തവണയെങ്കിലും ഒരു പതിമൂന്നാം തീയതി വെള്ളിയാഴ്ചയുണ്ടാവും. എന്നാൽ മൂന്നിലധികം വെള്ളിയാഴ്ചകൾ ഒരിക്കലും ഉണ്ടാകാറില്ല. പതിമൂന്നാം തീയതി വെള്ളിയാഴ്ച പാശ്ചാത്യർക്ക് എന്നും ഭയാനകമായിരുന്നു. ട്രിസ്കൈഡാക്കഫോബിയ എന്നാണ് ഇതറിയപ്പെടുന്നത്. നിർഭാഗ്യകരമായ രണ്ട് സംഭവങ്ങൾ ഒന്നിക്കുന്നതാണ് ഇതെന്നാണ് പൊതുവെയുള്ള വിശ്വാസം. പ്രേതസഞ്ചാരം നടക്കുന്ന വെള്ളിയാഴ്ചയും അത്യന്തം അപകടകാരിയായ പതിമൂന്നും ഒത്തുചേരുമ്പോൾ ഗുരുതരമായ പ്രത്യാഘാതമുണ്ടാകുമെന്നാണ് പലരും വിശ്വസിച്ചത്.

ആഗോളവ്യാപകമായി ഇത്തരം ഒരു വിശ്വാസം രൂപപ്പെടുവാനുണ്ടായ കാരണമെന്താണ്? അതറിയാതെ ഇതിലെ സത്യാവസ്ഥ മനസ്സിലാക്കുവാനാകില്ല. ന്യൂമറോളജി വിശ്വാസികൾക്ക് 12 എന്നത് പരിപൂർണ്ണ നമ്പരാണ്. പരിപൂർണ്ണതയ്ക്കുശേഷം വരുന്ന നമ്പരായതിനാലാണ് 13 നിർഭാഗ്യനമ്പരായി അവർ കണക്കാക്കിയതെന്ന് ഗണിതശാസ്ത്രജ്ഞനായ ഫെർസ്ലർ അഭിപ്രായപ്പെടുന്നു. ഒരു വർഷത്തിൽ 12 മാസം. രാശിചക്രത്തിൽ 12 ചിഹ്നങ്ങൾ. ഒളിമ്പസ് ദൈവങ്ങൾ 12. ഹെർക്കുലീസിന് പന്ത്രണ്ട് ജോലിക്കാർ. ഇസ്രയേലിൽ 12 ഗോത്രങ്ങൾ. യേശുക്രിസ്തുവിന്

12 അപ്പോസ്തലന്മാർ. ഇതൊക്കെയാണ് 12 ന്റെ മാഹാത്മ്യമായി പലരും കരുതുന്നത്.

പ്രകാശത്തിന്റെ ദേവതയായ ബാർഡർ മരണപ്പെട്ടത് പതിമൂന്നാം തീയതി വെള്ളിയാഴ്ചയായിരുന്നുവെന്നാണ് നോർത്ത് ജർമ്മൻകാരുടെ നോർസ് മിത്തോളജി വിശ്വാസം. ബാർഡറിന്റെ മരണശേഷം ഭൂമിയാകെ ഇരുട്ടിലായി എന്നവർ വിശ്വസിക്കുന്നു. വളരെ പ്രബലമായ ഒരു മിഥ്യാധാരണയാണിത്. കൂടാതെ ആദം വിലക്കപ്പെട്ട കനി ഭക്ഷിച്ചതും ഒരു പതിമൂന്നാം തീയതി വെള്ളിയാഴ്ചയാണെന്ന് കാണാം. ആധുനിക കാലത്തും ഈ അന്ധവിശ്വാസം തലപൊക്കി. ചാന്ദ്രദൗത്യം അപ്പോളോ 13 പരാജയപ്പെട്ടതും 13 എന്ന നമ്പർ മൂലമാണെന്ന് വിശ്വസിക്കുന്നവരുമുണ്ട്. വിശ്വാസികളുടെ വിശ്വാസം ഉറപ്പിക്കാൻ പാകത്തിൽ അതീവ ഗുരുതരമായ മറ്റ് ചില സംഭവവികാസങ്ങളും ഉണ്ടായി. 1964 മാർച്ച് 13 ന് വെള്ളിയാഴ്ച ന്യൂയോർക്കിലെ ക്യൂ ഗാർഡൻസിൽ അതിരാവിലെ 28 കാരിയായ കിറ്റി ജനോവസ് ഒരു അക്രമിയുടെ കുത്തേറ്റ് മരിച്ചു. 38 സാക്ഷികൾ ഈയൊരു സംഭവം കാണുകയോ കേൾക്കുകയോ ചെയ്തിരുന്നുവെങ്കിലും ആരുംതന്നെ ഇവരെ സഹായിക്കുവാനെത്തിയില്ല. പിൽക്കാലത്ത് ഇത് ജനോവീസ് സിൻഡ്രോം എന്നറിയപ്പെട്ടു. ബൈസ്റ്റാന്റർ ഇഫക്ട് എന്ന പരിമിതി നാമേവരിലുമുണ്ടെന്ന കണ്ടെത്തലും ഈയൊരു സംഭവത്തിലൂടെ വെളിപ്പെട്ടു. ജനോവസിന്റെ നിലവിളികേട്ട് 38 പേർ ഉണർന്നുവെങ്കിലും ആരെങ്കിലും അവരെ രക്ഷപ്പെടുത്തുമെന്ന് ഓരോരുത്തരും കരുതി. മറ്റാരെങ്കിലും ഇത് നോക്കിക്കൊള്ളുമെന്ന് കരുതി, നാം പിന്മാറുന്ന പ്രക്രിയയാണ് ബൈസ്റ്റാന്റർ ഇഫക്ട്. 1970ൽ നവംബർ 13 ന് ബംഗ്ലാദേശിലുണ്ടായ ഒരു ചുഴലിക്കൊടുങ്കാറ്റിൽ മൂന്ന് ലക്ഷം പേർ മരണപ്പെട്ടു. 1972 ഒക്ടോബർ 13 ന് ചിലിയിൽ ഒരു ഫയർഫോഴ്സ് വിമാനം അപ്രത്യക്ഷമായി. 2012 ജനുവരി 13 ന് ഇറ്റാലിയൻ ക്രൂയിസ് ഷിപ്പ് തകർന്ന് 30 പേർ മരണപ്പെട്ടു.

ബോസ്റ്റൺ സ്റ്റോക്ക് പ്രമോട്ടർമാരിൽ ഒട്ടേറെ വിവാദങ്ങൾ സൃഷ്ടിച്ച ബിസിനസുകാരനും എഴുത്തുകാരനുമായ തോമസ് വില്യം ലോസൺ (1857-1925) 1907 ൽ എഴുതിയ വിഖ്യാത കൃതിയാണ് *ഫ്രൈഡേ ദ തേർട്ടീൻത്*. 13 വെള്ളിയാഴ്ച എന്ന അന്ധവിശ്വാസം സ്റ്റോക്ക് മാർക്കറ്റ് മേഖലയിലുണ്ടാക്കിയ പതനം രേഖപ്പെടുത്തുന്ന ഒരു ഹൊറർ നോവലാണിത്. ഈയൊരന്ധവിശ്വാസം ന്യൂയോർക്ക് സിറ്റിയിലും വാൾസ്ട്രീറ്റിലുമുണ്ടാക്കുന്ന കുഴപ്പങ്ങളും സ്റ്റോക്ക് മാർക്കറ്റിനെ കൊല്ലാക്കൊല ചെയ്യുന്നതും ഈ നോവലിൽ ചിത്രീകരിച്ചിരിക്കുന്നു. പന്ത്രണ്ടാം നൂറ്റാണ്ടിൽ പുണ്യഭൂമി നശിപ്പിക്കുന്നതിനായി രൂപീകരിച്ച നൈറ്റ് ടെംപ്ലർ എന്ന സേനയിലെ നൂറുകണക്കിന് പോരാളികളെ ഫ്രാൻസിലെ രാജാവായ

ഫിലിപ്പ് നാലാമൻ 1307 ഒക്ടോബർ 13 ന് അറസ്റ്റുചെയ്തു. ഇതിന്റെ സ്മരണയായി പതിമൂന്ന് വെള്ളിയാഴ്ച സംബന്ധിച്ച അന്ധവിശ്വാസം രൂപപ്പെട്ടുവെന്ന് വിശ്വസിക്കുന്നവരുമുണ്ട്. ട്രിസ്കൈഡേക്ക ഫോബിയയുടെ ആഴം അറിയണമെങ്കിൽ ഉയർന്ന കെട്ടിടങ്ങളിൽ നോക്കിയാൽ മതി. 80 ശതമാനത്തോളം കെട്ടിടങ്ങളിൽ പതിമൂന്നാം നില ഉണ്ടാകില്ല. വിമാനത്താവളങ്ങളിൽ പതിമൂന്നാം നമ്പർ ഗേറ്റുണ്ടാവുകയില്ല. ആശുപത്രികളിലും ഹോട്ടലുകളിലും പതിമൂന്നാം നമ്പർ മുറി പലപ്പോഴും കാണുവാനാകില്ല. ഇറ്റലിയിലെ ഫ്ളോറൻസിൽ തെരുവുകളിൽ പന്ത്രണ്ടാമത്തെ വീടു കഴിഞ്ഞാൽ പന്ത്രണ്ടരയാണ് അടുത്തത്. പിന്നെ പതിനാലും. ഫ്രാൻസിൽ 13 പേരടങ്ങുന്ന സംഘങ്ങൾ ഒത്തുചേരാറുപോലുമില്ല. അവിടെ ക്വറ്റർസിയൻസ് (Quatorziens) എന്ന സംഘടനകൾ പോലുമുണ്ട്. പതിനാല് അതിഥികളടങ്ങിയ സദ്യവട്ടങ്ങളാണ് ഇവർ ഒരുക്കുന്നത്.

ഏണിയുടെ ചുവട്ടിലൂടെ സഞ്ചരിക്കുക, യാത്രാവേളയിൽ കറുത്ത പൂച്ച കുറുകെ ചാടുക, കണ്ണാടി പൊട്ടുക എന്നിവയിലെല്ലാം അപകട സൂചന കാണുന്ന ആൾക്കാരെപ്പോലെ പതിമൂന്ന് വെള്ളിയാഴ്ച അപകട സാദ്ധ്യതയുള്ളതായി വിശ്വസിക്കുന്ന നിരവധി ആൾക്കാരുണ്ട്. നൂറ്റാണ്ടുകളായി യാതൊരു പരുക്കുംകൂടാതെ ഈ വിശ്വാസം നിലനിന്നുവരുന്നു. ക്രിസ്തുവിന് മുമ്പ് 1754 ൽ പുരാതന മെസപ്പൊട്ടോമിയായിലെ ബാബിലോണിയൻ കോഡ് ഓഫ് ലോ ആയിരുന്നു കോഡ് ഓഫ് ഹമുറാബി. ബാബിലോണിയായുടെ ആറാമത്തെ രാജാവായ ഹമുറാബിയാണ് ഈ കോഡ് രൂപപ്പെടുത്തിയത്. ഇതിൽപ്പോലും പതിമൂന്നാമത്തെ നിയമം രേഖപ്പെടുത്തിയിട്ടില്ല. ഒരുപക്ഷേ, ഇതൊരു നോട്ടപ്പിശക് മാത്രമാകാം. എന്നാൽ അന്ധവിശ്വാസികൾ ഇതൊരു മഹാതെളിവായിട്ടാണ് വിശ്വസിക്കുന്നത്.

ഇത്തരം വിശ്വാസങ്ങൾ മനസ്സിലേറ്റുന്ന പലരും പതിമൂന്നാം തീയതി വെള്ളിയാഴ്ച പ്രധാനപ്പെട്ട ഒരു കാര്യവും ചെയ്യാറില്ല. സ്ട്രെസ് മാനേജ്മെന്റ് സെന്റർ ആന്റ് ഫോബിയ ഇൻസ്റ്റിറ്റ്യൂട്ടിന്റെ സ്ഥാപകൻ കൂടിയായ ഡോസ്സി രേഖപ്പെടുത്തിയ പ്രകാരം അമേരിക്കയിൽ 800 മുതൽ 900 ഡോളർ വരെ ഈ ദിവസങ്ങളിൽ വ്യാപാര നഷ്ടമുണ്ടായതായി കാണുന്നു. അതുകൊണ്ടുതന്നെ അമേരിക്കൻ ജനതയുടെ പതിനേഴ് മുതൽ 21 വരെ മില്യൻ ആൾക്കാർ ഇത്തരം വിശ്വാസംപേറുന്നവരാണെന്ന് ഡോസ്സി കണ്ടെത്തി. നേരിയ ഉത്കണ്ഠ (Mild Anxiety) മുതൽ അതികഠിനമായ പരിഭ്രാന്തിവരെ ഈ വിശ്വാസം മൂലം സംഭവിക്കുന്നുവെന്ന് പഠനങ്ങൾ വെളിവാക്കുന്നു. തന്മൂലം നിരവധി ആൾക്കാർ ഈ ദിവസങ്ങളിൽ അവരുടെ പരിപാടികൾ മാറ്റിവയ്ക്കുകയോ ഉപേക്ഷിക്കുകയോ

ആണ് പതിവ്.

ഇത് ഭാഗ്യനിർഭാഗ്യങ്ങൾ സംബന്ധിച്ച വെറും അന്ധവിശ്വാസങ്ങൾ മാത്രമാണെന്ന് ഇംഗ്ലണ്ടിലെ പ്രശസ്ത മനശ്ശാസ്ത്രജ്ഞൻ റിച്ചാർഡ് വൈസ്മാൻ അഭിപ്രായപ്പെട്ടിട്ടുണ്ട്. ലോകത്താകമാനം വിശ്വാസങ്ങളും പെരുമാറ്റങ്ങളും സംബന്ധിച്ച ഇത്തരം പ്രശ്നങ്ങൾ ധാരാളം കാണുവാനാകും. 19-ാം നൂറ്റാണ്ടിന്റെ അവസാനം വില്യം ഫോളർ (1827-1897) ഈ അന്ധവിശ്വാസം ഇല്ലായ്മ ചെയ്യുന്നതിനായി ദ തേർട്ടീൻ ക്ലബ് എന്ന പേരിലൊരു സംഘടനയുണ്ടാക്കി. ജനുവരിമാസം പതിമൂന്നാം തീയതി വെള്ളിയാഴ്ച വൈകുന്നേരം 8.13 ന് പതിമൂന്നാം നമ്പർ മുറിയിലായിരുന്നു ഇതിന്റെ ഉദ്ഘാടനം. പതിമൂന്നുപേർ ഒന്നിച്ചിരുന്ന് ആഹാരം കഴിക്കുവാൻ പാടില്ലെന്ന വിശ്വാസം പ്രബലമായിരുന്നപ്പോഴാണ് ഫോളർ ഈ സംഘടനയ്ക്ക് രൂപംകൊടുത്തത്. ഇവർ ഓരോമാസവും എല്ലാ പതിമൂന്നാം തീയതിയിലും പതിമൂന്നാം നമ്പർ മുറിയിൽ ഒത്തുകൂടുകയും ഒരുമിച്ചിരുന്ന് ആഹാരം കഴിക്കുകയും ചെയ്തു. പതിമൂന്ന് കോഴ്സ് ഡിന്നർ കഴിക്കുന്നതിനുമുമ്പ് അവർ ഏണിയുടെ അടിയിലൂടെ സഞ്ചരിക്കുകയും ചെയ്തിരുന്നു. ബഹുമാന്യരായ ചെസ്റ്റർ, എ അർതർ, ഗ്രോവർ ക്ലേവ്ലാന്റ്, ബഞ്ചമിൻ ഹാരിസൺ, തീയോഡർ റൂസ് വെൽറ്റ് എന്നീ അമേരിക്കൻ പ്രസിഡന്റുമാർ വിവിധ കാലഘട്ടങ്ങളിൽ ഈ ക്ലബ്ബിലെ അംഗങ്ങളായിരുന്നു.

ഒരടിസ്ഥാനവുമില്ലാത്ത ഒരന്ധവിശ്വാസം ലോകജനതയെ ഒന്നായി ഭയപ്പെടുത്തി കടന്നുപോകാൻ പാകത്തിൽ പ്രചരിക്കുവാൻ സാദ്ധ്യതകളേറെയാണ്. ശാസ്ത്രീയ ചിന്താഗതികൾ രൂപപ്പെടുത്തി ക്രമപ്രകാരം തീരുമാനമെടുക്കുന്നവർ മാത്രമാണ് ഈ ചതിക്കുഴിയിൽനിന്നും രക്ഷനേടുന്നത്. സമൂഹത്തിൽ ഉന്നതരെന്ന് നാം കരുതുന്ന പലരിലും ശാസ്ത്രബോധം രൂപപ്പെടാത്തതാണ് അവരെ അന്ധവിശ്വാസങ്ങളിലേക്ക് ആനയിക്കുന്നത്. ആരോഗ്യമുള്ള ഒരു മനസ്സും ശരിയായ ശാസ്ത്രബോധവും യഥാവിധി ഒരുമിക്കുമ്പോൾ മാത്രമേ നമുക്ക് അന്ധവിശ്വാസങ്ങളിൽനിന്ന് അകന്നുനിൽക്കുവാനാകൂ.

അന്ധവിശ്വാസം ഒരു മാനസിക രോഗമോ?

എല്ലാ അന്ധവിശ്വാസങ്ങളുടെ പിന്നിലും ഭയം എന്ന യാഥാർത്ഥ്യം ഒളിഞ്ഞിരിക്കുന്നു. മാനസികസംഘർഷം ഉണ്ടാക്കുന്നതിൽ ഭയം വഹിക്കുന്ന പങ്ക് വളരെ വലുതുമാണ്. ഭയപ്പെടുന്ന സമയം തന്നെ നാമറിയാതെ ഉത്പാദിപ്പിക്കപ്പെടുന്ന സ്ട്രെസ് ഹോർമോൺസുകൾ രക്തത്തിലൂടെ അതിവേഗം പാഞ്ഞുനടക്കും. അതോടെ രക്തസമ്മർദ്ദം ഇരട്ടിക്കും. ഇത് മാനസികമായും ശാരീരികമായും നമ്മെ തളർത്തുമെന്ന് പഠനങ്ങൾ വ്യക്തമാക്കുന്നു. പ്രതിരോധശക്തിയില്ലാതാക്കുന്നതിൽ ഭയം വഹിക്കുന്ന പങ്കം വളരെ വലുതാണ്. രണ്ട് വയസ്സുമുതൽ ഏഴ് വയസ്സുവരെയുള്ള പ്രായത്തിലാണ് അത്ഭുതസിദ്ധികളിലും അസ്വാഭാവിക ശക്തികളിലുമൊക്കെയുള്ള വിശ്വാസം രൂപപ്പെടുന്നത്. പ്രായമാകുന്നതോടെ ആരോഗ്യമുള്ള മനസ്സുകൾ വളരെപ്പെട്ടെന്നുതന്നെ പ്രകൃത്യാതീതമായ ഇത്തരം വസ്തുതകളെ തള്ളിക്കളയുകയും ശാസ്ത്രീയ ചിന്താഗതി രൂപപ്പെടുത്തുകയും ചെയ്യും. വളർച്ചയുടെ ആരോഗ്യകരമായ ഈ വഴി തിരഞ്ഞെടുക്കാത്തവർ സാങ്കൽപ്പികമായ ഒരു ലോകം സൃഷ്ടിക്കുകയും ക്രമേണ ഒബ്സസീവ് കംപൾസീവ് ഡിസോർഡർ (ഒ സി ഡി) ലക്ഷണങ്ങൾ പ്രകടിപ്പിക്കുവാൻ തുടങ്ങുകയും ചെയ്യും. അതോടെ വിഷാദത്തിലേക്ക് കടക്കുന്നതിലൂടെ ദേഷ്യത്തിന് അടിമപ്പെടുന്നു.

നാം എപ്പോൾ ദേഷ്യത്തിലാകുന്നുവോ അപ്പോൾത്തന്നെ അഡ്രിനാൽ ഗ്ലാൻഡ് അടക്കമുള്ള അവയവങ്ങൾ സ്ട്രെസ് ഹോർമോൺസിനെ ഉൽപ്പാദിപ്പിക്കുവാൻ തുടങ്ങും. ഇവ രക്തത്തിൽ കലരുന്നതോടെ ഗുരുതരമായ ശാരീരിക മാനസിക പ്രശ്നങ്ങൾക്ക് തുടക്കമിടും. അമിതമായ രക്തപ്രവാഹത്തിലൂടെ നാമറിയാതെ നമ്മുടെ മുഖവും ചെവിയു

മെല്ലാം ചുവന്നുവരും. തുടർന്ന് സംസാരിക്കുമ്പോൾ അസാധാരണമായ ഒച്ചയുണ്ടാകും. ഇതോടെ വീണ്ടും രക്തസമ്മർദ്ദം ഇരട്ടിക്കും. അങ്ങനെ സ്ട്രെസ് ഹോർമോൺസുകൾ അമിതമായി ഉൽപ്പാദിപ്പിച്ചുകൊണ്ടേയിരിക്കും. ഇതൊരു ചാക്രിക പ്രകിയയായി തുടരും. ആരോഗ്യശാസ്ത്രം ഇതു സംബന്ധിച്ച് വ്യക്തമായ തെളിവുകൾ രേഖപ്പെടുത്തിയിട്ടുണ്ട്. ശരീരത്തിന്റെ ചയാപചയ (മെറ്റബോളിസം) പ്രവർത്തനം താറുമാറാകും. അതോടെ ആക്രമണസ്വഭാവം പോലും പ്രകടപ്പിക്കുവാൻ തുടങ്ങും. പറഞ്ഞതുതന്നെ വീണ്ടും പറയുക, ഒരേ ചലനങ്ങൾ നിരവധി തവണ ആവർത്തിച്ചുകൊണ്ടിരിക്കുക, സമൂഹത്തിൽ നിന്നൊഴിഞ്ഞ് ഏകാന്തത ഇഷ്ടപ്പെടുക തുടങ്ങിയ മേഖലകളിലേക്ക് നാമറിയാതെ കടക്കും. ഇത് വിഷാദത്തിന്റെ പാരമ്യതയിലേക്കുള്ള പ്രയാണമാണ്. ജീവിതത്തിന്റെ താളക്രമങ്ങൾ തെറ്റുന്നത് നാമറിയുകയുമില്ല. ക്രമേണ അകാരണഭയത്തിലേക്ക് കടക്കുന്നു. ഭക്തിയുടെ പിന്നിൽ പ്രവർത്തിക്കുന്നതും ഇതേ ഭയംതന്നെയാണ്. ഇത്തരം ഭക്തി ഭയം മാറ്റുകയല്ല, മറിച്ച് ഭയം ഇരട്ടിപ്പിക്കുകയാണ് ചെയ്യുന്നത്. മാനസിക സന്തുലിതാവസ്ഥയിലുണ്ടാകുന്ന ഈ വ്യതിയാനം അപകടകരമായ ചില ലക്ഷണങ്ങൾ പ്രകടിപ്പിച്ചുതുടങ്ങും. മറ്റുള്ളവർ സ്പർശിച്ച ഇടങ്ങളിൽ സ്പർശിക്കുവാൻ ഭയക്കുക, മറ്റുള്ളവർക്ക് കൈ കൊടുക്കുവാൻ വിസമ്മതിക്കുക, ക്രമപ്രകാരം അടുക്കിവച്ചിരുന്ന വസ്തുക്കൾക്ക് സ്ഥാനം തെറ്റിയാൽ അമിതമായ ഉത്കണ്ഠയുണ്ടാവുക തുടങ്ങി നിരവധി മാനസികപ്രശ്നങ്ങൾ സ്വയമേ സംഭവിക്കും. ചെയ്യുന്ന പ്രവൃത്തികളിൽ തെറ്റ് സംഭവിക്കുമോ എന്ന ഭയം സദാ വേട്ടയാടിക്കൊണ്ടിരിക്കും. തന്റെ വാക്കുകൾ മറ്റുള്ളവരെ മുറിപ്പെടുത്തുമോ എന്ന് സംശയിക്കും. ഇങ്ങനെ നിരവധി ഭയങ്ങൾ കൂടിവരുമ്പോൾ സ്വയം സമൂഹത്തിൽനിന്നും മാറിനിൽക്കുവാൻ തുടങ്ങും. എത്രതവണ കഴുകിയാലും കൈകൾ വൃത്തിയായില്ലെന്ന് കരുതും. അതിനാൽ കൈകഴുകൽ പ്രക്രിയ തുടർന്നുകൊണ്ടേയിരിക്കും. കൊവിഡ് 19 വ്യാപകമായ സാഹചര്യത്തിൽ ഭയം പൂണ്ട പലരും ഇത്തരത്തിൽ വിഷാദരോഗികളായതും ഓർക്കേണ്ടതുണ്ട്. അന്ധവിശ്വാസങ്ങളിൽ തന്നെ ഭയവും ഭയത്തിലൂടെ ദേഷ്യവും ഉണ്ടാകുമ്പോൾ ഒരു മാനസികരോഗാവസ്ഥയ്ക്ക് കളമൊരുക്കുക കൂടിയാണെന്ന് മനസ്സിലാക്കണം.

ഉറച്ച തീരുമാനങ്ങളെടുക്കുവാനും അത് ഭംഗിയായി നടപ്പിലാക്കുവാനും ശ്രമിക്കുക എന്നതാണ് പുരോഗമന ചിന്താഗതിയുടെ കാതൽ. എന്നാൽ വിധിയിലും ഭാഗ്യത്തിലും വിശ്വസിച്ച് വരാനുള്ളത് വരുമെന്ന അലസ ചിന്താഗതിയിൽ മടിയന്മാരായി മാറുമ്പോഴാണ് ഒരാൾ അന്ധവിശ്വാസിയായി മാറുന്നത്. വിധിയിലും ഭാഗ്യത്തിലും വിശ്വസിക്കുന്നതിലൂടെ ചൂതുകളി മനോഭാവം രൂപപ്പെടും. അതാണ് ചൂതുകളിക്കാരിൽ

ബഹുഭൂരിപക്ഷവും അന്ധവിശ്വാസികളാകുന്നത്. ഭാഗ്യനിർഭാഗ്യങ്ങളാണ് ജീവിതമെന്ന കാഴ്ചപ്പാടാണ് ഇവരിൽ അടിയുറച്ചിരിക്കുന്നത്. പ്രതീക്ഷിച്ച ഭാഗ്യം കൈവരാതിരിക്കുമ്പോൾ വിഷാദത്തിലേക്ക് കടക്കുവാനും തുടർന്ന് ജീവനപേക്ഷിക്കുവാനും വരെ ഇവർ തയ്യാറാകുമെന്ന് പഠനങ്ങൾ വെളിപ്പെടുത്തുന്നു.

ആദിമ സംസ്കാരത്തിൽ അസ്വാഭാവികതകളിലും മാന്ത്രികതയിലുമായി വ്യാപരിച്ചിരുന്ന ഒന്നാണ് അന്ധവിശ്വാസം. ആധുനിക കാലഘട്ടത്തിൽ ശാസ്ത്ര-സാങ്കേതികരംഗത്ത് വിപ്ലവകരമായ മാറ്റങ്ങളുണ്ടായിട്ടും അന്ധവിശ്വാസം ഇല്ലാതാവുകയല്ല, ഇരട്ടിക്കുകയാണുണ്ടായത്. മനശ്ശാസ്ത്രരംഗത്ത് ഗൗരവമുള്ള ഒരു ഗവേഷണ വിഷയമായിത്തന്നെ ഇതു നിലനിൽക്കുന്നു. സാമൂഹിക സാഹചര്യത്തിന്റെ തണലിലാണ് എന്നും അന്ധവിശ്വാസങ്ങൾക്ക് വേരിറക്കവും എല്ലുറപ്പും ഉണ്ടായത്. സമൂഹം അന്ധവിശ്വാസങ്ങളെ നിലനിർത്തുകയും സംരക്ഷിക്കുകയും ചെയ്യുന്നതിന്റെ കാരണങ്ങൾ പഠിച്ചുകൊണ്ടല്ലാതെ ഇതിനെതിരെ പ്രവർത്തിക്കുവാനാവുകയില്ല. ഓരോ വ്യക്തിയും അവരടങ്ങുന്ന സമൂഹത്തിൽ നിന്നാണ് കാര്യങ്ങൾ മനസ്സിലാക്കുന്നത്. സമൂഹത്തിന്റെ സമസ്ത തലങ്ങളിലും അന്ധവിശ്വാസത്തിന്റെ കണികകൾ നിരന്നിരിക്കുന്നതിനാൽ ഇത് വ്യക്തികളെ സ്വാധീനിക്കുമെന്നതിൽ തർക്കമില്ല.

സമൂഹത്തിന്റെ പ്രധാന ഘടകംതന്നെ വ്യക്തികളായതിനാൽ അവരിൽ തികച്ചും നൂതനവും പുരോഗമനാത്മകവുമായ ചിന്താഗതികളാണ് രൂപപ്പെടേണ്ടത്. അത് സംഭവിക്കാതെ വരുമ്പോഴാണ് അന്ധവിശ്വാസങ്ങൾ പിടിമുറുക്കുന്നത്. 1974 ലും 1981 ലും നടന്ന വിവിധ പഠനങ്ങൾ സൂചിപ്പിക്കുന്നത് പുരുഷന്മാരെക്കാളധികം സ്ത്രീകളിലാണ് അന്ധവിശ്വാസം ഏറെയുള്ളത് എന്നാണ്. അസ്വാഭാവിക സംഭവങ്ങളിലുള്ള വിശ്വാസം പലപ്പോഴും മതാചാരങ്ങളുമായി ബന്ധപ്പെട്ട് രൂപപ്പെടുന്നതായും പഠനങ്ങൾ വ്യക്തമാക്കുന്നു. സൂര്യഗ്രഹണ സമയത്ത് ഗർഭിണികൾ പുറത്തിറങ്ങിയാൽ പ്രസവിക്കുന്ന കുട്ടിക്ക് മുച്ചുണ്ടുണ്ടാകുമെന്ന് ലോകവ്യാപകമായി വിശ്വസിക്കുന്നു. ശാസ്ത്രീയമായ യാതൊരു തെളിവും ഇക്കാര്യത്തിൽ ഉണ്ടായിട്ടില്ലെന്നതും പ്രത്യേകം ശ്രദ്ധിക്കേണ്ടതാണ്. ആരാധനാലയങ്ങൾ ഈ സമയം അടച്ചിടുകയാണ് പതിവ്. സംഘടിതമായ ഇത്തരം പ്രവർത്തനങ്ങൾ സമൂഹത്തെ കാര്യമായി സ്വാധീനിക്കുമെന്നതിൽ അഭിപ്രായവ്യത്യാസം ഉണ്ടാവുകയില്ല. അതുകൊണ്ടാണ് ഏതൊരു വിശ്വാസത്തിലും നിഷേധംകൂടി ഉൾപ്പെടുത്തണമെന്ന് പറയുന്നത്. നിഷേധം ഉൾപ്പെടുത്താത്ത എല്ലാ വിശ്വാസങ്ങളും അന്ധവിശ്വാസങ്ങളാണ്. അത് ഗുരുതരമായ മാനസിക രോഗങ്ങളിലേയ്ക്കുള്ള വഴിതുറക്കലുംകൂടിയാണ്.

ആനിമിസം മതങ്ങളുടെ മാതാവ്

ഒരു മഹാഭൂരിപക്ഷത്തിന്റെ വിശ്വാസത്തെ അന്ധവിശ്വാസമെന്ന് പറയാമോ? പലരെയും കുഴപ്പത്തിലാക്കുന്ന ഒന്നാണിത്. ശാസ്ത്രീയാടിസ്ഥാനമില്ലാത്ത ഏതൊരു വിശ്വാസവും അതെത്രതന്നെയായാലും എത്രപേർ വിശ്വസിച്ചാലും അന്ധവിശ്വാസം തന്നെയാണ്. ലോകമെമ്പാടും മഹാഭൂരിപക്ഷം ആൾക്കാരും ഒന്നല്ലെങ്കിൽ മറ്റൊരു മതത്തിൽ വിശ്വാസമർപ്പിക്കുന്നവരാണ്. അങ്ങനെ ഒരു മഹാഭൂരിപക്ഷത്തിന്റെ പിൻബലമുണ്ടെന്നതുകൊണ്ട് അതൊരിക്കലും അന്ധവിശ്വാസം അല്ലാതാകുന്നില്ല. മതങ്ങളുടെ ഉൽപ്പത്തിതന്നെ അന്ധവിശ്വാസത്തിൽ അധിഷ്ഠിതമാണ്. മതങ്ങൾ രൂപപ്പെടുന്നതിനുമുമ്പ് അലഞ്ഞുനടന്ന് ആഹാര സമ്പാദനം നടത്തിയിരുന്ന ആദിമമനുഷ്യൻ ആനിമിസത്തിൽ വിശ്വാസമർപ്പിച്ചവരായിരുന്നു. ആനിമിസമാണ് മതങ്ങളുടെ മാതാവ്.

പ്രകൃതിയിലെ സകലമാന ചരാചരങ്ങൾക്കും സ്ഥലങ്ങൾക്കും പരസ്പരം ബന്ധപ്പെടുവാനാകുന്ന ഒരാന്തരിക ശക്തി നിലവിലുണ്ടെന്ന വിശ്വാസത്തെയാണ് ആനിമിസം എന്ന് വിളിക്കുന്നത്. തിര്യക്കുകളുടെ ഭാഷ ഉപയോഗിച്ച് മൃഗങ്ങളോടും ഉറുമ്പിനോടും പറവകളോടുമെന്നു വേണ്ട പുഴകളോടും ശിലകളോടും മണ്ണിനോടുമൊക്കെ ആശയവിനിമയം അനായാസം കഴിയുമെന്ന ഉറച്ച വിശ്വാസമാണിത്. രോഗം, മഴ തുടങ്ങിയ പ്രകൃതിസഹജമായ പ്രതിഭാസങ്ങൾക്ക് പിന്നിൽ ഒരദൃശ്യ ശക്തിയുണ്ടെന്ന അബദ്ധവിശ്വാസവും ഇതോടൊപ്പമുണ്ടായി. അതത് ദേശങ്ങളിലെ ചെറിയ സമൂഹങ്ങളിൽ ഈ വിശ്വാസം ആഴത്തിൽ വേരോടിയിരുന്നു. ഏഷ്യയിലും ആഫ്രിക്കയിലും പസഫിക് ദ്വീപ സമൂഹങ്ങളിലും ചൈന, തിബറ്റ്, ജപ്പാൻ, സൗത്ത് അമേരിക്ക, മിഡിൽ

ഈസ്റ്റ്, നോർത്ത് അമേരിക്ക എന്നിവിടങ്ങളിലും ഒരു സജീവ വിശ്വാസമായി ആനിമിസം വളർന്നു. സംഘടിത മതങ്ങൾ രൂപപ്പെടുന്നതിന്റെ പ്രാഗ്‌രൂപമായി ആനിമിസത്തെ നരവംശ ശാസ്ത്രജ്ഞർ രേഖപ്പെടുത്തിയിരിക്കുന്നു.

എല്ലാ സംസ്കാരങ്ങൾക്കും അതിന്റേതായ ഒരു പുരാണവും ആചാരവും ഉള്ളതുപോലെ ആനിമിസത്തിനും തനതായ ആചാരങ്ങളും പുരാണ സങ്കൽപ്പങ്ങളുമുണ്ട്. അതിലേറെയും ആത്മീയവും അതും കടന്ന് അമാനുഷികതകളുമൊക്കെയാണ്. അതിപ്രാചീന ചരിത്രമുള്ള ആനിമിസം സംബന്ധിച്ച പഠനങ്ങൾ നടന്നത് 19-ാം നൂറ്റാണ്ടിന്റെ അവസാനത്തോടെയാണ്. പ്രശസ്ത ഇംഗ്ലീഷ് നരവംശ ശാസ്ത്രജ്ഞനായ സർ എഡ്വേർഡ് ബാർനെറ്റ് ടെയ്‌ലറാണ് ഇതിന് മുൻകൈയെടുത്തത്. എല്ലാ വസ്തുക്കളും തമ്മിൽ ഒരാത്മബന്ധം നിലനിൽക്കുന്നുവെന്നതാണ് ഈ വിശ്വാസത്തിന്റെ കാതൽ. 1871 ൽ ടെയ്‌ലർ രചിച്ച *പ്രിമിറ്റീവ് കൾച്ചർ* എന്ന കൃതിയാണ് ആനിമിസം സംബന്ധിച്ച ആദ്യത്തെ ആധികാരിക രേഖ. പ്രകൃതിയിലെ എല്ലാവസ്തുക്കളുടെയും ജീവിതവും ഇച്ഛാശക്തിയും പരസ്പര വ്യാപനത്തിന് വിധേയമായി പ്രവർത്തിക്കുന്നുവെന്ന് ഈ കൃതിയിൽ സമർത്ഥിക്കുന്നു.

അചേതന വസ്തുക്കളിൽ ലൈംഗിക താത്പര്യം കണ്ടെത്തുന്ന ഫെറ്റിഷിസവുമായി അൽപ്പം ചില വ്യത്യാസങ്ങൾ മാത്രമാണ് ആനിമിസത്തിനുള്ളത്. ഫെറ്റിഷിസം ഒരു മാനസിക രോഗമാണ്. അമാനുഷിക സിദ്ധികളിൽ വിശ്വസിക്കുന്ന ആനിമിസവും ഒരു മനോരോഗം തന്നെ. ആനിമിസം എന്നത് സംഘടിത മതങ്ങളുടെ പ്രാഗ്‌രൂപമാണെന്ന് ടെയ്‌ലറും വ്യക്തമാക്കുന്നു. സസ്യങ്ങൾക്കും മൃഗങ്ങൾക്കും സംസാരിക്കുവാനുള്ള തങ്ങളുടെ ശക്തി നഷ്ടപ്പെട്ടുകഴിഞ്ഞപ്പോൾ ഉർവ്വരതയുടെ ദേവതയും ആകാശദേവനും വൈദ്യത്തിന്റെ ദേവനും പോലെയുള്ള ദൈവങ്ങൾ അരങ്ങിന്റെ മദ്ധ്യത്തിലേക്ക് കടന്നുവന്നുവെന്നും മനുഷ്യർക്കും ഊമകളായ സസ്യങ്ങൾക്കും മൃഗങ്ങൾക്കുമിടയിൽ ദൈവങ്ങൾ മദ്ധ്യസ്ഥത വഹിച്ചുവെന്നും യുവാൽ നോവാ ഹരാരി *സാപ്പിയൻസ്* എന്ന കൃതിയിൽ രേഖപ്പെടുത്തിയിരിക്കുന്നു. ശാസ്ത്രീയ യുക്തിബോധം തീരെയില്ലാത്ത ആനിമിസത്തിൽനിന്നും രൂപപ്പെട്ടതാണ് മതമെന്നതിനാൽ മതങ്ങളിലും ശാസ്ത്രീയ യുക്തിബോധം കാണുവാനാവുകയില്ല. അടിസ്ഥാനപരമായ ഒരു തെറ്റാണ് ആനിമിസം. തന്മൂലം അതിൽ നിന്നും ഉത്ഭവിച്ച മതങ്ങളും അപ്രകാരമായി. എന്നാൽ ആനിമിസം യുക്തിരഹിതമാണെന്ന സത്യം ടെയ്‌ലറിന് അംഗീകരിക്കുവാനായില്ല. പ്രാചീന മനുഷ്യരോട് സ്നേഹവും സഹതാപവുമുണ്ടായിരുന്ന ടെയ്‌ലർ അടിസ്ഥാനപരമായി യുക്തിസഹമല്ലാത്ത അവരുടെ കാഴ്ചപ്പാടുകളും സ്വപ്നങ്ങ

ളും അശാസ്ത്രീയമാണെന്ന് തുറന്നുപറയുവാനും തയ്യാറായില്ല.

ആദിമസമൂഹത്തിന്റെ വക്താക്കളും ദൈവശാസ്ത്രജ്ഞരും ഭാഷാശാസ്ത്രജ്ഞരും പ്രകൃതിയെ സംബന്ധിച്ച് നടത്തിയ ചർച്ചയിൽ ഉരുത്തിരിഞ്ഞുവന്ന ഒന്നാണ് ആനിമിസമെന്നാണ് വിശ്വാസികളുടെ പക്ഷം. ആനിമിസം അശാസ്ത്രീയമാണെങ്കിലും ഇതിനെ സംബന്ധിച്ച പഠനങ്ങളാണ് നരവംശശാസ്ത്രമെന്ന നവീനമായ ഒരു ശാസ്ത്രശാഖയ്ക്ക് തുടക്കം കുറിച്ചത്. പ്രാചീന സമൂഹം ആനിമിസത്തിൽനിന്നും ഫെറ്റിഷിസത്തിലേക്കും തുടർന്ന് ടോട്ടമിസത്തിലേക്കും കടന്നുവെന്നാണ് പ്രമുഖ സ്കോട്ടിഷ് നരവംശശാസ്ത്രജ്ഞനായ ജോൺ ഫെർഗ്യൂസൻ മാക് ലെനൻ രേഖപ്പെടുത്തിയിട്ടുള്ളത്. ഇതോടെ സിഗ്മൺ ഫ്രോയിഡ് അടക്കമുള്ളവർ ആനിമിസത്തിനേക്കാൾ പ്രാധാന്യത്തോടെ ടോട്ടമിസത്തിൽ ചർച്ച നടത്തുകയും പുതിയ വംശീയ ശാസ്ത്രത്തിന് തുടക്കമിടുകയും ചെയ്തു. ഫ്രോയ്ഡിന്റെ *ടോട്ടം ആന്റ് ടാബു* എന്ന കൃതിയിൽ ആനിമിസം എന്നത് ഒരു വൈകാരിക പ്രചോദനം മാത്രമാണെന്നാണ് രേഖപ്പെടുത്തിയിരിക്കുന്നത്.

പ്രമുഖ സ്വിസ് മന:ശാസ്ത്രജ്ഞനായ ഴാങ് പിയാഷെ (Joan Piaget) കുട്ടികളിൽ ജന്മസിദ്ധമായിത്തന്നെ ഒരാനിമിസ്റ്റിക് കാഴ്ചപ്പാടുണ്ടാകുമെന്നാണ് കണ്ടെത്തിയിട്ടുള്ളത്. വളർന്നുവരുന്നതോടെ ഈ വിശ്വാസം ഇല്ലാതാവുകയും ചെയ്യും. എന്നാൽ ഈ വിശ്വാസം ജന്മസിദ്ധമായ ഒന്നല്ലെന്നും സമൂഹത്തിൽനിന്നും സ്വാംശീകരിക്കുന്ന ഒന്നാണെന്നും വിശ്വസിക്കുന്ന ചിന്തകരും ഏറെയുണ്ട്. ആധുനികാനന്തര നരവംശശാസ്ത്രജ്ഞന്മാരിൽ നിരവധിപേർ ആനിമിസത്തിൽ താത്പര്യം കാണിച്ചവരാണ്. ആനിമിസം എന്നത് ശാസ്ത്രത്തിന് നിരക്കാത്ത ഒരു വിശ്വാസമാണെന്ന് ഇവർ കണ്ടെത്തുകയും ചെയ്തു. എന്നിട്ടും സമൂഹം ആനിമിസത്തിന് ജീവൻ നൽകുവാനും ലോകത്തെ അതിനുചുറ്റും നിർത്തുവാനും ശ്രമിക്കുന്നു. പരിസ്ഥിതിയുമായി ഇണങ്ങി ജീവിക്കുന്നവർ എന്ന വാദവുമായി ആധുനികകാലത്തും ഈ വിശ്വാസം തലയുയർത്തി നിൽക്കുന്നു.

ആനിമിസം എന്ന അന്ധവിശ്വാസത്തെ ആധുനിക ജീവിതവുമായി ബന്ധപ്പെടുത്തി ശാസ്ത്രീയ വീക്ഷണങ്ങളിലൂടെ നവീകരിക്കുവാനും ഇപ്പോൾ ശ്രമങ്ങൾ നടന്നുവരുന്നു. അമേരിക്കൻ സാംസ്കാരിക പരിസ്ഥിതിവാദിയും തത്ത്വചിന്തകനുമായ ഡേവിഡ് എബ്രഹാമിന്റെ ദ *സ്പെൽ ഓഫ് ദ സെൻസസ്* (The Spell of the Sensuous) എന്ന 1997ലെ കൃതിയും *ബിക്കമിംഗ് ആനിമൽ* എന്ന 2010 ലെ കൃതിയും പ്രകൃതിയിലെ ചരാചരങ്ങൾ നമ്മുടെ ശ്രദ്ധയെ ക്ഷണിക്കുന്നുവെന്ന് സമർത്ഥിക്കുന്നു. ഇവ പരസ്പരം എല്ലാറ്റിനോടും സദാ സംവദിക്കുന്നതായും പ്രത്യേക ശ്രദ്ധയിലൂടെ നമുക്കിത് മനസ്സിലാക്കുവാനാകുമെന്നും ഉറപ്പിച്ച

പറയുന്നു. ഭൂമിയിലെ സകല ചരാചരങ്ങളുമായും ഇണങ്ങിപ്പോകുവാൻ കഴിയുന്ന സമത്വ സുന്ദരമായ ഒരു സങ്കൽപ്പമാണ് ആനിമിസമെന്ന് ഇംഗ്ലണ്ടിലെ പ്രൊഫസറും പ്രശസ്ത പണ്ഡിതനുമായ ഗ്രഹാം ഹാർവെ തന്റെ *ആനിമിസം* (Respecting the Living World) എന്ന ഗ്രന്ഥത്തിൽ രേഖപ്പെടുത്തിയിരിക്കുന്നു. പഴയ മതാശയത്തെ പാരിസ്ഥിതിക സങ്കൽപ്പങ്ങൾക്കും മനോഭാവങ്ങൾക്കും അനുഗുണമാക്കി പുതുരൂപത്തിൽ അവതരിപ്പിക്കുകയാണിവിടെ. അങ്ങനെ ആനിമിസം എന്നത് ജീവനുള്ള ലോകം എന്ന നിലയിലേക്ക് വളരുന്നു. ശാസ്ത്രബോധമുള്ളവരിൽ പോലും ഒരാനിമിസ്റ്റിക്കൽ ചിന്താഗതിയുണ്ടാകുമെന്ന് സ്കോട്ടിഷ് തത്വചിന്തകനായ ഡേവിഡ് ഹ്യൂം രേഖപ്പെടുത്തിയിട്ടുണ്ട്.

ആനിമിസം എന്നത് ഒരു പ്രാകൃത അന്ധവിശ്വാസം മാത്രമാണ്. പ്രാകൃത മനസ്സിൽനിന്നും മനുഷ്യബുദ്ധിജീവിയിലേയ്ക്കുള്ള മാതൃകാ മാറ്റത്തിലൂടെയാണ് പുരോഗതിയുടെ പാതയിലേക്ക് കടക്കുവാനാകുന്നത്. ചാൾസ് ഡാർവിന്റെ പരിണാമസിദ്ധാന്തമെന്ന ചിന്താഗതിക്ക് ആക്കം കൂട്ടുന്നതിന് ഒരു സാംസ്കാരിക പരിണാമം ആവശ്യമായിരുന്നു. അങ്ങനെയാണ് അനുഭവങ്ങളുടെ അടിസ്ഥാനത്തിലുള്ള വ്യതിയാനങ്ങളിൽ നിന്നും ബുദ്ധിയുടെ വെളിച്ചത്തിലുള്ള വ്യതിയാനങ്ങളിലേക്ക് മനുഷ്യന് കടന്നുവരുവാനായത്. അത്തരത്തിലാണ് പുരോഗമനാശയങ്ങൾ രൂപം കൊള്ളുന്നത്.

പ്രാചീന സമൂഹത്തിൽ ബുദ്ധിയുടെ പിൻബലത്തിൽ പ്രവർത്തിക്കുന്ന ഉപദേശ സ്ഥാപനങ്ങൾ ഇല്ലാതിരുന്നതിനാൽ ഇടുങ്ങിയ ചിന്താഗതികൾക്കാണ് പ്രചാരമുണ്ടായത്. വിശാല ചിന്താഗതികൾ രൂപപ്പെടുത്തുവാൻ ബൗദ്ധിക ഇടപെടലുകൾ അനിവാര്യമാണ്. ഇടുങ്ങിയ ചിന്താഗതിയുടെ സന്തതിയാണ് ബഹുദൈവ വിശ്വാസവും ഏകദൈവ വിശ്വാസവുമെല്ലാം. ഈ ചിന്താഗതികളാണ് ചെറിയ സമൂഹങ്ങളെ ആനിമിസത്തിലേക്ക് ആകർഷിച്ചത്. അതാണ് മതസങ്കൽപ്പങ്ങൾക്ക് കാരണമായത്. അപ്പോഴും സാംസ്കാരികമായി പിന്നാക്കംനിന്ന പ്രാചീന സമൂഹങ്ങളിൽ മതവിശ്വാസം പ്രബലമായിരുന്നില്ലെന്ന് പഠനങ്ങൾ വ്യക്തമാക്കുന്നു. എന്നാൽ ആധുനികോത്തരന്മാരായ വർത്തമാനകാല സമൂഹത്തിന്റെ സമസ്തമേഖലകളിലും മതം പിടിമുറുക്കിയിരിക്കുന്നു. എല്ലാ സംസ്കാരങ്ങളും മതത്തിന്റെ സംഭാവനയാണെന്ന അസത്യപ്രചാരണം സാർവ്വത്രികമാകുന്നു. ആനിമിസം എന്ന അന്ധവിശ്വാസത്തിലൂടെ ജന്മംകൊണ്ട മതമെന്ന കടുത്ത അന്ധവിശ്വാസം ഇന്ന് ശാസ്ത്രത്തിന്റെ പേരുപറഞ്ഞ് അതിന്റെ അശാസ്ത്രീയതയ്ക്ക് ശക്തി പകരുന്ന പ്രവർത്തനങ്ങൾ ആഘോഷപൂർവ്വം കൊണ്ടാടുന്നു. അങ്ങനെ ശാസ്ത്രത്തെ മുൻനിർത്തി അശാസ്ത്രീയമായ അന്ധവിശ്വാസങ്ങൾ സമൂ

ഹത്തിൽ സ്വാധീനം ചെലുത്തുന്നു. മാനവചരിത്രത്തോളം പഴക്കമുള്ള ആചാരങ്ങളും അനുഷ്ഠാനങ്ങളുമാണ് എതിർചേരിയിൽ അണിനിരക്കുന്നതെന്ന വസ്തുത കാണാതെ ഇതിനെതിരെ പടപൊരുതുവാൻ ഇറങ്ങിപ്പുറപ്പെട്ടാൽ ഗുണത്തേക്കാളേറെ ദോഷമാണുണ്ടാവുക. കാലോചിതമായ മാറ്റങ്ങളുൾക്കൊണ്ടുകൊണ്ട് നവീകരണത്തിന് വിധേയമായി അന്ധവിശ്വാസങ്ങൾ പുതിയ മുഖാവരണങ്ങളുമായി കടന്നുവരുമ്പോൾ അതേ നാണയത്തിൽ തിരിച്ചടിക്കുവാൻ ഗൗരവപൂർവ്വം ഒരു ഗൃഹപാഠം അനിവാര്യമാണ്.

നരബലി

മകനെ കൊന്ന് നെയ്യും മസാലയും ചേർത്ത് വറുത്തു. അമ്മയും മകനും അറസ്റ്റിൽ. 2020 ഡിസംബർ 14 ന് പത്രത്തിൽ വന്ന ഒരു വാർത്തയുടെ തലക്കെട്ടാണ്. കൊൽക്കത്തയിൽ ദുർമന്ത്രവാദത്തിന്റെ ഭാഗമായി യുവാവിനെ അമ്മിക്കല്ലുകൊണ്ട് തലയ്ക്കടിച്ചുകൊന്ന് നെയ്യും മസാലക്കൂട്ടും കർപ്പൂരവും ചേർത്ത് വലിയ ചീനച്ചട്ടിയിൽ വറുത്തെടുത്ത കേസിൽ കൊൽക്കത്ത സാൾട്ട് ലേക്കിൽ ഗീതാ മഹെൻസാരിയ, മകൻ 22 വയസ്സുള്ള വിധുർ എന്നിവർ അറസ്റ്റിലായി. മൂത്തമകൻ 25 വയസ്സുള്ള അർജ്ജുനെ കൊലപ്പെടുത്തിയ ശേഷം മൃതദേഹം കത്തിക്കുകയായിരുന്നു. അച്ഛൻ അനിൽ മഹെൻസാരിയ നൽകിയ പരാതിയിലാണ് പൊലീസ് ഈ കേസ് അന്വേഷിച്ചത്. ഗീതയുടെ ദുർമന്ത്രവാദവും അന്ധവിശ്വാസവുമാണ് ഈ കൊടുംക്രൂരതയ്ക്ക് കാരണമായത്. സാമ്പത്തികമായി ഉയർന്ന നിലയിലുള്ള കുടുംബമായിരുന്നു ഇത്. ഗീതയുടെ അന്ധവിശ്വാസങ്ങളും ദുർമന്ത്രവാദ താൽപ്പര്യവുംമൂലം ഭർത്താവ് അനിൽ പിണങ്ങി മറ്റൊരു വീട്ടിലായിരുന്നു. ബിസിനസിന്റെ വളർച്ചയ്ക്ക് അർജ്ജുൻ നരബലിക്കിരയാവുകയായിരുന്നു. ഒരു പരിഷ്കൃത സമൂഹത്തിൽ ഇത്തരം ക്രൂരമായ പ്രവർത്തനങ്ങൾ സംഭവിക്കുവാൻ ഇടയായതിന്റെ കാരണമെന്താണ്? നരബലിയുടെ കാര്യവും കാരണവും ആഴത്തിലന്വേഷിക്കുമ്പോൾ മാത്രമേ നമുക്കിതിന്റെ ഉത്തരം ലഭ്യമാവുകയുള്ളൂ.

ആചാരങ്ങളുടെ ഭാഗമായി ഒന്നോ അതിലധികമോ ആൾക്കാരെ ബലി നൽകുന്നതിനെയാണ് നരബലി എന്നുപറയുന്നത്. ദൈവങ്ങളെ പ്രീതിപ്പെടുത്തുന്നതിനും അതിലൂടെ ഇഷ്ടകാര്യങ്ങൾ നടപ്പിലാക്കുന്നതിനുമാണിത് ചെയ്യുന്നത്. ദ്രാവിഡ സംസ്കാരത്തിൽ നരബലി വലിയ

പ്രാധാന്യമുള്ള ഒന്നായിരുന്നു. ദുർമന്ത്രവാദികളെ ഭയന്ന് ജീവിച്ചിരുന്നവരാണ് പുരാതന ദ്രാവിഡ വിഭാഗക്കാർ. പ്രാചീനകാലം മുതൽ മനുഷ്യസമൂഹത്തിൽ എല്ലാ രാജ്യങ്ങളിലും നരബലി നടന്നുവന്നിരുന്നു. ഇരുമ്പുയുഗത്തിൽ ഈ ദുരാചാരം നിലനിന്നിരുന്നുവെങ്കിലും വ്യാപകമായിരുന്നില്ല. എന്നാലും ചരിത്രാതീതകാലം മുതൽ സമൂഹത്തിൽ ആഴത്തിൽ വേരോടിയിരുന്ന ഒന്നാണ് നരബലി. നവീന ശിലായുഗത്തിലെ നാടോടി സംസ്കാരവുമായി ഇത് ബന്ധപ്പെട്ടുകിടക്കുന്നു. വിവിധ കാര്യങ്ങൾക്കായി നരബലി നടന്നുവന്നു. മഴ പെയ്യിക്കുവാനും പേമാരി ഒഴിവാക്കുവാനും വിളവ് ലഭിക്കുന്നതിനും യുദ്ധം ജയിക്കുന്നതിനും യുദ്ധം ഒഴിവാക്കുന്നതിനും എന്നുവേണ്ട ഒരു കെട്ടിടമോ പാലമോ ഉറപ്പുള്ളതാകാനുംവരെ നരബലി നടന്നുവന്നിരുന്നു. മന്ത്രവാദ വേട്ട (witch hunts) യുടെ ഭാഗമായും ഫ്രഞ്ച് വിപ്ലവകാലത്തും സമൂഹം നരബലി അനുവദിച്ചിരുന്നതായും ചരിത്രം രേഖപ്പെടുത്തുന്നു. 97 ബി സിയിൽ പുരാതന റോമിൽ ഒരു സെനറ്റോറിയിൽ ഉത്തരവിലൂടെ നരബലി നിരോധിച്ചിരുന്നതായി പ്ലീനി ദി എൽഡർ അഭിപ്രായപ്പെട്ടിട്ടുണ്ട്. എന്നാൽ ഓരോ നിരോധനവും വിശ്വാസികൾ തന്ത്രപൂർവ്വം മറികടക്കുന്നു. പരിശോധന കർശനമാകുമ്പോൾ മനുഷ്യന് പകരം മൃഗങ്ങളെയോ പക്ഷികളെയോ ഭക്ഷ്യഉത്പന്നങ്ങളെയോ ബലി നൽകി ആചാരങ്ങൾ നിറവേറ്റുവാൻ വിശ്വാസികൾ ശ്രദ്ധിച്ചിരുന്നു.

നവീന ശിലായുഗത്തിൽ യൂറോപ്പിൽ നരബലി നടന്നിരുന്നു. ഗ്രീക്ക് ദേവതയായ ഡയോനീഷ്യസിനെ പ്രീതിപ്പെടുത്തുന്നതിന് നരബലി നടന്നിരുന്നതായി പുരാവസ്തു ഗവേഷകർ കണ്ടെത്തി. ആർഗെ എന്നൊരാചാരം പോലും ഇക്കാലത്തുണ്ടായിരുന്നു. ഒടുവിലൊടുവിൽ മനുഷ്യന് പകരം വയ്ക്കോൽ രൂപങ്ങളുണ്ടാക്കി ടൈബർ നദിയിലൊഴുക്കി ആചാരം നിലനിർത്തിപ്പോന്നു. അന്ധവിശ്വാസങ്ങൾ ഓരോ മതത്തിലും ഓരോ രീതിയിലായിരുന്നുവെങ്കിലും നരബലിയുടെ കാര്യത്തിൽ ഒട്ടുമിക്ക മതങ്ങളും യോജിപ്പിലാണ്. അബ്രഹാമിക് മതം, യഹൂദമതം, ക്രിസ്തുമതം, ഇസ്ലാം മതം, ഹിന്ദുമതം എന്നിവ നരബലി അംഗീകരിച്ചിരുന്നു.

ചൈനയിൽ 2300 ബി സി മുതൽ നരബലി നടന്നിരുന്നു. നിരവധി ബാലികമാർ ഈ ആചാരത്തിന്റെ ഭാഗമായി മരണപ്പെടുകയും ചെയ്തിരുന്നു. നോർത്ത് വെസ്റ്റേൺ ചൈനയിലെ ഒരു വില്ലേജിൽ 4000 വർഷം പഴക്കമുള്ള നൂറുകണക്കിന് ശവകുടീരങ്ങൾ കണ്ടെടുത്തു. പുരാവസ്തു ഗവേഷകരുടെ രേഖപ്പെടുത്തൽ പ്രകാരം ഇത് നരബലിയുടെ ഭാഗമായി സംഭവിച്ചതാണെന്ന് കാണുന്നു. 1600-1040 ബി സിയിൽ ചൈന ഭരിച്ചിരുന്ന ഷാങ് രാജവംശ കാലഘട്ടത്തിൽ ആയിരക്കണ

ക്കിന് നരബലി നടന്നിരുന്നതായും പുരാവസ്തു ഗവേഷകർ കണ്ടെത്തി. പുരാതന മെസൊപ്പൊട്ടോമിയായിലെ പ്രധാനപ്പെട്ട സുമേറിയൻ നഗരമായ അർ ഇൽ 68 സ്ത്രീകളും ആറ് പുരുഷന്മാരും നരബലിക്ക് വിധേയരായതായി 1920 ൽ ലിയോനാർഡ് പൂളിയുടെ നേതൃത്വത്തിൽ നടന്ന പഠനങ്ങൾ വെളിപ്പെടുത്തുന്നു. ഈ ശവകുടീരങ്ങൾ 4600 വർഷങ്ങൾ പഴക്കമുള്ളതായിരുന്നു. കലയിലും സാഹിത്യത്തിലും ഗണിതശാസ്ത്രത്തിലുമെല്ലാം മുൻനിന്ന മെസോ അമേരിക്കൻ സംസ്കാര കാലഘട്ടത്തിലും നരബലി നടന്നിരുന്നതായി രേഖകൾ സൂചിപ്പിക്കുന്നു.

ഹീബ്രു ബൈബിൾ രേഖപ്പെടുത്തലുകൾ പ്രകാരം പുരാതന ഇസ്രയേലിലും നരബലി നടന്നിരുന്നതായി കാണാം. എബ്രഹാമിന്റെ പുത്രൻ ഐസക്കിനെ നരബലി ചെയ്യുവാൻ ദൈവം ആവശ്യപ്പെടുന്നതായി ഉൽപ്പത്തി പുസ്തകത്തിൽ സൂചിപ്പിക്കുന്നു. എബ്രഹാം സധൈര്യം അതിന് മുതിരുമ്പോൾ സംപ്രീതനായ ദൈവം നരബലി തടസ്സപ്പെടുത്തുകയും പകരം ഒരു മുട്ടനാടിനെ ബലി നൽകിയാൽ മതിയെന്ന് സമ്മതിക്കുകയും ചെയ്യുന്നു. *ഖുറാനി*ലും *ബൈബിളി*ലുമെല്ലാം നരബലി സംബന്ധിച്ച രേഖപ്പെടുത്തലുകൾ കാണാം. പുരാതന ഈജിപ്റ്റിലെ ഫറവോമാരുടെ കുഴിമാടങ്ങളിലും നരബലി നടന്നതായി സൂചിപ്പിക്കുന്ന രേഖകൾ കണ്ടെത്തിയിട്ടുണ്ട്. മെക്സിക്കോയിലെ ചരിത്ര നഗരമായ ടെനോഷ്ടിട്‌ലാനിൽ 1484 ൽ പിരമിഡ് പ്രതിഷ്ഠിച്ചപ്പോൾ 80400 ജയിൽപ്പുള്ളികളെ നാലുദിവസംകൊണ്ട് ബലികഴിപ്പിച്ചിരുന്നു. ജർമ്മനിയിൽ നല്ല വിളവ് ലഭിക്കുന്നതിനും വെള്ളപ്പൊക്കവും പട്ടിണിയുമില്ലാതാക്കുന്നതിനും നരബലി നടത്തിയിരുന്നു.

ഇന്ത്യയിൽ ബ്ലാക്ക് മാജിക്കിന്റെ ഭാഗമായാണ് നരബലി പ്രത്യക്ഷപ്പെട്ടത്. വേദകാലഘട്ടത്തിന്റെ തുടർച്ചയെന്നോണം ഇപ്പോഴും കൊൽക്കത്തയിൽ പുരുഷമേധം നടന്നുവരുന്നു. ഏഴാം നൂറ്റാണ്ടിൽ ഇന്ത്യയിൽ നടന്നിരുന്ന നരബലികളെക്കുറിച്ച് ബാണഭട്ടൻ പരാമർശിച്ചിട്ടുണ്ട്. കർണ്ണാടകത്തിൽ 8, 9 നൂറ്റാണ്ടുകളിൽ കുക്കന്നൂർ എന്ന സ്ഥലത്ത് കാളീക്ഷേത്രത്തിൽ മഹിഷാസുരമർദ്ദിനിയുടെ പ്രീതിക്കായി നരബലി നടന്നിരുന്നു. ഒമ്പതാം നൂറ്റാണ്ടിൽ ഒഡീഷയിൽ നരബലി നടന്നിരുന്നതായി ഹരിഭദ്രൻ രേഖപ്പെടുത്തിയിരിക്കുന്നു. *ഛന്ദോക്യോപനിഷ*ത്തിൽ അഹിംസ വളരെ പ്രാധാന്യത്തോടെ അവതരിപ്പിക്കുക വഴി ഇതിനൊരു കുറവ് വന്നിട്ടുണ്ട്. ബുദ്ധമതത്തിന്റെയും ജൈനമതത്തിന്റെയും പ്രചാരവും നരബലിക്ക് എതിർ നിന്നു. *കലിക പുരാണ*വും മറ്റും നിലനിന്ന പതിനൊന്നാം നൂറ്റാണ്ടിലാണ് ഇന്ത്യയിൽ നരബലി വ്യാപകമായത്. *കലിക പുരാണ*ത്തിലെ ഒരദ്ധ്യായം മുഴുവൻ നരബലി ചെയ്യേണ്ടതെങ്ങനെയെന്ന് വിശദീകരിക്കുന്ന ഒന്നാണ്. അമാവാസി

ദിവസങ്ങളിൽ കാളിയെ പ്രീതിപ്പെടുത്തുന്നതിന് നടന്നുവന്ന പൂജയാണ് ബലിപൂജ.

നാഷണൽ ക്രൈം റിക്കാർഡ്സ് ബ്യൂറോയുടെ പഠനങ്ങൾ വെളിപ്പെടുത്തുന്നത് 2014 മുതൽ 2016 വരെ ഇന്ത്യയിലെ പതിനാല് സംസ്ഥാനങ്ങളിലായി 51 കേസുകൾ നരബലിക്കെതിരെ ഉണ്ടായിട്ടുണ്ടെന്നാണ്. യഥാർത്ഥത്തിൽ അറിയപ്പെടാത്തതുമൂലം കേസ്സാകാത്ത നിരവധി സംഭവങ്ങൾ വേറെയുമുണ്ട്. മഹാരാഷ്ട്ര അന്ധശ്രദ്ധാ നിർമൂലൻ സമിതിക്കുവേണ്ടി ഹമീദ് ദബോൽക്കർ (മത തീവ്രവാദികളുടെ വെടിയേറ്റ് മരണപ്പെട്ട നരേന്ദ്ര ദബോൽക്കറുടെ മകനാണിദ്ദേഹം) സൂചിപ്പിച്ചത് മഹാരാഷ്ട്രയിൽത്തന്നെ ഇത്തരം നിരവധി സംഭവങ്ങളുണ്ടായിട്ടുണ്ടെന്നതാണ്. വിദ്യാഭ്യാസമില്ലാത്ത ഭക്തരോട് മനുഷ്യരക്തം ദേവിക്കിഷ്ടമാണെന്നും ഇഷ്ടകാര്യം സാധിക്കുന്നതിന് ഇതിനപ്പുറമൊന്നുമില്ലെന്നുമൊക്കെ വിശ്വസിപ്പിച്ചുമാണ് നരബലി നടമാടുന്നത്. വെസ്റ്റേൺ യൂണിവേഴ്സിറ്റിയിലെ മതപണ്ഡിതൻ പ്രൊഫസർ ദീപക് ശർമ്മയുടെ അഭിപ്രായത്തിൽ താന്ത്രിക വിധിപ്രകാരം യഥാർത്ഥത്തിൽ നരബലി പാടില്ലെന്നാണ്. എന്നാൽ തെറ്റായ വ്യാഖ്യാനത്തിലൂടെ നരബലി യഥേഷ്ടം ഇന്നും നടന്നുവരുന്നു.

ലോകത്താകമാനം നരബലി നിരോധിച്ചതിന്റെ ഭാഗമായി ഇന്ത്യയിലും നിരോധനമുണ്ടായി. എല്ലാ രാജ്യങ്ങളിലുമെന്നപോലെ നിരോധനം മറികടന്ന് ഇന്ത്യയിലും നരബലി തുടർന്നുവന്നു. 2006 ൽ കാളീഭക്തിയുടെ പേരിൽ നിരവധി നരബലികൾ വിവിധയിടങ്ങളിൽ നടന്നു. 2015 ൽ തമിഴ്നാട്ടിൽ മധുരയിൽ അനധികൃത ഗ്രാനൈറ്റ് കച്ചവടക്കാർ കച്ചവട തടസ്സമൊഴിവാക്കുന്നതിനായി നരബലി നടത്തി. മദ്രാസ് ഹൈക്കോടതിയുടെ നിർദ്ദേശാനുസരണം നടത്തിയ പരിശോധനയിൽ പലയിടങ്ങളിൽനിന്നും നിരവധി അസ്ഥികൂടങ്ങൾ കണ്ടെടുത്തു. ഇതെല്ലാം വ്യക്തമാക്കുന്നത് ഔദ്യോഗിക കണക്കുകളെക്കാൾ പതിന്മടങ്ങ് അരുംകൊലകൾ നരബലിയുടെ ഭാഗമായി നടക്കുന്നുവെന്നാണ്. സ്ത്രീകളും കുട്ടികളുമാണ് അധികവും നരബലിക്കിരകളായി മാറുന്നത്. വിശ്വാസത്തിന്റെ പേരിൽ നടക്കുന്ന നരമേധങ്ങളാണിവയെന്നതിനാൽ കുറ്റകൃത്യം ചെയ്യുവർക്ക് യാതൊരുവിധ കുറ്റബോധവും ഉണ്ടാകുന്നില്ലെന്നതാണ് പ്രത്യേകമായി ശ്രദ്ധിക്കേണ്ടത്. മതവും ഭക്തിയും അന്ധവിശ്വാസങ്ങളിൽനിന്ന് ഉരുത്തിരിഞ്ഞുവന്ന രണ്ട് കടുത്ത വിശ്വാസങ്ങളാണ്. ഇത് പലപ്പോഴും വിശ്വാസികളുടെ മാനസിക നിലയെത്തന്നെ താറുമാറാക്കുന്നതിന് വഴിതെളിക്കുന്നു. പരിഷ്കൃത സമൂഹമെന്ന് നാം ധരിക്കുന്ന നല്ലൊരു വിഭാഗം ആൾക്കാരും ഇത്തരം വിശ്വാസങ്ങളിൽക്കുടുങ്ങി മനോരോഗികളായി മാറുകയും ഹീനമായ നരബലിയടക്കം യാതൊരു

തത്വദീക്ഷയുമില്ലാതെ നടപ്പിലാക്കിവരികയും ചെയ്യുന്നു. വിശ്വാസങ്ങളു മായി ബന്ധപ്പെട്ട പ്രശ്നങ്ങളായതിനാൽ വളരെ കരുതലോടെ മാത്രമേ ഇതിനൊരു പരിഹാരം കാണുവാനാകൂ..

എല്ലാ അന്ധവിശ്വാസങ്ങളും സ്വാർത്ഥതയിൽ നിന്നും ഉടലെ ടുക്കുന്നതാണ്. മാത്രമല്ല, അവ മനുഷ്യത്വരഹിതവുമായിരിക്കും. ദൈവത്തെ പ്രീതിപ്പെടുത്തിയാൽ എനിക്ക് ഐശ്വര്യമുണ്ടാകും അല്ലെ ങ്കിൽ സന്താന ഭാഗ്യമുണ്ടാകും അതുമല്ലെങ്കിൽ നല്ല വിളവുകിട്ടും എന്നെ ല്ലാം ചിന്തിക്കുമ്പോൾ അതിൽ ഒരു സ്വാർത്ഥത പ്രകടമാണ്. അതി നുവേണ്ടി മറ്റൊരു ജീവൻ ഇല്ലാതാക്കുന്നതിന് തയ്യാറാകുമ്പോഴാണ് അന്ധവിശ്വാസം ഒരു മാനസികരോഗമായി മാറുന്നതും അതിലൂടെ ജീവവിരുദ്ധമാകുന്നതും. ആദ്യം അവർ ഉത്കണ്ഠയിലാകും. തുടർന്ന് വേവലാതിയുണ്ടാകും. വേവലാതിയിൽനിന്നും ഭയവും കോപവും ജനിക്കും. മോഹഭംഗവും അസൂയയും കടന്നുവരുവാൻ പിന്നെ അധിക സമയം വേണ്ടിവരില്ല. ഇതിന്റെ ഫലമായി കുറ്റബോധവും കുറ്റബോധ ത്തിൽനിന്നും വിഷാദവും ഏകാന്തതയും കടന്നുവരും. പടിപടിയായി ഒരു മതവിശ്വാസി അന്ധവിശ്വാസത്തിലേക്കും അതിലൂടെ ന്യൂറോട്ടിക് ഡിസോർഡറുകളിലേക്കും കടക്കുന്നത് ഇപ്രകാരമാണ്. ന്യൂറോട്ടിക് ഡിസോർഡർ അഥവാ സൈക്കോ ന്യൂറോസിസ് അപകടകാരിയായ ഒരു രോഗമാണ്. മതത്തിൽനിന്നും ന്യൂറോട്ടിക് ഡിസോർഡറിലേക്ക് അധികദൂരമില്ല. സ്വബോധം നഷ്ടമാകുന്ന അവസ്ഥയിലാണ് കാര്യസാ ദ്ധ്യത്തിനായി നരബലി പോലും ചെയ്യുവാൻ മനുഷ്യൻ തയ്യാറാകുന്നത്. ആന്റി സോഷ്യൽ പേഴ്സണാലിറ്റി ഡിസോർഡറിന് അടിമകളാണ് ഈ അന്ധവിശ്വാസികൾ. ദേശകാലഭേദമെന്യേ ഇത് വിവിധ സ്ഥലങ്ങ ളിൽ അരങ്ങേറുന്നു. ന്യൂറോട്ടിക് ഡിസോർഡറുള്ള ഒരാൾ സമൂഹത്തിൽ യാതൊരു സംശയത്തിനും ഇടനൽകാതെ ഇടപഴകുന്ന വ്യക്തിയായിരി ക്കും. ഇവരുടെ തെറ്റായ മാനസികാവസ്ഥയെ സംരക്ഷിക്കുവാൻ മതങ്ങ ൾ കൂട്ടുനിൽക്കുന്നുവെന്നതാണ് കൂടുതൽ അപകടകരം.

ദൈവമാണ് മനുഷ്യനെ സൃഷ്ടിച്ചതെന്ന് വിശ്വസിക്കുന്നവർ തന്നെ ദേവപ്രീതിക്കായി മനുഷ്യനെ കൊല്ലുമ്പോൾ അത് തികഞ്ഞ വൈരുദ്ധ്യ മാകുന്നു. ഇത്തരം പ്രവർത്തനങ്ങളിലേർപ്പെടുന്ന വ്യക്തികൾക്ക് ഒരിക്ക ലും ഇതിൽനിന്നൊരു മോചനം സാദ്ധ്യമല്ല. വിശ്വാസത്തിന്റെ പേരിൽ നടത്തുന്ന ഓരോ ക്രൂരതയും ഫലമില്ലെന്ന് കാണുമ്പോൾ അതിനേക്കാൾ വലിയ അടുത്ത ക്രൂരതകളിലേക്ക് വഴിതെളിക്കുന്നു. അതെല്ലാം മതത്തി ന്റെയും വിശ്വാസത്തിന്റെയും പേരിലാകുമ്പോൾ ആചാരത്തിന്റെ പട്ടിക യിൽ കടന്നുകൂടുകയും കുറ്റവാളിയെന്ന യാഥാർത്ഥ്യം മതാചാരമെന്ന നി ലയിലേക്ക് ലഘൂകരിക്കപ്പെടുകയും ചെയ്യുന്നു. മതനേതാക്കന്മാരാകട്ടെ

വിശ്വാസികളെ അതേപടി നിലനിർത്തുന്നതിന് ഏത് ഹീനപ്രവൃത്തിയിലും ശാസ്ത്രമുണ്ടെന്ന തെറ്റായ പ്രചാരണവുമായി മുന്നോട്ടുപോകുന്നു. അങ്ങനെ ശാസ്ത്രവും അന്ധവിശ്വാസവും ഒന്നാകുന്ന അതീവ ഗുരുതരമായ ഒരു സാംസ്കാരിക അധഃപതനത്തിന് നാം സാക്ഷ്യം വഹിക്കുന്നു. ശ്രദ്ധയോടെയും സമചിത്തതയോടെയും ഒരു പുതിയ തലമുറയെ വാർത്തെടുക്കുകമാത്രമാണ് ഇതിനൊരു പരിഹാരം. ഇതിനനുകൂലമായ ഒരു വിദ്യാഭ്യാസ സംവിധാനം കെട്ടിപ്പടുക്കുക മാത്രമാണ് യഥാർത്ഥ പോംവഴി.

ഒഴിയാബാധകളുടെ തടവറ

ഒഴിയാബാധകളുടെ തടവറയിൽ ജീവിതം ഹോമിക്കുന്നവരാണോ നാം? ഉണർന്ന് ചിന്തിക്കേണ്ട ഒന്നാണ് ഈ വിഷയം. മനസ്സിൽനിന്നും വിട്ടുപോകാത്ത ഒന്നിനെയാണ് നാം ഒഴിയാബാധയെന്ന് കരുതുന്നത്. ഒരാൾ ഒഴിയാബാധയുടെ പിടിയിൽപ്പെട്ടാൽ ഒബ്സെഷൻ എന്ന മാനസികപ്രശ്നമായി മാത്രം കണ്ടാൽ മതി. എന്നാൽ ഒരുകൂട്ടം ആൾക്കാരിൽ ഈ പ്രശ്നമുണ്ടാകുമ്പോൾ അത് കളക്ടീവ് ഒബ്സെഷൻ അഥവാ മാസ് ഹിസ്റ്റീരിയ എന്ന മാനസികപ്രശ്നമായി. മനുഷ്യസ്വഭാവം സംബന്ധിച്ച നിരവധി പഠനങ്ങൾ നടത്തിയ അമേരിക്കൻ സാമൂഹ്യശാസ്ത്രജ്ഞനായ റോബർട്ട് ഇ പാർക്കിന്റെ വ്യാഖ്യാനം ശ്രദ്ധിച്ചാൽ ഇതിന്റെ കാരണം വ്യക്തമാകും. സാമൂഹ്യ ഇടപെടലിന്റെ ഭാഗമായി ചില പ്രത്യേക സ്വാധീനത്തിന്റെ ഫലത്തിൽ ഒരുകൂട്ടം ആൾക്കാരിൽ ഉണ്ടാകുന്നതും മനസ്സിൽനിന്നും മാറ്റാനാകാത്തതുമായ വിശ്വാസമാണ് കളക്ടീവ് ഒബ്സെഷൻ. ഇതിനടിപ്പെടുന്നവരുടെ ചിന്താഗതിയും പ്രവൃത്തിയും സമാന സ്വഭാവമുള്ളതായിരിക്കും. അവിടെ തെറ്റും ശരിയുമൊന്നും ഒരു പ്രശ്നമേയല്ല. അതിനാൽ തികച്ചും തെറ്റായ ഒരു കാര്യമാണ് ശക്തമായ സ്വാധീനത്തിലൂടെ അടിച്ചേൽപ്പിക്കുന്നതെങ്കിൽ അത് അപ്പാടെ വിശ്വസിക്കുവാനും പ്രസ്തുത വിശ്വാസം കാലാകാലം മനസ്സിൽ സൂക്ഷിക്കുവാനും നാം തയ്യാറാകും. മതത്തിലും ലൈംഗികതയിലുമാണ് ഈ സാഹചര്യം സാധാരണനിലയിൽ കാണാൻ കഴിയുന്നത്. എന്നാൽ ചില സന്ദർഭങ്ങളിൽ അതിൽമാത്രം ഒതുങ്ങാതെയും വന്നുകൂടെന്നില്ല.

തലനാരിഴ കീറി ചർച്ചചെയ്ത വിഷയമായിരുന്ന ശബരിമല സ്ത്രീപ്ര

വേശനം. ഒരു കീഴ്വഴക്കം, അതെത്ര ഹീനമാണെങ്കിലും, മാറ്റത്തിന് വിധേയമാകുമ്പോൾ അസ്വാരസ്യങ്ങൾ സംഭവിക്കാം. എന്നാൽ അതിന്റെ ന്യായാന്യായങ്ങൾ ബോദ്ധ്യമായാലും അതിൽനിന്നും പിന്മാറാതെ വീണ്ടും പഴയതിൽത്തന്നെ ഉറച്ചുനിൽക്കുമ്പോഴാണ് അത് ഒബ്സെഷൻ അഥവാ ഒഴിയാബാധയായി മാറുന്നത്. ഇത് ഒരുകൂട്ടം ആൾക്കാരിൽ പ്രകടമാകുമ്പോൾ അത് കളക്ടീവ് ഒബ്സെഷനായി മാറുന്നു. ഈയൊരു മാനസികാവസ്ഥയിലേക്ക് മാറുവാൻ തയ്യാറെടുത്തു നിൽക്കുന്ന ഒരു സാഹചര്യം പലരിലും കാണുന്നുവെന്നതാണ് പഠനങ്ങൾ വ്യക്തമാക്കുന്നത്. ക്ഷേത്രപ്രവേശന വിളംബര സമയത്തും ഇത്തരം സാഹചര്യം ഉണ്ടായിരുന്നതായും എന്നാൽ കാലക്രമേണ അത് മാറി വിളംബരം പ്രയോഗത്തിൽ വന്നതായുമൊക്കെ ചരിത്രം പഠിപ്പിക്കുന്നുവെങ്കിലും ആ അറിവിനുമപ്പുറത്തേക്ക് വിശ്വാസം നമ്മെ പിടിച്ചുവലിക്കുന്നുവെന്നർത്ഥം. ഇതിനൊരു ശക്തമായ കാരണമുണ്ട്.

അറിവിന്റെ യഥാർത്ഥ പരീക്ഷ അത് വാസ്തവമാണോ എന്നതല്ല. പിന്നെയോ അത് നമ്മെ ശക്തരാക്കുന്നുവോ എന്നതാണ്. പുതിയ കാര്യങ്ങൾ ചെയ്യാൻ പ്രാപ്തമാക്കുന്ന സിദ്ധാന്തമായി മാത്രമേ അറിവിനെ കണക്കാക്കാവൂ. വാസ്തവമല്ലാത്ത ഒരറിവ് അടിച്ചേൽപ്പിക്കുവാൻ അനായാസം കഴിയുമെന്ന സാഹചര്യംകൂടി കണക്കിലെടുക്കുമ്പോഴാണ് ഇതിലെ അപകടം മനസ്സിലാകുന്നത്. ഏത് കാര്യവും നമ്മെ വിശ്വസിപ്പിക്കുവാനുതകുന്ന തരത്തിൽ പ്രചരിപ്പിക്കുവാൻ സാദ്ധ്യതയുണ്ട്. ശക്തമായ പ്രചാരണം നടത്തിയാൽ നാം ഏതിനെയും പൂജിക്കും, ഏതിനെയും വെറുക്കും, എന്തിനെയും സ്നേഹിക്കും. പ്രചാരത്തിലൂടെ വേണമെങ്കിൽ ജീവൻ വരെ ഉപേക്ഷിക്കുവാൻ സന്നദ്ധരാകാം. ഇതിനായി സംശയത്തിന്റെ വേരറുക്കുന്ന കഥകൾ സൃഷ്ടിക്കും. സംശയത്തിന്റെ വേരറുത്താൽ പിന്നെ അന്വേഷണമില്ല. അന്വേഷിക്കുന്നവർക്ക് മാത്രമേ സത്യം ബോദ്ധ്യപ്പെടുകയുള്ളൂ. അന്വേഷണതൃഷ്ണയെ മരവിപ്പിക്കുന്ന കള്ളക്കഥകൾ ബോധപൂർവ്വം സൃഷ്ടിച്ചാൽ അതിലാണ്ടുപോകുന്നവരാണ് ഈ കളക്ടീവ് ഒബ്സെഷൻ വിഭാഗത്തിൽപ്പെടുന്ന ഓരോരുത്തരും.

ബയോടെക്നോളജി ഉപയോഗിച്ച് മനുഷ്യന്റെ മനസ്സിനെ അഴിച്ചുപണിയുവാൻ മനുഷ്യനാവുന്ന കാലം വിദൂരമല്ല. അതിന്റെ അനന്തരഫലം പ്രവചനാതീതമായിരിക്കും. ഒരിക്കലും പിടികിട്ടാത്ത വേഗതയിലാണ് ഇന്ന് സാങ്കേതിക മുന്നേറ്റങ്ങളും ശാസ്ത്രീയ ഗവേഷണങ്ങളും സഞ്ചരിക്കുന്നത്. പെരുമാറ്റ രീതികളിൽ പുരോഗമനാത്മകമായ മാറ്റമുണ്ടാക്കാത്ത അറിവ് ഉപയോഗശൂന്യമാണ്. കമ്പ്യൂട്ടറുകളുടെയും ബയോ എഞ്ചിനീയറിങ്ങിന്റെയും സഹായത്തോടെ സത്യവും മിഥ്യയും തമ്മിലുള്ള അതിർവരമ്പുകൾ മാഞ്ഞുപോകും. മനുഷ്യൻ തന്റെ കെട്ടുകഥകൾക്ക്

പാകമാകുന്ന വിധത്തിൽ യാഥാർത്ഥ്യത്തിന്റെ രൂപം മാറ്റിയെടുക്കും. പരിണാമ മനശ്ശാസ്ത്രത്തിന്റെ പ്രാഥമിക പാഠം സൂചിപ്പിക്കുന്നത് ആയിരക്കണക്കിന് തലമുറകൾക്കുമുമ്പ് രൂപപ്പെട്ട ഒരാവശ്യം ഇക്കാലത്ത് തീർത്തും അപ്രസക്തമാണെങ്കിലും വ്യക്തിപരമായ തലത്തിൽ അത് അനുഭവപ്പെട്ടുകൊണ്ടിരിക്കുമെന്നാണ്.

കഥകളുണ്ടാക്കുന്നതിലൂടെയും ഉണ്ടാക്കിയ കഥകൾ മറ്റുള്ളവരെ വിശ്വസിപ്പിക്കുന്നതിലൂടെയുമാണ് ഹോമോസാപ്പിയൻസ് പ്രപഞ്ചത്തെ കീഴടക്കിയത്. കഥകൾ പറയുന്നതിലെ വൈദഗ്ധ്യം അവനെ എല്ലാ ജീവികൾക്കും മുകളിൽ പ്രതിഷ്ഠിച്ചു. കഥകൾ എപ്പോഴും സത്യമാകണമെന്ന് നിർബ്ബന്ധമില്ല. കെട്ടുകഥകളിലൂടെയാണ് മതങ്ങൾ നിലനിൽക്കുന്നത്. ധനികനെക്കൊണ്ട് ദാനധർമ്മങ്ങൾ ചെയ്യിക്കുവാൻ പിശുക്കൻ നരകത്തിൽ എരിയുമെന്ന കഥയുണ്ടാക്കി. കുരിശുയുദ്ധത്തിൽ പങ്കെടുത്തു മരിച്ചാൽ സ്വർഗ്ഗം ലഭിക്കുമെന്ന കഥ വിശ്വസിച്ച ആയിരക്കണക്കിന് യുവാക്കൾ ജീവൻ ത്യജിച്ചു. കത്തോലിക്ക സഭ നൂറ്റാണ്ടുകളോളം നിലനിന്നത് പുതിയ നിയമത്തിന്റെയും കത്തോലിക്ക കനോൻ നിയമത്തിന്റെയും കഥകൾ കൈമാറിക്കൊണ്ടാണ്. കഥകളുടെ സ്വാധീനത്തിലൂടെ ഭൂരിപക്ഷം ബിഷപ്പുമാരും പുരോഹിതന്മാരും ക്രിസ്തുവിൽ വിശ്വസിക്കുകയും അവർ അത് താഴേക്ക് കൈമാറുകയും ചെയ്യുതുകൊണ്ടാണ് ക്രിസ്തുമതം 2000 വർഷമായിട്ടും നിലനിൽക്കുന്നത്. ഗുരുത്വാകർഷണ നിയമത്തിൽ നാം വിശ്വസിച്ചാലും ഇല്ലെങ്കിലും അത് നിലനിൽക്കും. എന്നാൽ മിത്തുകളിൽ വിശ്വസിക്കാതിരുന്നാൽ അത് അപ്രത്യക്ഷമാകും. അതിനാൽ അക്രമത്തിന്റെയോ ബലപ്രയോഗത്തിന്റെയോ വഴിവരെ അതിനായി അവർ തിരഞ്ഞെടുക്കും.

2014 ൽ അമേരിക്കയിൽ എവൊല്യൂഷൻ, ക്രിയേഷനിസം, ഇന്റലിജന്റ് ഡിസൈൻ മേഖലയിൽ ഒരു പഠനസർവേ നടന്നു. ബിരുദധാരികളിൽ 46 ശതമാനം *ബൈബിളി*ലെ ഉൽപ്പത്തിക്കഥ വിശ്വസിക്കുന്നവരാണെന്നാണ് ഈ പഠനം വെളിപ്പെടുത്തിയത്. പരിണാമ സിദ്ധാന്തം പരീക്ഷയ്ക്കെഴുതി ഉന്നതനിലയിൽ വിജയം കൈവരിച്ചവരാണിവരെന്ന സത്യം അറിയുമ്പോഴാണ് നമ്മുടെ സ്വഭാവവും പെരുമാറ്റവും വിദ്യാഭ്യാസവും തമ്മിൽ യാതൊരു ബന്ധവുമില്ലെന്ന് മനസ്സിലാകുന്നത്. മനുഷ്യരുടെ പരിണാമത്തിൽ ദൈവത്തിന് പങ്കില്ലെന്ന് പതിനാല് ശതമാനം മാത്രമേ വിശ്വസിക്കുന്നുള്ളൂ. പി എച്ച് ഡി എടുത്ത 25 ശതമാനം, *ബൈബിൾ* പറയുന്നത് വിശ്വസിക്കുന്നവരാണെന്നും കണ്ടെത്തി. ആപേക്ഷികതാ സിദ്ധാന്തത്തിനോ ക്വാണ്ടം മെക്കാനിക്സിനോ എതിരെ പ്രതികരിക്കാത്ത പലരും പരിണാമസിദ്ധാന്തത്തെ എതിർത്തതും ഇക്കാരണങ്ങൾകൊണ്ടുകൂടിയാണ്. പരിണാമസിദ്ധാന്തം

ആത്മാവിനെ നിഷേധിക്കുന്ന ഒന്നാണ്. ഇതാണ് വിശ്വാസികളെ ചൊടിപ്പിച്ചത്. പരിണാമമെന്നാൽ മാറ്റമെന്നാണർത്ഥം. വിശ്വാസമാകട്ടെ മാറ്റമില്ലാത്തതും.

മറ്റുള്ളവർ വിശ്വസിക്കുന്നത് വിശ്വസിക്കുക എന്ന ഒരു സാമാന്യ മനശ്ശാസ്ത്രമാണ് ഇവിടെ വിജയം കൈവരിക്കുന്നത്. അതുകൊണ്ടാണ് മിഥ്യയും കെട്ടുകഥകളും നിരവധി തെറ്റുകളും നിറഞ്ഞുതുളുമ്പുന്ന *ബൈബിളിൽ* തൊട്ട് അമേരിക്കൻ പ്രസിഡന്റ് സത്യവാചകം ചൊല്ലുന്നത്. ഇവിടെയും കോടതികളിൽ ഭരണഘടന തൊട്ടല്ല, മതഗ്രന്ഥങ്ങൾ തൊട്ടാണ് നാം സത്യം ചെയ്യുന്നതെന്നും ഓർക്കുക. കെട്ടുകഥകളിലൂടെ ബോധപൂർവ്വം അസത്യം പ്രചരിപ്പിച്ച് കൂട്ടംകൂട്ടമായി സമൂഹത്തെയാകെ കളക്ടീവ് ഒബ്സെഷനിലേക്ക് തള്ളിവിടുവാൻ പ്രൊഫഷണലുകൾ രംഗത്തെത്തുന്ന കാലമാണിത്. ഏതൊരു കുറ്റവും ആരിലും അടിച്ചേൽപ്പിക്കാം. അത് തെറ്റാണെന്ന് തെളിയിക്കുന്നതിനെടുക്കുന്ന സമയത്തിനു മുമ്പ് ഈ കഥയിലൂടെ വിളവെടുക്കുവാൻ സാമർത്ഥ്യം കാട്ടുന്നവരാണ് വിജയികൾ. ഈയൊരു തത്ത്വസംഹിതയാണ് ഇന്ന് പ്രാവർത്തികമാകുന്നത്.

21-ാം നൂറ്റാണ്ടിന്റെ തുടക്കത്തിൽ വരൾച്ചകൊണ്ടോ പകർച്ചവ്യാധി ബാധിച്ചോ തീവ്രവാദികളുടെ ആക്രമണങ്ങളിലോ മരിച്ചവരുടെ എണ്ണത്തേക്കാൾ മനുഷ്യർ മരിക്കുന്നത് മക്ഡൊണാൾഡ്സിൽ നിന്നും അമിതമായി ഭക്ഷണം കഴിച്ചിട്ടാണ്. 2010 ൽ അമിതവണ്ണം മൂലം മൂന്ന് ദശലക്ഷം പേർ മരിച്ചപ്പോൾ തീവ്രവാദത്തിനിരയായി ലോകത്താകെ മരിച്ചവരുടെ എണ്ണം 7697 മാത്രമാണ്. തീവ്രവാദത്തേക്കാൾ മാരകമായി ജങ്ക് ഫുഡ് മാറുന്നതിങ്ങനെയാണ്. ബോധപൂർവ്വം കഥകൾ മെനഞ്ഞ് ജനസമൂഹത്തെ മരണത്തിലേക്കുവരെ നയിക്കാമെന്നാണ് ഇത് സൂചിപ്പിക്കുന്നത്.

കണക്കുകൂട്ടലുകൾ നടത്താനും പ്രശ്നങ്ങൾക്ക് ഉത്തരം കണ്ടെത്താനും അതിലൂടെ തീരുമാനമെടുക്കാനും ഉപയോഗിക്കുന്ന കൃത്യമായ നടപടികളുടെ ഒരു കൂട്ടമാണ് അൽഗോരിതം. നമ്മുടെ ജീവിതത്തിന്റെ അൽഗോരിതം ക്രമമായ നിലയിൽ ചിട്ടപ്പെടുത്തുക എന്നത് നമ്മുടെ മാത്രമല്ല നാമടങ്ങുന്ന സമൂഹത്തിന്റെകൂടി ആവശ്യമാണ്. ഇതു മനസ്സിലാക്കി ബോധപൂർവ്വം മുന്നേറുമ്പോൾ നമുക്കൊപ്പം നമ്മുടെ സമൂഹവും മുന്നേറുന്നു. അല്ലാത്തപക്ഷം കളക്ടീവ് ഒബ്സെഷന്റെ തടവറ തേടുന്നവരായി നാം പരിണമിക്കും.

ആരാണ് നമ്മെ നിയന്ത്രിക്കുന്നത്?

സ്വതന്ത്രമായ തിരഞ്ഞെടുപ്പുകൾക്ക് പ്രാപ്തമായ ഒരു മനസ്സാണോ നമ്മിലുള്ളത്? ഇത്തരം ഒരു ചോദ്യത്തിന് അനായാസം ഒരുത്തരം അതേ എന്നാണ്. എന്നാൽ അതത്രകണ്ട് ശരിയാണോ എന്ന് നാം ശ്രദ്ധിച്ച് പഠിക്കേണ്ടിയിരിക്കുന്നു. ആഗ്രഹങ്ങൾക്കനുസരിച്ച് പ്രവർത്തിക്കുവാൻ നമുക്കാവുന്നു എന്നതിനാലാണ് നാം ഇപ്രകാരം വിശ്വസിക്കുന്നത്. ചായ കുടിക്കണം എന്ന് തോന്നിയാൽ നമുക്ക് ചായ കുടിക്കുവാനാവുന്നു. സിനിമ കാണണമെന്ന് തോന്നിയാൽ അതിനും കഴിയുന്നു. അപ്പോൾ നാം സ്വാതന്ത്ര്യമുള്ള വ്യക്തിയാണെന്ന് പറയുന്നതിൽ തെറ്റില്ലല്ലോ. ശരിയാണ്, നമ്മുടെ ആഗ്രഹങ്ങൾക്കനുസരിച്ച് പ്രവർത്തിക്കുവാനുള്ള സ്വാതന്ത്ര്യം നമുക്ക് പലപ്പോഴും ലഭിക്കുന്നു. എന്നാൽ ഈ ആഗ്രഹങ്ങൾ എങ്ങനെയുണ്ടാകുന്നുവെന്ന് ചിന്തിക്കുമ്പോഴാണ് നാം സ്വതന്ത്രരല്ലെന്ന സത്യം തിരിച്ചറിയുവാൻ കഴിയുന്നത്. നമ്മുടെ മനസ്സിൽ ആഗ്രഹങ്ങൾ രൂപപ്പെടുന്നതിന്റെ ശാസ്ത്രീയത അപഗ്രഥനം ചെയ്യുമ്പോൾ മനസ്സിലാക്കുവാനാകുന്നത് അതിന്മേൽ വലിയ സ്വാധീനം നമുക്കുണ്ടാകുന്നില്ലെന്നാണ്. തലച്ചോറിനകത്തെ ജൈവരാസ പ്രക്രിയകൾ ഇക്കാര്യത്തിൽ കാര്യമായ സ്വാധീനം ചെലുത്തുന്നു എന്നതാണ് സത്യം. അപ്രകാരമാണ് ഒരു പ്രത്യേക ആഗ്രഹം നമ്മിൽ ജനിക്കുന്നത്. ചുരുക്കത്തിൽ നമ്മുടെ ഓരോ പ്രവർത്തനത്തിന്റെ പിന്നിലും തലച്ചോറിലെ ജൈവരാസ പ്രക്രിയ സ്വാധീനം ചെലുത്തുന്നു.

ചിൻസിയോങ് സൂണും കൂട്ടരും നടത്തിയ അൺ കോൺഷ്യസ് ഡിറ്റർമിനന്റ്സ് ഓഫ് ഫ്രീ ഡിസിഷൻസ് ഇൻ ദി ഹ്യൂമൻ ബ്രയിൻ, നേച്ചർ ന്യൂറോ സയൻസ്, ഡാനിയൽ വെഗ്നറിന്റെ ദി ഇല്യൂഷൻ ഓഫ്

കോൺഷ്യസ് വിൽ, ബെഞ്ചമിൻ ലിബറ്റിന്റെ അൺകോൺഷ്യസ് സെറിബ്രൽ ഇനിഷേറ്റീവ് ആന്റ് ദി റോൾ ഓഫ് കോൺഷ്യസ് വിൽ ഇൻവോളന്ററി ആക്ഷൻ എന്നീ പഠനങ്ങൾ വ്യക്തമാക്കുന്നത് മനുഷ്യരുടെ ആഗ്രഹങ്ങളും തീരുമാനങ്ങളും അവർ അതിനെക്കുറിച്ച് ബോധവാന്മാരാകുന്നതിനുമുമ്പേ പ്രവചിക്കുവാനാകുമെന്നാണ്. ആഗ്രഹങ്ങളെക്കുറിച്ച് വ്യക്തി ബോധവാനാകുന്നതിന് വളരെ മുമ്പേതന്നെ തലച്ചോറിലെ ജൈവരാസ പ്രക്രിയ പ്രവർത്തനമാരംഭിക്കുന്നു. ആ പ്രവർത്തനഫലമായിട്ടാണ് ആഗ്രഹങ്ങൾ സൃഷ്ടിക്കപ്പെടുന്നത്. ജൈവരാസപ്രക്രിയ നിരീക്ഷിച്ചാൽ ഒരാൾ എന്താണ് ചിന്തിക്കുവാൻ പോകുന്നതെന്നും തന്മൂലം എന്താണ് പ്രവർത്തിക്കുവാൻ പോകുന്നതെന്നും മുൻകൂട്ടി മനസ്സിലാക്കാമെന്ന് സാരം. ഒരാഗ്രഹം ഉടലെടുത്തതിന് ശേഷമാണ് നാമതിനുവേണ്ടി പ്രവർത്തനങ്ങൾക്ക് രൂപംനൽകുന്നത്. ഈ പ്രവർത്തന പ്രക്രിയ സ്വതന്ത്രമായി നാംതന്നെ ചെയ്യുന്നതാണ്. പക്ഷേ, ആഗ്രഹം നമ്മുടെ അറിവോടെ വന്ന ഒന്നല്ല. ജൈവരാസപ്രക്രിയകളെ സ്വാധീനിക്കുവാൻ കഴിയുന്ന ജനിതക എഞ്ചിനീയറിങ് ഇന്ന് സുലഭമാണ്. അങ്ങനെ വരുമ്പോൾ ഒരാൾ എന്താഗ്രഹിക്കണമെന്ന് മറ്റൊരാൾക്ക് തീരുമാനിക്കുവാനാകുമെന്നർത്ഥം. രണ്ട് കളങ്ങൾ മുന്നിൽ കണ്ടുകൊണ്ടുള്ള ആധുനിക പ്രവർത്തനരീതിയാണിത്. ആഗ്രഹങ്ങളുണ്ടാകുമ്പോഴാണ് അത് നിർവ്വഹിക്കുവാൻ നാം പ്രവൃത്തിയിലേക്ക് കടക്കുന്നത്. എന്തു പ്രവൃത്തിചെയ്താലും അത് ആഗ്രഹപൂർത്തീകരണത്തിനുവേണ്ടി മാത്രമാണ്. അതായത് ലക്ഷ്യം ആഗ്രഹപൂർത്തീകരണം മാത്രമാണ്. വഴികളെന്തുമാകാം. അതുകൊണ്ടാണ് മാർഗ്ഗം ഒരു വിഷയമല്ലാതെ വരികയും ലക്ഷ്യം പ്രാധാന്യത്തോടെ കടന്നുവരുന്നതും. നേരിട്ടുള്ള ആക്രമണ രീതിയല്ല ഇതിൽ പ്രവർത്തിക്കുന്നത്. നമ്മുടെ ഇഷ്ടങ്ങൾ സഫലീകരിക്കുവാനുള്ള പരിപൂർണ്ണ സ്വാതന്ത്ര്യം നമുക്ക് ലഭിക്കുമ്പോഴും നമ്മുടെ ആഗ്രഹങ്ങളുടെ പരിപൂർണ്ണാവകാശം നാമറിയാതെ നമ്മിൽനിന്നും കവർന്നെടുക്കുന്നുവെന്ന് സാരം. മരുന്നുകളിലൂടെയും ജനിതക എഞ്ചിനീയറിങ്ങിലൂടെയും തലച്ചോറിൽ ആഗ്രങ്ങൾ സൃഷ്ടിക്കുവാൻ ഇന്ന് നമുക്കാവുന്നു. ശാസ്ത്രം ഈ നിലയിൽ വളരെയേറെ മുന്നോട്ടു പോയിരിക്കുന്നു. പുരോഗമനശക്തികൾക്കുവേണ്ടി വോട്ടവകാശം വിനിയോഗിക്കേണ്ട ഞാൻ യാഥാസ്ഥിതിക പാർട്ടിക്ക് വോട്ട് രേഖപ്പെടുത്തുന്ന നിലയിലേക്ക് എന്റെ ചിന്തകൾ അപഹരിക്കപ്പെടുവാൻ ഇത്തരം ഇടപെടലുകളിലൂടെ കഴിയുമ്പോൾ അതിന്റെ ഗുരുതരമായ പ്രത്യാഘാതം നമ്മെ ഇരുത്തി ചിന്തിപ്പിക്കേണ്ട ഒന്നാകുന്നു.

നാം നമ്മുടെ ചിന്തകളെ സൂക്ഷിക്കുക, ചിന്തകൾ വാക്കുകളാവുന്നു. വാക്കുകളെ കാര്യമായി ശ്രദ്ധിക്കുക. വാക്കുകൾ പ്രവൃത്തിയിലേക്ക് നയി

ക്കുന്നു. നമ്മുടെ പ്രവൃത്തികളെ ഗൗരവത്തോടെ കാണുക. പ്രവൃത്തികൾ ശീലങ്ങളാവുന്നു. നമ്മുടെ ശീലങ്ങളെ കരുതലോടെ കാക്കുക, ശീലങ്ങൾ സ്വഭാവമാകുന്നു. സ്വഭാവം നമ്മുടെ ഭാവി ഭാഗധേയം നിർണ്ണയിക്കുന്നു. അപ്പോൾ ചിന്തയിലാണ് കാര്യമിരിക്കുന്നത്. ആ ചിന്തകളെ ഗതിമാറ്റി വിടുന്നതിന് ശാസ്ത്രസാങ്കേതികവിദ്യയിലൂടെ യഥേഷ്ടം സാധിക്കുമ്പോൾ അതിനുപിന്നിലെ അപകടംകൂടി നാം കാണാതിരിക്കരുത്. ആൽബർട്ട് നൊബേൽ ഡൈനാമിറ്റ് കണ്ടെത്തിയത് എല്ലാം തകർത്തെറിഞ്ഞ് നാശം വിതയ്ക്കുവാനല്ല. ആൽബർട്ട് ഐൻസ്റ്റീൻ E=mc2 കണ്ടെത്തിയത് അണുബോംബുണ്ടാക്കുവാനല്ല. എന്നാൽ ഒടുവിൽ ഈ കണ്ടെത്തലുകളെല്ലാം എവിടെ ചെന്നെത്തിയെന്ന് ചിന്തിക്കുമ്പോഴാണ് നാം ഉണർന്ന് പ്രവർത്തിക്കേണ്ടതിന്റെ അനിവാര്യത ബോദ്ധ്യപ്പെടുന്നത്.

ബ്രയിൻ ഹണ്ടിങ് എന്നത് വെറുമൊരു കീഴടക്കൽ മാത്രമല്ല. അത് ദൂരവ്യാപകമായ ഭവിഷ്യത്തുകൾക്ക് കാരണമാകാവുന്ന ഒരു മഹാവിപത്തായി മാറുവാൻ ഇനി അധികനാളുകളില്ലായെന്ന് നാമറിഞ്ഞിരിക്കണം. എന്നാൽ മാത്രമേ ഇതിനെ തടഞ്ഞുനിർത്തുവാനാകൂ. നമ്മുടെ തലച്ചോറിൽ മറ്റൊരാൾ കയറിയിരുന്ന് ചിന്തിക്കുന്നുവെന്നത് ഇതുവരെ ഒരു ഫിക്ഷൻ മാത്രമായിരുന്നുവെങ്കിൽ ഇന്നത് യാഥാർത്ഥ്യമാവുകയാണ്. അതിനാൽ പ്രത്യക്ഷത്തിൽ നാം കാണുന്ന പ്രവൃത്തിയിലല്ല, മറിച്ച് ആ പ്രവൃത്തിക്ക് കാരണമായ ആഗ്രഹങ്ങളിലാണ് നാം ശ്രദ്ധ പതിപ്പിക്കേണ്ടത്. ദൂരെക്കൂട്ടി പ്രശ്നങ്ങൾ കണ്ടറിഞ്ഞ് ബുദ്ധിപൂർവ്വം പ്രവർത്തിക്കാത്തപക്ഷം നമുക്ക് നമ്മെത്തന്നെ നിയന്ത്രിക്കുവാനാകാത്ത ഒരു കാലം വിദൂരമല്ല.

ചിന്തയിലെ വേഗതയും മന്ദഗതിയും

'ഉണ്ണിയെ കണ്ടാൽ ഊരിലെ പഞ്ഞമറിയാം.' ഇത് കാലങ്ങളായി നാം കേൾക്കുന്ന പാടിപ്പതിഞ്ഞ ഒരു പഴഞ്ചൊല്ലാണ്. പഴഞ്ചൊല്ലിൽ പതിരില്ല എന്നതിനാൽ ഇതപ്പാടെ വിഴുങ്ങിയവരാണ് നാം. ഒറ്റനോട്ടത്തിൽ കാര്യങ്ങൾ ഗ്രഹിക്കുവാനുള്ള അപാരമായ കഴിവിൽ അങ്ങനെ നാം ഊറ്റംകൊണ്ടു. അശാസ്ത്രീയത ഊട്ടിയുറപ്പിക്കുന്നതിൽ ഈയൊരു വിശ്വാസം നൽകിയ സംഭാവന ഒട്ടും ചെറുതല്ലായിരുന്നു. ഒന്നോ രണ്ടോ ഉണ്ണികളിൽ ഇത് പ്രയോഗിച്ചപ്പോൾ ശരിയായി വന്നിരിക്കാം. എന്നാൽ എല്ലാ ഉണ്ണികളിലും ഇത് പ്രായോഗികമല്ലെന്ന് അറിയണമെങ്കിൽ യുക്തിപൂർവ്വം തീരുമാനമെടുക്കാനുള്ള കഴിവ് നാം സ്വയം വികസിപ്പിക്കുകതന്നെ വേണം. ഇതിന് നാം ശ്രമിക്കാത്തതിനുപിന്നിൽ ശക്തമായ ഒരു കാരണമുണ്ട്. ഒറ്റനോട്ടത്തിൽ കാര്യങ്ങൾ ഗ്രഹിക്കുന്ന വിദ്യ അമാനുഷികമാണ്. അത് ലഭ്യമാക്കണമെന്ന ആഗ്രഹം നാമേവരിലും അന്തർലീനവുമാണ്. ഉള്ളിന്റെയുള്ളിൽ ഉറഞ്ഞുകിടക്കുന്ന ഈ ആഗ്രഹത്തെ സഫലീകരിക്കുന്നതിന് അറിഞ്ഞും അറിയാതെയും നാം ഏതറ്റംവരെയും പോകും. ഗൗരവമായ ചിന്തയും ശക്തമായ പഠനവും അനിവാര്യമായ ഒരു മേഖലയാണിത്. നിർഭാഗ്യവശാൽ നാം ഇതിന് കാര്യമായ പ്രാധാന്യം നൽകുന്നില്ല എന്നതാണ് സത്യം. ശാസ്ത്രീയ നിരീക്ഷണങ്ങളിലൂടെ തീരുമാനമെടുക്കുന്നതിനു പകരം അന്തർജ്ഞാനത്തിലൂടെ പരിഹാരം കാണാമെന്ന എളുപ്പവഴി നാം സ്വീകരിക്കുന്നു. ഇതിൽ ഒളിഞ്ഞിരിക്കുന്ന അപകടങ്ങൾ അറിയുമ്പോഴാണ് നാമതിന്റെ വ്യാപ്തി മനസ്സിലാക്കുന്നത്. ഇത്തരത്തിൽ കുറുക്കുവഴികൾ തേടിപ്പോകുന്നതിന്റെ പിന്നിലെ ശാസ്ത്രം എന്താണ്?

യുക്തിപൂർവ്വം തീരുമാനമെടുക്കുന്നതിൽനിന്നും നമ്മെ പിന്തിരിപ്പിക്കുന്ന ചില ഘടകങ്ങൾ നമ്മുടെ ഉള്ളിൽത്തന്നെ നിലനിൽക്കുന്നു. പലപ്പോഴും നാം ചില ആത്മനിഷ്ഠ യാഥാർത്ഥ്യങ്ങൾ സൃഷ്ടിച്ചെടുക്കുകയും അവ ശരിയാണെന്ന് ധരിക്കുകയും ചെയ്യുന്നു. മുൻകാല അനുഭവങ്ങളുടെ അടിസ്ഥാനത്തിലോ സമൂഹത്തിന്റെ സ്വാധീനത്തിൽപ്പെട്ടോ ഒക്കെയാണ് നാം ഇപ്രകാരം പ്രവർത്തിക്കുക. ഇതിൽ പതിയിരിക്കുന്ന ഗൗരവമായ ചില അപകടങ്ങളുണ്ട്. യാഥാർത്ഥ്യമെന്ന് കരുതുന്ന ഈ ചിന്തയുമായി തുലനംചെയ്താണ് പലപ്പോഴും പുതിയ അവബോധങ്ങൾ ഉണ്ടാകുന്നത്. ഇതായിരിക്കും പിന്നീട് നമ്മുടെ അഭിപ്രായമായി പുറത്തുവരുന്നത്. യുക്തിപൂർവ്വം ചിന്തിച്ച് തീരുമാനമെടുക്കുന്നതിൽനിന്നും ഇത് നമ്മെ പിന്തിരിപ്പിക്കുകയും ചെയ്യുന്നു. അതോടെ നമ്മുടെ വിധിയെഴുത്തുകൾ തെറ്റുകയും യാഥാർത്ഥ്യങ്ങളിൽനിന്നും അകന്നുപോവുകയും ചെയ്യുന്നു. അതുമാത്രമല്ല നീതിരഹിതമായ വിശദീകരണങ്ങളിലൂടെ തെറ്റിനെ ശരിയാണെന്ന് സമർത്ഥിക്കുവാനും നാം തയ്യാറാകുന്നു. അങ്ങനെ പടിപടിയായി ഒരു യുക്തിരഹിതനായി നാം സ്വയംമാറുന്നു.

2002 ൽ സാമ്പത്തികശാസ്ത്രത്തിൽ നൊബേൽ സമ്മാനം നേടിയ, ജനനംകൊണ്ട് ഇസ്രയേൽകാരനായ അമേരിക്കൻ ശാസ്ത്രജ്ഞൻ ഡാനിയൽകാൻമാനാണ് ഇതിന് മുൻകൈയെടുത്തത്. അദ്ദേഹത്തിന്റെ *തിങ്കിങ് ഫാസ്റ്റ് ആൻഡ് സ്ലോ* എന്ന പുസ്തകം പുറത്തിറങ്ങിയതോടെ ഈ വിഷയം പൊതുചർച്ചയ്ക്ക് വിഷയമായി. 2011 ൽ പുറത്തിറങ്ങിയ ഈ പുസ്തകത്തിന് 2012 ലെ നാഷണൽ അക്കാദമീസ് കമ്യൂണിക്കേഷൻ അവാർഡ് ലഭിച്ചു. ദൈനംദിനജീവിതത്തിൽ കുറുക്കുവഴികൾ തേടുക എന്നത് മനസ്സിന്റെ ഒരു മായാജാലമാണ്. പലപ്പോഴും നാം ഇതിൽ വീണുപോകുന്നു. ഇതിലൂടെ നമ്മെ കീഴ്പ്പെടുത്തുവാനാകുമെന്ന് മനസ്സിന് നന്നായി അറിയാം. ഇവിടെ മനസ്സ് നമ്മെ സഹായിക്കുന്നതായാണ് നാം കരുതുക. എന്നാൽ സത്യം മറ്റൊന്നാണ്. നമ്മുടെ യുക്തിചിന്തയുടെമേൽ മനസ്സ് കടിഞ്ഞാണിടുകയാണ് ചെയ്യുന്നത്. ഹ്യൂറിസ്റ്റിക്സ് എന്നാണ് കാൻമാൻ ഇതിനെ വിശേഷിപ്പിക്കുന്നത്.

വളരെ പെട്ടെന്ന് തീരുമാനമെടുക്കുവാനുള്ള നമ്മുടെ ഒരു കഴിവായാണ് നാം ഇതിനെ കാണുന്നത്. 35 വയസ്സുള്ള ഒരു പുരുഷനും 25 വയസ്സുള്ള ഒരു യുവതിയുംകൂടി ഒരിക്കൽ ഒരോഫീസിലെത്തി. ഓഫീസ് മേധാവി സി സി ടി വിയിലൂടെ ഇവരെ കാണുന്നു. ഉടൻതന്നെ റിസപ്ഷനിൽനിന്നും മേധാവിക്ക് വിവരം ലഭിക്കുന്നു. ഒരു നഴ്സും ഡ്രൈവറും കാണുവാൻ എത്തിയിരിക്കുന്നു എന്ന്. ഉടൻതന്നെ ഓഫീസ് മേധാവി ഒരു തീരുമാനത്തിലെത്തി. യുവതി നഴ്സും മറ്റെയാൾ ഡ്രൈവറും. യഥാർത്ഥത്തിൽ യുവതി ഡ്രൈവറും പുരുഷൻ നഴ്സുമായിരുന്നു. ഒറ്റ

നോട്ടത്തിൽത്തന്നെ ആ സാഹചര്യം മനസ്സിലാക്കി ഓഫീസ് മേധാവി ഒരു തീരുമാനത്തിലെത്തുകയായിരുന്നു. അതിന് നിരവധി കാരണങ്ങൾ അദ്ദേഹത്തിനുണ്ട്. കാൻമാന്റെ ഭാഷയിൽ ഇതാണ് സിസ്റ്റം ഒന്ന് അഥവാ വ്യവസ്ഥ ഒന്ന്. ബുദ്ധിയുടെ കുറുക്കുവഴിയാണ് ഇവിടെ വസ്തുതകളെ മാറ്റിമറിച്ചത്. നഴ്സ് എന്ന പദംതന്നെ പലപ്പോഴും സ്ത്രീലിംഗമായാണ് നാം ധരിക്കുക. അവിടെ മെയിൽ നഴ്സ് എന്ന യാഥാർത്ഥ്യം വിസ്മരിക്കപ്പെടുന്നു. അതായത് വ്യവസ്ഥ ഒന്ന് എന്നാൽ അതിവേഗ ചിന്തയാണ്. അവിടെ ശാസ്ത്രീയമായ വീക്ഷണങ്ങളോ യുക്തിയോ പ്രയോഗിക്കപ്പെടുന്നില്ല. എങ്കിലും ദൈനംദിന ജീവിതത്തിൽ നാം ഇതിനടിമകളായി മാറുകയും ഇത് നമ്മുടെ ഒരു കഴിവായി ഉയർത്തിക്കാട്ടുകയും ചെയ്യുന്നു. ഇത്തരം കുറുക്കുവഴികൾ തേടുകയും അതിലൂടെ കൊഗ്നിറ്റീവ് ബയസ് എന്ന അപകടകരമായ സ്വഭാവ വിശേഷത്തിന് അടിമകളാവുകയും ചെയ്യുന്നു എന്നതാണ് വാസ്തവം. എന്നാൽ ശാസ്ത്രീയമായ ചിന്തയിലൂടെ യുക്തിപൂർവ്വം ആലോചിച്ച് തീരുമാനം ഉറപ്പിക്കുന്ന മറ്റൊരു രീതിയുണ്ട്. അതാണ് സിസ്റ്റം രണ്ട് അഥവാ വ്യവസ്ഥ രണ്ട്. വ്യവസ്ഥ രണ്ടിലേക്കുള്ള ശാസ്ത്രീയ വഴികളെ തടസ്സപ്പെടുത്തി വ്യവസ്ഥ ഒന്ന് നമ്മെ കീഴടക്കുന്നു. ഇതിലെ അപകടമാണ് സജീവമായ ചർച്ച ആവശ്യപ്പെടുന്ന ഒന്ന്.

നമ്മുടെ തലച്ചോർ സൃഷ്ടിക്കുന്ന ലളിതമായ ഒരു തന്ത്രമാണ് ഹ്യൂറിസ്റ്റിക്സ് അഥവാ കുറുക്കുവഴികൾ. ഇതൊരു മാനസിക പ്രക്രിയയാണ്. ഇത് മനുഷ്യരിലും മൃഗങ്ങളിലും സംഭവിക്കുന്നു. വളരെ പെട്ടെന്ന് തീരുമാനമെടുക്കുവാനും വിധി കല്പിക്കാനുമുള്ള നമ്മുടെ ത്വരയാണ് ഇതിന് പ്രേരണയാകുന്നത്. എത്ര സങ്കീർണ്ണമായ പ്രശ്നങ്ങൾക്കും ഉടനടി പരിഹാരം വേണമെന്ന അനാവശ്യമായ ഒരു വാശിയാണ് ഇതിനു പിന്നിലുള്ളത്.

ചില സന്ദർഭങ്ങളിൽ ഇതും പ്രയോജനം ചെയ്തുവെന്നുവരാം. എല്ലായ്പ്പോഴും ഇതിൽ കൃത്യതയോ ശരിയോ ഉണ്ടാവുകയില്ല. യുക്തിയും സാദ്ധ്യതകളും (logic and probabilities) ഉപയോഗിച്ച് നാം എടുക്കുന്ന തീരുമാനങ്ങളിൽ മാത്രമേ ശാസ്ത്രീയത ഉണ്ടാകൂ. കുറുക്കുവഴികൾ പ്രധാനമായും ഉപയോഗിക്കുന്നത് കപടശാസ്ത്രവാദികളാണ്. യുക്തിയും സാദ്ധ്യതയും ലവലേശംപോലുമില്ലാത്ത തീരുമാനങ്ങൾ പൊതുവേ ഉപയോഗിക്കുന്നത് പ്രവചനക്കാരാണ്. നിർഭാഗ്യവശാൽ ബഹുഭൂരിപക്ഷം ആൾക്കാരും കുറുക്കുവഴികൾ സ്വീകരിക്കുവാൻ പാകത്തിലുള്ള മാനസികാവസ്ഥയുള്ളവരായതിനാൽ മാത്രമാണ് പ്രവചന തട്ടിപ്പുകാർക്ക് സാദ്ധ്യത ലഭിക്കുന്നതും. കുറച്ചുമാത്രം അറിവുകൾവച്ച് കൃത്യതയോടെ കാര്യങ്ങൾ അപഗ്രഥിക്കുവാനാകുമെന്ന അശാസ്ത്രീയ സങ്കേതമാണ് ഇവിടെ

പ്രയോഗിക്കുന്നത്. Less is more effect എന്നാണ് കാൻമാൻ ഇതിനെ വിശേഷിപ്പിക്കുന്നത്.

സാധാരണനിലയിൽ ഒരു കാര്യത്തിൽ യുക്തിപൂർവ്വം തീരുമാനമെടുക്കണമെങ്കിൽ Rational choice theory പ്രകാരമാണ് അത് ചെയ്യേണ്ടത്. ഇതിന് ശരിയായ ചിന്തയും അത്യാവശ്യം സമയവും അനിവാര്യമാണ്. ഇതിന് ശ്രമിക്കാതെ കുറുക്കുവഴികളിലൂടെ ഒരു അനിശ്ചിതത്വത്തിന് പരിഹാരം കാണുന്ന രീതിയാണ് പലപ്പോഴും നാം പിന്തുടരുന്നത് എന്ന് പഠനങ്ങൾ വ്യക്തമാക്കുന്നു. ഇക്കാര്യത്തിൽ ആദ്യപഠനങ്ങൾ നടത്തിയത് അമേരിക്കൻ കൊഗ്നിറ്റീവ് സൈക്കോളജിസ്റ്റും ധനതത്വ ശാസ്ത്രജ്ഞനുമായ ഹെർബർട്ട് എ സൈമനാണ്. 1970 കളിൽ ഡാനിയൽ കാൻമാനും അമോസ് ടൗവ്സ്കി (Amos Tversky)യും ഇക്കാര്യത്തിൽ വ്യത്യസ്തമായ പഠനങ്ങൾ നടത്തുകയും ഹ്യൂറിസ്റ്റിക്സും കൊഗ്നിറ്റീവ് ബയസും ശരിയായ തീരുമാനങ്ങളെ എങ്ങനെ മാറ്റിമറിക്കുന്നു എന്ന് ബോദ്ധ്യപ്പെടുത്തുകയും ചെയ്തു. 1974 ൽ *Judgement under uncertainty: Heuristics and Biases* എന്ന ഒരു പേപ്പർ പ്രസിദ്ധപ്പെടുത്തി. കുറുക്കുവഴികളിലെ അശാസ്ത്രീയത വ്യക്തമായും ബോദ്ധ്യപ്പെടുത്തുന്ന ഒരു പഠനമായിരുന്നു ഇത്. ലോകമാകെ ഇക്കാര്യത്തിൽ സജീവമായ ചർച്ചകൾ നടക്കുകയുണ്ടായി. കാൻമാന്റെ *തിങ്കിങ് ഫാസ്റ്റ് ആൻഡ് സ്ലോ* എന്ന പുസ്തകം പുറത്തിറങ്ങിയതോടെ ലോകമാകെയുള്ള പുരോഗമന ചിന്തകർ ഇക്കാര്യം സമഗ്രമായി ചർച്ചചെയ്യുകയുണ്ടായി. എന്നിട്ടും ചർച്ചകൾക്ക് സജീവമായി കൈയടിച്ച് കുറുക്കുവഴികളിലൂടെ തീരുമാനമെടുക്കുന്നവരായി നാം മാറിക്കൊണ്ടിരിക്കുന്നു എന്നതാണ് സത്യം.

ധാരണകളുടെ ചേരിതിരിവ്

മനുഷ്യമനസ്സിന്റെ പ്രധാനപ്പെട്ട ഒരു പരിമിതിയാണ് ധാരണകളുടെ ചേരിതിരിവ് അഥവാ കോഗ്നിറ്റീവ് ബയസ്. പലപ്പോഴും നാം ഇതിന് വിധേയരാകുന്നുണ്ടെങ്കിലും പെട്ടെന്നൊന്നും നാമിത് തിരിച്ചറിയുന്നില്ല. ഒരറിവിനെ അല്ലെങ്കിൽ വിവരത്തെ അപഗ്രഥിക്കുമ്പോഴും വിശകലനം ചെയ്യുമ്പോഴും നാമറിയാതെ ചിട്ടയോടെ കടന്നുവരുന്ന തെറ്റുകളാണിവ. ഈ തെറ്റുകളിൽനിന്നും നാമെടുക്കുന്ന തീരുമാനങ്ങളും അതിലൂടെ നടത്തുന്ന വിധിയെഴുത്തും സ്വാഭാവികമായും തെറ്റായി മാറുന്നു. നിരവധി മേഖലകളിൽ ധാരണകളുടെ ചേരിതിരിവ് അഥവാ പക്ഷപാതം സംഭവിക്കാറുണ്ട്. ഇതിൽ അതിപ്രധാനവും നമ്മുടെ വ്യക്തിത്വത്തെത്തന്നെ അപകീർത്തിപ്പെടുത്തുന്നതുമായ ചില കാര്യങ്ങൾ നമുക്കിവിടെ പരിശോധിക്കാം. തീരുമാനങ്ങളെടുത്ത് അതിലൂടെ വിധിയെഴുത്ത് നടത്തുന്നതിൽ കുറുക്കുവഴികൾ തേടുക എന്നത് തികച്ചും അശാസ്ത്രീയമാണ്. തെറ്റായ വിശ്വാസങ്ങളിലേക്കും തീരുമാനങ്ങളിലേക്കും കടന്നുപോകുവാൻ പാകത്തിൽ തെറ്റിദ്ധാരണകളിലൂടെ കടന്നുപോയാൽ യുക്തിചിന്തയില്ലാതെ തീരുമാനങ്ങളെടുക്കുന്ന സ്ഥിതിവിശേഷം (Default Outfit) നാമറിയാതെ കടന്നുവരും. മനസ്സിന്റെ ആഴം സംബന്ധിച്ച ശാസ്ത്രീയപഠനം നടത്തിയ ഡാനിയൽ കാൻമാൻ 2019 ലെ ഗ്ലോബൽ ഉച്ചകോടിയിൽ പറഞ്ഞത് അന്തർജ്ഞാനത്തിൽ വിശ്വാസമർപ്പിച്ച് എടുക്കുന്ന തീരുമാനങ്ങൾ യുക്തിഭദ്രമല്ലെന്നാണ്. അവശ്യം വേണ്ട എല്ലാ വിവരങ്ങളും ശേഖരിച്ച് ശാസ്ത്രീയമായ വിലയിരുത്തലിലൂടെ തീരുമാനമെടുത്താൽ മാത്രമേ അത് ശരിയാവുകയുള്ളൂ. ഇതിന് ഒരാഗോള കാഴ്ചപ്പാട് നാം സ്വയം സൃഷ്ടിക്കേണ്ടതുണ്ട്. ആധുനിക ലോക

ത്തിൽ നാം ബുദ്ധിയുള്ള കുരങ്ങുകളാണോ അതോ ബുദ്ധിയുടെ മണ്ടത്തരങ്ങളിൽ അഭിരമിക്കുന്നവരാണോ എന്ന് തിരിച്ചറിയണമെന്ന് സാരം.

ഒരുകാര്യത്തിൽ തീരുമാനമെടുക്കുമ്പോൾ മുൻധാരണകളോ ആദ്യം കണ്ടതോ അനുഭവിച്ചതോ ആയ കാര്യങ്ങളും രണ്ടാമത് കണ്ടതോ അനുഭവിച്ചതോ ആയ കാര്യങ്ങളും താരതമ്യപ്പെടുത്തി പെട്ടെന്ന് തീരുമാനമെടുക്കുന്ന ഒരു രീതി തലച്ചോർ നമ്മെക്കൊണ്ട് ചെയ്യിക്കുന്നു. ഇതിനെ ആങ്കറിങ് ബയസ് അഥവാ അവതാരക ചേരിതിരിവ് എന്നുപറയുന്നു. അവതാരക പക്ഷപാതം എന്നും വിശേഷിപ്പിക്കാം. ഡാനിയൽ കാൻമാനും ടൊറന്റോ സർവ്വകലാശാലയിലെ സീനിയർ സയന്റിസ്റ്റ് ഡൊണാൾഡ് റിഡെൽമിയറുമായി കൂട്ടുചേർന്ന് ഇക്കാര്യത്തിൽ നിരവധി പഠനങ്ങൾ നടത്തി. നാമോരോരുത്തരുടെയും ഉള്ളിൽ രണ്ടു സ്വത്വങ്ങളുണ്ട്. ഒന്ന് അനുഭവസ്ഥനായ സ്വത്വവും (എക്സ്പീരിയൻസിംഗ് സെൽഫ്) മറ്റൊന്ന് അവതാരകനായ സ്വത്വവും (നരേറ്റിംഗ് സെൽഫ്). ഓരോ നിമിഷത്തിലുമുള്ള ബോധമാണ് അനുഭവസ്ഥനായ സ്വത്വം. അനുഭവത്തിൽ ഒന്നും ഓർമ്മിച്ചുവയ്ക്കുന്നില്ല. പ്രധാനപ്പെട്ട തീരുമാനങ്ങളെടുക്കുമ്പോൾ അതിന് പ്രസക്തിയുമില്ല. ഓർമ്മകളെ കണ്ടെത്തുകയും കഥകൾ പറയുകയും വലിയ തീരുമാനങ്ങളെടുക്കുകയുമൊക്കെ ചെയ്യുന്നത് അവതാരകനായ സ്വത്വമാണ്. കൊളനോസ്കോപ്പിക്ക് വിധേയരായ ചിലരിൽ നടത്തിയ പരീക്ഷണങ്ങളിൽ സമയ ദൈർഘ്യം കൂടിയവരിൽ വേദന കുറഞ്ഞതായും സമയദൈർഘ്യം കുറഞ്ഞവരിൽ വേദന കൂടിയതായും കണ്ടെത്തി. അവതാരക സ്വത്വം ശരാശരി കണ്ടെത്തി പുറത്തുവിട്ട തീരുമാനപ്രകാരമാണ് ഇത് സംഭവിച്ചത്. എല്ലാ പത്രപ്രവർത്തകരെയും കവികളെയും രാഷ്ട്രീയനേതാക്കളേയും പോലെ അവതാരകൻ പല കുറുക്കുവഴികളും കണ്ടെത്തും. ധൃതിയിൽ കൊളനോസ്കോപ്പി ചെയ്ത് രോഗികളിൽ കുറച്ചുനേരം മാത്രം ബുദ്ധിമുട്ടുണ്ടാക്കാം. സാവധാനം ശ്രദ്ധിച്ച് സമയമെടുത്തും ഇത് ചെയ്യാം. കാൻമാനും റീഡെൽമിയും 154 രോഗികളിൽ നടത്തിയ പരീക്ഷണങ്ങളിൽ സമയദൈർഘ്യം കൂടിയ രോഗികൾക്ക് വേദന കുറവായതായി കണ്ടെത്തി. ഓരോ മിനുട്ടുമുള്ള വേദനയുടെ ആകെത്തുകയാവും ആകെയുള്ള വേദനയുടെ നിലവാരം എന്നാണ് നാം കരുതുക. അങ്ങനെ വന്നാൽ ദൈർഘ്യം കൂടുന്തോറും വേദനയും കൂടണം. എന്നാൽ ഫലം തിരിച്ചായിരുന്നു. അവതാരക സ്വത്വം സമയ ദൈർഘ്യത്തെ അവഗണിക്കുകയും മൂർദ്ധന്യ അന്ത്യ നിയമം മാത്രം പ്രതിഫലിപ്പിക്കുകയും ചെയ്തു. സമയം കൂടുന്നതനുസരിച്ച് യഥാർത്ഥത്തിൽ വേദനയും കൂടിയിരുന്നു. എന്നാൽ നമ്മുടെ ഓർമ്മയിൽ ഇത് ബോധിപ്പിക്കുന്നില്ല. കാരണം അവതാരകൻ അനുഭവങ്ങളെ സങ്കലനം ചെയ്യുകയല്ല ചെയ്യുന്നത് അവയുടെ ശരാശരി കണ്ടെത്തുകയാ

ണ്. വേദനയോടൊപ്പം വേദന കുറഞ്ഞ കുറെ സമയംകൂടി കൂട്ടിച്ചേർത്താൽ ശരാശരിയിൽ വേദന കുറഞ്ഞതായി തോന്നും. ഇതാണ് അവതാരക സ്വത്വത്തിന്റെ തെറ്റിദ്ധരിപ്പിക്കൽ. കുട്ടികളുടെ ഡോക്ടർമാർ അവരുടെ മുറിയിൽ മിഠായികൾ സൂക്ഷിക്കുന്നു. കുത്തിവെപ്പിനുശേഷം വേദനയെടുത്ത് കരയുന്ന കുട്ടികൾക്ക് മിഠായി നൽകുന്നു. കുത്തിവെപ്പിന്റെ വേദനയോടൊപ്പം മിഠായിയുടെ മധുരവും കൂട്ടിച്ചേർത്ത് ശരാശരി എടുക്കുവാൻ അവതാരക സ്വത്വം തയ്യാറാകുന്നു. അതിൽ വേദന കുറഞ്ഞതായി ഫലം ലഭിക്കും. അപ്പോഴും വേദന വേദന തന്നെയാണ് എന്നതാണ് സത്യം. പ്രസവവേദനയുടെ കാര്യമെടുത്താൽ അത് അനുഭവിച്ച ഒരു സ്ത്രീയും മറ്റൊരു പ്രസവത്തിന് തയ്യാറെടുക്കുകയില്ല. എന്നാൽ പ്രസവവേദനയുടെ അവസാനവും തുടർന്നുവരുന്ന ദിവസങ്ങളിലും ഹോർമോൺ വ്യവസ്ഥ കോർട്ടിസോളും ബീറ്റ എൻഡോർഫിനുകളും ഉൽപ്പാദിപ്പിക്കുന്നു. അതിലൂടെ വേദന മറക്കുകയും ആനന്ദത്തിന്റെ അനുഭൂതി ലഭിക്കുകയും ചെയ്യുന്നു. ഇങ്ങനെ തെറ്റുകൾക്കുള്ള സാദ്ധ്യത വർദ്ധിപ്പിക്കുന്ന ഒന്നായി ആങ്കറിങ് ബയസ് നമ്മോടൊപ്പം എന്നുമുണ്ടെന്ന സത്യം നാം തിരിച്ചറിയണം.

പഴയകാല സംഭവങ്ങളുടെ വെളിച്ചത്തിൽ നാം പെട്ടെന്നെടുക്കുന്ന ചില തീരുമാനങ്ങളുണ്ട്. നിലവിലെ സാഹചര്യങ്ങൾ മാറിയത് പരിഗണിക്കാതെയാണ് നാം ഇത്തരത്തിൽ തീരുമാനിക്കുന്നത്. അവൈലബിലിറ്റി ബയസ് അല്ലെങ്കിൽ റെപ്രസെന്റേറ്റീവ് ബയസ് എന്നാണ് ഇതറിയപ്പെടുന്നത്. മുറേ സ്റ്റേറ്റ് സർവ്വകലാശാലയിലെ മോറൽ സൈക്കോളജിസ്റ്റ് സിയാൻ റൈഫ് 'ഡിസിഷൻസ് ആൻഡ് ജഡ്ജ്മെന്റ്' എന്ന വിഷയത്തിൽ നടത്തിയ പ്രസംഗത്തിൽ ഇത് വിശദമാക്കുന്നുണ്ട്. ഒരു നൂറ്റാണ്ടിനുമുമ്പുള്ള അക്രമങ്ങളുടെ സ്ഥിതിവിവരക്കണക്ക് എടുത്തശേഷം സാമൂഹ്യ മാധ്യമങ്ങളിലൂടെ ലഭിച്ച സമീപകാല അറിവുകൾ വച്ച് ഇന്ന് അക്രമം കൂടിയിരിക്കുന്നുവെന്ന് നാം വിലയിരുത്തുന്നു. ഇത് അവൈലബിലിറ്റി ബയസ് മൂലം സംഭവിക്കുന്ന പിഴവാണ്. ഈ മേഖലയിൽ നിരവധി ശാസ്ത്രീയ പഠനങ്ങൾ നടന്നിട്ടുണ്ട്. വേൾഡ് ഹെൽത്ത് ഓർഗനൈസേഷന്റെ കണക്കുകൾ പ്രകാരം 2012 ൽ ലോകത്താകമാനം 56 ദശലക്ഷം പേരാണ് മരണമടഞ്ഞത്. യുദ്ധങ്ങളിൽ മരണപ്പെട്ട 1,20,000 പേരും കുറ്റകൃത്യങ്ങളിലൂടെയുള്ള 5,00,000 പേരും ചേർത്ത് ആകെ 6,20,000 പേരാണ് മനുഷ്യരുടെ അതിക്രമത്തിലൂടെ മരണപ്പെട്ടത്. എന്നാൽ എട്ട് ലക്ഷം പേർ ആത്മഹത്യ ചെയ്തു. 1.5 ദശലക്ഷം ആൾക്കാർ പ്രമേഹം മൂലം മരണപ്പെട്ടു. *ഹോമോദിയൂസ്* എന്ന തന്റെ ഗ്രന്ഥത്തിൽ യുവാൽ നോവാ ഹരാരി ഇത് രേഖപ്പെടുത്തിയിട്ടുണ്ട്. അപ്പോൾ വെടിമരുന്നിനേക്കാൾ അപകടകാരി പഞ്ചസാരയാണെ

ന്നതാണ് വാസ്തവം! വസ്തുതകൾ ഇതൊക്കെയാണെങ്കിലും കിട്ടിയ വിവരങ്ങൾ വച്ച് നാട്ടിൽ അക്രമങ്ങൾ പെരുകുന്നുവെന്ന് പ്രചരിപ്പിക്കുവാൻ നാം തയ്യാറാകുന്നു. ഇത് നമ്മുടെ ഒരു വൈകല്യമാണ്. ഭൂമി പരന്നതാണെന്ന് ഒരു പക്ഷവും ചതുരത്തിലാണെന്ന് മറ്റൊരു പക്ഷവും വിപരീത ദിശകളിലൂടെ വാദിച്ച് മുന്നേറുന്നുവെന്ന് സങ്കൽപ്പിക്കുക. ഒടുവിൽ അവർ ഒരു സ്ഥലത്ത് കൂട്ടിമുട്ടും. ഭൂമി ഉരുണ്ടതാണെന്നതാണ് ഇതിന് കാരണം. ഇത്തരം അപചയങ്ങളെ പ്രതിരോധിക്കുവാൻ നാം ചെയ്യേണ്ടത് നമ്മേക്കാൾ വ്യത്യസ്തമായി ചിന്തിക്കുന്നവരുമായി ഇടപെടുക എന്നതാണ്. അതോടൊപ്പം തീരുമാനങ്ങളെടുക്കുമ്പോൾ ഒഴിവാക്കുന്നതിലെ പിശകുകൾ (Errors of omission) സമഗ്രമായി പരിശോധിക്കുവാനും നാം തയ്യാറാകണം. അല്ലാത്തപക്ഷം ഈയൊരു പോരായ്മയുമായി ജീവിതാന്ത്യം വരെ നാം സഞ്ചരിക്കേണ്ടിവരും.

ശാസ്ത്രീയമായ വിശകലനങ്ങളോ ധാരണകളോ ഇല്ലാതെ ബോധപൂർവ്വം ഒരു കാര്യത്തിൽ അന്ധമായി വിശ്വസിച്ചുകൊണ്ട് കഥകൾ മെനഞ്ഞ് സ്ഥാപിക്കുന്ന ഒരു മാനസികാവസ്ഥ നമ്മിലുണ്ട്. ഇതിനെ കൺഫർമേഷൻ ബയസ് അഥവാ സ്ഥിരീകരണ പക്ഷപാതം എന്ന് പറയുന്നു. സദ്ദാം ഹുസൈൻ ജൈവായുധങ്ങളും ആണവായുധങ്ങളും ധാരാളമായി സംഭരിച്ച് ലോകത്തെയാകെ നശിപ്പിക്കുവാൻ പോകുന്നുവെന്ന് അമേരിക്ക ഒരു കഥ മെനയുന്നു. അതു വിശ്വസിച്ച ലോകം ഇറാഖിലേക്കുള്ള ഭക്ഷണമടക്കം നിരോധിക്കുന്നു. ഒടുവിൽ അതിപുരാതനമായ സംസ്കാരിക പാരമ്പര്യമുള്ള ഒരു രാഷ്ട്രത്തെ അപ്പാടെ തച്ചുതകർക്കുന്നു. ഒടുവിൽ സദ്ദാംഹുസൈനെ പിടിക്കുമ്പോഴാകട്ടെ ഷേവ് ചെയ്യുവാനുള്ള ഒരു ബ്ലേഡുപോലും അദ്ദേഹത്തിന്റെ കൈയിലില്ലെന്ന് ബോദ്ധ്യപ്പെടുന്നു. സ്ഥിരീകരണ പക്ഷപാതത്തിലൂടെ അദ്ദേഹം കൊടും ഭീകരനാണെന്ന് ലോകത്തെ ബോദ്ധ്യപ്പെടുത്തുവാൻ അമേരിക്കയ്ക്ക് കഴിഞ്ഞു. ഇത് നമ്മുടെ പ്രായോഗിക ജീവിതത്തിൽ ധാരാളമായി സംഭവിക്കുന്ന ഒന്നാണ്. ആരുടെയെങ്കിലും ഒരു ജാതകത്തിലെ വിവരങ്ങൾ ജാതക വിശ്വാസിയെ കൊണ്ടു വായിപ്പിച്ചാൽ ഇതെന്റെ കാര്യത്തിൽ കൃത്യമാണല്ലോ എന്ന് പറയും. ജാതകത്തിൽ വിശ്വാസമില്ലാത്ത ഒരാളിന് ആരെക്കുറിച്ച് വേണമെങ്കിലും ഇങ്ങനെ പറയാമല്ലോ എന്നുതോന്നും. തന്ത്രപൂർവ്വം കഥകൾ മെനഞ്ഞാൽ അതിൽ വീണുപോകുന്നവരാണ് നാമെന്ന് സാരം.

പുതിയ ഒരു സാഹചര്യത്തിലേക്ക് കാര്യങ്ങൾ മാറേണ്ടതായി വരുന്ന പല സന്ദർഭങ്ങളിലും നിലവിലെ സ്ഥിതി തുടരുവാനാണ് നമുക്ക് താൽപ്പര്യം തോന്നുക. ഇതാണ് സ്റ്റാറ്റസ് ക്വ ബയസ്. 1988 ൽ ഗവേഷകരായ വില്യം സാമുവൽസണും റിച്ചാർഡ് സെക്കോസറും (Richard

Zeekhausir) ചേർന്ന് പ്രസിദ്ധീകരിച്ച 'സ്റ്റാറ്റസ് ക്വ ഇൻ ഡിസിഷൻ മേക്കിങ്' എന്ന പഠനത്തിലാണ് ഈ വാക്ക് ആദ്യമായി ഉപയോഗിക്കുന്നത്. നേട്ടത്തെക്കാൾ നമുക്ക് ചെലവഴിക്കേണ്ടിവരുന്ന തുകയ്ക്ക് പ്രാധാന്യം നൽകുമ്പോഴാണ് ഒട്ടുമിക്ക അവസരങ്ങളിലും നാമിതിനടിമകളാകുന്നത്. എന്നാൽ സാമ്പത്തികനഷ്ടമില്ലാത്ത അവസരങ്ങളിലും ഇത് നമ്മെ കീഴ്പ്പെടുത്തും. 1985 ൽ കൊക്കക്കോള ന്യൂ കോക്ക് എന്ന പേരിൽ പഴയ കോളയുടെ ഫ്ലേവറിൽ തന്നെ ഒരുൽപ്പന്നം വിപണിയിലിറക്കി. എന്നാൽ കോള കുടിക്കുന്നവർ പഴയ കോളയിൽത്തന്നെ വിശ്വാസമർപ്പിച്ചതിന്റെ പേരിൽ 1992 ൽ കമ്പനി പുതിയ കോള പിൻവലിച്ചു. ഒരു കമ്പനിയിൽ ആകർഷകമായ പുതിയ ഇൻഷുറൻസ് പരിരക്ഷയ്ക്ക് അവസരം നൽകി. പഴയ ജീവനക്കാർ നിലവിലെ പദ്ധതി തന്നെ തുടരുകയാണ് ചെയ്തത്. വാക്വം ക്ലീനർ വിലകൊടുത്തുവാങ്ങിയ ശേഷവും ചൂലാണ് സൗകര്യമെന്ന് കരുതുന്ന ഒരു മഹാഭൂരിപക്ഷമുണ്ട്. ചൂലുകൊണ്ട് വൃത്തിയാക്കിയാൽ പൊടി മുറിയിൽത്തന്നെ തങ്ങിനിൽക്കുമെന്നറിഞ്ഞിട്ടും വാക്വം ക്ലീനർ നാം ഉപയോഗിക്കില്ല. സ്ഥിരമായി ഒരു രീതിയിൽത്തന്നെ കറിക്കരിയുന്ന വ്യക്തികൾ കട്ടിങ് പ്ലേറ്റ് ലഭിച്ചാലും അതിലേക്ക് മാറുവാൻ മടി കാണിക്കും. സിലബസ് മാറുമ്പോൾ അദ്ധ്യാപകർ വേവലാതിപ്പെടുന്നതും സ്റ്റാറ്റസ് ക്വ ബയസിന്റെ പ്രേരണയാലാണ്. സാഹചര്യം മാറുമ്പോഴുണ്ടാകുന്ന പ്രയോജനത്തെപ്പറ്റി സമഗ്രമായി പഠിച്ച് ഇതിൽനിന്നും മോചനം നേടാവുന്നതാണ്.

നല്ല വാർത്തകളെക്കാൾ കൂടുതൽ വേഗത്തിൽ പരക്കുന്നത് മോശം വാർത്തകളാണ്. ഇതാണ് നെഗറ്റിവിറ്റി ബയസ് അഥവാ നിഷേധാത്മക പക്ഷപാതം. ഭാഷാ കണ്ടുപിടിച്ചതിനുശേഷം ഭാഷ കൂടുതൽ ഉപയോഗിച്ചത് പരദൂഷണം പറയുവാനാണെന്ന് പഠനങ്ങൾ വ്യക്തമാക്കുന്നതും ഇതുകൊണ്ടാണ്. പെൻസിൽവാനിയ സർവ്വകലാശാലയിലെ മനശ്ശാസ്ത്ര വിഭാഗം പ്രൊഫസറായ പോൾ റോസിനും എക്സ്പെരിമെന്റൽ സൈക്കോളജിയിൽ ഡോക്ടറേറ്റ് നേടിയ എഡ്വേർഡ് റോയ്സ്മാനും ഇക്കാര്യത്തിൽ പഠനങ്ങൾ നടത്തി. ആരെയെങ്കിലും അപകീർത്തിപ്പെടുത്തുന്ന വാർത്തകൾ വായിക്കുമ്പോൾ നാമറിയാതെ നിരവധിതവണ കണ്ണുകൾ ചിമ്മും. ഇത് വിഷയത്തോടുള്ള താൽപ്പര്യമാണ് സൂചിപ്പിക്കുന്നതെന്ന് അവർ കണ്ടെത്തി. ഇത്തരം മുൻധാരണകളിലൂടെ തീരുമാനങ്ങളെടുക്കുകയും വിധി കൽപ്പിക്കുകയും ചെയ്യുമ്പോൾ നാം ഗുരുതരമായ തെറ്റിലേക്കാണ് പോകുന്നത്. ഇക്കാര്യം ഡാനിയൽ കാൻമാനും അമോസ് ടവ്സ്കിയും രേഖപ്പെടുത്തിയിട്ടുണ്ട്. സ്റ്റാൻഫോർഡ് സർവ്വകലാശാലയിലെ മനഃശാസ്ത്ര വിഭാഗം പ്രൊഫസറായ ലോറ കാസ്റ്റൻസെൻ തന്റെ സംഘത്തോടൊപ്പം നടത്തിയ പഠനത്തിൽ പ്രാ

യപൂർത്തിയായവരിൽ ഈ പ്രവണത കുറഞ്ഞുവരുന്നതായി കണ്ടെത്തി. രാഷ്ട്രീയ താൽപ്പര്യങ്ങൾക്കായി നിഷേധാത്മക വാർത്തകൾ സൃഷ്ടിക്കലും തുടർന്ന് അത് പ്രചരിപ്പിക്കലും സർവ്വസാധാരണമാണ്. ഒരാൾക്ക് ഒരവാർഡ് ലഭിച്ചാൽ അതിന്റെ വിധികർത്താക്കൾ ആരാണെന്നും മുമ്പ് ആർക്കൊക്കെ ലഭിച്ചിട്ടുണ്ടെന്നുമെല്ലാം നാം അന്വേഷിക്കും. എല്ലാറ്റിനും ഗുണപരമായ ഉത്തരമാണ് ലഭിച്ചതെങ്കിൽ പിന്നെ നാം അക്കാര്യം അപ്പോൾത്തന്നെ മറക്കും. ആരോടും ഇത് സംബന്ധിച്ച് സംസാരിക്കുവാനും താല്പര്യമെടുക്കില്ല. എന്നാൽ ഒരാളെപ്പറ്റി ഒരു മോശം വാർത്ത ലഭിച്ചാൽ യാതൊരു തെളിവുകളും തേടാതെ പരമാവധി ആൾക്കാരോട് ഇക്കാര്യം ചർച്ചചെയ്യും. ഇതാണ് നിഷേധാത്മക പക്ഷപാതം. നമ്മുടെ വ്യക്തിത്വത്തെ തന്നെ ഇല്ലാതാക്കുന്ന ഈ അപകടം യഥാസമയം മനസ്സിലാക്കുന്നില്ല എന്നതാണ് ഗുരുതരമായ പ്രശ്നം.

ഏതൊരു വൈകല്യവും ക്രമേണ ശീലമാവുകയാണ് പതിവ്. പുതിയ ശീലങ്ങൾ ഉണ്ടാക്കുക എന്നത് പ്രയാസമേറിയ ഒരു കാര്യമാണ്. പഴയ ശീലങ്ങൾ ഉപേക്ഷിക്കുക എന്നത് പുതിയ ശീലങ്ങൾ സ്വായത്തമാക്കുന്നതിനേക്കാൾ പത്തിരട്ടി ബുദ്ധിമുട്ടുള്ളതും. ഇതിനെ മറികടക്കുവാൻ നമ്മുടെ പരിമിതികളുടെ ആകെത്തുക നാംതന്നെ കണ്ടെത്തുക്കണം. പരിമിതികൾ ബോദ്ധ്യപ്പെട്ടാൽ മാത്രമേ പരിഹാരം തേടൽ സാദ്ധ്യമാകൂ. പുരോഗമനാശയങ്ങൾക്കും ശാസ്ത്രീയ ചിന്താരീതികൾക്കും പ്രാധാന്യം നൽകുന്ന ഒരു ജീവിതരീതി കെട്ടിപ്പടുത്താൽ മാത്രമേ ഇത്തരം പരിമിതികളെ നമുക്ക് ഒരു പരിധിവരെയെങ്കിലും അതിജീവിക്കുവാനാകൂ. സ്വയം തിരുത്തലിന് വിധേയമായി സ്വയം മാറുന്നതോടൊപ്പം നമുക്കുനേരെ മറ്റുള്ളവരിൽനിന്നും വരുന്ന ഇത്തരം അപകടങ്ങൾ തിരിച്ചറിയുവാനും നമുക്കാകണം.

പ്രഭാവങ്ങൾ അപകടകാരികളോ?

തീരുമാനങ്ങളെടുക്കുമ്പോഴും അതിലൂടെ വിധിയെഴുത്ത് നടത്തുമ്പോഴും പ്രഭാവങ്ങൾ അഥവാ ഇഫക്റ്റ്സ് നമ്മെ സഹായിക്കുന്നതായി തോന്നാം. എന്നാൽ നാം തെറ്റായ കണക്കുകൂട്ടലുകളിലൂടെ തെറ്റിലേക്ക് പ്രവേശിക്കുകയാണ് ചെയ്യുന്നതെന്ന് ശാസ്ത്രം വെളിപ്പെടുത്തുന്നു. ധാരണകളുടെ പക്ഷപാതത്തിനൊപ്പമോ ഒരു പരിധിവരെ അതുതന്നെയായോ ഒക്കെ ഈ പരിമിതി എന്നും നമ്മോടൊപ്പമുണ്ട്. ഇതിൽ പ്രാധാന്യമുള്ള ഒന്നാണ് ബാന്റ് വാഗൺ പ്രഭാവം. കുറെയധികം ആളുകൾ ഇഷ്ടപ്പെടുന്നതുകൊണ്ട് ഞാനും അതിഷ്ടപ്പെടുന്നു എന്ന അവസ്ഥയാണിത്. രാഷ്ട്രീയത്തിലൂടെയാണ് ഇതിന്റെ ജനനം. ഏറ്റവും കൂടുതൽ പിന്തുണയുള്ളയാളിന് വോട്ട് നൽകുക എന്നത് ഒരു സാധാരണ ശീലമാണ്. ഭൂരിപക്ഷത്തോടൊപ്പം ഞാനുമുണ്ടാകണം എന്ന ചിന്താഗതിയാണ് ഇതിന് കാരണം. ഷെയർ മാർക്കറ്റുകളിൽ വളരെ വലിയ പ്രാധാന്യമാണ് ഇക്കാര്യത്തിലുള്ളത്. മാനസിക സാമൂഹിക സാമ്പത്തിക മേഖലകളിൽ ഇത് ശക്തമായ സ്വാധീനംചെലുത്തുന്നു. അന്ധവിശ്വാസങ്ങൾ ഊട്ടിയുറപ്പിക്കുന്നതിനും ഇതു കാരണമാകും. സമൂഹത്തിൽ ഉന്നത സ്ഥാനമലങ്കരിക്കുന്നവർ അന്ധവിശ്വാസികളായാൽ അത് അനുകരിക്കുവാൻ ഒരു മഹാഭൂരിപക്ഷം തയ്യാറാകും. ഒഴുക്കിനൊപ്പം നീന്തുക എന്ന അനായാസ പ്രക്രിയയാണ് ഇവിടെ പ്രവർത്തിക്കുന്നത്. ഇതിനടിപ്പെടുന്നതോടെ നാം ശരിതെറ്റുകൾ പരിശോധിക്കൽ ഒഴിവാക്കുന്നു. ഫാഷൻ ട്രെൻഡുകൾ രൂപപ്പെടുന്നത് ഇതുമൂലമാണ്. ഇതിനെ ഹെർഡ് മെന്റാലിറ്റി അഥവാ കന്നുകാലികളുടെ മാനസികാവസ്ഥ എന്നും വിശേഷിപ്പിക്കാറുണ്ട്. 'മുമ്പേ ഗമിക്കുന്ന ഗോക്കൾ തന്റെ പിമ്പേ ഗമിക്കും ബഹുഗോക്കളെല്ലാം' എന്ന

തത്വമാണിവിടെ പ്രാവർത്തികമാകുന്നതെന്ന് സാരം. കലാപങ്ങൾ, പ്രകടനങ്ങൾ, മതപരമായ കൂടിച്ചേരലുകൾ എന്നിവ ഇതിന്റെ ഫലമായി സംഭവിക്കാറുണ്ട്. ഇന്ദിരാഗാന്ധി വധത്തെ തുടർന്നുള്ള കലാപങ്ങളും കൂട്ടക്കൊലകളുമെല്ലാം ബാൻഡ് വാഗൺ പ്രഭാവത്തിന്റെ സ്വാധീനത്തിൽ സംഭവിച്ചതാണ്. മനസ്സിന്റെ നവീകരണം ഒന്നുകൊണ്ടു മാത്രമേ നമുക്കിതിനെ നേരിടുവാനാകൂ. അല്ലാത്തപക്ഷം കന്നുകാലികളെപ്പോലെ ഏതു വഴിക്ക് തെളിച്ചാലും അതുവഴിപോകുന്ന ഇരുകാലി മൃഗങ്ങളായി നാം അധഃപതിക്കുകയേ നിവൃത്തിയുള്ളൂ.

ഭാഗ്യക്കുറി ടിക്കറ്റെടുക്കുന്നവർക്ക് നറുക്കെടുപ്പുവരെ ഒരു പ്രതീക്ഷയുണ്ടാകും. എന്നാൽ ഫലം പുറത്തുവരുന്നതോടെ അതവസാനിക്കും. എന്നാൽ അടുത്ത ഭാഗ്യക്കുറിയിലാകും സമ്മാനമെന്ന വിശ്വാസത്തോടെ വീണ്ടും ടിക്കറ്റെടുക്കും. അതങ്ങനെ ആവർത്തിച്ചുകൊണ്ടേയിരിക്കും. ഇതാണ് ചൂതാട്ടക്കാരുടെ വീഴ്ച അഥവാ ഗാംബ്ലേഴ്സ് ഫാലസി. നല്ലൊരു ശതമാനം ആൾക്കാരിലും ഈയൊരു മനോഭാവം കാണുവാനാകും. ഒരു നാണയം മുകളിലേക്കെറിഞ്ഞ് തലയും വാലും നിശ്ചയിക്കുന്ന രീതിയെപ്പറ്റി ഡാനിയൽ കാൻമാൻ വിശദീകരിക്കുന്നുണ്ട്. പത്തുതവണ തല വന്നാലും അടുത്തത് വാലായിരിക്കും എന്ന വിശ്വാസത്തോടെ നാം വീണ്ടും നാണയം എറിയുന്നു. നാണയത്തെ സംബന്ധിച്ച് അത് വീണ്ടും തലതന്നെ ആകാനുള്ള സാദ്ധ്യതയുമുണ്ടെന്നതാണ് സത്യം. പലപ്പോഴും ഇതൊരു ശുഭാപ്തിവിശ്വാസമായാണ് നാം കരുതുന്നത്. ഇതിൽ ശാസ്ത്രീയമായ ഒരടിത്തറയില്ല. ഭാഗ്യസമ്മാനങ്ങളിലും നാണയം മുകളിലേക്ക് എറിയുന്നതിലും ശാസ്ത്രീയമായ ഒരു സാദ്ധ്യത കണ്ടെത്തുവാനാകില്ല. ഇവിടെ നാം വെറുമൊരു ഭാഗ്യാന്വേഷിയായി മാറുകയാണ്. അതോടെ കഠിനാദ്ധ്വാനമെന്ന ശരിയായ വഴി ഉപേക്ഷിക്കുകയും ചെയ്യുന്നു. മടിയന്റെ മായാലോകത്തിലൂടെ മലർപ്പൊടിക്കാരന്റെ സ്വപ്നത്തിലേക്ക് കടക്കുകയാണ് ചെയ്യുന്നത്. നിഗമനങ്ങളുടെ തടവറയിൽ ഇപ്രകാരം ചെന്ന് വീഴാതെ ജീവിതത്തിൽ മുന്നേറുവാനുള്ള ഒരു ശാസ്ത്രീയ ചിന്താധാര സ്വയം സൃഷ്ടിച്ചെടുത്താൽ മാത്രമേ ഇതിനെ അതിജീവിക്കുവാനാകൂ.

ഒരു കാര്യം ചെയ്തുകഴിഞ്ഞാൽ അതിൽ ചില പിഴവുകളുണ്ടെങ്കിൽ പോലും അവയെ മാറ്റിനിർത്തി ചെയ്തകാര്യം മഹത്തരമാണെന്ന് സ്ഥാപിക്കുന്നതിനുള്ള വ്യഗ്രത നമ്മിൽ ധാരാളമാണ്. ഇതാണ് പോസ്റ്റ് പർച്ചേസ് റാഷണലൈസേഷൻ അഥവാ ലബ്ധ്യാനന്തര യുക്തിവിചാരശക്തി. നാം ചെയ്തതിലെ മികവുകൾ ബോദ്ധ്യപ്പെടുത്തുവാൻ കിണഞ്ഞു ശ്രമിക്കുന്ന ഒരു മാനസികാവസ്ഥയാണിത്. വിലകൂടിയ വസ്തുക്കൾ വാങ്ങുന്ന സമയത്താണ് ഇത് കൂടുതൽ സംഭവിക്കുന്നത്. വളരെ മോശമായ ഒരു തീരുമാനപ്രകാരം അത്ര മെച്ചമല്ലാത്ത ഒരു വസ്തുവാണ് നാം വാ

ങ്ങിയതെങ്കിലും അതിന്റെ മേന്മകൾ പെരുപ്പിച്ച് സ്വയം സമാധാനിക്കാനുള്ള ഒരു പാഴ്ശ്രമമാണിത്. അരിസോണ സർവ്വകലാശാലയിലെ മനഃശാസ്ത്രവിഭാഗം വിസിറ്റിംഗ് പ്രൊഫസർ ഡോ. റോബർട്ട് സിയാൽഡിനി മനുഷ്യരിലെ ഇത്തരം പ്രവണതകളെക്കുറിച്ച് പഠനങ്ങൾ നടത്തുകയുണ്ടായി. നമ്മുടെ പ്രതിച്ഛായക്ക് മങ്ങലേൽക്കുമെന്ന ഭയത്താലാണ് നാംചെയ്തത് മഹത്തരമാണെന്ന് സ്ഥാപിക്കാൻ ശ്രമിക്കുന്നതെന്ന് അദ്ദേഹം കണ്ടെത്തി. ഒരു കാറുവാങ്ങുവാൻ തീരുമാനിച്ച നാം ഒടുവിൽ ഹ്യുണ്ടായി ഐ20 കാർ വാങ്ങുന്നു. അപ്പോഴാണ് മാരുതി ഡിസയർ ഇതിനേക്കാൾ മികച്ചതാണെന്ന അറിവ് ലഭിക്കുന്നത്. അതോടെ ഡിസയറിന്റെ മേന്മകൾ മനസ്സിൽ സൂക്ഷിച്ചുകൊണ്ടുതന്നെ നാം ഐ 20യെ പ്രകീർത്തിക്കുവാൻ തുടങ്ങും. നമ്മുടെ തീരുമാനത്തെ സാധൂകരിക്കാൻ അനിവാര്യമായ ഒന്നാണിതെന്ന് നാം കരുതുന്നു. വീടുവച്ചുകഴിയുമ്പോഴാണ് നമുക്ക് പറ്റിയ അമളികൾ ബോദ്ധ്യപ്പെടുന്നത്. അതോടെ വീടിന്റെ മേന്മകളും അതിൽ തന്റെ ഇടപെടലുകൾകൊണ്ടുണ്ടായ നേട്ടങ്ങളും വെളിപ്പെടുത്തി നാം സ്വയം സമാധാനിക്കുന്നു. യഥാർത്ഥ വസ്തുത അപ്പോഴും അതായിത്തന്നെ നിലനിൽക്കുന്നു. വീഴ്ചകൾ ബോദ്ധ്യപ്പെട്ടാൽ അത് മറ്റുള്ളവർക്കായി പങ്കുവയ്ക്കുന്നതിനുപകരം ഇത്തരമൊരു കൃത്രിമ കുറുക്കുവഴി സൃഷ്ടിച്ച് മിടുക്കരാകാനുള്ള വൃഥാ ശ്രമമാണിത്. സമൂഹത്തിൽ 50 ശതമാനം ആൾക്കാരിലും ഈ പ്രവണതയുണ്ടെന്ന് പഠനങ്ങൾ വ്യക്തമാക്കുന്നു. ഇതിനെ തെറ്റായി കാണുവാനും അത് യഥാവിധി പങ്കുവെച്ച് മനസ്സ് വിശാലമാക്കുവാൻ ശ്രമിക്കുകയുമാണ് ഇതിനൊരു പോംവഴി.

1964 മാർച്ച് 13 ന് ഞെട്ടിപ്പിച്ച ഒരു ദുരന്തം ന്യൂയോർക്കിൽ അരങ്ങേറി. പാർപ്പിടസമുച്ചയങ്ങളാൽ ചുറ്റപ്പെട്ട ക്വീൻസിൽ ആയിരുന്നു ഇത് സംഭവിച്ചത്. 28 വയസ്സ് പ്രായമുള്ള കിറ്റി ജനോവേസ് എന്ന യുവതി ഷിഫ്റ്റ് ജോലികഴിഞ്ഞ് രാവിലെ മൂന്നു മണിയോടുകൂടി തന്റെ കാറിൽ അവർ താമസിക്കുന്ന പാർപ്പിട സമുച്ചയത്തിലെത്തി. കാർ പാർക്ക് ചെയ്തശേഷം വാതിലിനടുത്തേക്ക് നടക്കുമ്പോൾ ഒരാൾ കിറ്റിയെ കുത്തി പരിക്കേൽപ്പിച്ചു. കിറ്റിയുടെ നിലവിളികേട്ട് പലവീടുകളിലും വെളിച്ചം തെളിഞ്ഞു. അതോടെ കള്ളൻ ഓടിമറഞ്ഞു. നിലവിളി കേട്ടവരാരും താഴേക്ക് വരികയോ കാര്യങ്ങൾ അന്വേഷിക്കുകയോ ചെയ്തില്ല. 38 വീടുകളിലുള്ളവർ ഇതറിഞ്ഞിരുന്നുവത്രെ! വെളിച്ചം കണ്ടു ഭയന്ന കൊലയാളി ഓടിമറഞ്ഞു. എന്നാൽ പത്ത് മിനിറ്റുകൾക്കകം വെളിച്ചം അണഞ്ഞതോടെ അയാൾ തിരികെ എത്തുകയും ജനോവേസിനെ വീണ്ടും ആക്രമിക്കുകയും തുടർന്ന് ബലാത്സംഗം ചെയ്യുകയും ചെയ്തു. ജനോവേസിന്റെ ഫ്ലാറ്റിന് തൊട്ടടുത്ത് താമസിക്കുന്ന സ്ത്രീ താഴേക്ക് വന്നപ്പോൾ അവശനിലയിൽ കിടക്കുന്ന ജനോവേസിനെ കാണുകയും

ആശുപത്രിയിലെത്തിക്കുകയും ചെയ്തു. അപ്പോഴേക്കും ജനോവേസ് മരണമടഞ്ഞിരുന്നു. ആറു ദിവസങ്ങൾക്കുശേഷം വിൻസ്റ്റൺ മോസ്ലെ എന്ന 29 വയസ്സുള്ള കൊലയാളിയെ പൊലീസ് പിടികൂടി. കുറ്റം സമ്മതിച്ച ഇയാളെ കോടതി തൂക്കിക്കൊല്ലുന്നതിന് വിധിച്ചുവെങ്കിലും ഒടുവിൽ അപ്പീൽ പ്രകാരം ജീവപര്യന്തം തടവിന് ശിക്ഷിച്ചു. എന്നാൽ എൺപത്തിയൊന്നാം വയസ്സിൽ 2016 മാർച്ച് 13 ന് ജയിലിൽവച്ച് ഇയാൾ മരണപ്പെട്ടു. കിറ്റി ജനോവേസിന്റെ ദുരന്തം അമേരിക്കയിൽ സാമൂഹ്യ മനശ്ശാസ്ത്ര വിദ്യാർത്ഥികൾക്ക് ഇന്നൊരു പഠന വിഷയമാക്കി പാഠപുസ്തകത്തിൽ ഉൾപ്പെടുത്തി. മനശ്ശാസ്ത്ര മേഖലയിൽ നിരവധി ഗവേഷണങ്ങൾ ഇക്കാര്യത്തിലുണ്ടായി. ഒടുവിൽ ഇത് ബൈസ്റ്റാൻഡർ ഇഫക്ട് അഥവാ കാഴ്ചക്കാരന്റെ പ്രഭാവം ആണെന്ന് കണ്ടെത്തി. നിരവധി ആൾക്കാരുടെ മുന്നിൽ ഒരു സംഭവം നടന്നാൽ മറ്റാരെങ്കിലും ഇടപെട്ടു കൊള്ളും എന്ന ധാരണയിൽ മാറിനിൽക്കുന്ന സ്വഭാവം ബഹുഭൂരിപക്ഷം ആൾക്കാരിലുമുണ്ട്. ഇത് ഉത്തരവാദിത്വങ്ങളിൽനിന്നും ഒഴിഞ്ഞു മാറുന്നതിനുള്ള മനസ്സിന്റെ ഒരു തന്ത്രമാണ്. ഓഫീസിലേക്കോ മറ്റെന്തെങ്കിലും ആവശ്യങ്ങൾക്കോ പുറത്തേക്കുപോകുന്ന നാം റോഡിൽ ഒരു അപകടം കണ്ടാൽ ഒന്നുനിൽക്കുകയും പ്രശ്നം മനസ്സിലാക്കിയ ശേഷം നമ്മുടെ വഴിക്ക് പോവുകയും ചെയ്യും. ഇതാണ് ബൈസ്റ്റാൻഡർ ഇഫക്ട്. കാഴ്ചക്കാരനായ ഞാൻ സമൂഹത്തിന്റെ ഭാഗമാണെന്നും അപകടത്തിൽപ്പെട്ടിരിക്കുന്നത് തന്നെപ്പോലെ മറ്റൊരാളാണെന്നുമുള്ള ചിന്ത നമ്മുടെ മനസ്സ് തള്ളിക്കളയുന്നു. തികഞ്ഞ ഒരു സാമൂഹ്യവിരുദ്ധ മനോഭാവമാണിത്. തന്റെ സാന്നിദ്ധ്യത്തിൽ നടക്കുന്ന ഏതൊരു സംഭവത്തിനും താനുംകൂടി ഉത്തരവാദിയാണെന്ന ഒരു ഉൽകൃഷ്ടബോധം ജനിക്കാത്തിടത്തോളം ഇത് ഇങ്ങനെതന്നെ തുടരും. നാം ചെയ്യുന്ന തെറ്റുകളുടെ പോലും ഉത്തരവാദിത്വം മറ്റുള്ളവരിൽ എങ്ങനെ ആരോപിക്കാം എന്ന ചിന്താധാരയ്ക്കാണ് പൊതുവേ സമൂഹത്തിൽ മുൻതൂക്കം. ഇത് മനുഷ്യമനസ്സിന്റെ ഒരു പരിമിതിയാണ്. ഉത്തരവാദിത്വം സ്വയം ഏറ്റെടുക്കുന്ന വിശാലമായ ഒരു ചിന്താഗതി പുരോഗമനാശയങ്ങളിൽ നിന്ന് മാത്രമേ ലഭിക്കുകയുള്ളൂ.

ചില പരിമിതികൾ അപ്രതീക്ഷിതമായി ചിലപ്പോൾ ഗുണമായും വന്നുഭവിക്കും. ചില വീഴ്ച മഹാനു ശോഭയാം മലയിൽ കന്ദരമെന്ന മാതിരി എന്നും പ്രമാണമുണ്ടല്ലോ. മഹാന്മാരുടെ ചില വീഴ്ചകൾ ഗുണമായും ഭവിക്കാറുണ്ട്. പക്ഷേ, തെറ്റുകളും കുറ്റങ്ങളും ഏറ്റെടുക്കുമ്പോൾ മാത്രമേ ഇത് സംഭവിക്കാറുള്ളൂ. ഇതാണ് പ്രാറ്റ് ഫാൾ പ്രഭാവം എന്നറിയപ്പെടുന്നത്. 1996 ൽ അമേരിക്കൻ മനശ്ശാസ്ത്രജ്ഞനും സ്റ്റാൻഫോർഡ് സർവ്വകലാശാലയിലെ വിസിറ്റിങ് പ്രൊഫസറുമായ ആരോൺസണാ

ണ് ഇത് ശാസ്ത്രീയമായി കണ്ടെത്തിയത്. സാമൂഹ്യ മനശ്ശാസ്ത്രജ്ഞന്മാർ വളരെ കൗതുകത്തോടെ നോക്കിക്കാണുന്ന ഒന്നാണിത്. പ്രശസ്ത ഹോളിവുഡ് സിനിമാനടി ജെന്നിഫർ ലോറൻസ് ഒരിക്കൽ സദസ്യരുടെ മുന്നിൽവച്ച് കാർപ്പെറ്റിൽ തട്ടിവീണു. എന്നാൽ യാതൊരു സങ്കോചവും കൂടാതെ തുടർന്നുള്ള ചോദ്യങ്ങൾക്ക് ജെന്നിഫർ ആകർഷകമായ ഉത്തരങ്ങൾ പറഞ്ഞു. ഇത് ആൾക്കാർക്ക് അവരോടുള്ള സ്നേഹം കൂട്ടുവാനാണ് ഉപകരിച്ചത്. പക്ഷേ, ഒരുകാര്യം പ്രത്യേകം ശ്രദ്ധിക്കണം. നമ്മുടെ വീഴ്ചകളും മണ്ടത്തരങ്ങളും സ്വയം സമ്മതിക്കുവാനുള്ള ഒരു നല്ല മനസ്സ് നമുക്കുണ്ടായിരിക്കണം. ഇതാണ് ആരോൺസൺ തന്റെ ഗവേഷണത്തിൽ കണ്ടെത്തിയ വസ്തുത. ലോ ഓഫ് ലൈക്കബിലിറ്റി എന്നും ഇതറിയപ്പെടുന്നു. ചാർലി ചാപ്ലിനും മിസ്റ്റർ ബീനും ഈ സാദ്ധ്യത പരമാവധി ഉപയോഗപ്പെടുത്തിയവരാണ്. മലയാളത്തിലേക്ക് വന്നാൽ നടൻ ശ്രീനിവാസൻ ഇതിനൊരുദാഹരണമാണ്. പ്രശസ്തരായ നല്ല വ്യക്തികളെ അവരുടെ വൈകല്യങ്ങളോടൊപ്പംതന്നെ നാം ഇഷ്ടപ്പെടുമെന്നത് ഒരു സത്യമാണ്.

തികച്ചും അപകടകാരികളായ നൂറിൽപ്പരം പ്രഭാവങ്ങളാൽ ചുറ്റി വരിയപ്പെട്ടതാണ് നമ്മുടെ മനസ്സ്. ഇതിൽ അതിജീവിക്കേണ്ടതിനെ അതിജീവിക്കുവാൻ ശ്രമിക്കുമ്പോൾ മാത്രമാണ് നാം യഥാർത്ഥ മനുഷ്യരാകുന്നത്. മനസ്സ് ഇപ്പോഴും പരിണാമത്തിന്റെ പ്രാഥമിക അവസ്ഥയിലാണ് സ്ഥിതിചെയ്യുന്നത്. അതിനാൽ പിടിച്ചാൽ നിൽക്കാത്ത മനസ്സിനെ പിടിച്ചുനിർത്തുവാനല്ല; ശരിയായ വഴികളിലൂടെ യഥേഷ്ടം പറക്കുവാനുള്ള സ്വാതന്ത്ര്യം നൽകലാണ് യഥാർത്ഥ വഴി.

അമാനുഷിക സിദ്ധികളുള്ള കരിങ്കണ്ണൻ

ലോകജനസംഖ്യയിൽ 40% ആൾക്കാരിൽ ആഴത്തിൽ വേരുറച്ച ഒരന്ധവിശ്വാസമാണ് ദൃഷ്ടിദോഷം അഥവാ ഈവിൾ ഐ. 1976 ൽ പ്രസിദ്ധ അമേരിക്കൻ ഫോക്‌ലോറിസ്റ്റ് ജോൺ റോബർട്ട്സ് നടത്തിയ പഠനത്തിൽ കണ്ടെത്തിയതാണ് ഈ വിവരം. പ്രാചീന ശിലായുഗ കാലഘട്ടം മുതൽ ദൃഷ്ടിദോഷം സമൂഹത്തിൽ അടിയുറച്ച ഒരു വിശ്വാസമായിരുന്നു. ക്രിസ്തുവിനുമുൻപ് ആറാം നൂറ്റാണ്ടിൽ ഈ വിശ്വാസം സജീവമായിരുന്നതായി സൂചിപ്പിക്കുന്ന രേഖകൾ ലഭ്യമായിട്ടുണ്ട്. കപ്പുകളിലും പാത്രങ്ങളിലും മറ്റും കണ്ണിന്റെ ചിത്രം വരച്ചുവച്ച് ദൃഷ്ടിദോഷത്തെ ചെറുത്തിരുന്നതിന്റെ തെളിവുകൾ പര്യവേഷണസംഘം കണ്ടെടുക്കുകയുണ്ടായി. അമാനുഷിക സിദ്ധികളുള്ളവരാണ് കരിങ്കണ്ണൻമാർ എന്നതിനാൽ അപ്പോട്രോപെ മാജിക്കി (Apotropaic magic)ലൂടെയാണ് അന്ന് സമൂഹം ഈ മഹാവിപത്തിനെ നേരിട്ടത്. ആഭിചാരക്രിയകളിൽനിന്നും കരിങ്കണ്ണിൽനിന്നും അനായാസം സംരക്ഷണം എന്ന അവകാശവാദവുമായാണ് അപ്പോട്രോപെ ജാലവിദ്യ രംഗത്തെത്തിയത്. തികഞ്ഞ ഒരന്ധവിശ്വാസത്തെ ബോധപൂർവ്വം സൃഷ്ടിച്ചെടുത്ത് സമൂഹത്തിൽ വേരോടിപ്പിച്ച ശേഷം അതിലും വലിയ ഒരു അന്ധവിശ്വാസത്തെ സൃഷ്ടിച്ച് അതിനെ നേരിടാനാകുമെന്ന് ബോദ്ധ്യപ്പെടുത്തുന്നു. എല്ലാ അന്ധവിശ്വാസങ്ങളും തുടർന്നുവരുന്ന ഈയൊരു സാമാന്യതത്വം തന്നെയാണ് അപ്പോട്രോപെ ജാലവിദ്യയിലുമുണ്ടായിരുന്നത്. ഇംഗ്ലണ്ടുകാരനായ ഭാഷാശാസ്ത്രജ്ഞൻ ഫ്രെഡറിക് തോമസ് എൽവർത്തി പുറത്തിറക്കിയ *ദ ഈവിൾ ഐ-ദി ക്ലാസിക് അക്കൗണ്ട് ഓഫ് ആൻ ആൻഷ്യന്റ് സൂപ്പർസ്റ്റിഷൻ* എന്ന പുസ്തകത്തിൽ ഈ അന്ധവിശ്വാസത്തെ സമഗ്രമായി പഠനവിധേയമാക്കി

യിട്ടുണ്ട്.

ദൃഷ്ടിദോഷം, നാവുദോഷം എന്നിവയ്ക്ക് പൊതുവേ വിദേശരാജ്യങ്ങളിൽ ഈവിൾ ഐ എന്ന ഒരു പദം മാത്രമാണുപയോഗിക്കുന്നത്. നോക്കി കൊല്ലുന്നതിനും നോക്കി മുടിക്കുന്നതിനുമുള്ള ചിലരുടെ കഴിവിനെ കണ്ണേറെന്നും; പറഞ്ഞു കൊല്ലുന്നതിനും പറഞ്ഞു മുടിക്കുന്നതിനുള്ള കഴിവിനെ നാവേറെന്നും പറയുന്നു. ഇതിനെ രണ്ടിനെയും ചേർത്താണ് ദൃഷ്ടിദോഷം അഥവാ കരിങ്കണ്ണ് എന്ന് പറയുന്നത്. നമുക്കില്ലാത്ത ഒരു കഴിവോ കാര്യമോ മറ്റൊരാളിൽ കണ്ടാൽ, നമുക്കത് ഇഷ്ടമായാൽ ഇൻസ്പിരേഷൻ അഥവാ പ്രചോദനമുണ്ടാകുന്നു. ഇനി നമുക്കത് ഇഷ്ടമായില്ലെങ്കിൽ നമ്മിൽ അസൂയ അഥവാ ജലസിയുണ്ടാകുന്നു. ഈ അസൂയയാണ് കരിങ്കണ്ണിന് ഹേതു എന്നാണ് പരക്കെ വിശ്വസിക്കുന്നത്. വിശാലമനസ്സും ശരിയായ സാമൂഹ്യബോധവുമുള്ളവർക്കേ പ്രചോദനമുണ്ടാവുകയുള്ളൂ. നിർഭാഗ്യവശാൽ നല്ലൊരു ശതമാനം ആൾക്കാരിൽ ഈ ചിന്താഗതി ഇല്ലാത്തതിനാൽ അസൂയ ജനിക്കുന്നു. ഈയൊരു സാദ്ധ്യതയാണ് ഇത്തരത്തിലുള്ള അന്ധവിശ്വാസങ്ങൾക്കാധാരം. അസൂയ മനസ്സിൽവച്ച് നൽകുന്ന പ്രശംസ ദോഷമായി ഭവിക്കുമെന്ന് ബോധപൂർവ്വം പ്രചാരണം നടത്തുന്നു. കേട്ടമാത്രയിൽത്തന്നെ ഇതിൽ സത്യമുണ്ടെന്ന് ഒരു മഹാഭൂരിപക്ഷം വിശ്വസിക്കുന്നു. വിശ്വസിച്ചവർ ഇത് മറ്റുള്ളവരിലേക്ക് പകർന്നുനൽകുന്നു. അതിനാലാണ് ഈ വിശ്വാസം അതിവേഗം പടർന്നുപിടിക്കുന്നത്. ലോകമെമ്പാടുമുള്ള ഉറച്ച വിശ്വാസികളെ മുൻനിർത്തിയാണ് ജോൺ റോബർട്ട്സ് 40% പേരിൽ ഈ വിശ്വാസമുണ്ടെന്ന് കണ്ടെത്തിയത്. എന്നാൽ പരോക്ഷമായി ഇതിൽ പങ്കാളികളാകുന്നവർ ഇതിന്റെ ഇരട്ടിയാണ്. പുരോഗമന ചിന്താഗതിക്കാരനായ ഒരാൾപോലും കല്യാണം കഴിഞ്ഞ് നവവധുവുമായി വീട്ടിലെത്തുമ്പോൾ ദീപം ഉഴിഞ്ഞാണ് വീട്ടിൽ കയറ്റുന്നത്. ഇത് കരിങ്കണ്ണിനെ പ്രതിരോധിക്കുവാനുള്ള ഒരു അപ്പോട്രോപെ മാജിക് വിദ്യയാണ്. ഇങ്ങനെ സാമാന്യജനങ്ങൾ അറിയാതെ അനുകരിക്കുന്ന നിരവധി ആചാരാനുഷ്ഠാനങ്ങളുണ്ട്. ഇതാണ് പരോക്ഷ പിന്തുണ.

ഒറ്റനോട്ടത്തിൽ കറവയുള്ള പശുവിന്റെ കറവ വറ്റും. ഒറ്റനോട്ടം മതി നന്നായി കായ്ക്കുന്ന ഒരു വൃക്ഷം കരിഞ്ഞുണങ്ങാൻ. ഇതൊക്കെയാണ് കരിങ്കണ്ണിന്റെ ശക്തിയെന്ന് ഒട്ടുമിക്ക മതങ്ങളും ഉദ്ഘോഷിക്കുന്നു. ഈയൊരന്ധവിശ്വാസം പ്രചരിപ്പിക്കുന്നതിന്റെ പിന്നിൽ ശക്തമായി പ്രവർത്തിച്ചത് മതങ്ങളാണ്. ക്രിസ്ത്യാനികൾക്കിടയിലും മുസ്ലീങ്ങൾക്കിടയിലും ഹിന്ദുമതക്കാരിലും ബുദ്ധമതക്കാരിലും ജൂതമതക്കാരിലുമെല്ലാം ഈയൊരു വിശ്വാസം അടിയുറച്ച ഒന്നാണ്. ലോകവ്യാപകമായി ഇത് പ്രചരിക്കുവാൻ കാരണമായതും ഇതാണ്. കുട്ടികൾ, ഗർഭിണികൾ, മുല

യൂട്ടുന്ന അമ്മമാർ, സുന്ദരിമാർ, സുന്ദരന്മാർ, വളർത്തുമൃഗങ്ങൾ എന്നിവർക്കാണ് ഇത് എളുപ്പം ബാധിക്കുക എന്നാണ് വിശ്വാസം. കുട്ടികളുടെ ഓമനത്വത്തിൽ കണ്ണുവയ്ക്കാതിരിക്കുവാനാണ് കവിളിൽ ഒരു കറുത്ത പുള്ളി ഇടുന്നത്. പെൺകുട്ടികൾ ഋതുമതികളാകുമ്പോഴും കല്യാണ സമയത്തും കണ്ണേറു സാദ്ധ്യതയേറെയാണെന്നും വിശ്വാസമുണ്ട്. കണ്ണേറോ നാവേറോ പറ്റിയാൽ ഉപ്പ്, മുളക്, പുളി, കുരുമുളക്, ചീനക്കാരം, ചവിട്ടടി മണ്ണ്, കടുക്, മൂന്നുമുക്ക് വഴിയിലെ മണ്ണ് ഇവയിലേതെങ്കിലുമോ പലതോ ഇരയുടെ തലയ്ക്കുഴിഞ്ഞിടും. സ്വയം ചെയ്യാവുന്ന പ്രതിവിധികളാണിത്. മന്ത്രവാദിയെ വരുത്തി വെള്ളം ജപിച്ചോതി തളിക്കുന്ന രീതിയാണ് അടുത്തപടി. വ്യാപകമായ ഒരു വിശ്വാസമായതിനാൽ കണ്ണേറ് പറ്റിയെന്നൊരു വിശ്വാസം ഒരാളിലുണ്ടായാൽ സ്വയം പ്രത്യായന (Auto Suggestion)ത്തിലൂടെ ഇത് മനസ്സിൽ തറയ്ക്കുകയും തുടർന്ന് ഇതിന്റെ ലക്ഷണങ്ങൾ പ്രകടിപ്പിക്കുകയും ചെയ്യും. ഭയംകൊണ്ടുണ്ടാകുന്ന വെറുമൊരു തോന്നലാണിത്. വിശപ്പില്ലായ്മ, അമിതമായ ക്ഷീണം, ഇക്കിൾ, ഛർദ്ദി, പനി എന്നിവയാണ് പ്രധാന ലക്ഷണങ്ങൾ. മാനസിക പ്രശ്നങ്ങളാൽ ഉണ്ടാകുന്ന രോഗങ്ങളാണിവ.

മെഡിറ്ററേനിയൻ പ്രദേശങ്ങളിലും പടിഞ്ഞാറൻ ഏഷ്യയിലും പ്രചുരപ്രചാരം നേടിയ ഒരു അന്ധവിശ്വാസമാണിത്. യഹൂദഗുരു റാബിയുടെ-റബ്ബിക്സാഹിത്യത്തിലും ജൂതന്മാരുടെ ചരിത്രത്തിലും ഇതുസംബന്ധിച്ച് നിരവധി പരാമർശങ്ങൾ കാണാം. ഇറ്റലി, ആഫ്രിക്ക, ജപ്പാൻ തുടങ്ങിയ എല്ലാ രാജ്യങ്ങളിലും ഈ അന്ധവിശ്വാസം മതത്തിന്റെ തണലിൽ തഴച്ചുവളർന്നു. സ്കാൻഡിനേവിയൻ രാജ്യങ്ങളിലും തുടർന്ന് അമേരിക്കയിലും എന്നുവേണ്ട മതങ്ങളുടെ വേരോട്ടം ഉണ്ടായിരുന്ന എല്ലായിടങ്ങളിലും ഭൂഖണ്ഡ വ്യത്യാസമില്ലാതെ ഈ വിശ്വാസം വേരുറപ്പിച്ചു. അസീറിയൻ സംസ്കാരത്തിലും ദൃഷ്ടിദോഷം ആധിപത്യമുറപ്പിച്ചിരുന്നതായി രേഖകൾ സൂചിപ്പിക്കുന്നു. ഇന്ത്യയിൽ പഞ്ചാബ്, ഉത്തർപ്രദേശ്, രാജസ്ഥാൻ, ഹരിയാന, ഉത്തരാഖണ്ഡ്, ഹിമാചൽപ്രദേശ് എന്നിവിടങ്ങളിൽ ഈ വിശ്വാസം ദൃഢമൂലമാണ്. ഓരോ പ്രദേശത്തും ഇത് ഓരോ പേരിലാണ് അറിയപ്പെടുന്നത്. മുൻകൂട്ടി പറയുവാൻകഴിയുന്ന എന്ന് അർത്ഥംവരുന്ന നാസർ (Nazar) എന്ന പേരിലാണ് ഇന്ത്യയിൽ പലയിടത്തും ഇതറിയപ്പെടുന്നത്. ഉത്തരേന്ത്യയിൽനിന്നും വരുന്ന പല ട്രക്കുകളിലും 'കരിങ്കണ്ണാ എന്നെ നോക്കരുതേ' (Oh-Evil-eyed one may your face turn back) എന്നെഴുതിയിരിക്കുന്നത് കരിങ്കണ്ണിനെതിരെയുള്ള ഒരു പ്രതിവിധിയ്ക്കാണ്. ആന്ധ്രയിലും തമിഴ്നാട്ടിലും ദൃഷ്ടി എന്നാണിതറിയപ്പെടുന്നത്.

കേരളത്തിൽ കണ്ണേറ്, പൊട്ടിക്കണ്ണ്, കരിങ്കണ്ണ്, കണ്ണുവയ്ക്കൽ എന്നി

വയാണ് പ്രചാരത്തിലുള്ള പദങ്ങൾ. തെക്കൻ കേരളത്തിൽ കമ്പേറ്, കരിനാക്ക് എന്നീ പേരുകളുമുണ്ട്. മദ്ധ്യകേരളത്തിൽ അപക്കണ്ണ്, ചീങ്കണ്ണ്, കാലന്റെ കണ്ണ് എന്നീ നാമത്തിലും ഇതറിയപ്പെടുന്നു. ഇടുക്കി തുടങ്ങിയ മലയോരപ്രദേശങ്ങളിൽ എതിരേറ് എന്നും നാവുദോഷം, നാന്ദോഷം, കണ്ണുദോഷം, ദൃഷ്ടിദോഷം, വിളി, ശാപദോഷം, കണ്ണുപറ്റൽ, കണ്ണുരുട്ടൽ, കണ്ണ് തട്ടൽ, കണ്ണ് കൊള്ളൽ എന്നിങ്ങനെയും ഇതറിയുന്നു. മലയർ, വേലൻ, പാണൻ, കാണിക്കാർ, പുള്ളുവൻ തുടങ്ങിയ ഗോത്ര സമുദായങ്ങൾക്ക് തനതായ കണ്ണേറ്റനുഷ്ഠാനങ്ങൾ പ്രത്യേകമായുണ്ട്. സിംഹളരുടെ ഇടയിലും മുസ്ലിങ്ങൾക്കിടയിലും കണ്ണേറ് വിശ്വാസങ്ങളും അനുഷ്ഠാനങ്ങളും നിരവധിയാണെന്ന് ഫോക്ലോർ പഠനങ്ങൾ വ്യക്തമാക്കുന്നു.

ടർക്കിഷ് എയർലൈൻ ഫ്ളൈഎയറിൽ കണ്ണിന്റെ ചിത്രം പതിപ്പിച്ചിരിക്കുന്നത് കരിങ്കണ്ണുണ്ടാകാതിരിക്കുവാനാണ്. കരിങ്കണ്ണിനെതിരെ ഇത്തരം നിരവധി പ്രവർത്തനങ്ങൾ ലോകമെമ്പാടും സ്വീകരിച്ചിട്ടുണ്ട്. ഹംസ എന്ന ചിഹ്നമാണ് നിരവധി മതങ്ങൾ അംഗീകരിച്ച ഒന്ന്. അഞ്ച് വിരലുകൾ നിവർത്തിയ കൈക്കുള്ളിൽ കണ്ണിന്റെ രൂപം സൃഷ്ടിച്ചാണ് ഇതുണ്ടാക്കുന്നത്. ഇത് കീചെയിനായും ലോക്കറ്റായും മറ്റാഭരണങ്ങളായും ഉപയോഗിച്ച് കരിങ്കണ്ണിനെ പ്രതിരോധിക്കുന്നു. കുമ്പളങ്ങ, ചുവന്നമുളക്, എണ്ണ പുരട്ടിയ തുണി, കുങ്കുമം പുരട്ടിയ നാരങ്ങ എന്നിവ കരിങ്കണ്ണിനെതിരെ ഉപയോഗിക്കുന്ന വസ്തുക്കളാണ്. ഇവ വീടുകളിൽ കെട്ടിത്തൂക്കി കരിങ്കണ്ണിനെ ചെറുക്കുന്നു. കരിങ്കണ്ണ് ബാധിച്ചാൽ ഇതിലൊന്ന് ഇരയുടെ തലയ്ക്കുമുകളിലുഴിഞ്ഞ് ഒടുവിൽ കത്തിക്കുന്നതിലൂടെ ദോഷം തീരുമെന്ന് വിശ്വസിക്കുന്നു. വാഹനങ്ങളിൽ ഇതിലേതെങ്കിലുമൊന്ന് കെട്ടിത്തൂക്കുന്ന വിശ്വാസികളും വിരളമല്ല. വീടുപണിയുമ്പോൾ നോക്കുകുത്തികളോ തുറിച്ച കണ്ണുകളുള്ള പടങ്ങളോ കെട്ടിവച്ചും ഇതിനെ പ്രതിരോധിക്കുന്നു. ഒരു അന്ധവിശ്വാസത്തെ ഉപേക്ഷിക്കുവാനല്ല, മറിച്ച് അതിനെ പ്രതിരോധിക്കുവാനാണെന്ന രൂപത്തിൽ നിരവധി അന്ധവിശ്വാസങ്ങളിലേക്ക് ഊളിയിട്ടുചെല്ലുവാനാണ് സമൂഹത്തിനു താല്പര്യം. ചരിത്രത്തിന്റെ ഭാഗമായ തിരുവനന്തപുരം ആറാട്ടിന് രാജാവിന് ദൃഷ്ടിദോഷം വരാതിരിക്കുന്നതിന് രാജാവിനൊപ്പം ആറാട്ടുമുണ്ടൻ എന്ന നിലയിൽ പൊക്കംകുറഞ്ഞ ഒരാളെ കൂടെ നടത്തുന്നത് ഒരു ചടങ്ങായിരുന്നു. ഇതിൽനിന്നും ഈയൊരന്ധവിശ്വാസത്തിന്റെ ആഴം മനസ്സിലാക്കാമല്ലോ. രാജഭരണാനന്തരം കേരളപ്പിറവി ഉണ്ടായിട്ടും ഈ അടുത്ത കാലംവരെ ഈ കീഴ്വഴക്കം തുടർന്നുപോന്നു.

കരിങ്കണ്ണിനെ പ്രതിഫലിപ്പിച്ച് തിരിച്ചുവിടുന്ന മാന്ത്രികത്തകിട് ഈയൊരന്ധവിശ്വാസത്തിന്റെ പേരിൽ ധാരാളമായി വിറ്റഴിഞ്ഞിരു

ന്നു. കണ്ണാടി പതിപ്പിച്ച വസ്തുങ്ങൾ കരിങ്കണ്ണിനെ പ്രതിഫലിപ്പിച്ച് തിരിച്ചുവിടുമെന്ന വിശ്വാസത്താൽ സ്ത്രീകളും കുട്ടികളും ഇത്തരം വസ്തുങ്ങൾ ധരിച്ചിരുന്നു. ഇതെല്ലാം ഇന്നും നിലനിൽക്കുന്നു എന്നതാണ് ആശ്ചര്യം! അന്ധവിശ്വാസങ്ങളെ അവസരമായെടുക്കുന്ന കച്ചവട മനോഭാവമുള്ളവർ ഇവിടെയും വെറുതെയിരുന്നില്ല. ഫാഷൻ രംഗത്തും ആഭരണ നിർമ്മാണ മേഖലയിലും വൻ മുതലെടുപ്പാണ് ഈയൊരന്ധവിശ്വാസം മൂലമുണ്ടായത്. കണ്ണിന്റെ രൂപം പതിപ്പിച്ച വാച്ച്, മോതിരം, വള, മാല എന്നിവ വൻതോതിൽ വിറ്റഴിക്കാൻ ഈയൊരന്ധവിശ്വാസം ഏറെ സഹായിച്ചു. ഈസ്റ്റാംബൂളിലെ ആർട്ട് ഹിസ്റ്ററി പ്രൊഫസറായ നേസേ ഇൽദിരാൻ (Nese Yildiran) നടത്തിയ പഠനത്തിൽ ക്രിസ്തുവിനുമുമ്പ് 3300 ൽ ടർക്കിയിൽ നീല നിറത്തിലുള്ള മുത്തുകൾകോർത്തു മാലകളുണ്ടാക്കി ഓരോ മുത്തിലും കണ്ണിന്റെ ചിത്രം പതിപ്പിച്ച കരിങ്കണ്ണിനെ ചെറുത്തിരുന്നതായി കണ്ടെത്തി. നീലനിറം ആകാശത്തെയും ദൈവത്തെയും സൂചിപ്പിക്കുന്ന ഒന്നാണ്. ഈ ആഭരണം വീടുകളിലും വാഹനങ്ങളിലും തൂക്കിയിട്ടും പ്രതിരോധം സൃഷ്ടിച്ചിരുന്നു. കോടികൾ മുടക്കി വാങ്ങുന്ന ആധുനിക സാങ്കേതികവിദ്യയുള്ള കാറുകളിൽപ്പോലും കരിങ്കണ്ണിനെ പ്രതിരോധിക്കുവാൻ ഇന്നും ഇത്തരം കോപ്രായങ്ങൾ കാട്ടുവാൻ നമുക്ക് മടിയില്ലാതായിരിക്കുന്നു! മൂവായിരത്തിൽപ്പരം വർഷങ്ങൾ പഴക്കമുള്ള ആഭരണം എന്ന പേരിലും ഇന്നത് വിറ്റഴിക്കപ്പെടുന്നു!

അമേരിക്കൻ ഫോക്ലോറിസ്റ്റായ അലൻ ഡൻഡസ് എഴുതിയ *ദ ഈവിൾ ഐ - എ കെയ്സ് ബുക്ക്* എന്ന കൃതിയിൽ കരിങ്കണ്ണിനെ ലോകമൊന്നാകെ എത്രമാത്രം ഭയപ്പെട്ടിരുന്നുവെന്ന് സൂചിപ്പിക്കുന്നു. ഒരാളിനോ ഒരാളിനുള്ള വസ്തുക്കൾക്കോ ദോഷം വരുത്തുവാൻ ഒരു നോട്ടത്തിനോ വാക്കിനോ സാധിക്കുമെന്ന കടുത്ത വിശ്വാസമാണിതെന്ന് അദ്ദേഹം സൂചിപ്പിക്കുന്നു. നല്ലൊരു ദൃഷ്ടിദോഷത്തിൽ പെട്ടാൽ നന്നാക്കാനാകാത്തവിധം വാഹനങ്ങൾ കേടാകും, വീടിന് ചോർച്ചവരും എന്നെല്ലാം ജനങ്ങളിൽ വിശ്വാസമുറപ്പിക്കുവാൻ ഈയൊരന്ധവിശ്വാസത്തിനായി. കാരണമുള്ളപ്പോഴും ഇല്ലാത്തപ്പോഴും ഒരാളുടെ ആത്മാവിലേക്കുള്ള വഴിയിലൂടെയാണ് കരിങ്കണ്ണിന്റെ സഞ്ചാരമെന്നാണ് വിശ്വാസം. മന്ത്രവാദികൾക്കും അത്ഭുതസിദ്ധി അവകാശപ്പെടുന്നവർക്കും അന്നും ഇന്നും ഇതൊരു വിളനിലമാണ്. കച്ചവടക്കാർക്ക് അവരുടെ ഉത്പന്നങ്ങൾക്ക് അമിതവില ഈടാക്കുന്നതിന് ഒരു കണ്ണിന്റെ ചിത്രം പതിച്ചാൽ മതിയെന്നായി!

കരിങ്കണ്ണനെന്നോ കരിനാക്കുകാരനെന്നോ മുദ്രകുത്തി സാധാരണക്കാരായ നിരപരാധികളെ ആൾക്കൂട്ട ആക്രമണത്തിലൂടെ കൊല്ലുവാനും ഈയൊരന്ധവിശ്വാസം വഴിയൊരുക്കി. യാതൊരു ശാസ്ത്രീയ

അടിത്തറയുമില്ലാത്ത ഒരു വിശ്വാസം ലോകജനതയെ ഒന്നാകെ ഭയപ്പെടുത്തി ആയിരക്കണക്കിന് വർഷങ്ങൾ യാതൊരു പരുക്കുമില്ലാതെ നിലനിൽക്കുന്നുവെന്നത് യഥാർത്ഥത്തിൽ ഒരത്ഭുതമാണ്. മതങ്ങൾ അവരുടെ നിലനിൽപ്പിനായി ഇത്തരം കെട്ടുകഥകളുണ്ടാക്കി ആൾക്കാരെ ഭയപ്പെടുത്തുകയും മതാഭിമുഖ്യമുള്ളവരാക്കി മാറ്റുകയും ചെയ്യുന്നു. ഈ കെട്ടുകഥകളിലൂടെ സമൂഹത്തിലുണ്ടാകുന്ന അന്ധവിശ്വാസങ്ങൾ നിരവധിയാണ്. ശാസ്ത്രത്തെ അംഗീകരിക്കുകയും വിശ്വാസത്തെ സംരക്ഷിക്കുവാൻ തയ്യാറാവുകയുംചെയ്യുന്ന ഒരു മഹാ ഭൂരിപക്ഷത്തെ സൃഷ്ടിക്കുവാൻ മതങ്ങൾക്കായി. മത താൽപ്പര്യവും കച്ചവട താൽപ്പര്യവും മുൻനിർത്തി ഇത്തരം അന്ധവിശ്വാസങ്ങളെ പരിപോഷിപ്പിക്കുന്ന ശക്തമായ ഒരു സംഘം ശാസ്ത്രീയമായി പ്രവർത്തിക്കുമ്പോൾ തികഞ്ഞ ശാസ്ത്രബോധം ഒന്നുകൊണ്ടുമാത്രമേ ഇതിനെ മറികടക്കുവാനാകു. ശാസ്ത്രബോധമുള്ള ഒരു യുവതലമുറയെ സൃഷ്ടിച്ചുകൊണ്ടുമാത്രമേ ഇതിനെതിരെ ഫലപ്രദമായ പ്രതിരോധം സാദ്ധ്യമാകു.

അറിവിനും മുകളിൽ നിറഞ്ഞുനിൽക്കുന്ന അന്ധവിശ്വാസങ്ങൾ

സാധാരണനിലയിൽ അറിവുള്ളവർ അന്ധവിശ്വാസികളാവുകയെന്നത് സാദ്ധ്യതയില്ലാത്ത ഒന്നായിട്ടാണ് നാം കരുതുന്നത്. എന്നാൽ അറിവുണ്ടായെന്നുകരുതി അന്ധവിശ്വാസം ഇല്ലാതാകണമെന്നില്ല. എന്നുമാത്രമല്ല അവരുടെ അന്ധവിശ്വാസം അപകടകരവുമാണ്. അറിവില്ലാത്തവന്റെ അന്ധവിശ്വാസത്തെക്കാൾ അപകടകാരിയാണ് അറിവുള്ളവന്റെ അന്ധവിശ്വാസമെന്ന് ജവഹർലാൽ നെഹ്റുവിനു പറയേണ്ടിവന്നതും ഇതുകൊണ്ടാണ്. അറിവും സമൂഹത്തിൽ മാന്യമായ പദവിയുമുള്ളവർ അന്ധവിശ്വാസികളാകുമ്പോൾ നിരവധി സാധാരണക്കാർ അറിയാതെ അന്ധവിശ്വാസികളായി മാറുന്നു. കോളേജ് പ്രിൻസിപ്പൽ സ്ഥാനത്തിരുന്ന അച്ഛനും അതേപദവിയിലിരുന്ന അമ്മയും ചേർന്നാണ് ഒരു മകനെ കുരുതികൊടുത്ത് വിഘ്നങ്ങൾ ഇല്ലാതാക്കുവാൻ ശ്രമിച്ചത്. ഔപചാരിക വിദ്യാഭ്യാസം സിദ്ധിച്ച നിരവധി ആൾക്കാർ ഇത്തരം അന്ധവിശ്വാസങ്ങളിൽ അഭിരമിക്കുന്നുവെന്നത് കനത്ത ദുരന്തമായി മാറിയിരിക്കുന്നു. ഇത്തരം നിരവധി ഉദാഹരണങ്ങൾ ഈ പുസ്തകത്തിൽത്തന്നെ നാം ചർച്ചചെയ്യുന്നുമാണ്.

ജനിതകശാസ്ത്രത്തിലെ കുതിച്ചുചാട്ടമാണ് വാട്സൺ-ക്രിക്ക്. ഇതു കണ്ടുപിടിച്ച ജെയിംസ് വാട്സൺ വംശീയ വിരോധം പ്രചരിപ്പിച്ചതിന് ലബോറട്ടറിയിൽ നിന്നും പുറത്തായി. ഡി എൻ എ പ്രകാരം മനുഷ്യനെ വേർതിരിക്കാനാകുമെന്ന് കണ്ടെത്തുവാൻ അദ്ദേഹത്തിനായി. എന്നാൽ മനുഷ്യനെ ഐക്യപ്പെടുത്തേണ്ടതിന്റെ ആവശ്യകത മനസ്സിലാക്കുവാൻ അദ്ദേഹത്തിനായില്ല. അപ്പോൾ അറിവുകൊണ്ടുമാത്രം മനസ്സുനന്നാകി

ല്ല. ഒരാൾക്ക് അത്യാവശ്യം വേണ്ടത് വിവേചനത്തിനുള്ള കഴിവാണ്. അതില്ലാതെ ലഭിക്കുന്ന അറിവ് ഉപയോഗക്ഷമമല്ല. ബൗദ്ധിക വിദ്യാഭ്യാസമെന്നത് വിവരശേഖരണം മാത്രമാണ്. സൗന്ദര്യാത്മക വിദ്യാഭ്യാസമെന്നത് വികാരമണ്ഡലത്തെ പ്രതിനിധാനം ചെയ്യുന്നു. സാഹിത്യവും കലയുമാണ് സൗന്ദര്യാത്മക വിദ്യാഭ്യാസം നൽകുന്നതെന്ന് ജർമ്മൻ ചിന്തകനും കവിയുമായ ഫ്രെഡറിക് ഷില്ലർ അഭിപ്രായപ്പെട്ടിട്ടുണ്ട്. പ്രകൃതിയോടും സമൂഹത്തോടും എതിർലിംഗത്തോടുമുള്ള പെരുമാറ്റത്തെയും വികാരപരമായ ബന്ധത്തെയും നവീകരിക്കുവാൻ സൗന്ദര്യാത്മക വിദ്യാഭ്യാസത്തിലൂടെ മാത്രമേ കഴിയുകയുള്ളൂ. അതുകൊണ്ടാണ് ജീവിക്കാതെ ജീവിക്കുവാനുള്ള മാർഗ്ഗമാണ് കലയെന്നു പറയുന്നത്. വിദ്യാഭ്യാസം ഒരു നാണയമാണെന്നും അതിന്റെ ഒരുവശം പ്രവൃത്തിയും മറുവശം ജ്ഞാനവുമാണെന്ന് രവീന്ദ്രനാഥ ടാഗോർ പറഞ്ഞതും നാം ഓർക്കേണ്ടതുണ്ട്.

ബോധിധർമ്മന്റെ ഒന്നാം സൂത്രം പറയുന്നത്: 'അറിവിനെ ഉപേക്ഷിക്കാതിരിക്കുന്നത് മൂഢതയാണ്. അറിവുകളെല്ലാം കടമെടുക്കപ്പെട്ടവയാണ്. അതൊരിക്കലും ജ്ഞാനമല്ല. അറിവിലൂടെ നിങ്ങൾക്ക് മനസ്സിലാകാത്തകാര്യങ്ങളെ, നിങ്ങളുടെ ജീവിതത്തിന്, നിലനിൽപ്പിന് തീർത്തും അന്യമായകാര്യങ്ങളെ ആവർത്തിച്ചുകൊണ്ടിരിക്കുകയാണ്. കക്കവാരുന്ന കുട്ടി അത് നിധിയാണെന്നു കരുതുമ്പോലെ മാത്രമാണത്. അതിലൂടെ മറ്റുള്ളവരെയും നിങ്ങളെയും വഞ്ചിക്കുകയാണ്. അറിവ് ഒരിക്കലും ജ്ഞാനമല്ല. അറിവിനെ ഉപേക്ഷിക്കാത്തപക്ഷം അറിവ് ജ്ഞാനമാണെന്ന് നാം തെറ്റിദ്ധരിക്കുന്നു. മനസ്സിനപ്പുറത്തേക്കു പോകുമ്പോൾ ജ്ഞാനമുണ്ടാകുന്നു. എച്ച് ടു ഒ ജലമെന്നത് അറിവാണ്, ജ്ഞാനമല്ല.'

കേവലം അറിവുമാത്രം കൈവശപ്പെടുത്തിയ പലരേയും നാം അറിയാതെ മഹാന്മാരായി തെറ്റിദ്ധരിക്കുന്നു. ഇവർ നാഡിജ്യോതിഷത്തെക്കുറിച്ച് ആധികാരികമെന്നവിധത്തിൽ ചില പരാമർശങ്ങൾ നടത്തും. സാമൂഹ്യമാധ്യമങ്ങളിൽ ഇത് വ്യാപകമായി ചർച്ചചെയ്യുകയും ചെയ്യും. ക്രോസ്ചെക്കിന് യാതൊരു സാദ്ധ്യതയുമില്ലാത്ത നിരവധി സത്യവിരുദ്ധമായ പ്രസ്താവനകളാണ് പുറപ്പെടുവിക്കുക. പറയുന്ന വ്യക്തികൾ അലങ്കരിച്ചിരുന്ന പരമോന്നത സ്ഥാനത്തിന്റെ പേരിൽ അവർക്കൊരു മാന്യത സമൂഹം അംഗീകരിച്ചുനൽകുന്നു. ആ മാന്യതയുടെ തണലിലാണ് ഈ അന്ധവിശ്വാസം ജനങ്ങളിൽ അടിച്ചേൽപ്പിക്കുന്നത്. സമൂഹത്തിൽ ഇവർക്കുണ്ടായിരുന്ന മാന്യത കണക്കിലെടുത്ത് പലരും അറിയാതെ ഇത് വിശ്വസിച്ചുപോകുന്നു. ഇതാണ് പ്രിസ്റ്റീജ് സജഷൻ. എന്തുകൊണ്ടാണിവർ ഇങ്ങനെ പറയുന്നത്. ഇത് വിശദമായ

പരിശോധനയ്ക്കു വിഷയമാക്കേണ്ട ഒന്നുതന്നെയാണ്. അതിനുമുൻപ് എന്താണ് നാഡിജോതിഷമെന്നുകൂടി നാം അറിയേണ്ടതുണ്ട്.

തമിഴ്നാട്ടിലാണ് നാഡിജ്യോതിഷത്തിന്റെ വ്യാപകമായ തട്ടിപ്പ് അരങ്ങുതകർക്കുന്നത്. നാളിതുവരെ ജനിച്ചവരുടേയും ഇനി ജനിക്കുവാൻ പോകുന്നവരുടേയും സകലചരിത്രവും അഗസ്ത്യമുനി താളിയോലകളിൽ എഴുതി സൂക്ഷിച്ചിരിക്കുന്നു - ഇതാണ് ഒരഭിപ്രായം. മറ്റൊന്ന് ശിവൻ പാർവതിയോട് മനുഷ്യകുലത്തിന്റെ ചരിത്രം പറയുന്ന രീതിയിൽ ഭൂത ഭാവി വർത്തമാന വിവരങ്ങൾ പറഞ്ഞത് എഴുതിവച്ചിരിക്കുന്നു എന്നത്. ഇതെല്ലം വട്ടെഴുത്തിലാണ് ചിട്ടപ്പെടുത്തിയിരിക്കുന്നത്. ആർക്കും ഒന്നും മനസ്സിലാകാത്ത ചില വരകളും കുറികളും ഇട്ടു കാണിക്കുകയും അതു നോക്കി പറയുന്നപോലെ അഭിനയിക്കുകയും ചെയ്യലാണ് ഇതിലെ അവതരണവഴി. ഇവരുടെ ചോദ്യങ്ങൾക്കു നമ്മൾ നൽകുന്ന ഉത്തരത്തിൽത്തന്നെ നമ്മുടെ പല കാര്യങ്ങളും നാമറിയാതെ അവരോട് പറഞ്ഞിട്ടുണ്ടാകും. അതിനുപുറമേ സഹായികളെക്കൊണ്ട് വിവരങ്ങൾ ശേഖരിക്കുന്ന രീതിയും അവലംബിക്കും. പലരുടെയും വാഹനത്തിന്റെ രജിസ്ട്രേഷൻ നമ്പർ വഴി ഓൺലൈനിലൂടെ മേൽവിലാസമെടുത്ത് ആൾക്കാരെ അമ്പരപ്പിക്കുന്നവരും ഉണ്ട്. ശാസ്ത്രസാങ്കേതികവിദ്യ അതിവിദഗ്ധമായി ഉപയോഗിക്കുന്നതിലൂടെ അവരുടെ അതിജീവനം അവർ ഉറപ്പാക്കുന്നു. കൈരേഖാ ശാസ്ത്രക്കാരുടെ തട്ടിപ്പുരീതികളും ഇവർ ഉപയോഗിക്കുന്നുണ്ട്. പലപ്പോഴും ഇവിടേക്കെത്തുന്നവർ ആരുടെയെങ്കിലും ശിപാർശയുടെ ഫലമായി വന്നുചേരുന്നവരാണ്. അവരിൽനിന്നുതന്നെ കുറച്ചുവിവരങ്ങൾ ഇവർക്ക് ലഭിക്കുന്നു. ബാക്കി ചോദ്യാവലിയിലൂടെ അനായാസം ശേഖരിക്കുകയും ചെയ്യും. ബുദ്ധിപൂർവ്വം കെണികളൊരുക്കുവാൻ പ്രായോഗിക പരിചയംകൊണ്ട് ഇവർ സമർത്ഥരുമാണ്. ഇവരുടെ സാമർത്ഥ്യത്തിനുമുന്നിൽ പിടിച്ചുനിൽക്കുവാൻ പലർക്കുമാകില്ല.

അയ്യായിരം വർഷങ്ങൾക്കുമുൻപ് രചിച്ചതാണ് ഈ ചരിത്രങ്ങൾ. ഇതുവരെ ജനിച്ചവരുടെയും ഇനി ജനിക്കുന്നവരുടെയും ചരിത്രങ്ങൾ കുടുംബവിവരങ്ങളടക്കം ശേഖരിക്കുമ്പോൾ അവ രേഖപ്പെടുത്തുവാൻ എത്ര താളിയോലകൾ ആവശ്യമായിവരും? എത്രവർഷം അവ കേടുപാടുകളില്ലാതെയിരിക്കും? എലിയുടെ ആക്രമണം, ചിതലുകളും മറ്റു ക്ഷുദ്രജീവികളും കടന്നുവരുവാനുള്ള സാഹചര്യം ഇതൊന്നും ഭാഗ്യാന്വേഷികൾ ചിന്തിക്കാറില്ല. ഭാവിയിൽ സംഭവിക്കാൻ പോകുന്ന കാര്യങ്ങൾ അറിയുകയെന്നത് നമ്മിൽ നല്ലൊരുശതമാനം ആൾക്കാർക്ക് താൽപ്പര്യമുള്ള ഒരു കാര്യമാണ്. അതെങ്ങനെയെങ്കിലും അറിയണം. ഈ ഒരു

ചിന്ത മനസ്സിലുള്ളതിനാൽ അതിനനുകൂലമായിമാത്രമേ നാം ചിന്തിക്കു കയുള്ളൂ. ഭാവി പ്രവചിക്കുന്ന പലവീടുകളും വളരെയധികം പഴക്കമുള്ള കുടുസ്സ വീടുകളാണ്. ഇത്രയധികം രേഖകൾ സൂക്ഷിക്കണമെങ്കിൽ പതി നായിരക്കണക്കിന് ഏക്കർ സ്ഥലംപോലും മതിയാവില്ല. ഇതൊന്നും ചി ന്തിക്കുവാൻ മനസ്സനുവദിക്കില്ല എന്നതാണ് ഈ തട്ടിപ്പിന് വേഗത കൂട്ടു ന്നത്. ഒടുവിൽ ഭാവിയിൽ സംഭവിക്കുവാൻ പോകുന്ന പ്രതിസന്ധിക്ക് പരിഹാരം നിർദ്ദേശിക്കുന്നിടത്താണ് വ്യാപാരം പൊടിപൊടിക്കുന്നത്. ഇത് വലിയ ചെലവേറിയ ചടങ്ങുകളാണ്. പൊതുവെ സാമ്പത്തിക പരാ ധീനതയുള്ളവരാണ് ചെല്ലുന്നവരിൽ ഏറെയും. അവരെ വീണ്ടും പ്രതിസ ന്ധിയിലാക്കി തുക സമ്പാദിക്കലാണ് ഇവിടെ നടക്കുന്നത്.

ഇത്തരം ഹീനമായ പ്രവർത്തനങ്ങളെയാണ് സമൂഹത്തിന്റെ മാന്യ മായ സ്ഥാനങ്ങൾ അലങ്കരിച്ചിരുന്നവർ പ്രകീർത്തിക്കുന്നത്. തികഞ്ഞ മാനസികപ്രശ്നങ്ങൾ ഉള്ളവരിൽ പലരും അതറിയാതെ ജീവിച്ചുപോ കുന്നുണ്ട്. സാധാരണ ദൈനദിനജീവിത പ്രവർത്തനങ്ങളിൽ ഇവർ സമചിത്തതയുള്ളവരായി മാത്രമേ നമുക്ക് തോന്നുകയുള്ളൂ. എന്നാൽ ഇവർ കടുത്ത മാനസികപ്രശ്നങ്ങളുള്ളവരാണ്. മിഥ്യാബോധം, ഭ്രമം, മതിഭ്രമം, വിഷാദം എന്നീ മാനസികപ്രശ്നങ്ങൾ പലപ്പോഴും പെട്ടെന്ന് അറിഞ്ഞുവെന്നുവരില്ല. സാധാരണജീവിതത്തിൽ മികച്ച പ്രവർത്തന ങ്ങൾ നടത്തിയിരുന്നവർ ഈ നിലയിലേക്ക് പോകുമ്പോൾ അത് തി രിച്ചറിയാനും വൈകും. പ്രധാനമായും ഇതാണ് ഇവിടെ സംഭവിക്കുന്ന ത്. ഇവർ മരിച്ചവരുടെ ആത്മാക്കളെ വിളിച്ചുവരുത്തി കുറ്റകൃത്യങ്ങൾ തെളിയിക്കും. മരിച്ചവരുമായി ചർച്ചകൾനടത്തി പ്രധാനപ്പെട്ട തീരുമാ നങ്ങളെടുക്കും, എന്നൊക്കെ അവകാശപ്പെടും. ഓൾഡ് ഏജ് ഹസാഡ് അഥവാ വാർദ്ധക്യകാല അപകടങ്ങൾ എന്ന അവസ്ഥയിൽ കുരുങ്ങിയ ഇവർ ഈ പറയുന്നതെല്ലാം സത്യമാണെന്ന് സ്വയം വിശ്വസിച്ചുകൊ ണ്ടുതന്നെ പറയുന്നതാണ്. അതുകൊണ്ടുതന്നെ അവരുടെ പറച്ചിലിൽ കറകളഞ്ഞ ഒരാത്മാർത്ഥത കാണുവാനുമാകും. സമൂഹത്തിൽ വളരെയ ധികം ശ്രദ്ധിക്കപ്പെടുന്ന സ്ഥാനങ്ങൾ അലങ്കരിക്കുന്നവർ ആ സ്ഥാനം നഷ്ടമാകുമ്പോൾ യാഥാർത്ഥ്യവുമായി പൊരുത്തപ്പെടുവാൻ പരമാവധി ശ്രമിച്ചുനോക്കും. ചിലർ യാഥാർത്ഥ്യങ്ങൾ മനസ്സിലാക്കി ആരോഗ്യമുള്ള മനസ്സുമായി സസുഖം കഴിയും. മറ്റുചിലർ മാനസികാരോഗ്യം നഷ്ടപ്പെട്ട് ഡിലൂഷൻ എന്ന അവസ്ഥയിലേക്ക് കടക്കും. അവരോ സമൂഹമോ പെ ട്ടെന്നൊന്നും ഇത് തിരിച്ചറിയുകയുമില്ല. ഇത് വലിയൊരു വിപത്തായി, മഹാമാരിപോലെ, സമൂഹത്തിൽ പടർന്നുകയറും. ഇവരുടെ ജല്പനങ്ങ

ൾ വിശ്വസിക്കുന്നവർ അപകടത്തിലാകും. യുക്തിചിന്തയും ശാസ്ത്രീയ വീക്ഷണവും കൈമുതലാക്കി ശരിയായ കാഴ്ചപ്പാടുണ്ടാക്കിയില്ലെങ്കിൽ ആർക്കും എപ്പോൾ വേണമെങ്കിലും ഈ അപകടം സംഭവിക്കാം.

അന്ധവിശ്വാസങ്ങളെ അപ്രത്യക്ഷമാക്കുന്ന കല

അതിപ്രാചീനകാലം മുതൽ വൈജ്ഞാനിക മുന്നേറ്റത്തെ സാങ്കേതികവിദ്യയാക്കി മുന്നേറിയ വിഭാഗമായിരുന്നു ജാലവിദ്യക്കാർ. അതാണ് അവരെ മറ്റുള്ളവരിൽനിന്നും വ്യത്യസ്തരാക്കിയതും. നവീകരണം (ഇന്നോവേഷൻ) ഒരു ശീലമാക്കി മുന്നേറിയെന്നതാണ് ജാലവിദ്യക്കാർക്ക് വിജയിക്കുവാനായതിന്റെ രഹസ്യം. ലഭിച്ച അറിവിനെ നവീകരിക്കുകയെന്നത് പുരോഗമനത്തിന്റെ ലക്ഷണമാണ്. കാന്തികത അഥവാ മാഗ്നറ്റിസം എന്നത് കേവലം ഒരറിവായിരുന്നപ്പോൾപ്പോലും അതിൽ ജാലവിദ്യാസാദ്ധ്യത കണ്ടെത്തുവാൻ അവർക്കായി. ഇപ്രകാരം നിരവധി മേഖലകളിൽ ഇവർ നവീകരണം നടപ്പിലാക്കി. കലർപ്പില്ലാത്ത ജാലവിദ്യയ്ക്ക് അഥവാ മന്ത്രവാദത്തിന് ശാസ്ത്രത്തോടായിരുന്നു കൂടുതൽ അടുപ്പം.

മനുഷ്യാതീതമായ ഒരു ശക്തിയുടെ മുമ്പിലും ജാലവിദ്യക്കാരൻ മുട്ടുകുത്തുന്നില്ല. ക്ഷിപ്രപ്രസാദിയും ക്ഷിപ്രകോപിയുമായ ഒരു ദേവതയുടെ പ്രീതിക്കുവേണ്ടിയും അയാൾ ഇരന്നുനടന്നിരുന്നുമില്ല. അവർക്കുമുപരിയായി ഒരു ശക്തി പ്രവർത്തിക്കുന്നുണ്ടെന്നുപോലും സമ്മതിച്ചുകൊടുക്കുവാനും അവർ തയ്യാറായിരുന്നില്ല. എന്നാൽ അവരുടെ ശക്തി അപരിമിതമാണെന്നോ, ഇഷ്ടംപോലെ ഉപയോഗിക്കാവുന്നതാണെന്നോ അവർ വിശ്വസിക്കുന്നുമില്ല. മനുഷ്യന് മനസ്സിലാക്കുവാനാകാത്ത പ്രകൃതിപ്രതിഭാസങ്ങളെ ആരാധിക്കുന്നതിന്റെ ഭാഗമായാണ് വായുവും അഗ്നിയും മാരുതനുമെല്ലാം ദൈവങ്ങളായി പരിണമിച്ചത്. അപ്പോഴും ഇതിൽനിന്നെല്ലാം രക്ഷപ്രാപിക്കുവാൻ മാത്രമല്ല ഇതെല്ലാം സൃഷ്ടിക്കുവാൻകൂടി കഴിയുമെന്ന് സ്ഥാപിച്ചുകൊണ്ടാണ് ജാലവിദ്യ അഥവാ മന്ത്ര

വാദം പിടിച്ചുനിന്നത്. ഓരോ രക്ഷപ്പെടലുകളും അതിജീവനം മാത്രമല്ല സ്വാതന്ത്ര്യത്തിന്റെ സന്ദേശവും പകർന്നുതരുന്നവയാണ്. ചങ്ങലക്കെട്ടുകളുമായി അഗ്നിയിലും ആഴിയിലും ഊഴിതന്നഗാധതയിലും നിമഗ്നം ചെയ്താലും അതിൽനിന്നും രക്ഷപ്രാപിക്കുമ്പോൾ അത് സ്വാതന്ത്ര്യത്തിലേക്കുള്ള പ്രയാണവും ഒപ്പം പ്രതിസന്ധികളെ തരണംചെയ്യലുമാണ്. ഇതുമനസ്സിലായതുകൊണ്ടാണ് സമൂഹം അവരെ അമാനുഷികരായി കാണുവാൻതുടങ്ങിയത്. അവരുടെ തൊഴിലിന് ആസ്പദങ്ങളായ നിയമങ്ങളെ അണുപോലും തെറ്റാതെ അനുസരിക്കുന്നിടത്തോളം മാത്രമേ ജയം കൈവരികയുള്ളൂ എന്ന് അവർക്കു നല്ലവണ്ണം അറിയാമായിരുന്നു. പ്രകൃതിഗതി നിയമപരവും ദൃഢവുമാണ്; മാറ്റാൻ വയ്യാത്തവയും, ഗതി മുൻകൂട്ടി മനസ്സിലാക്കുക മാത്രമല്ല കണക്കാക്കുകകൂടി ചെയ്യാവുന്നവയുമായ നിയമങ്ങളാണ് അതിനെ നിയന്ത്രിക്കുന്നത് എന്നെല്ലാമാണ് ശാസ്ത്രജ്ഞന്റെയെന്നപോലെ ജാലവിദ്യക്കാരുടെയും വിശ്വാസം. പ്രകൃതി സഹജമായ അത്ഭുതങ്ങളെ കണ്ടെത്തുവാനും അതിനെ അതിവിദഗ്ദ്ധമായി വരുതിയിലാക്കുവാനും ശാസ്ത്രജ്ഞനെപ്പോലെ ജാലവിദ്യക്കാരനും കഴിഞ്ഞിരുന്നു. ഈ സാദ്ധ്യതകളാണ് മനുഷ്യന്റെ മനസ്സിനെ ഇത്രകണ്ട് വശീകരിക്കുവാൻ ജാലവിദ്യയ്ക്കും ശാസ്ത്രത്തിനും ശക്തിയുണ്ടാക്കിക്കൊടുത്തത്.

സത്യാന്വേഷണത്തിലേക്കുള്ള വഴികളാണ് ഇരുകൂട്ടരും പിന്തുടർന്നിരുന്നത്. അതുകൊണ്ടാണ് അവർ സമൂഹത്തിന്റെ മുൻപന്തിയിലെത്തിയതും സമൂഹത്തെ നയിക്കുന്നതരത്തിലേക്ക് വളർന്നതും. ശാസ്ത്രത്തിലേക്കുള്ള വഴികാട്ടികളായത് ജാലവിദ്യക്കാരായിരുന്നു. ഏതൊരു ലോഹത്തെയും സ്വർണ്ണമാക്കാനാകുമെന്ന ആൽക്കെമി സങ്കല്പത്തിൽനിന്നാണ് കെമിസ്ട്രി എന്ന ശാസ്ത്രം ഉടലെടുത്തതെന്നതും ഇത്തരുണത്തിൽ ഓർക്കുക. ജാലവിദ്യ എന്നും അത്ഭുതങ്ങൾ സൃഷ്ടിക്കുകയും ശാസ്ത്രം എന്നും അത് എങ്ങനെയെന്ന് ബോദ്ധ്യപ്പെടുത്തുകയും ചെയ്തിരുന്നു. അങ്ങനെ ശാസ്ത്രത്തിന്റെ വളർച്ചയെന്നത് ജാലവിദ്യയുടെ വളർച്ചകൂടിയായിരുന്നു. കാലാന്തരത്തിൽ ശാസ്ത്രം അതിന്റെ വളർച്ചാവഴികളിൽ ബഹുദൂരം പിന്നിടുമ്പോൾ പ്രകൃതിനിയമങ്ങളെ ശരിയാംവണ്ണം മനസ്സിലാക്കാനുള്ള പരിശ്രമത്തിൽനിന്നും ജാലവിദ്യക്കാർ പിന്മാറുകയും അങ്ങനെ അന്ധവിശ്വാസികളുടെ കൂട്ടത്തിലേക്ക് അംഗബലം കൂട്ടുന്നവരായി മാറുകയും ചെയ്തു. ഒപ്പം ഭക്തികൊണ്ടും ഭീതികൊണ്ടും വണക്കംകൊണ്ടും താഴ്മകൊണ്ടും മുട്ടിൽനിന്നുമെഴുന്നേൽക്കാൻ സമയംകിട്ടാതെ കുഴങ്ങിയിരുന്ന പുരോഹിതന് ഇന്ദ്രനെയും ചന്ദ്രനെയും കൂട്ടാക്കാതെ ദൈവത്തെപ്പോലും വെല്ലുവിളിക്കുന്ന ജാലവിദ്യക്കാരന്റെ ദുരഹങ്കാരം ദുസ്സഹമായി തോന്നുകയും അവർ ജാലവിദ്യക്കാർക്കെതി

രായി മാറുകയും ചെയ്തു. പുരോഹിതന്മാരുടെ സ്വാധീനം സമൂഹത്തിൽ വളരെ വലുതുമായിരുന്നു. ജാലവിദ്യക്കാർ അഥവാ മന്ത്രവാദികൾ സമൂഹത്തിൽനിന്നും ഒറ്റപ്പെടുവാൻ ഇത് കാരണമായി. അപ്പോഴും അനുകരണമന്ത്രവാദത്തിലൂടെ അവർ പ്രകൃതിയെ മെരുക്കുന്നതായി സമൂഹത്തെ ബോദ്ധ്യപ്പെടുത്തിയിരുന്നു. അതിലൂടെ മഴപെയ്യിക്കുന്നവർ (റെയ്ൻ മേക്കേഴ്സ്) എന്ന ഖ്യാതി നേടിയെടുക്കുന്നതിന് ഇവർക്കായി എന്നതും ചരിത്രമാണ്. ആധുനിക കണ്ടെത്തലുകളിലൂടെ ശാസ്ത്രം മുന്നേറിയപ്പോൾ ലഭ്യമായ അറിവുകൾതന്നെ മഹത്തരമെന്നുകരുതി നവീകരണത്തിന് വിധേയരാകുവാൻ അവർ കൂട്ടാക്കാതെയിരുന്നു. അവിടെയാണ് അവർക്കു പിഴവുപറ്റിയത്. ഇതോടെ മന്ത്രവാദി അഥവാ ജാലവിദ്യക്കാരൻ സമൂഹത്തിൽനിന്നും അടർത്തിമാറ്റപ്പെട്ടു. കഠിനപ്രയത്നത്തിലൂടെ ശാസ്ത്രത്തോടൊപ്പം സഞ്ചരിച്ചിരുന്ന അവർ പുതിയ അറിവുകളിൽനിന്ന് അകന്നുപോവുകയും അതുകൊണ്ടുതന്നെ കാലഹരണപ്പെടുകയും ചെയ്തു. (ഏതൊരു മേഖലയ്ക്കും ഇതൊരു പാഠമാണ്) എന്നാലിന്ന് ന്യൂറോ സയന്റിസ്റ്റുകളടക്കം ജാലവിദ്യാരംഗത്തേക്കു കടന്നുവന്നതോടെ അത് ഉണർവ്വിന്റെ പാതകൾ കടക്കുവാൻ തുടങ്ങി. ആഭിചാരപ്രയോഗങ്ങളിലൂടെ സമൂഹത്തിൽ ഭീതി പരത്തിയിരുന്ന മന്ത്രവാദം ജാലവിദ്യയിൽനിന്നും വേറിട്ടുപോവുകയും അന്ധവിശ്വാസജഡിലമായ ഒരന്തരീക്ഷത്തിൽ അടിഞ്ഞുകൂടുകയും ചെയ്തു. ഒരുകാലത്ത് സമൂഹത്തെ മുന്നോട്ടു നയിക്കുന്നതിൽ പ്രധാന പങ്കുവഹിച്ചത് മന്ത്രവാദികൾ എന്നറിയപ്പെട്ടിരുന്ന ജാലവിദ്യക്കാരായിരുന്നു. അന്ന് ചികിത്സനിശ്ചയിച്ചിരുന്നതും ഇവർതന്നെയായിരുന്നു. കാലാവസ്ഥാപ്രവചനവും ഇവരിലൂടെയായിരുന്നു. അൽമനാക് പുസ്തകങ്ങൾ ഇത്തരം പ്രവചനങ്ങൾ ഉൾക്കൊള്ളുന്നവയായിരുന്നു. ആധുനിക ശാസ്ത്രസാങ്കേതികവിദ്യകൾ അവസരോചിതമായി ഉപയോഗിക്കുന്നതിലൂടെ ജാലവിദ്യ ഇന്ന് വിജയത്തിന്റെ പടവുകൾ താണ്ടിക്കൊണ്ടിരിക്കുന്നു. ഒരുകാലത്ത് സമൂഹത്തിൽ അന്ധവിശ്വാസം പ്രചരിപ്പിക്കുവാൻ സാഹചര്യമൊരുക്കിയ ജാലവിദ്യക്കാരിൽ നല്ലൊരുവിഭാഗം ഇന്ന് അന്ധവിശ്വാസത്തിനെതിരെ പ്രവർത്തിക്കുന്നതിൽ മുന്നിട്ടുനിൽക്കുന്നു. വിദ്യാഭ്യാസവും സമൂഹത്തിൽ മാന്യസ്ഥാനവും അലങ്കരിക്കുന്ന പലരും അന്ധവിശ്വാസ പ്രചാരകരായി മാറുമ്പോൾ ജാലവിദ്യാ കലാകാരന്മാർ അന്ധവിശ്വാസത്തിനെതിരെ പോരാടുന്നവരായി മാറുന്നത് ആശ്വാസകരമാണ്. ആയിരം പ്രസംഗങ്ങളെക്കാൾ നാം ഓർത്തിരിക്കുന്നത് നമ്മുടെ മുന്നിൽ നടക്കുന്ന ഒരത്ഭുതത്തെയാണ്. അത്തരം അത്ഭുതങ്ങളിലൂടെ അന്ധവിശ്വാസത്തിനെതിരെ പടപൊരുതുവാൻ ഒരു കലയും കലാകാരന്മാരും ഒരുങ്ങിനിൽക്കുന്നുവെന്നത് ഈ

കാലഘട്ടത്തിൽ തീർച്ചയായും പ്രശംസനീയമാണ്.

അവലംബം: ഗോൾഡൻ ബോ (ജോർജ് ഫ്രെസിയർ)

മതവും മന്ത്രവാദവും: സി ആർ കേരളവർമ

മനസ്സ് എന്ന മാന്ത്രികൻ

മനസ്സിനെ നിയന്ത്രിക്കേണ്ടതുണ്ടോ? ഉണ്ടെങ്കിൽ നമുക്കതിനാകുമോ? ആകുമെങ്കിൽ അതെങ്ങനെ? മനസ്സിനെ ഒരിക്കലും അതിന്റെ വഴിക്ക് വിടരുത്. മനസ്സിനെ നിയന്ത്രിക്കണം എന്നാലേ നാം നന്നാവുകയുള്ളൂ. ഇതാണ് കാലങ്ങളായി നമ്മൾ കേട്ടുകൊണ്ടിരിക്കുന്നത്. കേൾക്കുന്നവരെല്ലാം ഇത് ആവർത്തിച്ചുകൊണ്ടുമിരിക്കുന്നു. ഇതെത്രമാത്രം ശരിയാണ്.

മനസ്സിനെ നിയന്ത്രിക്കുകയല്ല, സ്വതന്ത്രമാക്കുകയാണ് വേണ്ടത്. ഇത് കേൾക്കുമ്പോൾ നമുക്കൊരമ്പരപ്പുണ്ടാകാം. ചില സത്യങ്ങൾ അങ്ങനെയാണ് അത് അമ്പരപ്പുണ്ടാക്കുന്നതാണ്. നാം വെറുക്കുന്നതെന്തോ അതാകും നമ്മുടെ മനസ്സിനെ അടക്കി ഭരിക്കുന്നത്. അതിനാലാണ് നമുക്കിഷ്ടമില്ലാത്തതെല്ലാം നാം സദാ ഓർത്തുകൊണ്ടിരിക്കുന്നത്. മനസ്സിൽ കുറയ്ക്കലും ഹരണവുമില്ല; കൂട്ടലും ഗുണിക്കലും മാത്രമേയുള്ളൂ എന്ന് പറഞ്ഞാൽ മനസ്സിൽ കടന്നുകൂടുന്നത് ഒരിക്കലും ഇല്ലാതാകുന്നില്ല. അത് വളർന്നുകൊണ്ടിരിക്കുമെന്ന സാരം. നിർബ്ബന്ധപൂർവ്വം മനസ്സിൽനിന്നും ഒന്നും എടുത്തുമാറ്റുവാനാകില്ല. മാറ്റുവാനാകുമെന്നത് നമ്മുടെ തെറ്റായ ധാരണമാത്രമാണ്.

നാളെ എന്നത് മനസ്സിന്റെ ഒരു കൗശലമാണ്. മനസ്സ് ഒരിക്കലും ഞാൻ അത് ചെയ്യില്ല എന്ന് പറയില്ല. അങ്ങനെ പറഞ്ഞാൽ നമ്മുടെ ആത്മാഭിമാനം പറയും ഞാൻ അത് ചെയ്യുമെന്ന്. നാളെ എന്നു മാത്രമേ മനസ്സ് പറയുകയുള്ളൂ. ആ നാളെ ഒരിക്കലും വരികയില്ല! ഇതാണ് യാഥാർത്ഥ്യം. ഉദാഹരണത്തിന് നാമൊരു വ്യക്തിത്വവികസനപരിപാടിയിലോ ആത്മീയപ്രഭാഷണത്തിലോ മനസ്സിനെ നിയന്ത്രിക്കണമെന്ന്

പ്രഭാഷകൻ പറയുന്നത് കേൾക്കുന്നുവെന്നു കരുതുക. അദ്ദേഹം പറയും ധ്യാനത്തിലൂടെ മാത്രമേ നമുക്ക് മനസ്സിനെ നിയന്ത്രിക്കുവാനാവുകയുള്ളൂവെന്ന്. ഇത് വിശ്വസിക്കുന്ന നാം ഉടൻതന്നെ ധ്യാനം തുടങ്ങുവാനും മനസ്സിനെ നിയന്ത്രിക്കുവാനും തയ്യാറെടുക്കുന്നു. അതിരാവിലെ അഞ്ചുമണിക്ക് ഉറക്കമെഴുന്നേൽക്കുവാനുള്ള ക്രമീകരണങ്ങളെല്ലാം നടത്തി നാം എഴുന്നേൽക്കാൻ ശ്രമിക്കും. അപ്പോൾത്തന്നെ നമുക്കൊരു തോന്നലുണ്ടാകും. 'അല്ലെങ്കിൽ നാളെമുതലാകാമെന്ന്'. ഇന്ന് ഞായറാഴ്ചയല്ലേ പൊതു അവധി ദിവസം ഇങ്ങനെയൊന്നു തുടങ്ങേണ്ടതില്ല. ഇന്ന് സുഖമായി ഉറങ്ങാം. നാളെമുതൽ മുടക്കമില്ലാതെ തുടങ്ങാം. അങ്ങനെ നമ്മൾ അന്നത്തെ പരിപാടി മാറ്റിവയ്ക്കും. അടുത്ത ദിവസം ഇതുപോലെ അഞ്ചുമണിക്കുതന്നെ എഴുന്നേൽക്കാൻനേരം മനസുപറയും ഇന്ന് കുട്ടികളെ സ്കൂളിൽ വിടണം. ഓഫീസിൽ പോകണം. ധ്യാനമെന്നും പറഞ്ഞിരുന്നാൽ സമയംപോകും, അതുപിന്നെ ആകെ പ്രശ്നമാകും. അല്പനേരംകൂടികിടക്കാം. തികച്ചും ന്യായമായ കാര്യങ്ങളായതിനാൽ നാമതിനു വഴിപ്പെടും. പിറ്റേന്നും നാം അഞ്ചുമണിക്കെഴുന്നേൽക്കും. അപ്പോഴും മനസ് ഇതുവരെ പറഞ്ഞതെല്ലാം വീണ്ടും പറയും. അത് പറ്റില്ല ഇങ്ങനെ പോയാൽ ധ്യാനം നടക്കില്ല എന്ന വിശ്വാസത്തോടെ നമ്മൾ മുന്നോട്ട് പോകുവാൻ ശ്രമിച്ചാൽ ഇന്ന് ചൊവ്വാഴ്ചയല്ലേ ഒരുകാര്യം തുടങ്ങുവാൻ ഇന്ന് നന്നാണോ എന്നൊക്കെ ചിന്തകൾ ഒന്നിനുപിറകെ ഒന്നെന്ന നിലയിൽ കടന്നുവരും. ഇപ്രകാരംപോയാൽ ഒരിക്കലും ധ്യാനം നടക്കില്ലല്ലോ എന്ന് നമ്മുടെ ആത്മാഭിമാനം പറയും. അങ്ങനെ അന്ന് നാം ധ്യാനത്തിനുവേണ്ടി ശ്രമങ്ങൾ ആരംഭിക്കും. അപ്പോഴാണ് അതുവരെ മറന്നുകിടന്ന ഒരു ഫോൺ നമ്പർ ഓർക്കുന്നത്. അടിയന്തരമായി അദ്ദേഹത്തെ ബന്ധപ്പെടണമല്ലോ എന്ന ചിന്ത നമ്മിൽ ശക്തമായ സ്വാധീനം ചെലുത്തുകയും ധ്യാനം മാറ്റിവച്ച് നാം അതിൽ ശ്രദ്ധിക്കുകയും ചെയ്യും. അടുത്തദിവസവും ഇത്തരം ശ്രമങ്ങൾ ഓരോന്നായി മനസ്സ് പുറത്തെടുക്കും. എന്നാൽ നമ്മുടെ ആത്മാഭിമാനം വിട്ടുവീഴ്ചയ്ക്ക് തയ്യാറാകാതിരിക്കുകയും ഒടുവിൽ ധ്യാനം തുടങ്ങുകയും ചെയ്യും.

കണ്ണുകളടച്ച് ശ്വാസം ക്രമീകരിച്ച് മറ്റൊന്നിലും ശ്രദ്ധയർപ്പിക്കാതെ നാം ധ്യാനാവസ്ഥയിലേക്കു കടക്കുമ്പോൾ ആദ്യം നമ്മുടെ മൂക്കിൽ ഒരു ചൊറിച്ചിൽ തോന്നും. കുറേനേരം നാമത് ശ്രദ്ധിക്കാതിരുന്നാൽ പിന്നെ ചൊറിച്ചിൽ കൂടുകയും നമ്മുടെ ശ്രദ്ധ മാറുകയും ചെയ്യും. ഒടുവിൽ നാം മൂക്കു ചൊറിയുകയും ആ പ്രശ്നം പരിഹരിക്കുകയും ചെയ്യും. വീണ്ടും നാം ധ്യാനാവസ്ഥയിലേക്ക് പ്രവേശിക്കുവാൻ ശ്രമിക്കുമ്പോൾ നമ്മുടെ മുതുകിൽ ചൊറിച്ചിൽ വരും. അതോടെ മനസ്സിന്റെ ശ്രദ്ധ വ്യതിചലിക്കും. ആദ്യത്തെ നാസികാപ്രശ്നത്തിനു ഒരുകൈ മതിയായിരുന്നെങ്കിൽ ഇവിടെ

ഇരുകൈകളുമെടുത്ത് വേണം ആ പ്രശ്നം പരിഹരിക്കുവാൻ. വല്ലവിധവും അതും പരിഹരിച്ചുകഴിയുമ്പോഴാണ് നമ്മുടെ ഇരുപ്പ് കാലിന് അത്ര ഇഷ്ടപ്പെടുന്നില്ലെന്ന വസ്തുത നാമറിയുന്നത്. അതുംപരിഹരിച്ച് വീണ്ടും ധ്യാനത്തിന് ശ്രമിക്കുമ്പോൾ ശരീരംമുഴുവൻ ചൊറിച്ചിൽ സംഭവിച്ചിരിക്കും. ഇങ്ങനെ പടിപടിയായി നമ്മെ ആ ഉദ്യമത്തിൽനിന്നും പിന്തിരിപ്പിക്കലാണ് മനസ്സിന്റെ തന്ത്രം. ഇതൊന്നുമറിയാതെ ധ്യാനത്തിലൂടെ മനസ്സിനെ നിയന്ത്രിക്കുവാൻ ശ്രമിച്ചാൽ നാം പരാജയപ്പെടുകയേയുള്ളൂ. കാരണം മനസ്സ് എപ്പോഴും നമ്മുടെ യജമാനനാകുവാൻ ശ്രമിക്കുകയും അതിൽ വിജയിക്കുകയും ചെയ്യുന്നു. എപ്പോൾ നാം യജമാനനും മനസ്സ് അടിമയുമാകുന്നുവോ അപ്പോൾ മാത്രമേ നാം വിജയിക്കുകയുള്ളൂ. വൈജ്ഞാനിക പക്ഷപാതത്തിന് നാം അടിമകളായതിനാലാണ് ഇപ്രകാരം സംഭവിക്കുന്നത്. നിലവിലെ സ്ഥിതിയിൽത്തന്നെ തുടരുന്നതാണ് നല്ലതെന്ന ഒരു ചിന്ത നമ്മെ വേട്ടയാടിക്കൊണ്ടിരിക്കും. അതുകൊണ്ട് മനസ്സിനെ നിയന്ത്രിക്കുവാൻ ശ്രമിക്കരുത്. അത് സാദ്ധ്യമായ ഒരു കാര്യമല്ല. മനസ്സിനെ മനസ്സിലാക്കുക. അതിന് മനസ്സിന്റെ മുകളിലേക്കു പ്രവേശിക്കുക. സ്വതന്ത്രമായ മനസ്സിനെ അങ്ങനെ മനസ്സിലാക്കുക. മനസ്സിന്റെ പ്രവർത്തനങ്ങൾ മനസ്സിലാക്കിയാൽ ഇതെളുപ്പമാകും.

തലച്ചോറിലെ പ്രീ ഫ്രോണ്ടൽ കോർറ്റെക്സ് കാര്യമായി പ്രവർത്തിക്കുന്നതുകൊണ്ടാണ് നമുക്ക് പദ്ധതികൾ തയ്യാറാക്കുന്നതിനും തീരുമാനങ്ങളെടുക്കുന്നതിനും ഓർമ്മശക്തി പരിപോഷിപ്പിക്കുന്നതിനുമൊക്കെ കഴിയുന്നത്. നമ്മുടെ മുഖഭാവം, സംഭാഷണം, ഭാഷ, വ്യക്തിത്വം എന്നിവ നിയന്ത്രിക്കുന്നതും പ്രീ ഫ്രോണ്ടൽ കോർറ്റെക്സാണ്. ചിന്തകളെ നിയന്ത്രിക്കുക, നല്ലതും ചീത്തയും വേർതിരിച്ചറിയുക, നിലവിലെ പ്രവൃത്തിയുടെ പരിണിതഫലം നിശ്ചയിക്കുക തുടങ്ങി നമ്മുടെ പ്രധാനപ്പെട്ട എല്ലാ പ്രവർത്തനങ്ങളും ഇവിടെ നടക്കുന്നു. അനാവശ്യപ്രേരണകളെ നിയന്ത്രിച്ച് മികച്ച ഒരു സാമൂഹ്യജീവിയായി നമ്മെ രൂപപ്പെടുത്തുന്നതും പ്രീ ഫ്രോണ്ടൽ കോർറ്റെക്സ് തന്നെയാണ്. ഓരോരോ കാര്യങ്ങൾക്കായി പ്രത്യേകം മേഖല ഇതിലേക്കായി സജ്ജമാക്കിയിട്ടുണ്ട്. മേഖലകൾ തമ്മിലുള്ള ഏകോപനവും ഇവിടെത്തന്നെ നടക്കുന്നു. അതുകൊണ്ടാണ് എപ്പോൾ എവിടെ എങ്ങനെ പ്രവർത്തിക്കണമെന്നും എന്തുപറയണമെന്നും ഒക്കെ നമുക്ക് ധാരണയുണ്ടാകുന്നത്. ഇത്തരം ധാരണകൾ രൂപപ്പെടുന്നതിന് നാം ആർജ്ജിച്ചെടുത്ത അറിവും അനുഭവങ്ങളും നമ്മുടെ സഹായത്തിനായി എത്തുന്നു. തലച്ചോറിലെ ജൈവരാസ പ്രക്രിയയിലൂടെയാണ് ഇതെല്ലാം നടക്കുന്നത്. ജൈവരാസ പ്രക്രിയകളെ സ്വാധീനിക്കുവാനുള്ള ജനിതക എഞ്ചിനീയറിങ് സാദ്ധ്യതകളും മരുന്നുകളും നമ്മുടെ തീരുമാനങ്ങളെ സ്വാധീനിക്കുമ്പോൾ നാമറിയാതെ നമ്മുടെ

വ്യക്തിത്വം മറ്റൊന്നായി മാറുന്നു. അങ്ങനെ നാം അറിവിലൂടെയും അനുഭവത്തിലൂടെയും നേടിയെടുത്തതെല്ലാം അപ്രസക്തമായിത്തീരുകയും ചെയ്യുന്നു. ബോധപൂർവ്വമുള്ള ഇത്തരം ബാഹ്യ ഇടപെടലുകൾ നമ്മുടെ സ്വഭാവത്തെ വരെ സ്വാധീനിക്കുവാൻ പാകത്തിൽ കടന്നുവരുമ്പോൾ ഇതിനെ പ്രതിരോധിക്കുവാൻ നാം തയ്യാറെടുക്കേണ്ടിയിരിക്കുന്നു. ഇതോടൊപ്പം നമ്മുടെയുള്ളിൽ അന്തർലീനമായിരിക്കുന്ന വൈജ്ഞാനിക പക്ഷപാതവും അഥവാ കൊഗ്നിറ്റീവ് ബയസും നമ്മെ നേർവഴിയിൽനിന്നും വ്യതിചലിപ്പിക്കും.

നിയന്ത്രണങ്ങളെ മറികടക്കുകയെന്നത് പ്രകൃതിസഹജമായ ഒരു പ്രതിഭാസമാണ്. അതിനെതിരെ പടപൊരുതുവാൻ നമുക്കാകില്ല. ഒരിക്കൽ ഫ്രോയിഡും ഭാര്യയും കുട്ടിയുമായി ഒരുദ്യാനത്തിൽ ഇരിക്കുകയായിരുന്നു. സുഹൃത്തിനോട് സംസാരിച്ചുനിന്നിരുന്ന ഫ്രോയ്ഡ് തിരികെവരുമ്പോൾ അമ്പരന്ന് ഭയപ്പെട്ടുനിൽക്കുന്ന ഭാര്യയെക്കണ്ടു. കാര്യമന്വേഷിച്ചപ്പോൾ കുട്ടിയെ കാണാനില്ലെന്നറിഞ്ഞു. പെട്ടെന്നാണവൻ മറഞ്ഞത്. ഭാര്യ അകെ വിഷമിച്ചുനിൽക്കുന്നു. ഫ്രോയ്ഡ് ഭാര്യയോട് ചോദിച്ചത് ഇപ്രകാരമാണ്. നീ അവനോട് എവിടേക്കെങ്കിലും പോകരുതെന്ന് പറഞ്ഞിരുന്നുവോയെന്ന്. ഉടൻ ഭാര്യ പറഞ്ഞു വെള്ളച്ചാട്ടത്തിനടുത്തു പോകരുതെന്ന് പറഞ്ഞിരുന്നുവെന്ന്. അവൻ അവിടുണ്ടാകുമെന്നു പറഞ്ഞു ഫ്രോയ്ഡ് അവിടേക്കെത്തുമ്പോൾ കുട്ടി അവിടെയുണ്ടായിരുന്നു. ഇതാണ് നിയന്ത്രണങ്ങൾ പ്രവർത്തിക്കുന്ന രീതി. അരുതുകളിൽ അഭിരമിക്കുവാനുള്ള അഭിനിവേശം എന്നും നമ്മോടൊപ്പമുണ്ട്. അതു കൊണ്ടാണല്ലോ കഴിക്കരുതെന്ന് പറഞ്ഞ വിലക്കപ്പെട്ട കനി കഴിക്കുവാനിടയായതും. നിയന്ത്രണമില്ലായിരുന്നുവെങ്കിൽ ഒരുപക്ഷേ, ആ കനി കഴിക്കുമായിരുന്നില്ല. എന്തിനെയെങ്കിലും നാം നിയന്ത്രിക്കുവാൻ ശ്രമിക്കുമ്പോൾ യഥാർത്ഥത്തിൽ നാം അത് നടപ്പിലാക്കുകയാണ് ചെയ്യുന്നത്. അതിനാൽ നിയന്ത്രിക്കലല്ല സ്വതന്ത്രമാക്കലാണ് അഭികാമ്യം. നിയന്ത്രണമെന്നത് ഒരു കുറുക്കുവഴി തേടലാണ്. കുറുക്കുവഴികളിൽ സമഗ്രമായ ചിന്തയില്ലാത്തതിനാൽ അത് ശാസ്ത്രീയമല്ല. തലച്ചോറിലെ ജൈവരാസപ്രക്രിയകളാൽ സംഭവിക്കുന്ന ഒരു കാര്യത്തെ നിയന്ത്രിക്കുവാൻ നമുക്കാകില്ല. ഇതൊന്നുമറിയാതെയാണ് നാം നിയന്ത്രണത്തിന്റെ പിറകെ പായുന്നത്. ജൈവരാസപ്രക്രിയയുടെ പ്രവർത്തനങ്ങൾ ക്രമപ്രകാരമാകുവാൻ ബോധപൂർവ്വം ശ്രമിക്കുകയാണ് യഥാർത്ഥവഴി. അതൊരല്പം ശ്രമകരമായ പ്രവർത്തനമാണ്. ഇത്തരം സന്ദർഭങ്ങളിലാണ് മനസ്സ് കുറുക്കുവഴികൾ കാട്ടി നമ്മെ പ്രലോഭിപ്പിക്കുന്നത്. ഇതിനെ അതിജീവിക്കലാണ് വൈജ്ഞാനിക മുന്നേറ്റം. മുന്നേറ്റവും നിയന്ത്രണവും ഒന്നല്ലെന്ന കാഴ്ചപ്പാടും ഇവിടെ അനിവാര്യമാണ്.

എവിടെയെല്ലാം ബാഹ്യശക്തികളുടെ ബോധപൂർവ്വമുള്ള ഇടപെടലുകൾ ഉണ്ടാകുവാൻ സാദ്ധ്യതയുണ്ടോ അവിടെയെല്ലാം സദാ ജാഗ്രതപുലർത്തുകയും നമ്മുടെ പ്രവർത്തനങ്ങളും തീരുമാനങ്ങളും നമ്മുടേതുതന്നെയാണെന്ന് ഉറപ്പുവരുത്തുകയും ചെയ്യേണ്ടത് നമ്മുടെ കടമയാണ്. ഇത് സംഘടിതമായ ചർച്ചകളിലൂടെയും കാര്യക്ഷമമായ കൂട്ടായ്മകളിലൂടെയും നാം സംരക്ഷിച്ചുനിർത്തേണ്ട ഒന്നാണ്. നമ്മുടെ ഭാവിയുടെ ഭാഗധേയം നിർണ്ണയിക്കുന്ന ഇത്തരം മേഖലകളിൽ മറ്റുള്ള ഇടപെടലുകൾ സംഭവിക്കുമ്പോൾ കൈയുംകെട്ടി നോക്കിയിരിക്കലല്ല കൈമെയ്മറന്നു പ്രവർത്തിക്കലാകണം മുഖ്യം.

വാങ്ങലിലെ ധാരാളിത്തം

നാം വാങ്ങുന്ന സാധനങ്ങൾ നമ്മുടെ സ്വന്തം ഇഷ്ടപ്രകാരം വാങ്ങുന്നതും നമുക്ക് അനിവാര്യമായതുമാണോ? അപ്രകാരമല്ലാതെ ആവേശകരമായ വാങ്ങലുകൾക്ക് അഥവാ ഇമ്പൾസീവ് ബയിംഗിന് അടിമയായി നാമൊരു ധാരാളിയായി മാറുന്നുണ്ടോ? ഉണ്ടെങ്കിലും ഇല്ലെങ്കിലും അതെങ്ങനെ തിരിച്ചറിയാം? ഉണ്ടെന്നറിഞ്ഞാൽ അതെങ്ങനെ തിരുത്താം? വളരെ ഗൗരവപൂർവ്വം ചിന്തിക്കേണ്ട ഒരു വിഷയമാണിത്. ആവേശകരമായ വാങ്ങൽ സ്വഭാവം അഥവാ ഇമ്പൾസീവ് ബയിങ് ബിഹേവിയർ സാമ്പത്തികമായും മാനസികമായും നമ്മെ തളർത്തുന്ന ഒന്നാണെന്ന് പഠനങ്ങൾ വെളിപ്പെടുത്തുന്നു. മനസ്സിന്റെ ഇത്തരം ഭ്രമാത്മക പശ്ചാത്തലം സംബന്ധിച്ച് വിദ്യാഭ്യാസ ഗവേഷകരും ക്ലിനിക്കൽ ആൻഡ് ഡെവലപ്മെന്റൽ സൈക്കോളജിസ്റ്റുകളും ക്രിമിനോളജിസ്റ്റുകളും വിശദമായ പഠനങ്ങൾ നടത്തിയിട്ടുണ്ട്. ഉചിതമായ വാങ്ങലുകളും അനുചിതമായ വാങ്ങലുകളും നാം നടത്താറുണ്ട്. ഉചിതമായ വാങ്ങലുകൾക്ക് ഉറച്ചചിന്തയും അതിലൂടെ ഒരു തീരുമാനവുമുണ്ടാകും. എന്നാൽ അനുചിതമായ വാങ്ങലുകൾ പെട്ടെന്ന് ഉണ്ടാകുന്നതും ചിന്തകൾക്ക് ഇടം നൽകാത്തതുമാണ്.

എല്ലാവ്യക്തികളിലും ഈയൊരു സ്വഭാവവിശേഷം ഉണ്ടായിരിക്കും. ഓരോരുത്തരിലും അതിന്റെ തോതിൽ വ്യത്യാസമുണ്ടായിരിക്കുമെന്നുമാത്രം. നമ്മുടെയുള്ളിൽ അടിയുറച്ചുകിടക്കുന്ന ഈ സ്വഭാവത്തെ ഉണർത്തിയെടുക്കുകയെന്നത് വില്പനക്കാരന്റെ ആവശ്യമാണ്. അതിനാൽ അതിനുള്ള ശ്രമം അവരുടെ ഭാഗത്തുനിന്നുമുണ്ടാവുക സ്വാഭാവികമാണ്. ഇതൊരു നല്ല വാശിയേറിയ കളിയാണ്. ആര് ജയിക്കുന്നു എന്നതിലാ

ണ് കാര്യമിരിക്കുന്നത്. വിൽപ്പനക്കാരൻ വിജയിക്കുവാൻ അവരുടേതായ ശ്രമങ്ങൾ നടത്തും. അതിനെ ചെറുക്കുവാൻ നമുക്കെത്രമാത്രം കഴിയുന്നുവെന്നതിലാണ് നമ്മുടെ വിജയം കുടികൊള്ളുന്നത്. ഇതിനെ ഒരു കായികമത്സരരീതിയിൽ അഥവാ സ്പോർട്സ്മാൻ സ്പിരിറ്റിൽ കാണുക എന്നതാണ് ആദ്യമായി ചെയ്യേണ്ടത്.

ബിഗ്ബസാറുകളിലും മാളുകളിലും സാധനങ്ങൾ അടുക്കിവയ്ക്കുന്നതിൽപ്പോലും മനസ്സിനെ സ്വാധീനിക്കുന്ന ഒരു ശാസ്ത്രീയ രീതിയവലംബിക്കാറുണ്ട്. ഇതിനെ ബിയർ ഡയപ്പർ കോറിലേഷൻ എന്നുപറയാം. വെള്ളിയാഴ്ചകളിൽ വാൾമാർട്ടിൽ സാധനങ്ങൾ വാങ്ങുവാൻ വരുന്ന മുപ്പതിനും നാല്പതിനും ഇടയിൽ പ്രായമുള്ള ആൾക്കാർ ഡയപ്പെർ വാങ്ങുമ്പോൾ ബിയറും വാങ്ങുന്നതായി ശ്രദ്ധയിൽപ്പെട്ട സെയിൽസ് മാനേജർ ഡയപ്പറുകളുടെ സമീപം ബിയറിന്റെ ആകർഷകമായ ബോട്ടിലുകൾ അടുക്കിവച്ചു. ബിയറിന്റെ വിൽപ്പനയിൽ മുപ്പത്തിയഞ്ചു ശതമാനം വർദ്ധനവുണ്ടാകുവാൻ ഇത് കാരണമായി. ഇതുസംബന്ധിച്ച നിരവധി പഠനങ്ങൾ തൊണ്ണൂറുകളിൽ നടക്കുകയുമുണ്ടായി. തുടർന്ന് വൻതോതിൽ വില്പനയുള്ള സാധനങ്ങളുടെ സമീപം വിവിധ വസ്തുക്കൾ ചേർത്തുവച്ച് നിരവധി പരീക്ഷണങ്ങൾ നടക്കുകയുണ്ടായി. ഏറ്റവും കൂടുതൽ വില്പനയുണ്ടാവുക കുട്ടികളുടെ സാധനങ്ങളായതിനാൽ അവയുമായി ബന്ധപ്പെടുത്തിയാണ് പരീക്ഷണങ്ങളിലേറെയും നടന്നത്. ബസാറുകളിൽ സാധനങ്ങൾ വാങ്ങിയശേഷം ബിൽത്തുക കണക്കാക്കുവാൻ നാം ചെല്ലുമ്പോൾ അവിടെ വിവിധയിനം മിഠായികൾ ആകർഷകമായ നിലയിൽ അടുക്കിവച്ചിട്ടുണ്ടാകും. നമ്മിൽ എഴുപത്തഞ്ചു ശതമാനം ആൾക്കാരും ആ കെണിയിൽ വീഴുമെന്നതാണ് യാഥാർത്ഥ്യം. നാം ഒരു ഹോട്ടലിൽ ആഹാരം കഴിക്കുന്നതിനായി കുടുംബസമേതം ചെല്ലുന്നുവെന്നു കരുതുക. ആദ്യം നമ്മുടെ മുന്നിൽ ഒഴിഞ്ഞ ഗ്ലാസുകൾ എത്തും. അതിനുമുമ്പേതന്നെ മിനറൽ വാട്ടറിന്റെ പുതിയ കുപ്പികൾ വന്നിട്ടുണ്ടാകും. നമ്മിൽ തൊണ്ണൂറുശതമാനം ആൾക്കാരും, സ്ഥിരമായി ചൂടുവെള്ളം കഴിക്കുന്നവരാണെങ്കിൽക്കൂടി, ആ മിനറൽ വാട്ടർ അറിയാതെ പൊട്ടിച്ചിരിക്കും. ഇതൊരു വിപണന തന്ത്രമാണ്. ആവേശകരമായ വാങ്ങൽ സ്വഭാവമുള്ളവരാണ് നാമെങ്കിൽ ഇതിൽ വീഴാതിരിക്കുവാൻ തരമില്ല. സാധനങ്ങൾ അടുക്കിവയ്ക്കുന്നതിൽവരെ നമ്മുടെ ഈ സ്വഭാവത്തെ സ്വാധീനിക്കുവാൻ കാര്യമായ ശ്രമങ്ങൾ നടക്കുന്നു. ഇറച്ചി വച്ചിരിക്കുന്നതിന്റെ തൊട്ടടുത്തുതന്നെ ബന്നോ റൊട്ടിയോ വച്ചാൽ ഇറച്ചിയോടൊപ്പം അതുംവാങ്ങുവാൻ നാം പ്രേരിതരാകും. ബിയർ ഡയപ്പർ കോറിലേഷൻ സിദ്ധാന്തമാണ് ഇതിനു കാരണം.

ഒരുഫോൺ വിളിച്ചാൽ ഏതുതരം ആഹാരവും ലഭിക്കുന്ന സോഫ്റ്റ്

വെയറുകൾ നമ്മുടെ ഫോണിൽ ഉണ്ടെങ്കിൽ ഇത്തരം സ്വഭാവവിശേഷം ഇടയ്ക്കിടെ നമ്മെക്കൊണ്ട് വെളിയിൽനിന്നും ആഹാരം വാങ്ങുന്നതിന് പ്രേരിപ്പിക്കും. ഇത് സാമ്പത്തികനില താറുമാറാക്കുമെന്ന മാത്രമല്ല രുചി വർദ്ധിപ്പിക്കുന്നതിനായി കച്ചവടക്കാർ ചേർക്കുന്ന അപകടകരമായ രാസവസ്തുക്കൾ ആരോഗ്യത്തെയും ഇല്ലായ്മചെയ്യും. ഒരുപക്ഷേ, ഫോണിൽ ഈയൊരു സൗകര്യം സുലഭമല്ലായിരുന്നുവെങ്കിൽ വാങ്ങലിന്റെ തോത് കുറയുമായിരുന്നുവെന്ന് പഠനങ്ങൾ വ്യക്തമാക്കുന്നു. ലളിതമായ ലഭ്യത അഥവാ ഈസി അക്സസാണ് ഇതിന് പ്രേരണനൽകുന്ന ഒരു ഘടകം.

അങ്ങനെ ഇമ്പൾസീവ് ബയിങ് ബിഹേവിയർ ശക്തമായ പ്രേരണയുമായി നമ്മോടൊപ്പം എപ്പോഴുമുണ്ടെന്ന വസ്തുത നാമറിയണം. ഓരോ സാധനത്തിന്റെയും കവറുകളുടെ ആകർഷണീയത ചില സാധനങ്ങളുടെ ദീർഘകാല ഗ്യാരന്റി എന്നിവയും നമ്മെ ആകർഷിക്കുവാൻ സാദ്ധ്യതകളുണ്ട്. ഇതൊരു ജീവിതശൈലീ സ്വഭാവരീതിയാണ്. കോവിഡ് വ്യാപനത്തിന്റെ പശ്ചാത്തലത്തിൽ നമ്മിൽ പലരും ഇതിനിരയായവരാണ്. അടച്ചിടൽ ഉണ്ടാകുമെന്നുകരുതി വേണ്ടതും വേണ്ടാത്തതുമായ നിരവധി സാധനങ്ങൾ വാങ്ങിക്കൂട്ടുന്നതിന് നമ്മെ പ്രേരിപ്പിച്ചത് ഈ ആവേശകരമായ വാങ്ങൽ സ്വഭാവമാണ്. ഏതുസാഹചര്യത്തിലും നമ്മിലലിഞ്ഞുചേർന്ന ഈ സ്വഭാവ വിശേഷം നമ്മെ വിഡ്ഢികളാക്കുവാൻ സാദ്ധ്യതയുണ്ടെന്നർത്ഥം. നിലവിലെ സാഹചര്യങ്ങളിൽ വ്യതിയാനമുണ്ടാകുമ്പോൾ അതൊരു നിമിത്തമായി കണ്ട് ഉറങ്ങിക്കിടക്കുന്ന ഈ സ്വഭാവവിശേഷം നമ്മിൽ ശക്തമായ പ്രേരണചെലുത്തുന്നു. അവസരങ്ങളുടെ ചെറിയൊരു സാദ്ധ്യതപോലും വളരെ ശക്തമായ സാദ്ധ്യതയാക്കി വാങ്ങലിലെ ധാരാളിത്തം നമ്മെ സ്വാധീനിക്കുന്നുവെന്നു സാരം.

ഓൺലൈൻ പർച്ചേസിങ്ങിൽ ഇമ്പൾസീവ് ബൈയ്ങ് ബിഹേവിയർ ശക്തമായ സ്വാധീനം ചെലുത്തുന്നു. കൊളാബറേറ്റീവ് ഫിൽറ്ററിങ് അഥവാ സഹകരണത്തിന്റെ തരംതിരിക്കൽ എന്ന ആധുനിക വ്യാപാരതന്ത്രം എല്ലാ ഓൺലൈൻ വ്യാപാരികളും ആവിഷ്കരിച്ചുകഴിഞ്ഞു. ആമസോൺ വെബ്ലാബിന്റെ നേതൃസ്ഥാനത്തിരിക്കുന്ന ബ്രെന്റ് സ്മിത്ത് പറയുന്നത് ഈ മേഖലയിൽ രസകരമായ നിരവധികാര്യങ്ങൾ ചെയ്യുവാനുണ്ടെന്നാണ്. ഓൺലൈൻ താത്പര്യങ്ങൾ അൽഗോരിതത്തിലൂടെ കണ്ടെത്തുവാനും അഭിരുചിക്കനുസരിച്ച് ആവശ്യക്കാർക്ക് സാധനങ്ങൾ നൽകുവാനും കഴിയുന്ന തരത്തിൽ പ്രോഗ്രാമുകൾ തയ്യാറായിരിക്കുന്നു. നമ്മുടെ അഭിരുചികൾ നമ്മെക്കാൾ നന്നായി അൽഗോരിതങ്ങൾക്ക് എളുപ്പം മനസ്സിലാകും. അതോടെ നമ്മുടെ താത്പര്യങ്ങൾക്കനുസരിച്ച് നമ്മെ സ്വാധീനിക്കുവാനും അവരുടെ ഉത്പന്നങ്ങൾ നമ്മിലെത്തിക്കുവാനും അവർക്കാകുന്നു. കോ റിലേഷൻ അടക്കമുള്ള സാങ്കേതിക സംവി

ധാനങ്ങൾ ഇതിലേക്കായി ഉപയോഗിക്കുന്നു. അതോടെ ഒരു സാധനം എടുക്കുന്ന നാം അറിയാതെ മറ്റൊന്നുകൂടി എടുക്കുന്ന മാനസികാവസ്ഥ യിലേക്ക് അറിയാതെ കടക്കുന്നു. ഇതിലേക്കായി നാം ഒരുസാധനം എടുക്കുമ്പോൾ കൂടെ എടുക്കുന്ന മറ്റൊരുസാധനത്തെ അൽഗോരിതമു പയോഗിച്ച് കണ്ടെത്തുന്നു. തുടർന്ന് എത്രപേർ അങ്ങനെ ചെയ്യുവെന്ന് പരിശോധിക്കുന്നു. ഒടുവിൽ ഹാരിപോട്ടർ വാങ്ങുന്നവർ ഒപ്പം ചവറ്റുകുട്ട കൂടി വാങ്ങുന്നതായി ബോദ്ധ്യപ്പെടുമ്പോൾ ഇതുരണ്ടും ഒരുമിച്ചുകാണു ന്നതിനുള്ള അവസരമൊരുക്കുന്നു. ഇത്തരത്തിൽ തികഞ്ഞ ശാസ്ത്രീയ തയോടെയാണ് വ്യാപാരികൾ നമ്മെ വേട്ടയാടുന്നത്. ഇവിടെ ഉപഭോ ക്താവ് യാതൊരുവിധ മുന്നൊരുക്കങ്ങളുമില്ലാതെ നിരായുധനായിനിന്ന് പരാജയമേറ്റുവാങ്ങുന്നു. അങ്ങനെ ഒരു സാധനത്തിനായി തിരച്ചിൽനട ത്തുന്ന നാം ഇതിനിടയിൽ കാണുന്ന മറ്റൊരു സാധനംകൂടി വാങ്ങുവാൻ തീരുമാനിക്കുന്നു. ഈ തീരുമാനം പെട്ടെന്നുള്ള തീരുമാനമെടുക്കലിന്റെ ഭാഗമായിട്ടുണ്ടാകുന്നതാണ്. കാര്യമായി ആലോചിക്കുവാനും ആവശ്യക തവിലയിരുത്തുവാനും സാവകാശം നൽകാതെ ഉടൻതീരുമാനമായാണ് ഇപ്രകാരം ചെയ്യുന്നത്. പെട്ടെന്നുള്ള തീരുമാനമെടുക്കൽ നടത്തുവാൻ മനസ്സ് സദാ പ്രേരിപ്പിക്കുകയും ചെയ്യും. കാരണം കുറുക്കുവഴികൾ തേടുക എന്നത് മനസ്സിന്റെ ഒരു പരിമിതിയാണ്. അതിനാൽ ആവേശകരമായ വാങ്ങൽ സ്വഭാവം തലയുയർത്തുകയും നാമതനുസരിക്കുകയും ചെയ്യും. പ്രദർശന വിപണന മേളകളിൽ പങ്കെടുക്കുന്ന നാം വാങ്ങുന്ന ഒട്ടുമിക്ക സാധനങ്ങളും ഇപ്രകാരം വാങ്ങുന്നവയാണ്. ഇതിൽ ഒരിക്കൽപ്പോലും ഉപയോഗിക്കാത്തവയും ഉണ്ടാകും. നമ്മുടെ ഈ പരിമിതി നമ്മെക്കാൾ മുൻപേ വിൽപ്പനക്കാരൻ മനസ്സിലാക്കുകയും അവർ അതിനായി കെ ണിയൊരുക്കുകയും ചെയ്യും. ഇതറിയാതെ നാം ആ കെണിയിൽപ്പെട്ടു ന്നു. മറ്റൊരാൾ അറിയുന്നതിനുമുമ്പേ നമ്മുടെ പരിമിതികൾ നാംതന്നെ അറിഞ്ഞില്ലെങ്കിൽ സമൂഹത്തിൽ നിരവധി കബളിപ്പിക്കലുകൾക്ക് നാം ഇരയായെന്നുവരാം. നിർമ്മിതബുദ്ധിയുടെ സഹായത്തോടെ നമ്മുടെ ഇത്തരം സ്വഭാവവിശേങ്ങളെ നാമറിയാതെ മറ്റുള്ളവർ മനസ്സിലാക്കുക യും അതിലൂടെ അവർ ലാഭം നേടുകയും ചെയ്യുന്ന കാലമാണിത്. ഈ കളിയിൽ നാം മിക്കപ്പോഴും തോറ്റുകൊണ്ടിരിക്കുന്നു. കാരണം ശാസ്ത്രീയ മായ നീക്കങ്ങളിലൂടെ നമ്മുടെ പരിമിതി മനസ്സിലാക്കി അത് മുതലാക്കു വാനുള്ള സംഘടിതശ്രമം വിപണനരംഗത്ത് വൈശിഷ്ട്യത്തോടെ നട പ്പിലാക്കുന്നു. നാമാണെങ്കിൽ ഇക്കാര്യത്തിൽ വലിയ പ്രാധാന്യമൊന്നും നൽകാതെ ഇതൊന്നും നമ്മെ ബാധിക്കില്ലെന്ന മിഥ്യാധാരണയിൽ അഭിരമിക്കുകയും ചെയ്യുന്നു. വിപണനരംഗത്തുള്ളവർക്ക് ഇതൊരു സു വർണ്ണാവസരമാണ്. ഏതൊരു വേട്ടക്കാരനാലും ആക്രമിക്കപ്പെടുവാൻ

പാകത്തിലുള്ള ഒരിരയായി നമ്മൾ മാറുന്നുവെന്നർത്ഥം. ഇതിനെതിരെ ശക്തമായി പ്രതിരോധം തീർക്കണമെങ്കിൽ ആരോഗ്യമുള്ള മനസ്സും യുക്തിചിന്തയും ശാസ്ത്രീയബോധവും സ്വായത്തമാകുകയല്ലാതെ മറ്റൊരു പോംവഴിയുമില്ലതന്നെ.

ജ്യോതിഷത്തിലൂടെ ഭാവിപ്രവചനം സാദ്ധ്യമോ?

ഭാവിയിൽ എന്ത് സംഭവിക്കും എന്നറിയുവാനുള്ള ആഗ്രഹം നാമേവരിലുമുണ്ട്. ആരോഗ്യസ്ഥിതിയും സാമ്പത്തിക സ്ഥിതിയും ആയുർദൈർഘ്യവുമെല്ലാം നമ്മുടെ ഉത്കണ്ഠകളാണ്. ദുർബ്ബലമനസ്സിനുടമകളാണ് നാമെങ്കിൽ തീർച്ചയായും ഉടൻതന്നെ നാം ഇവയെല്ലാം മുൻകൂട്ടിയറിയുന്നതിന് ശ്രമമാരംഭിക്കും. എല്ലാ പ്രവചനശാസ്ത്രങ്ങളും യോജിക്കുന്ന ഒരുകാര്യം ഭാവി നേരത്തെ തീരുമാനിക്കപ്പെട്ടിരിക്കുന്നു എന്നതാണ്. ഇത് കൃത്യമായി വായിച്ചെടുക്കാൻ കഴിവുള്ളവരാണ് പ്രവചനക്കാർ എന്നാണ് വിശ്വാസം. അതേ വചനത്തെ പ്രവചനമാക്കുന്ന ദിവ്യന്മാർ! നീണ്ട ആയുർരേഖയുള്ള ഒരാൾ യുദ്ധരംഗത്തേക്ക് പോയാൽ ഒരുപക്ഷേ, അപ്പോൾ മാറുന്നതാണ് ഈ രേഖയെന്ന സത്യം നാം മറന്നുപോകുന്നു.

ജ്യോതിഷത്തിൽ രേഖപ്പെടുത്തലുകൾ ഗ്രഹങ്ങളിലാണ്. കൈരേഖാശാസ്ത്രജ്ഞന് കൈവെള്ളയിൽ രേഖകളുണ്ടാകും. വെറ്റിലശാസ്ത്രക്കാരന് വെറ്റിലയിലും. ഒരു വ്യക്തിയുടെ യഥാർത്ഥ രേഖപ്പെടുത്തലുകളുള്ള വെറ്റിലതന്നെ പ്രവചനക്കാരൻ കണ്ടെടുക്കുമത്രേ! ഇങ്ങനെ ഗ്രഹങ്ങളെ കണക്കാക്കിയും കൈരേഖ പരിശോധിച്ചും വെറ്റിലയിലെ അടയാളങ്ങൾ പരിശോധിച്ചും നമ്മുടെ ഭാവികാര്യങ്ങൾ പ്രവചിക്കുന്നവരെന്നവകാശപ്പെടുന്നവരെ നമുക്ക് കുറ്റപ്പെടുത്തുവാനാകില്ല. കാരണം അത് അവരുടെ ഉപജീവനമായി അവർ കണ്ടെത്തിയ ഒരു കുറുക്കുവഴിയാണ്. എന്നാൽ ഇതിൽ വിശ്വസിച്ച് സ്വന്തം പണംമുടക്കി ഇവരുടെ പിന്നാലെ പായുന്ന വ്യക്തികളെ നാം എങ്ങനെ കാണണം. സ്വന്തം പരിമിതികളും പരാജയങ്ങളും വിധിമൂലം സംഭവിച്ചതാണെന്ന സിദ്ധാന്തം ഒരുപക്ഷേ, മനസ്സമാധാനത്തിന് നല്ലതാകാം. പരാജയങ്ങളെ സധൈര്യം നേരിട്ട്

വിജയംവരിക്കുന്നവർ അപ്പോൾ മോശക്കാരാണോ? ജീവിതം മുഴുവൻ ജ്യോതിഷം പ്രചരിപ്പിക്കുവാൻ പ്രവർത്തിക്കുന്നവർപോലും അവർക്കോ അവരുടെ കുടുംബാംഗങ്ങൾക്കോ ഒരു രോഗം വന്നാൽ ഗ്രഹപ്പിഴയായി കരുതി പരിഹാരപൂജ ചെയ്യുകയല്ല ചെയ്യുന്നത്. നേരെ ആശുപത്രിയിലേക്കാണവർ പായുന്നത്. യഥാർത്ഥത്തിൽ ഒരു തിരക്കഥപോലെയാണ് ജീവിതമെങ്കിൽ അതെത്ര വിരസമായിരിക്കുമെന്ന് നാം പെട്ടെന്ന് ചിന്തിക്കുന്നില്ല. നിർവ്വചിക്കുവാനാകാത്ത അനന്തമായ സാദ്ധ്യതകളുള്ളവരാണ് മനുഷ്യർ. രാസക്രിയകൾക്കും സഹജമായ ചോദനകൾക്കുമപ്പുറത്ത് ആദ്യമായി ഭാവി സ്വന്തം കൈകളിൽ അർപ്പിതമാക്കപ്പെട്ട ഒരേയൊരു ജീവിവർഗ്ഗമാണ് മനുഷ്യനെന്ന് നാഡീവ്യവസ്ഥയുടെ ആധുനികപഠനങ്ങൾ വ്യക്തമാക്കുന്നു. എന്നാൽ ഇതെല്ലാം പഠിക്കുവാനും പരീക്ഷയെഴുതുവാനും വേണ്ടി മാത്രമുള്ളതാണെന്ന് കരുതുന്നവരായി നാം മാറിക്കൊണ്ടിരിക്കുന്നു.

ജ്യോതിഷകാരന്മാരുടെ ഇടയിൽ രണ്ട് പക്ഷക്കാരുണ്ട്. ഒരു വിഭാഗത്തിന്റെ അഭിപ്രായത്തിൽ ഗ്രഹങ്ങളുടെ സ്ഥാനമാണ് നമ്മുടെ ഭാവി നിശ്ചയിക്കുന്നത്. മറുവിഭാഗം പറയുന്നത് മുജ്ജന്മത്തിലെ പ്രവൃത്തികളാണ് ഈ ജന്മത്തിൽ പ്രതിഫലിക്കുന്നതെന്നാണ്. ഇങ്ങനെ മുൻകൂട്ടി ചിട്ടപ്പെടുത്തിയതാണ് നമ്മുടെ ജീവിതമെങ്കിൽ കുറ്റകൃത്യങ്ങളിൽപ്പെടുന്ന ഒരാളെപ്പോലും നമുക്ക് ശിക്ഷിക്കുവാനാകില്ല. അയാളുടെ കുഴപ്പംകൊണ്ടല്ല അത് നടന്നതെങ്കിൽപ്പിന്നെ അയാളെ എങ്ങനെ ശിക്ഷിക്കും. നമ്മൾ ഓരോരുത്തരും മുൻകൂട്ടി പ്രോഗ്രാംചെയ്ത വ്യക്തികളായിരിക്കണമല്ലോ. ജനനസമയത്തെ ഗ്രഹനിലനോക്കിയാണ് നാം പ്രവചനങ്ങൾ ഉണ്ടാക്കുന്നത്. അപ്പോൾ ഉയർന്നുവരുന്ന ഒരു പ്രശ്നമുണ്ട്. പുതിയ ഗ്രഹങ്ങൾ കണ്ടെത്തിയതും ഉള്ളഗ്രഹങ്ങൾ ഇല്ലാതായതുമൊന്നും നമ്മുടെ ജ്യോതിഷികളെ ബാധിച്ചിട്ടില്ല! ജനനസമയമെന്നതുകൊണ്ട് ഉദ്ദേശിക്കുന്നത് എന്താണ്? ചിലർക്ക് കുട്ടിയുടെ തല വെളിയിൽ വരുന്ന സമയമാണ് ജനനസമയം. മറ്റുചിലർക്ക് പൊക്കിൾക്കൊടി മുറിക്കുന്നതാണ് ജനനസമയം. ഇനി മറ്റൊരുകൂട്ടരുണ്ട്, ബീജസംയോഗസമയമാണവർ ജനനസമയമായി കണക്കാക്കുന്നത്. അതെങ്ങനെ മനസ്സിലാക്കുന്നു എന്നൊന്നും ചോദിക്കരുത്. അപ്പോൾ ജനനസമയത്തിനുതന്നെ ഒരു വ്യക്തതയില്ലാത്ത അവസ്ഥയായി. ഇത് വ്യാപാരത്തിന് ഹാനികരമാണെന്ന് മനസ്സിലാക്കിയ പ്രവചന ബുദ്ധിജീവികൾ ഒത്തുചേരുകയും പൊക്കിൾക്കൊടി മുറിക്കുന്നതാണ് ജനനസമയമെന്ന് ഒരു തീരുമാനമെടുക്കുകയും ചെയ്തു. അപ്പോൾ ഒരു സൗകര്യംകൂടി ലഭിച്ചു. പൊക്കിൾക്കൊടി മുറിക്കുന്നത് അല്പസ്വല്പം താമസിപ്പിച്ചോ നേരത്തെയാക്കിയോ ഗ്രഹനിലയെ മാറ്റിയെടുക്കുവാനുമാകുമല്ലോ. ഇങ്ങനെ ഏതുതരം

കൃത്രിമത്വത്തിനും വശംവദമാകുന്ന ഒന്നാണ് ജ്യോതിഷം.

ഇതൊക്കെക്കൊണ്ടുതന്നെ ജ്യോതിഷം ഒരു ശാസ്ത്രമേയല്ലെന്ന് പ്രശസ്ത ഫിലോസഫർ എഡ്വേർഡ് ഡബ്ലിയു ജയിംസ് വെളിപ്പെടുത്തി. കൾസൺസ് എക്സ്പെരിമെന്റ് ഈ കണ്ടെത്തൽ ശരിയാണെന്ന് ബോദ്ധ്യപ്പെടുത്തി. മെഡിക്കൽ നാഷണൽ കൗൺസിൽ ഓഫ് ജിയോ കോസ്മിക് റിസർച്ച് പരിശോധനനടത്തിയ ജ്യോതിഷകാരന്മാർക്ക് അവരുടെ ഒരു പ്രവചനംപോലും പൂർണ്ണമായി സാദ്ധ്യമാക്കുവാൻ കഴിഞ്ഞില്ല. ഇതു സംബന്ധിച്ച റിപ്പോർട്ട് 1985 ൽ പ്രസിദ്ധപ്പെടുത്തി. എന്നിട്ടുപോലും ഇന്ത്യാ ഗവൺമെന്റ് സുപ്രീംകോടതിയിൽ സമർപ്പിച്ച സത്യവാങ്മൂലത്തിൽ 4000 വർഷം പഴക്കമുള്ള ജ്യോതിഷം ഒരന്ധവിശ്വാസമല്ലാത്തതിനാൽ 1954 ലെ ഡ്രഗ്സ് ആന്റ് മാജിക്കൽ റെമഡീസ് ആക്ടിന്റെ പരിധിയിൽ ഇതുവരില്ലെന്ന് വാദിച്ചു. അതിന്റെ അടിസ്ഥാനത്തിൽ സംഭവിച്ചതോ 2004 മുതൽ യൂണിവേഴ്സിറ്റികളിൽ ജ്യോതിഷം പഠിപ്പിക്കുവാൻ ഉത്തരവിടുവാൻ സുപ്രീംകോടതി നിർബ്ബന്ധിതമായി. ചുരുക്കത്തിൽ അന്ധവിശ്വാസത്തിനും സർവ്വകലാശാല സർട്ടിഫിക്കറ്റ് നൽകുന്നുവെന്നർത്ഥം. യഥാർത്ഥത്തിൽ പ്രാചീന ഭാരതത്തിൽ ജ്യോത്സ്യം ഉണ്ടായിരുന്നില്ല. ഗണിതജ്യോതിഷം മാത്രമേ ഉണ്ടായിരുന്നുള്ളു. 15-ാം നൂറ്റാണ്ടുവരെ അസ്ട്രോണമിയും കൂടിച്ചേർന്ന ശാഖയെയാണ് അസ്ട്രോളജി എന്ന് വിളിച്ചിരുന്നത്. നവോത്ഥാന കാലഘട്ടത്തിൽ അസ്ട്രോണമി ശാസ്ത്രമായി മാറിപ്പോവുകയും അസ്ട്രോളജി വിശ്വാസമായി നിൽക്കുകയും ചെയ്തു. ജ്യോതിശാസ്ത്രം ശാസ്ത്രമെന്ന നിലയിൽ വലിയ മാറ്റങ്ങൾക്ക് വിധേയമായി. ജ്യോതിഷത്തിന്റെ അടിത്തറയിളക്കുന്ന തരത്തിൽ ജ്യോതിശാസ്ത്രം ഇന്ന് വളർന്നുവന്നു. ഒപ്പം ആധുനിക ജനിതകശാസ്ത്രപ്രകാരം ഒരാളുടെ സ്വഭാവം, രൂപം എന്നിവ നിർണ്ണയിക്കുന്നതിൽ ഗ്രഹങ്ങൾക്ക് യാതൊരു പങ്കുമില്ലെന്നും തെളിയിക്കപ്പെട്ടുകഴിഞ്ഞു. വിശ്വാസം മാറ്റങ്ങൾക്ക് വിധേയമല്ലാത്തതിനാൽ ജ്യോതിഷം കേവലം ഒരു വിശ്വാസമായിത്തന്നെ നിന്നു. ഈ വിശ്വാസവും ഒരു ശാസ്ത്രമായി പഠിക്കുവാൻ വിധിക്കപ്പെട്ടവരായി നാം മാറുന്നത് ഒരിക്കലും പുരോഗമനപരമല്ലെന്ന് വ്യക്തമാണ്.

1951 സെപ്റ്റംബറിൽ ഇന്ത്യാ പാകിസ്ഥാൻ യുദ്ധമുണ്ടാകുമെന്ന് ജ്യോതിഷികൾ പ്രവചിച്ചിരുന്നു. ഈ പ്രവചനം വന്നപ്പോൾത്തന്നെ അന്ന് നമ്മുടെ പ്രധാനമന്ത്രി ജവഹർലാൽ നെഹ്റു പറഞ്ഞത്, ജ്യോതിഷവും ഭാവിപ്രവചനവും നിരോധിക്കുന്ന നിയമം അനിവാര്യമാണെന്നാണ്. എന്നിട്ടും നാമതിനു തയ്യാറായില്ലെന്ന് മാത്രമല്ല അത്തരമൊരു പ്രധാനമന്ത്രി നമ്മെ നയിക്കുവാനുണ്ടായിരുന്നിട്ടും നാമിന്നും സന്ധിവേദന ഒഴിവാക്കുവാനും ആർത്രൈറ്റിസ് വേദന ഒഴിവാക്കുവാനും പിൻവലി

ക്കൽ ലക്ഷണം (വിഡ്രോവൽ സിൻഡ്രോം) മാറ്റുവാനുമൊക്കെ മാന്ത്രിക മരുന്നിൽ അഭയം തേടുന്നവരായി. ശാസ്ത്രത്തെ നിരാകരിച്ചുകൊണ്ട് കട ന്നുവരുന്ന ഇത്തരം വിശ്വാസങ്ങൾ നമ്മുടെ വികസന പ്രതീക്ഷകൾക്കും വിജയങ്ങൾക്കും ഒരു വിലങ്ങുതടിയായി ഇപ്പോഴും നമ്മോടൊപ്പമുണ്ടെ ന്ന കാര്യം അതീവ ജാഗ്രതയോടെ നാമോർക്കേണ്ടതുണ്ട്.

മോഹനിദ്രയിലമരുന്ന ഹിപ്നോട്ടിസം

മെന്റലിസ്റ്റ് എന്നവകാശപ്പെടുന്ന ഒരാൾ മെഹനാസ് എന്ന ഒരാളെ ഹിപ്നോട്ടിസത്തിന് വിധേയമാക്കി റിഫ എന്ന യൂട്യൂബറുടെ സംശയാസ്പദമായ ലുങ്ങിമരണത്തിന് തുമ്പുണ്ടാക്കിയതായി ഒരു വീഡിയോ കാണുവാനിടയായി. രണ്ടു പതിറ്റാണ്ടുകളിലേറെയായി മാജിക്കും മെന്റലിസവും പഠിപ്പിക്കുന്ന വ്യക്തി എന്നനിലയിൽ ചില കാര്യങ്ങൾ സൂചിപ്പിക്കാതിരിക്കുന്നത് ശരിയല്ല. വളരെ അപക്വവും കൃത്രിമവും ദുരുദ്ദേശപരവുമായ ഒരു പ്രകടനമാണിത്. ഈ പ്രകടനം ഒരു നാടകമല്ല എന്ന് ബോദ്ധ്യപ്പെടുത്തുവാൻ ഇതിനാവുന്നില്ല എന്നതാണ് സത്യം. ഏതെങ്കിലും കുറ്റകൃത്യങ്ങൾ തെളിയിക്കുവാനുള്ള ഒരു ശാസ്ത്രീയ വഴിയായി ഹിപ്നോട്ടിസത്തെ നാളിതുവരെ ആരും അംഗീകരിച്ചിട്ടില്ല. എന്നിട്ടും ഹിപ്നോട്ടിസത്തിലൂടെ കുറ്റകൃത്യങ്ങൾ തെളിയിക്കാനാകുമെന്ന അവകാശവാദവുമായി നിരവധി ഹിപ്നോട്ടിസ്റ്റുകൾ രംഗത്തുവരുന്നു. തങ്ങളും ഒട്ടും പിന്നിലല്ലെന്ന് ബോദ്ധ്യപ്പെടുത്തിക്കൊണ്ട് മെന്റലിസ്റ്റുകൾ എന്ന് സ്വയം അവകാശപ്പെടുന്ന ജാലവിദ്യക്കാരും കുറ്റാന്വേഷകരുടെ വേഷമണിഞ്ഞ് രംഗത്ത് വന്നുകൊണ്ടിരിക്കുന്നു. വിദേശരാജ്യങ്ങളിലെ വിവാദപരമായ പല കേസുകളും തെളിയിച്ചത് തങ്ങളാണെന്ന് അവകാശപ്പെടുന്ന വീരനായകന്മാരും ഈ മെന്റലിസ്റ്റുകളുടെ ഗണത്തിൽപ്പെടുന്നു എന്നുള്ളതാണ് കഷ്ടം. യഥാർത്ഥവസ്തുതയെന്തെന്നറിയാതെ വിദ്യാസമ്പന്നർപോലും ഈ അത്ഭുതങ്ങൾ കണ്ടും കേട്ടും ആശ്ചര്യപ്പെട്ടുകൊണ്ടിരിക്കുന്നു. എന്തിനേയും ഏതിനേയും ശാസ്ത്രമെന്ന പേരിൽ ഇവിടെ ആർക്കും അവതരിപ്പിക്കാം. കൈരേഖയിലും വെറ്റിലയിലും വരെ ശാസ്ത്രം ജ്വലിച്ചുനില്ക്കുന്ന നാടാണല്ലോ നമ്മുടേത്!

ഫോറൻസിക് ഹിപ്നോട്ടിസത്തിലൂടെ കുറ്റകൃത്യങ്ങൾ തെളിയിക്കാനാകുമെന്ന് ഇന്ത്യയിലെന്നല്ല പലരാജ്യങ്ങളിലും അവകാശവാദമുന്നയിച്ച് നിരവധി ആൾക്കാർ രംഗത്തുവന്നിട്ടുണ്ട്. ഇവരുടെ ജല്പനങ്ങളിൽപ്പെട്ട് ജയിൽശിക്ഷ അനുഭവിച്ച നിരപരാധികൾ നിരവധിയാണ്. ഫോറൻസിക് ഹിപ്നോസിസ്സിലൂടെ പ്രതികളെന്ന് സംശയിക്കുന്നവരെ ഹിപ്നോട്ടിസത്തിന് വിധേയരാക്കി അവരിൽനിന്ന് തെളിവുകൾ സ്വീകരിക്കുക എന്നുള്ളതാണ് ഇവർ സ്വീകരിച്ചുവരുന്ന ഒരു രീതി. ഹിപ്നോട്ടിസം ചെയ്യുന്ന ആളിന്റെ സജഷൻസിനു വിധേയമായി ഹിപ്നോട്ടിസത്തിന് വിധേയമാകുന്ന വ്യക്തിയിൽ ഒരു ഫാൾസ്മെമ്മറി ക്രിയേറ്റ് ചെയ്യുകയാണ് യഥാർത്ഥത്തിൽ സംഭവിക്കുന്നത്. അതുകൊണ്ടുതന്നെ അപ്രകാരം ലഭിക്കുന്ന വിവരങ്ങൾ വസ്തുതാവിരുദ്ധവും അബദ്ധജടിലവുമാണ്. മോഹനിദ്രയിലൂടെ വിളിച്ചുപറയുന്ന ഒരു കാര്യവും ശാസ്ത്രീയമായ അടിത്തറയുള്ളതല്ല എന്ന് തെളിയിക്കപ്പെട്ടിട്ടുണ്ട്. അതുകൊണ്ടുതന്നെ ഇതിന് യാതൊരു ശാസ്ത്രീയ പിൻബലവുമില്ല. വസ്തുതകൾ ഇതായിരുന്നിട്ടും സമൂഹത്തെ കബളിപ്പിച്ചുകൊണ്ട് നല്ലൊരു വിഭാഗം ആളുകൾ ഈ ഫോറൻസിക് ഹിപ്നോസിസ് ചെയ്തുവരുന്നു. സാധാരണക്കാർ മാത്രമല്ല ഉന്നത സ്ഥാനീയരടക്കം ഇതു വിശ്വസിച്ചുപോവുകയും ചെയ്യുന്നു. മനുഷ്യന്റെ ഓർമ്മശക്തിയെ കുറിച്ചുള്ള വികലവും തെറ്റായതുമായ അനുമാനങ്ങളാണ് യഥാർത്ഥത്തിൽ ഫോറൻസിക് ഹിപ്നോസിസിന്റെ ഉല്പത്തിക്കുതന്നെ കാരണം. മറന്നുപോയ അഥവാ അമർത്തപ്പെട്ട ഓർമ്മകൾ ഹിപ്നോട്ടിസത്തിലൂടെ പുറത്തേക്ക് കൊണ്ടുവരുന്നു എന്നാണ് ഹിപ്നോട്ടിസ്റ്റുകൾ അവകാശപ്പെടുന്നത്. മോഹനിദ്രയിൽ ഇത്തരമൊരു സംഭവത്തിന് യാതൊരു സാദ്ധ്യതയുമില്ല എന്ന് ശാസ്ത്രീയമായി തെളിയിക്കപ്പെട്ടിട്ടുള്ളതാണ്. ശാസ്ത്രമെന്ന് തെറ്റിദ്ധരിപ്പിച്ചുകൊണ്ട് അശാസ്ത്രീയമായ കാര്യങ്ങൾ സമൂഹത്തിനുമേൽ അടിച്ചേൽപ്പിക്കുന്ന ഹീനമായ ഒരു തന്ത്രമാണ് ഇവിടെ നടപ്പിലാക്കുന്നത്.

നിരവധി തെളിവുകൾ നിരത്തി ബോദ്ധ്യപ്പെടുത്തുന്ന ശാസ്ത്രത്തിന്റെ പിൻബലമുള്ള വസ്തുതകൾ വിശ്വസിക്കുവാൻ മടികാണിക്കുന്ന നാം യാതൊരു തെളിവുമില്ലെങ്കിൽക്കൂടി അശാസ്ത്രീയമായ കാര്യങ്ങളിൽ വളരെ പെട്ടെന്ന് വിശ്വാസം അർപ്പിക്കുന്നു എന്നതും ഇത്തരുണത്തിൽ ഓർക്കേണ്ടതുണ്ട്. മനുഷ്യമനസ്സിന്റെ ഈയൊരു ദൗർബല്യത്തെ ആയുധമാക്കിയാണ് ഹിപ്നോട്ടിസ്റ്റുകൾ ബഹുജനങ്ങളെ കബളിപ്പിക്കുന്നത്. സജസ്റ്റബിളായിട്ടുള്ള ആൾക്കാരിൽ മാത്രമാണ് ഹിപ്നോട്ടിസം പ്രാവർത്തികമാക്കുവാനാകുന്നത്. ഇവരോ കേവലം 10 ശതമാനത്തിൽ താഴെയുള്ളവർ മാത്രമാണ്. ഇത്തരം സജസ്റ്റബിലിറ്റിയുള്ള ആളുകളിൽ പോലും കൃത്യമായ രീതിയിൽ ഹിപ്നോട്ടിസം പ്രാവർത്തികമാക്കുവാ

ൻ കഴിഞ്ഞതായി യാതൊരു രേഖകളുമില്ല എന്നുള്ളതാണ് സത്യം. കാരണം ഇവരിൽനിന്ന് ലഭിക്കുന്ന വിവരങ്ങൾ അപൂർണ്ണവും കൃത്യത യില്ലാത്തതുമാണ് എന്നുള്ളതാണ്. ഹിപ്നോട്ടിസ്റ്റിന്റെ സജഷൻസ് ഹി പ്നോട്ടിസത്തിന് വിധേയമാകുന്ന വ്യക്തികളിലേക്ക് അടിച്ചേൽപ്പിക്കു കയും ഇതിന് വിധേയമാകുന്ന പലരും അത് അംഗീകരിച്ച് വിശ്വസിച്ചു പോവുകയും ചെയ്യുന്ന സ്ഥിതിയാണ് പലപ്പോഴും കണ്ടുവരുന്നത്. ഒരു ഫാൾസ്മെമ്മറി ഇവരറിയാതെ ഇവരുടെയുള്ളിൽ സൃഷ്ടിച്ചെടുക്കാൻ അതിവിദഗ്ദ്ധനായ ഒരാൾ ബോധപൂർവ്വം ശ്രമിച്ചാൽ നടക്കും. ഇതിനെ ഹിപ്നോട്ടിക്കലി ഇൻഡ്യൂസ്ഡ് ഫാൾസ് മെമ്മറിയെന്നു പറയും. മനോബലം കുറഞ്ഞ ഹൈലിസജസ്റ്റബിളായ ചില ആൾക്കാരിൽ അങ്ങനെ തെറ്റായ പല നിഗമനങ്ങളും അവരറിയാതെ ചെന്നെത്തുന്ന സാഹചര്യം സൃഷ്ടിച്ചെടുക്കുവാൻ കഴിയും. യാഥാർത്ഥ്യവുമായി ഇതിന് യാതൊരു ബന്ധവുമുണ്ടാവുകയില്ല. ഇത്തരത്തിൽ മെനഞ്ഞെടുക്കുന്ന സംഭവങ്ങളെയാണ് ശാസ്ത്രീയ വസ്തുതകൾ എന്ന നിലയിൽ അവതരി പ്പിച്ച് സമൂഹത്തെ തെറ്റിദ്ധരിപ്പിക്കുന്നത്. സ്വതന്ത്ര ചിന്തകരെന്ന് സ്വ യമവകാശപ്പെടുന്നവർ പോലും അശാസ്ത്രീയമായ ഹിപ്നോട്ടിസത്തെ ശാസ്ത്രമെന്ന നിലയിൽ അവതരിപ്പിക്കുന്നു എന്ന ദുസ്ഥിതിയുമുണ്ട്. ഇത്തരം സത്യവിരുദ്ധമായ വസ്തുതകൾ ശരിയെന്ന് ധരിച്ചാൽ നിരപ രാധികൾ പോലും ശിക്ഷിക്കപ്പെടും. മെന്റലിസ്റ്റുകൾ യഥാർത്ഥത്തിൽ ജാലവിദ്യാസങ്കേതങ്ങളാണ് ഉപയോഗിക്കുന്നത്. ഇക്കാര്യം മറച്ചുവയ്ക്കു വാനാണ് ഇവർ മൈൻഡ് റീഡർ അല്ലെങ്കിൽ മെന്റലിസ്റ്റ് എന്നൊല്ലാം സ്വയം നാമകരണം ചെയ്യുന്നത്. കൃത്രിമത്വംകൊണ്ട് അത്ഭുതം സൃഷ്ടി ക്കുന്ന ഒരു കലാരൂപമാണ് ജാലവിദ്യ. അതേ കൃത്രിമത്വം തന്നെയാണ് മെന്റലിസ്റ്റുകളും പിൻതുടരുന്നത്. ഇക്കാര്യം പുറത്തറിയാതിരിക്കുവാനാ ണ് ഇവർ ജാലവിദ്യക്കാരായിരുന്നിട്ടും ആ പേരുപോലും ഉച്ചരിക്കാൻ മടി കാണിക്കുന്നത്. പഠിക്കാത്തവർക്ക് പെട്ടെന്നൊന്നും മനസ്സിലാ ക്കാനാവുന്ന ഒന്നല്ല ഇന്ദ്രജാല രഹസ്യം. അതുകൊണ്ടുതന്നെ ഇതിനെ തള്ളിപ്പറയുവാൻ പലർക്കും കഴിയുകയുമില്ല. ഇക്കാര്യങ്ങൾ തട്ടിപ്പാണെ ന്നറിയുന്നവർ പോലും തന്മൂലം ഇവരുടെ തട്ടിപ്പുകൾ വിളിച്ചുപറയുവാൻ ഭയക്കുന്നു. കാരണം അവർക്ക് ജാലവിദ്യാത്ഭുതങ്ങളുടെ രഹസ്യമറിയി ല്ലായെന്നതാണ്. ഈയൊരവസരമാണ് സാമൂഹ്യബോധം തൊട്ടുതീണ്ടി യിട്ടില്ലാത്തവർ മുതലെടുക്കുന്നത്. ഇങ്ങനെ സമൂഹത്തെയൊന്നാകെ തെ റ്റിദ്ധരിപ്പിക്കുവാൻ ഒരു വിഭാഗം ശ്രമിക്കുമ്പോൾ ഉത്പതിഷ്ണുക്കളായവർ ഇതിനെതിരെ പ്രതികരിക്കേണ്ടത് അനിവാര്യമാണ്. അല്ലാത്തപക്ഷം അന്ധവിശ്വാസ പ്രചാരണത്തിന് കുടപിടിക്കുന്നവരായി നാം മാറും.

ഫെസിലിറ്റേറ്റഡ് കമ്യൂണിക്കേഷനിലൂടെയും ഇതുപോലെ നിരപ

രാധികളായ നിരവധി ആൾക്കാർ ശിക്ഷ അനുഭവിക്കേണ്ട സാഹചര്യം വന്നിട്ടുണ്ട്. അതുകൊണ്ടുതന്നെ ഫെസിലിറ്റേറ്റഡ് കമ്യൂണിക്കേഷനിലൂടെ ലഭ്യമാകുന്ന വിവരങ്ങൾ കോടതി പരിഗണിക്കുന്നതല്ലെന്ന് അമേരിക്കയിലും കാനഡയിലും തീരുമാനമുണ്ടായി. തുടർന്ന് യൂറോപ്പിലും ഇത്തരം അന്ധവിശ്വാസങ്ങളെ പാടെ അവഗണിക്കുന്ന സ്ഥിതിവന്നു. അതോടെ ഫെസിലിറ്റേറ്ററുടെ ഇംഗിതങ്ങൾക്കനുസരിച്ച് ശിക്ഷ ലഭിക്കുന്ന പ്രവണത ഇല്ലാതായി.

വൈകാരികത ഉൾക്കൊള്ളുന്ന ആശയങ്ങളോട് മനസ്സും ശരീരവും പ്രതികരിക്കുന്നതിനെ അടിസ്ഥാനപ്പെടുത്തിയിട്ടുള്ള ലൈ ഡിറ്റക്ഷൻ ടെക്നിക്, ബ്രെയിൻ മാപ്പിങ്, നാർക്കോ അനാലിസിസ് തുടങ്ങിയ രീതികളുമായി ഹിപ്നോസിസിനെ താരതമ്യപ്പെടുത്താൻ കഴിയുകയില്ല. മേൽപ്പറഞ്ഞ രീതികളുമായി താരതമ്യം ചെയ്യുമ്പോൾ ശാസ്ത്രീയതയും വിശ്വാസ്യതയും തീരെ കുറഞ്ഞ ഒന്നാണ് മോഹനിദ്ര എന്നത്. ഹിപ്നോട്ടിസ്റ്റുകളായും മെന്റലിസ്റ്റുകളായും കുറ്റാന്വേഷണത്തിന് ഇറങ്ങിത്തിരിക്കുന്നവർ യൂട്യൂബിലൂടെ നടത്തുന്ന കണ്ടെത്തലുകൾ പോലീസിന്റെ അന്വേഷണത്തെപ്പോലും പ്രതികൂലമായി ബാധിക്കാൻ സാദ്ധ്യതയുള്ള ഒന്നാണ്. പോലീസിന്റെ അന്വേഷണത്തിൽ ഇവരുടെ നിഗമനങ്ങൾ തെറ്റാണെന്ന് ബോദ്ധ്യപ്പെട്ടാൽ ഇവരുടെ പേരിൽ ഗൂഢാലോചനക്ക് നടപടിയെടുക്കേണ്ടതാണ്. മിക്കപ്പോഴും മുൻകൂട്ടി തയ്യാറാക്കിയിട്ടുള്ള ഒരു സിമ്പിൾ സ്ക്രിപ്റ്റ് പ്രകാരമാണ് ഈ ഹിപ്നോസിസ് നടക്കുന്നത്. വെറുമൊരു ഒത്തുകളിയിലൂടെ സമൂഹത്തെ ഒന്നാകെ കബളിപ്പിക്കുക എന്ന ഹീനമായ ശ്രമമാണ് ഇവിടെ നടക്കുന്നത്. ഇക്കാരണങ്ങളാലാണ് അമേരിക്ക യൂറോപ്പ് അടക്കമുള്ള വികസിത രാജ്യങ്ങളിൽ ഇത്തരം ശ്രമങ്ങൾ നിയമരഹിതമായി പ്രഖ്യാപിച്ചത്. ശാസ്ത്രീയമായി ഇന്നു നടത്തുന്ന നുണപരിശോധയിലൂടെ ലഭിക്കുന്ന ഫലങ്ങൾ പോലും ഇന്ത്യയിലടക്കം കോടതി രേഖയായി കണക്കാക്കുന്നില്ല. എന്നിട്ടും ഇത്തരം തട്ടിപ്പുകൾക്ക് കണ്ണും കാതും നൽകി സർവ്വാത്മനാ കൈയടിക്കുന്നവരായി ചെറിയൊരു വിഭാഗമെങ്കിലും മാറുന്നത് ഖേദകരമാണ്.

മെന്റലിസത്തിന്റെ പേരിൽ ഹിപ്നോട്ടിസം അവതരിപ്പിച്ച് കുറ്റാന്വേഷണത്തിൽ ഏർപ്പെടുന്നവരാണ് മാജിക്കിന്റെയും മെന്റലിസത്തിന്റെയും യഥാർത്ഥ ശത്രുക്കൾ. ഇവർ മാജിക്കിനും മെന്റലിസത്തിനും മാത്രമല്ല ഈ കലകൾ കൈകാര്യം ചെയ്യുന്ന കലാകാരന്മാർക്കും അപമാനമാണ്. തമസ്സിന്റെ തണലിൽ മോഹനിദ്രയിൽ അഭിരമിക്കുന്ന ഹിപ്നോട്ടിസം ഒരു ചികിത്സാരീതിയോ കുറ്റാന്വേഷണ ഉപാധിയോ അല്ല. അത്തരത്തിൽ ഒരംഗീകാരവും ഹിപ്നോട്ടിസത്തിന് ലഭിച്ചിട്ടുമില്ല. ശാസ്ത്രത്തിന്റെ പിൻബലമില്ലാത്ത ഒരു തട്ടിപ്പുമാത്രമാണ് ഫോ

റിൻസിക് ഹിപ്നോസിസ്. അജ്ഞതയുടെ തമസ്സിൽ മോഹനിദ്രയിലാണ്ടുകിടക്കുന്ന ഹിപ്നോട്ടിസം തന്നെ കാലഹരണപ്പെട്ട ഒന്നാണ്. ശാസ്ത്രം വളരെയേറെ പുരോഗമിച്ചിട്ടും ഇതിനെ ശാസ്ത്രമായി അവതരിപ്പിക്കുന്നവരെ സമൂഹത്തിൽനിന്നും ഒറ്റപ്പെടുത്തുവാനും തള്ളിപ്പറയുവാനും തയ്യാറാവുകയെന്നതും ഒരു പുരോഗമന പ്രവർത്തനമാണ്.

ആത്മീയ രസായനവിദ്യ

പ്രാചീനകാലം മുതൽ നൂറ്റാണ്ടുകളോളം തെറ്റിദ്ധാരണ പരത്തി നിരവധി ആൾക്കാരെ മോഹവലയത്തിൽ കുരുക്കിയ മഹത്തായ ഒരു കെണിയായിരുന്നു രസായനവിദ്യ അഥവാ ആൽക്കെമി. വിദ്യാഭ്യാസം സിദ്ധിച്ചവരും ബൗദ്ധികമായി മുൻപന്തിയിൽ നിന്നവരും എല്ലാം തന്നെ രസായനവിദ്യയുടെ പിന്നാലെ സഞ്ചരിച്ചവരാണ്. രസത്തെ (മെർക്കുറി) സ്വർണ്ണമാക്കുന്ന അത്ഭുതപ്രവർത്തനമായിട്ടാണ് രസായനവിദ്യ രംഗപ്രവേശം ചെയ്തത്. തുടർന്ന് ഇരുമ്പടക്കമുള്ള ഏത് ലോഹത്തെയും സ്വർണ്ണമാക്കാൻ കഴിയുമെന്ന അവകാശവുമായി പലരും രംഗത്തെത്തി. സ്പർശമണി അഥവാ ഫിലോസഫേഴ്സ് സ്റ്റോൺ എന്ന അത്ഭുതവസ്തുവാണ് ഏതൊരു ലോഹത്തേയും സ്വർണ്ണമാക്കുന്നതെന്നും വിശ്വസിച്ചിരുന്നു. എന്നാൽ യഥാർത്ഥത്തിൽ സ്വർണ്ണമുണ്ടാക്കൽ നടന്നതായി യാതൊരു സൂചനയും ലഭ്യമായിരുന്നില്ല. തുടർന്ന് എലിക്സിർ അഥവാ ജീവാമൃതം എന്ന വസ്തു ഉപയോഗിച്ച് ലോഹങ്ങളെ സ്വർണ്ണമാക്കാമെന്ന വാദം ശക്തിപ്പെട്ടു. പലരാജ്യങ്ങളിലെയും രാജാക്കന്മാർ ഇതിലേക്കായി വൻതുക ചെലവഴിക്കുകപോലുമുണ്ടായി. സ്വർണ്ണ നിർമ്മാണ സാദ്ധ്യത ക്രമേണ സത്യമല്ലെന്ന് ബോദ്ധ്യമായതോടെ എലിക്സിർ അഥവാ ജീവാമൃതത്തിലൂടെ അമരത്വം നേടാമെന്ന് പ്രചരിപ്പിക്കപ്പെട്ടു. ചിരഞ്ജീവികളാകാമെന്ന വ്യഗ്രതയോടെ നിരവധി ഭരണാധികാരികൾ ഇതിലേക്കായും വൻതുക ചെലവഴിച്ചു. സർ ഐസക് ന്യൂട്ടൻ, ഡബ്ലിയു ബി യീറ്റ്സ്, പാരാസെൽസസ്, ലിയാനാർഡോ ഡാവിഞ്ചി തുടങ്ങി നിരവധി പ്രഗത്ഭർ ഈ പരീക്ഷണങ്ങൾക്കായി അവരുടെ വിലയേറിയ സമയം ചെലവഴിക്കുകയുണ്ടായി. കാൾ യുങ് മേരി ആൻ സൗത്ത്

എന്നിവരുടെ ഇടപെടലുകളോടെ രസായനവിദ്യയിൽ ഒരു വഴിത്തിരിവുണ്ടായി. അങ്ങനെ ആത്മീയ രസായനവിദ്യ (സ്പിരിച്വൽ ആൽക്കെമി) എന്ന ഒരു പ്രത്യേക ശാഖ രൂപപ്പെട്ടു. യഥാർത്ഥത്തിൽ സ്വയം അറിയുന്നതിനുള്ള ഉത്തമ ഉപാധിയാണ് രസായനവിദ്യ. ഗവേഷണ തൽപ്പരരായ രസായനവിദ്യക്കാർ വ്യക്തിയുടെ സ്വയംമാറ്റ ശാസ്ത്രത്തിലും ആന്തരിക മാറ്റമെന്ന വിസ്മയകരമായ കലയിലും തികഞ്ഞ പ്രാവീണ്യം സിദ്ധിച്ചവരാണ്.

തെളിവില്ലായ്മകളും സംശയങ്ങളും നിറഞ്ഞ ഒരു തുടക്കമാണ് രസായനവിദ്യയ്ക്കുണ്ടായിരുന്നതെങ്കിലും ആത്മീയ രസായനവിദ്യ ഇതിൽ നിന്നും വ്യത്യസ്തമായിരുന്നു. കലയുടെയും ശാസ്ത്രത്തിന്റെയും കുറവേതുമില്ലാത്ത ഒരു സംയുക്തമാണ് ആത്മീയരസായനവിദ്യ. വിമർശനാത്മകമായ ആത്മപരിശോധനയ്ക്കും വസ്തുനിഷ്ഠമായ അന്വേഷണത്തിനുമുള്ള മഹത്തായ ഒരു പരീക്ഷണമാണിത്. നമ്മുടെ ആന്തരികമായ അറിവുകൾ ആഴത്തിൽ മനസ്സിലാക്കുവാനും വിവിധ മാനങ്ങളിൽ അവയെ ആത്മനിഷ്ഠമായും വസ്തുനിഷ്ഠമായും സംയോജനം ചെയ്യുവാനും ഇതിലൂടെ കഴിയുന്നു. ആന്തരികമായ ഇത്തരം പരിണാമമമാണ് ഇതിന്റെ അന്തസത്ത. ഉള്ളിലേക്കുള്ള ഒഴുക്കിനെ വർദ്ധിപ്പിച്ച് മറ്റൊരാളായി മാറുവാൻ കഴിയുന്നുവെന്നതാണ് ആത്മീയ രസായനവിദ്യയുടെ പ്രത്യേകത. ഉള്ളിലുള്ളതാണ് വെളിയിലുള്ളത്. അതുപോലെ വെളിയിലുള്ളതാണ് ഉള്ളിലുള്ളതും. അതായത് നാമാണ് ലോകമെന്നും ലോകം നാമാണെന്നും അർത്ഥം. സ്വയംമാറ്റം സാദ്ധ്യമാകുന്നതിലൂടെ എന്തിനെയും മാറ്റുവാൻ നമുക്കാവുന്നു. ഇവിടെ നാംതന്നെ നമുക്ക് സ്വയം വെളിച്ചമായി മാറുന്നു. അപ്പോൾ നാം പ്രപഞ്ചമാവുകയും പ്രപഞ്ചം നാമായി മാറുകയും ചെയ്യുന്നു. പ്രശ്നങ്ങളുടെ ഉള്ളിലേക്ക് നോക്കുമ്പോൾ നാം നമ്മെത്തന്നെ നോക്കുകയാണ് ചെയ്യുന്നത്. വസ്തുവിനെയും ഊർജ്ജത്തേയും മാറ്റിമറിക്കാനാവുന്നു എന്ന തിരിച്ചറിവാണ് യഥാർത്ഥത്തിൽ ആത്മീയ രസായനവിദ്യ. അല്ലാതെ ഇതര ലോഹങ്ങളെ സ്വർണ്ണമാക്കി മാറ്റലല്ല. മനസ്സിലെ കാരിരുമ്പിന്റെ കാഠിന്യത്തെ സ്വർണ്ണത്തിന്റെ തിളക്കവും മാറ്റും നൽകി രൂപാന്തരപ്പെടുത്തുന്നുവെന്ന് സാരം. പ്രകൃതിയിൽ അനായാസം ശരീരം വെളിച്ചമായും വെളിച്ചം ശരീരമായും രൂപാന്തരപ്പെടുമെന്ന് സർ ഐസക് ന്യൂട്ടൻ അവകാശപ്പെട്ടതുപോലും അദ്ദേഹത്തിൽ അന്തർലീനമായിരുന്ന രസായന സങ്കൽപ്പം മൂലമാണ്. പ്രാചീന ശാസ്ത്രത്തിന് പുതുവെളിച്ചം പകർന്ന രസായനവിദ്യ ആഴത്തിലുള്ള മനശ്ശാസ്ത്രമാണെന്ന് കാൾ യുങ് അഭിപ്രായപ്പെട്ടതും ഇതുകൊണ്ടാണ്. സ്വയം അറിയുന്നതിലൂടെ ആത്മസാക്ഷാത്കാരം നേടുന്നതിലുള്ള പാതയിൽ രസായനവിദ്യ സഹായമാകുന്നു. വേർതിരിക്കലിന്റെയും പരിണാമത്തിന്റെയും പ്രക്രിയ

കൂടിയാണ് ആത്മീയ രസായനവിദ്യ. പ്രകൃതിയുടെ സ്വമേധയായല്ലാത്ത പ്രവർത്തനങ്ങളും മനുഷ്യന്റെ സ്വമേധയാലുള്ള പ്രവർത്തനങ്ങളും തമ്മിലുള്ള പരസ്പരൈക്യമാണ് രസായനവിദ്യയെന്ന് പാരാസെൽസസ് പറഞ്ഞതും ഇതുകൊണ്ടാണ്. സർഗ്ഗാത്മക പ്രവർത്തനം ഒരാളുടെ മനസ്സിൽ കേന്ദ്രീകരിക്കുമ്പോൾ അയാളുടെ ഉദ്ദേശലക്ഷ്യങ്ങൾ സഫലീകൃതമാവുകയും ഇത് പ്രപഞ്ച താൽപ്പര്യങ്ങളിൽ സ്വാധീനം ചെലുത്തുകയും ചെയ്യുന്നു. ഇത്തരം ഒരു സാക്ഷാത്കാരം സാദ്ധ്യമാകുന്നതിനെ ഫിലോസഫേഴ്സ് സ്റ്റോൺ അല്ലെങ്കിൽ ഡയമണ്ട് ബോഡി എന്ന് വിവക്ഷിക്കുന്നു.

പ്രാചീനകാലത്ത് ഫിലോസഫേഴ്സ് സ്റ്റോൺ എന്ന സങ്കൽപ്പം ഭാവനയിൽനിന്ന് ഉരുത്തിരിഞ്ഞ ഒരു കെട്ടുകഥയാണ്. പരിണാമദിശയ്ക്കെതിരെ നിൽക്കുന്ന ഒരു സങ്കൽപ്പമാണിത്. മൃഗങ്ങളുടെ പ്രതിച്ഛായയിൽ തുടങ്ങി ചെടികളിലൂടെ, രൂപങ്ങളിലൂടെ ലോഹങ്ങളിലേക്കും ശിലകളിലേക്കും സ്ഫടികത്തിലേക്കുമെല്ലാം ഇതു ചെന്നെത്തി. യഥാർത്ഥത്തിൽ ഫിലോസഫേഴ്സ് സ്റ്റോണിനെ ശരീരചൈതന്യവുമായി താരതമ്യപ്പെടുത്താം. ഇതൊരു ഉയിർത്തെഴുന്നേല്പാണ്. പരിമിതികളിൽനിന്ന് വിശാലതയിലേക്കുള്ള ഒരു പ്രയാണം. ഈയൊരു പ്രക്രിയയ്ക്ക് നാശമെന്നൊന്നില്ല. അത് സ്ഥായിയായി നിലനിൽക്കുന്നു. പരസ്പര വൈരുദ്ധ്യങ്ങളുടെ അനായാസവും അത്ഭുതകരവുമായ ഒരു കൂടിച്ചേരൽ കൂടിയാണ്. ഇരുട്ടിനെ വെളിച്ചമാക്കുന്ന, അജ്ഞാനത്തെ ജ്ഞാനമാക്കുന്ന മഹത്തായ കൂടിച്ചേരൽ. അജ്ഞാനത്തിൽനിന്നും വിജ്ഞാനത്തിലേക്ക് ഒഴുകിയെത്തുമ്പോൾ രണ്ട് പരസ്പര വൈരുദ്ധ്യങ്ങൾ സമരസപ്പെടുകയും സ്വമേധയാ ഒന്നായി മാറുകയുമാണ്. രസായനവിദ്യയെന്നത് സ്വത്വത്തിന്റെ ഭ്രൂണാവസ്ഥയെയാണ് സൂചിപ്പിക്കുന്നത്. ഇതൊരു വിശുദ്ധ ബാന്ധവം കൂടിയാണ്. സൂര്യനും ചന്ദ്രനും പോലെ, പോസിറ്റീവും നെഗറ്റീവും പോലെ മഹത്തായ ഒരു കൂടിച്ചേരൽ. നല്ലതും ചീത്തയും തമ്മിൽ, ആണും പെണ്ണും തമ്മിൽ, അച്ഛനും അമ്മയും തമ്മിൽ, വസ്തുവും ചേതനയും തമ്മിൽ ഒക്കെയുള്ള ഒരു കൂടിച്ചേരൽ. ഇതിലൂടെ പരിപാവനമായ ഒരു പുതുജന്മം പിറവിയെടുക്കുന്നു. അങ്ങനെയാണ് മരണാനന്തരവും നാശമില്ലാത്തതും ചേതനയുള്ളതുമായ മനസ്സും ശരീരവും ബാക്കിയാവുന്നത്.

പുരാതന മദ്ധ്യകാല രസായനവിദ്യയെ നിഗൂഢതകളിൽനിന്നും രക്ഷിച്ച് പുറത്തുകൊണ്ടുവരുന്നതിൽ പ്രശസ്ത മനശ്ശാസ്ത്രജ്ഞൻ യുങ്ങിന്റെ സേവനം വളരെ പ്രധാനപ്പെട്ടതായിരുന്നു. രസായനവിദ്യയിൽ ഒളിഞ്ഞുകിടന്ന മനശ്ശാസ്ത്ര സങ്കേതങ്ങളെ ശേഖരിക്കുന്നതിനും അത് സമാന്യ ജനങ്ങളിലേക്ക് എത്തിക്കുന്നതിനും യുങ് നടത്തിയ പ്രവ

ർത്തനങ്ങൾ വിലമതിക്കാനാവാത്ത ഒന്നാണ്. രസായനവിദ്യയെ ഒരു പരീക്ഷണ പ്രവർത്തനമാക്കി മാറ്റുവാൻ ആധുനിക രസായനവിദ്യക്കാർക്കായതും യുങ്ങിന്റെ പ്രവർത്തനംകൊണ്ടാണ്. അസംസ്കൃതമായ ഇരുമ്പിനെ സംസ്കരിച്ച് സ്വർണ്ണമാക്കി മാറ്റുക എന്നാൽ അസംസ്കൃതമായ മനസ്സിനെ സ്ഫുടംചെയ്ത് നവീകരിച്ച് ഗുണപരമായ പരിണാമം സംഭവിപ്പിക്കുക എന്നാണ് ധ്വനി. അതുകൊണ്ടാണ് ക്രിയാത്മകമായ ഒരു പ്രവർത്തനം നടത്തുന്നതിന്റെ കാവ്യാത്മകമായ രീതിയാണ് രസായനവിദ്യയെന്ന് കരുതേണ്ടി വരുന്നത്. ത്യാഗമനോഭാവം വളർത്തിയെടുക്കുവാനും പൊറുക്കുവാനുള്ള ശേഷി വർദ്ധിപ്പിക്കുവാനുമുള്ള ഒരു മുന്നേറ്റം ക്രിയാത്മകമായി വളർത്തിയെടുക്കാൻ രസായനവിദ്യ സഹായിക്കുന്നു. ക്രിയാത്മകതയോടെ ഹൃദയം പ്രവർത്തിക്കുമ്പോൾ നാമറിയാതെ വിശാല മനസ്കരായി മാറും. നാം നമ്മുടെയുള്ളിലെ ആവേശത്തിനോട് പ്രതികരിക്കുമ്പോൾ നമ്മുടെ അപാരസാദ്ധ്യതകൾ താനെ ഉണരുന്നു. അങ്ങനെ ഒരവബോധത്തിന്റെ തലത്തിലെത്തുമ്പോൾ അതിനെ സ്പർശമണി അഥവാ ഫിലോസഫേഴ്സ് സ്റ്റോൺ എന്നു വിളിക്കാം. ഒരോ വസ്തുവിലും അതിന്റെ ചേതനയെ കണ്ടെത്തുകയാണ് പുരാതന രസായനവിദ്യ ലക്ഷ്യമിടുന്നത്. അതുകൊണ്ടാണ് ജീവിതത്തിന്റെ പവിത്രതയിലേക്കുള്ള പ്രയാണമായി ആധുനിക രസായനവിദ്യ മാറുന്നത്.

ശാസ്ത്രത്തിൽ തത്വവും പ്രയോഗവുമുള്ളതുപോലെ രസായനവിദ്യയിലും രണ്ട് നീതികളുണ്ട്. ഒന്ന് ആത്മീയരസായനവിദ്യ മറ്റൊന്ന് പരീക്ഷണ രസായനവിദ്യ. രസായനവിദ്യയെന്നാൽ രൂപാന്തരത്വമാണ്. ആത്മീയരസായനവിദ്യയിൽ ആത്മീയമായ ഉണർവ്വിലൂടെ രൂപാന്തരമുണ്ടാകുന്നു. ഈ മേഖലയിൽ ചിന്തകളെ തെളിച്ചുവിട്ടത് യുങ്ങാണ്. മനശ്ശാസ്ത്രപരമായ ഒരുൾക്കാഴ്ചയുണ്ടാക്കുവാൻ രസായനവിദ്യയ്ക്കാകുമെന്ന് അദ്ദേഹം കണ്ടെത്തി. ഏതൊരു വസ്തുവിനെയും അതിന്റെ പരിശുദ്ധിയിലേക്ക് ആനയിക്കുക എന്നതാണ് രസായനവിദ്യയുടെ കാതൽ. മറ്റൊരർത്ഥത്തിൽ ഒരു വസ്തുവിനെ അതിന്റെ ഉന്നതാവസ്ഥയിലേക്ക് കൊണ്ടെത്തിക്കുക.

തകർന്നടിഞ്ഞ അന്തസ്സത്തയെ പുനരുജ്ജീവിപ്പിപ്പ് ഉത്തമവും ഉന്നതവുമാക്കിത്തീർക്കുന്നതിന് ആത്മീയ രസായനവിദ്യയിൽ ചില മുറകൾ ശീലിച്ചുപോന്നിരുന്നു. അതിന്റെ ഒന്നാംഘട്ടം പുടപാകം അഥവാ കാൽസിനേഷൻ എന്നുപറയുന്നു. അസംസ്കൃത വസ്തുക്കളെ അഗ്നിയിലുരുക്കി സംസ്കരിക്കുന്നതുപോലെ അന്തർചോദനകളെ ഒന്നാകെ സന്തോഷത്തിലേക്ക് രൂപാന്തരപ്പെടുത്തി ഒരാളിൽ ചൈതന്യവത്തായ ഒരു മാനസികാവസ്ഥ സൃഷ്ടിക്കുന്ന രീതിയാണ് പുടപാകം. രണ്ടാംഘട്ടമെന്നത് ദ്രവീകരണം അഥവാ ഡിസ്സൊല്യൂഷൻ എന്നതാണ്. ഉള്ളിന്റെ

യുള്ളിൽ വിലയംപ്രാപിച്ചിട്ടുള്ള തെറ്റായ ധാരണകളെ സ്വയമലിയിച്ച് ഇല്ലാതാക്കുക വഴി അഹങ്കാരമില്ലാതാക്കി അനുകൂലവും പ്രതികൂലവുമായ സ്വഭാവവൈശിഷ്ട്യങ്ങളെ നിരീക്ഷിക്കുന്ന അവസ്ഥയിലേക്കുള്ള പ്രവർത്തനമാണ് ദ്രവീകരണം. നാം സൃഷ്ടിക്കുന്ന തെറ്റുകളുടെ ഉത്തരവാദിത്വം സ്വയം ഏറ്റെടുക്കാതെയും ദുരിതാവസ്ഥകൾ ഓർക്കാതെയും വരുമ്പോഴുണ്ടാകുന്ന അന്തർ സംഘർഷം മറ്റുള്ളവരിൽ സൃഷ്ടിക്കുന്ന ആഘാതം ശ്രദ്ധിച്ചുതുടങ്ങുമ്പോൾ നാമൊരു ആത്മീയ പാകതയിലേക്ക് പ്രവേശിക്കുന്നു. മരണത്തെ മുഖാമുഖം കാണുന്ന രോഗാവസ്ഥയിലോ മറ്റോ ആണ് സാധാരണ ഇത്തരം വെളിപാടുകൾ ഉണ്ടാകുന്നത്. ഇവിടെ നാം സ്വയം അതിലേക്ക് എത്തിച്ചേരുകയാണ്. ഇതുകഴിഞ്ഞാൽ വിഭജനം അഥവാ സെപ്പറേഷൻ എന്ന തലത്തിലേക്ക് പ്രവേശിക്കുന്നു. നമ്മുടെ ചിന്തകളെയും വികാരങ്ങളെയും മറ്റ് ചിന്തകളിൽനിന്നും വികാരങ്ങളിൽനിന്നും മാറ്റിനിർത്തുമ്പോഴാണ് ഈയൊരവസ്ഥ സംജാതമാകുന്നത്. മറ്റൊരാളുടെ വളരെ മോശമായ പെരുമാറ്റത്തിലൂടെ നമുക്ക് വന്നുചേരുന്ന വൈഷമ്യങ്ങൾ നാം പൊറുക്കുവാൻ തയ്യാറാകുമ്പോൾ ലഭിക്കുന്ന മനസ്സിന്റെ സന്തോഷമാണിത്. ഈ മൂന്നവസ്ഥകളും കൈവരിച്ചു കഴിഞ്ഞാൽ സംയോജനം അഥവാ കൺജങ്ഷൻ എന്ന തലത്തിലേക്കു കടക്കുവാനാകും. സ്വയം ശുദ്ധീകരിക്കുകയും അബോധചിന്തകളും വികാരങ്ങളും മനസ്സിന്റെ മുകൾത്തട്ടിലേക്ക് പതഞ്ഞുപൊങ്ങുകയും അവബോധത്തിന്റെ പ്രകാശം പരന്നൊഴുകയും ചെയ്യും. ഇവിടെനിന്നും പുനർജ്ജന്മത്തിലേക്കുള്ള തുടക്കമൊണ്. അതാണ് പുളിപ്പിക്കൽ അഥവാ ഫെർമെന്റേഷൻ. മുന്തിരി മരിച്ച് വൈൻ ഉണ്ടാകുന്നതുപോലെ ഉണ്ടാകുന്ന ഒരു രൂപാന്തരത്വമാണിത്.

ആദ്യ നാല് അവസ്ഥകളും നമ്മുടെ വ്യക്തിത്വവുമായി ബന്ധപ്പെട്ടതാണെങ്കിൽ ഇതു നമ്മുടെ സ്വത്വത്തെ ശുദ്ധീകരിക്കുന്നു. പുളിപ്പിക്കലിന് രണ്ട് അവസ്ഥകളുണ്ട്. ഒന്ന് ജീർണ്ണിക്കൽ അഥവാ പ്യൂട്രിഫാക്ഷൻ. നമ്മുടെ പൂർവ്വസ്വത്വത്തെ മാറ്റിയെടുക്കുവാനും ബോധമനസ്സിലും ഉപബോധമനസ്സിലും ഒരു ജീർണ്ണിക്കൽ സംഭവിപ്പിക്കലുമാണിത്. മറ്റൊന്ന് ലോകത്തെ ഒരു പുതുവെളിച്ചത്തിലൂടെ കാണുക എന്നതാണ്. ഇതിനെ സ്പിരിറ്റൈസേഷൻ എന്നും പറയാം. ആത്മീയമായി ലഭിച്ച അറിവിനെ സ്ഥായിയായി അപ്രകാരം നിലനിർത്തുക എന്നതാണ് അടുത്തപടി. അതാണ് സ്വേദനം ചെയ്യൽ. അഥവാ ഡിസ്റ്റിലേഷൻ. താപം കടത്തിവിട്ട് ദ്രാവകത്തെ വാതകമാക്കുന്നതുപോലെ കഠിനപ്രവർത്തനത്തിലൂടെ മനസിനെ ശുദ്ധീകരിക്കുന്ന പ്രക്രിയയാണിത്. ആത്മസംയമനവും സമാധാനവും കൈവരുന്ന ഒരവസ്ഥയാണിത്. ഇത്രയുമായാൽ അവസാന പടവുകളിലേക്ക് അനായാസമെത്താം. അതാണ് ഉറക്കുകൂട്ടുക

അഥവാ കോഗ്യുലേറ്റ് എന്നത്. ജീവിതവും മരണവും തമ്മിലുള്ള കൂട്ടിമുട്ട ലിൽ സംഭവിക്കുന്ന സ്വയമറിയലാണിത്. മനസ്സിൽനിന്നും വേറിട്ടു നിൽക്കുന്ന ഒരദ്വൈതാവസ്ഥയാണിത്. രക്തത്തിന്റെ ഒഴുക്കിനെ തടസ്സപ്പെടുത്തുവാൻ രക്തം കട്ടയാകുന്നതുപോലെ ഒരവസ്ഥ. ഭൗതിക പ്രപഞ്ചവും മനസ്സും ഇവിടെ ഒന്നായി മാറുന്നു. മനസ്സും ഭൗതികാവസ്ഥയും തമ്മിലുള്ള പരസ്പരബന്ധമാണ് ആത്മീയ രസായനവിദ്യയിലൂടെ സാദ്ധ്യമാകുന്നത്.

മദ്യവും മയക്കുമരുന്നും മനസ്സിലേക്കിറങ്ങുമ്പോൾ

പ്രശസ്ത സിനിമാനടൻ ഷാരൂഖ് ഖാന്റെ മകൻ ആര്യൻ ഖാൻ മയക്കുമരുന്നുകേസിൽ അറസ്റ്റിലായി. തൃശ്ശൂർ മെഡിക്കൽ കോളേജിലെ കേവലം ഇരുപത്തിനാല് വയസ്സുള്ള ഹൗസ് സർജൻ എം ഡി എം എ, എൽ എസ് ഡി, ഹാഷിഷ് ഓയിൽ എന്നീ മയക്കുമരുന്നുകളോടെ പോലീസ് പിടിയിലായി. പതിനഞ്ചോളം സഹവിദ്യാർത്ഥികൾ സ്ഥിരമായി ഇയാളിൽനിന്നും മയക്കുമരുന്നുകൾ വാങ്ങുന്നുവെന്ന് അയാൾ തന്നെ വെളിപ്പെടുത്തി. എസ് യു ഡി അഥവാ സബ്സ്റ്റൻസ് യൂസ് ഡിസോർഡർ എന്നത് അപകടകരമായ ഒരവസ്ഥയാണെന്ന് മെഡിക്കൽ വിദ്യാർത്ഥികൾക്കറിയാത്തതല്ല. എന്നിട്ടും എന്തുകൊണ്ടാണ് ഇവർ ഇതിനടിമകളാകുന്നത്. സമൂഹത്തിന്റെ, ഭാവിയുടെ വാഗ്ദാനങ്ങളായ നിരവധി ചെറുപ്പക്കാർ ഇപ്പോൾ മയക്കുമരുന്നിനടിമകളാവുകയും അതിന്റെ കച്ചവടക്കാരായി മാറുകയും ചെയ്യുന്നു. സംസ്ഥാനത്തൊട്ടാകെ പല റിസോർട്ടുകളിലും നടക്കുന്ന ഡി ജെ പാർട്ടികൾ മയക്കുമരുന്നുപയോഗവും വ്യാപാരവുമായി ബന്ധപ്പെട്ടതാണെന്ന് വാർത്തകൾ വെളിവാക്കുന്നു. മോഡലുകളും സൗന്ദര്യറാണിമാരുമെല്ലാം മയക്കുമരുന്നിനടിമപ്പെട്ട് അപകടത്തിൽപ്പെടുകയും മരിക്കുകയും ചെയ്യുന്നു. മദ്യവും മയക്കുമരുന്നും കഴിച്ച മകൻ അമ്മയെയും അച്ഛനെയും കൊല്ലുന്നു. മകനുമൊത്തു മദ്യപിച്ച അച്ഛൻ മകനെ കൊല്ലുന്നു. കൂട്ടുകാർ കൂട്ടംചേർന്ന് മദ്യപിച്ച് വഴക്കുണ്ടാക്കി പരസ്പരം ആക്രമിച്ച് മരണംവരിക്കുന്നു തുടങ്ങി നിരവധി വാർത്തകൾ പ്രതിദിനം വന്നുകൊണ്ടിരിക്കുന്നു. നാമെല്ലാവരും ഇതുസംബന്ധിച്ച ഓരോ വാർത്ത വരുമ്പോഴും മഹാകഷ്ടമാണെന്നു പറയുകയും അപ്പോൾത്തന്നെ അത് മറക്കുകയും ചെയ്യുന്നു. അതേസമയം

മറവിലേശമെന്യേ യുവാക്കൾ കൂടുതലായി ഇതിനടിമകളായി മാറുകയും ചെയ്യുന്നു. എന്തുകൊണ്ടാണിത് സംഭവിക്കുന്നതെന്ന് ശാസ്ത്രീയമായി വിലയിരുത്തേണ്ടതുണ്ട്.

നാഷണൽ ഇൻസ്റ്റിറ്റ്യൂട്ട് ഓൺ ഡ്രഗ് അബ്യൂസ് ഇത് സംബന്ധിച്ച നടത്തിയ പഠനത്തിൽ സുഖം ലഭിക്കുവാനും പ്രശ്നങ്ങളും പിരിമുറുക്കങ്ങളും മറക്കുവാനും കൂടുതൽ ഫലപ്രദമായി ചിന്തിക്കുവാനും കഴിയുമെന്ന ധാരണയിലാണ് ഒട്ടുമിക്കവരും ഇതിനടിമപ്പെടുന്നതെന്ന് കണ്ടെത്തിയിട്ടുണ്ട്. ജിജ്ഞാസമൂലം ഈ കെണിയിൽ അകപ്പെട്ടവരും കുറവല്ല. പ്രശ്നങ്ങളും പിരിമുറുക്കങ്ങളും കുറയുന്നില്ലെന്നു മാത്രമല്ല ഇതെല്ലാം പതിന്മടങ്ങു വർദ്ധിക്കുവാനേ ഇതിന്റെ ഉപയോഗംകൊണ്ട് കഴിയുകയുള്ളൂവെന്ന് തെളിഞ്ഞിട്ടുള്ളതാണ്. ഫലപ്രദമായി ചിന്തിക്കുവാൻ കഴിയില്ലെന്ന് മാത്രമല്ല ചിന്തകളെ ശിഥിലമാക്കുവാനും ഇത് കാരണമാകുന്നു. മറ്റൊന്ന് സുഖം ലഭിക്കുകയെന്നുള്ളതാണ്. അതിന്റെ യാഥാർത്ഥ്യമറിയണമെങ്കിൽ എന്താണ് സുഖമെന്നും അതെങ്ങനെ സംഭവിക്കുന്നുവെന്നും നാം അറിയണം.

നമ്മുടെ തലച്ചോറിലുണ്ടാകുന്ന ഡോപ്പാമിൻ ഇമോഷണൽ ബ്രയിനിലൂടെ കടന്ന് റീവാർഡ് സെന്ററിലൂടെ ന്യൂക്ലിയസ് അക്യുംബൻസിൽ എത്തുമ്പോഴാണ് നമുക്ക് സുഖം അനുഭവപ്പെടുന്നത്. വിവിധ വഴികളിലൂടെ ഇതിനു കഴിയും. വായന ഇഷ്ടമുള്ളവർക്ക് വായിക്കുമ്പോൾ ഇത് സംഭവിക്കും. കവികൾക്ക് കവിത എഴുതുമ്പോഴും കഥാകാരന്മാർക്ക് കഥകളെഴുതുമ്പോഴും ദൃശ്യകലാസ്വാദകർക്ക് അതിലൂടെയുമെല്ലാം ഈ സുഖം കണ്ടെത്താവുന്നതാണ്. അശരണരെ സഹായിക്കുന്നതിലൂടെ ഈ അവസ്ഥയിലേക്ക് പ്രവേശിക്കുന്നവരുമുണ്ട്. എന്നാൽ മദ്യം, മയക്കുമരുന്ന്, ചൂതുകളി, ലൈംഗികത എന്നിവയിലൂടെ അമിതമായി ഡോപ്പമിൻ ഉൽപ്പാദിപ്പിക്കുകയും അത് മേൽപ്പറഞ്ഞ രീതിയിൽ സഞ്ചരിച്ച് സുഖം പ്രദാനം ചെയ്യുകയും ചെയ്യും. അമിതമായാണ് ഡോപ്പാമിൻ ഉണ്ടാകുന്നതെന്നതാണ് ഇതിലെ അപകടം. അപ്പോൾ സുഖം അതിന്റെ ആലസ്യത്തിലേക്ക് കടക്കുന്നു. അതിനാൽ ഇനിയും ഇനിയും സംഭവിക്കണമെന്ന് ഇമോഷണൽ മെമ്മറിയുടെ ഭാഗമായ അമിഗ്ദല ആവശ്യപ്പെടും. ഈ ആവശ്യത്തെ നിരസിക്കുവാൻ നമുക്കാവുകയില്ല. ചൂതുകളിയിലും ലൈംഗികതയിലും ലഭിക്കുന്നതിനേക്കാൾ സുഖം മദ്യത്തിലും മയക്കുമരുന്നിലും ലഭ്യമാണ്. ഇത് മനസ്സിന്റെ സ്വബോധാവസ്ഥയെ ഇല്ലായ്മചെയ്യുകയും ചെയ്യും. പ്രാചീനകാലം മുതലുള്ള ചരിത്രം പരിശോധിച്ചാൽ പല പ്രബലമായ സാമ്രാജ്യങ്ങളും തകർന്നടിഞ്ഞത് മദ്യവും മദിരാക്ഷിയും ചൂതുകളിയും കൊണ്ടാണെന്ന് കാണാവുന്നതാണ്. ലൈംഗികതയ്ക്കും ചൂതുകളിക്കും പങ്കാളികളെ കിട്ടേണ്ടതുണ്ട്. അപ്പോൾ എളുപ്പമാർഗ്ഗമെന്നത്

മയക്കുമരുന്നാണ്. മയക്കുമരുന്നിലൂടെ ഡോപ്പമിൻ അമിതമായി പ്രവഹിക്കുന്നതിനാൽ അമിഗ്ദലയുടെ ഇടപെടലിലൂടെ ഇവിടെ ആസക്തി ജനിക്കുന്നു. ആസക്തിയെ ഒഴിവാക്കുവാൻ ശ്രമിക്കുമ്പോൾ അസ്വസ്ഥതകൾ കടന്നുവരും. അസ്വസ്ഥതകളിൽനിന്നൊഴിവാകുവാൻ മദ്യവും മയക്കുമരുന്നും ഉപയോഗിക്കും. വീണ്ടും ആസക്തിയും തുടർന്ന് അസ്വസ്ഥതയും ചാക്രികമായി കടന്നുവരുന്നതോടെ ഇതിൽനിന്നും മോചനമില്ലാത്ത ഒരവസ്ഥയിലേക്ക് പടിപടിയായി കടന്നുചെല്ലും. ഒടുവിൽ ഇതൊരു രോഗാവസ്ഥയിലേക്ക് കടക്കും. അതോടെ സ്വയം നിയന്ത്രണം ഇല്ലാതാകും. കൊഗ്നിറ്റീവ് ബ്രയിനിനെയാണിത് ബാധിക്കുന്നതെന്നതിനാൽ അപകടം അത്രയുംതന്നെ വലുതുമാണ്.

മദ്യത്തിനും മയക്കുമരുന്നിനും അടിമകളാകുന്നതെങ്ങനെയെന്നതിൽ ശാസ്ത്രീയമായ ഒരു കണ്ടെത്തൽ പൂർണ്ണമായും സാദ്ധ്യമായിട്ടില്ല. നടന്നിട്ടുള്ള പഠനങ്ങളിൽ ചില വസ്തുതകൾ ബോദ്ധ്യപ്പെട്ടിട്ടുണ്ട്. അവ ഇതാണ്. ജീവശാസ്ത്രപരമായും മനശ്ശാസ്ത്രപരമായും സാമൂഹ്യ-പാരിസ്ഥിതികകാരണങ്ങളാലും മദ്യത്തിനും മയക്കുമരുന്നുകൾക്കും അടിമപ്പെടുവാൻ സാദ്ധ്യതയുണ്ട്. പകുതിയോളം മദ്യ-മയക്കുമരുന്നടിമകൾ ജനിതകമായ കാരണങ്ങളാൽ ഇതിൽ പെട്ടുപോകുന്നതാണ്. ജീനുകളുടെ പങ്ക് ഇതിൽ പ്രധാനമാണ്. പത്തുതലമുറ മുൻപ് ഒരാളുടെ കുടുംബത്തിൽ മദ്യത്തിനോ മയക്കുമരുന്നിനോ ആസക്തിയുള്ള ഒരാളുണ്ടായിരുന്നുവെങ്കിൽ അയാളുടെ തുടർന്നുവരുന്ന തലമുറകളിൽ എവിടെയെങ്കിലും ഇതിനുള്ള ആസക്തിയുണ്ടാകുവാൻ സാദ്ധ്യത ഏറെയുണ്ടെന്നാണ് പഠനങ്ങളിൽ തെളിഞ്ഞിട്ടുള്ളത്. അതുകൊണ്ടുതന്നെ ഇത്തരം പാരമ്പര്യ സാദ്ധ്യതയുള്ളവർ മദ്യമോ മയക്കുമരുന്നോ ഒരു രസത്തിനുവേണ്ടിയാണെങ്കിൽപ്പോലും ഉപയോഗിക്കാതിരിക്കുന്നതാണ് നല്ലത്. ചൂതുകളിയിലായാലും ഇപ്രകാരം തന്നെ. മാനസികമായ കാരണങ്ങൾ നാം കണ്ടതുമാണ്. പാരിസ്ഥിതികമെന്നത് സാധനങ്ങളുടെ ലഭ്യതയും സുഹൃത്തുക്കളുടെ പ്രേരണയുമാണ്. അതും സൗജന്യമായോ വിലക്കുറവിലോ ഇവ ലഭിച്ചാൽ ഇതിലേക്കുള്ള വഴി എളുപ്പമായി. ആദ്യമാദ്യം ഇരകളെ തേടുന്നത് സൗജന്യമായി സാധനങ്ങൾ നൽകിക്കൊണ്ടാണ്. ഒന്നോ രണ്ടോ തവണ ഇതാവർത്തിച്ചാൽ പിന്നെ ആസക്തിയുണ്ടാകും. കഴിച്ചയാളും കഴിപ്പിച്ചയാളും മറന്നാലും ഇത് മറക്കാത്ത ഒന്നുണ്ട്. അത് നമ്മുടെ തലച്ചോറാണ്. അമിഗ്ദലയുടെ നിർദ്ദേശാനുസരണം വീണ്ടുംവീണ്ടും ഇതാവശ്യപ്പെട്ടുകൊണ്ടിരിക്കും. അത് നിരസിച്ചാൽ കടുത്ത മാനസിക പ്രശ്നത്തിലാകും. ഒരിക്കലും കരകയറാനാകാത്ത ഒരപകടത്തെ ക്ഷണിച്ചുവരുത്തലാണ് മയക്കുമരുന്നിലൂടെ സംഭവിക്കുന്നത്. അപ്പോൾ ഏതുവിധേനയും പണം ഉണ്ടാക്കുവാനുള്ള ശ്രമങ്ങൾ തുടങ്ങും. അങ്ങനെയാണ് ഇവർ ഗുണ്ടാ

സംഘങ്ങളിലും മോഷണസംഘങ്ങളിലും ചെന്നുപെടുന്നത്. അവിടെ യഥേഷ്ടം പണം ലഭിക്കുന്നു. ഒടുവിൽ ഇത് കൊലപാതകങ്ങളിൽവരെ ചെന്നെത്തും. അപ്പോഴേക്കും തിരിച്ചുവരാനാകാത്തവിധം കെണിയിൽ പ്പെടുകയും ചെയ്യും. പലപ്പോഴും വീട്ടുകാർ ഇതറിയുന്നത് വളരെ വൈ കിമാത്രമായിരിക്കും. കുടുംബാംഗങ്ങൾ തമ്മിലുള്ള അടുപ്പം കുറയുകയും ആത്മബന്ധം ഇല്ലാതാവുകയും ചെയ്യുകവഴി പരസ്പരം ഒന്നുമറിയാതെ കാര്യങ്ങൾ നീങ്ങുന്നു. പെൺകുട്ടികളെയടക്കം മയക്കുമരുന്നിന്റെ കെ ണിയിൽപ്പെടുത്തി അവർപോലുമറിയാതെ പെൺവാണിഭത്തിനുപ യോഗിക്കുന്നതും പതിവാകുന്നു. വിചിത്രമായ ഇത്തരം കൂട്ടുകെട്ടുകൾ ആദ്യം ഒരു സുഖമൊക്കെ നൽകുമെങ്കിലും കാലക്രമേണ ഇതിന്റെ അപ കടങ്ങൾ ബോദ്ധ്യപ്പെടും. അപ്പോഴേക്കും രക്ഷപ്പെടുവാനാകാത്തവിധം കുരുക്കിൽ അകപ്പെട്ടിരിക്കും.

പുതിയതായി ആൾക്കാർ ഇതിനടിമകളാകാതിരിക്കുന്നതിനുള്ള ശക്തമായ ബോധവൽക്കരണമാണ് ആദ്യമായി ചെയ്യേണ്ടത്. ഇതുമൂലമു ണ്ടാകുന്ന അപകടങ്ങളും രോഗങ്ങളെ ക്ഷണിച്ചുവരുത്തലുമെല്ലാം യുവത ലമുറയെ ബോദ്ധ്യപ്പെടുത്തുന്നതോടൊപ്പം ഇതിനെതിരെയുള്ള പ്രവർത്ത നങ്ങളിൽ ഇവരെക്കൂടി പങ്കാളികളാക്കുകയെന്നതാണ് ശരിയായ വഴി. പരമാവധിയാൾക്കാർ ഈ പ്രവർത്തനമേറ്റെടുക്കുമ്പോൾ അതൊരു വലിയ ശക്തിയായി തീരും. ഇതിനടിമകളായവർക്ക് ബിഹേവിയറൽ ഫാർമസ്യൂട്ടിക്കൽ തെറാപ്പി നൽകലാണ് മറ്റൊരുവഴി. ശാസ്ത്രീയമായ കൗൺസിലിങ്ങും തുടർച്ചയായ തെറാപ്പിയും ഒരു പരിധിവരെ പ്രയോജ നം ചെയ്യും. എന്നാലും ഇതിലേക്ക് കടക്കാതിരിക്കുന്നതിനുള്ള വഴികൾ തേടുകയാണ് ശക്തമായ പ്രതിരോധം.

സമൂഹത്തിൽ നടക്കുന്ന കുറ്റകൃത്യങ്ങളുടെ കണക്കെടുത്താൽ മഹാ ഭൂരിപക്ഷവും മദ്യത്തിനും മയക്കുമരുന്നിനും അടിപ്പെട്ടതിന്റെ ഭാഗമായി നടന്നതാണെന്നാണ് കണക്കുകൾ സൂചിപ്പിക്കുന്നത്. ഒരുവർഷത്തിൽ ശരാശരി പന്ത്രണ്ടരലക്ഷം ആൾക്കാർ റോഡ് അപകടങ്ങളിൽ മരിക്കു ന്നുവെന്നാണു വേൾഡ് ഹെൽത്ത് ഓർഗനൈസേഷൻ കണക്കുകൾ സൂചിപ്പിക്കുന്നത്. ഇതിൽ പത്തുലക്ഷം പേരും മരണപ്പെടുന്നതു് ഡ്രൈവ റുടെ അശ്രദ്ധമൂലവും. ഇതിൽ തൊണ്ണൂറുശതമാനവും മദ്യപിച്ചതിന്റെയോ മയക്കുമരുന്നുപയോഗിച്ചതിന്റെയോ ഫലമായി സംഭവിക്കുന്നതുമാണ്. കുടുംബബന്ധങ്ങൾ ശിഥിലമാകുന്നതിൽ മദ്യത്തിന്റെയും മയക്കുമരുന്നി ന്റെയും പങ്ക് വളരെ വലുതാണ്. ഒരു രാഷ്ട്രത്തിന്റെ പുരോഗതി പാടെ തകർക്കുവാൻ ഇതുകാരണമാകുന്നുവെന്നത് ഗുരുതരമായ ഒന്നുതന്നെയാ ണ്. രതിവൈകൃതങ്ങൾ, കുട്ടികളെ പീഡിപ്പിക്കൽ തുടങ്ങി നിരവധി കുറ്റ കൃത്യങ്ങൾ ഇതിന്റെ ഭാഗമായി സംഭവിക്കുന്നു.

മദ്യവും മയക്കുമരുന്നും ഉപയോഗിക്കാത്ത ആരോഗ്യമുള്ള മനസ്സുകളെപ്പോലും അതിവിദഗ്ധമായി തെറ്റിദ്ധരിപ്പിക്കുവാൻ സാദ്ധ്യതകൾ ധാരാളമുള്ള ഒരു കാലഘട്ടത്തിലാണ് നാമിന്ന് ജീവിക്കുന്നത്. മദ്യവും മയക്കുമരുന്നും മൂലം മനസ്സിന്റെ സമനിലതെറ്റിയവരുടെ കാര്യം പിന്നെ പറയേണ്ടതുമില്ലല്ലോ. ഉറച്ചചിന്ത നഷ്ടപ്പെടുന്നതിനാൽ തീരുമാനമെടുക്കുവാനുള്ള കഴിവ് നഷ്ടപ്പെടുന്നതോടെ ജീവിതംതന്നെ ഒരു പരാജയമായി തോന്നിത്തുടങ്ങും. നാണക്കേടും കുറ്റബോധവും സദാ അലട്ടിക്കൊണ്ടിരിക്കും. ഇത് ജീവിതത്തിന്റെ താളക്രമം തെറ്റിക്കും. ഇണയെ സംശയിക്കുക സ്വന്തം കഴിവില്ലായ്മകൾക്ക് ഇണയെ കുറ്റപ്പെടുത്തുകയും ആക്രമിക്കുകയും ചെയ്യുക, കുട്ടികളെ ശാരീരികമായും മാനസികമായും തളർത്തുക തുടങ്ങി നിരവധി സ്വഭാവവിശേഷങ്ങൾ കടന്നുവരികയും ചെയ്യുന്നതിലൂടെ സാമൂഹ്യ അരക്ഷിതത്വബോധം മനസ്സിനെ കീഴടക്കുകയും ചെയ്യും.

സിഗ്മണ്ട് ഫ്രോയ്ഡാണ് ഇതിനെതിരെ ടോക്ക് തെറാപ്പി അഥവാ കൗൺസിലിങ് കൊണ്ടുവന്നത്. ഒരു പരിധിവരെ ആസക്തിക്കു തടയിടുവാൻ ഇതുപകരിച്ചു. ന്യൂയോർക്കിലെ പ്രശസ്ത സർജൻ വില്യം ഹാൾസ്റ്റഡ് സർജറിയിലൂടെ ഇതിനൊരു പാരിഹാരമാർഗ്ഗം കണ്ടെത്തിയിട്ടുണ്ട്. ഫ്രോയ്ഡുമായി ചേർന്ന് ഇദ്ദേഹം നിരവധി പരീക്ഷണങ്ങൾ ഈ രംഗത്ത് നടത്തിയിട്ടുണ്ട്. ബ്രിട്ടീഷ് കൊളമ്പിയയിലെ അതി പ്രശസ്തനായ അഡിക്ഷൻ സൈക്കോളജിസ്റ്റ് അല്ലൻ മാരിയറ്റും അദ്ദേഹത്തിന്റേതായ സംഭാവനകൾ ഈ രംഗത്ത് ചെയ്തിട്ടുണ്ട്. ലോകത്തിന്റെ വിവിധ ഭാഗങ്ങളിലായി ഇത്തരത്തിൽ നിരവധിയാൾക്കാർ ആസക്തിക്കെതിരെ നിരന്തരം പോരാടുമ്പോഴും ആസക്തിയുടെ വിശാലവഴികളിലൂടെ, പ്രായത്തിന്റെ വീഥികളുള്ള ഭാവിയുടെ വാഗ്ദാനങ്ങളായ യുവാക്കൾ യഥേഷ്ടം കടന്നുപോകുന്നുവെന്നത് ആശങ്കയുളവാക്കുന്ന ഒന്നുതന്നെയാണ്.

അത്ഭുതത്തിന്റെ അടിവേരുകൾ

വളർച്ചാവഴികളിൽ ഇന്ദ്രജാലം നിരവധിയിടങ്ങളിൽ ചേക്കേറിയിട്ടുള്ളതായി കാണാം. ഈ താൽക്കാലിക വാസസ്ഥലങ്ങളാണ് യഥാർത്ഥ ഉറവിടമെന്ന് ധരിച്ച് ഇന്ദ്രജാലത്തെ തെറ്റായി വ്യാഖ്യാനിച്ചവരും ഏറെയുണ്ട്. ശാസ്ത്രം പലപ്പോഴും തെറ്റിലൂടെ സഞ്ചരിച്ചാണ് ശരിയിലെത്തുന്നത് എന്നതുപോലെ സഞ്ചാരപഥങ്ങളിലെ ഇടത്താവളങ്ങൾ ഉപേക്ഷിച്ച് ഇന്ദ്രജാലം അതിന്റെ ലക്ഷ്യത്തിലേക്ക് പ്രയാണം തുടർന്നുകൊണ്ടേയിരിക്കും. ഇതു മനസ്സിലാക്കാതെ ഇടത്താവളങ്ങളാണ് യഥാർത്ഥ കേന്ദ്രങ്ങളെന്ന് തെറ്റിദ്ധരിച്ച് നിരവധി വ്യാഖ്യാനങ്ങൾ ഇന്ദ്രജാലത്തിനുണ്ടായി. ഒറ്റനോട്ടത്തിൽ ശരിയെന്ന് തോന്നുന്ന ഇവ യഥാർത്ഥത്തിൽ വസ്തുതാപരമായിരുന്നില്ലെന്ന് കാണാൻ കഴിയും.

ഒരു കാലഘട്ടത്തിൽ വിശ്വാസങ്ങളുടെയും ആചാരങ്ങളുടെയും ഭാഗമായി ഇന്ദ്രജാലത്തെ കണ്ടിരുന്നു. വിശ്വാസങ്ങളും ആചാരങ്ങളും മതവുമായി ബന്ധപ്പെട്ടിരുന്നതിനാൽ ഇന്ദ്രജാലത്തെ ഒരു മതമായി ത്തന്നെ പലരും കാണുകയും അപ്രകാരം വിശ്വാസമർപ്പിക്കുകയും ചെയ്തു. സാർവ്വത്രികമായി ഇന്ദ്രജാല നിരോധനമുണ്ടായപ്പോൾ ഇന്ദ്രജാലം സംബന്ധിച്ച ഒട്ടുമിക്ക പുസ്തകങ്ങളും അലക്സാണ്ട്രിയൻ ലൈബ്രറിയിലെത്തുകയുണ്ടായി. ഈ പുസ്തകങ്ങൾ വായിച്ച പല പുരോഹിതന്മാരും ഇന്ദ്രജാലക്കാരായി. അങ്ങനെ മതനേതാക്കളുടെ സാന്നിദ്ധ്യം ഇന്ദ്രജാലത്തെ മതാത്മകമാക്കി. അതോടെ ഇന്ദ്രജാലം ഒരു മതമാണെന്ന ധാരണ ഒരു കാലഘട്ടത്തിൽ പ്രബലമാവുകയായിരുന്നു. യഥാർത്ഥത്തിൽ ഇന്ദ്രജാലം ഒരു മതമല്ല. അതൊരു പരിശീലനമാണ്. അതിനാൽ ആർക്കും ജാലവിദ്യ ചെയ്യാം ആർക്കും ജാലവിദ്യക്കാരനുമാകാം. സമൂഹ

ജീവി എന്ന നിലയിൽ മനുഷ്യൻ സൃഷ്ടിച്ചെടുത്ത ചില സാമൂഹ്യ ആചാരങ്ങളുണ്ടായിരുന്നു. ഇവ എല്ലാ ഗോത്രങ്ങളിലും ഏറെക്കുറെ സമാനങ്ങളുമായിരുന്നു. ഈ പതിവ് വ്യവസ്ഥിതിയിൽ ചെറിയൊരു വ്യതിയാനം സംഭവിപ്പിച്ചുകൊണ്ടാണ് ജാലവിദ്യ അതിന്റെ സ്ഥാനം ഉറപ്പിച്ചത്. മുൻധാരണകളെയും വിശ്വാസങ്ങളെയും അമ്പരപ്പിക്കുന്ന നീക്കം ബോധപൂർവ്വം സൃഷ്ടിക്കലാണ് യഥാർത്ഥ ഇന്ദ്രജാല പ്രവർത്തനം. എന്നാൽ അത് ബോധപൂർവ്വം സൃഷ്ടിച്ചതാണെന്ന് സാമാന്യയുക്തിയിൽ ബോദ്ധ്യപ്പെടാനും പാടില്ല. ഈയൊരു തന്ത്രം സമർത്ഥമായി പരിശീലിച്ചവരാണ് ഇന്ദ്രജാലക്കാർ.

ആചാരാനുസരണം മനശ്ശക്തികൊണ്ട് മാറ്റങ്ങൾ സൃഷ്ടിക്കുന്ന ശാസ്ത്രവും കലയുമാണ് ജാലവിദ്യയെന്ന് വിശ്വസിച്ച വ്യക്തിയാണ് എലിസ്റ്റർ ക്രൗലി. യഥാർത്ഥത്തിൽ ആചാരങ്ങളിൽ അപ്രതീക്ഷിതമായ മാറ്റങ്ങൾ സൃഷ്ടിച്ചുകൊണ്ടാണ് ഇന്ദ്രജാലം മുന്നേറിയതെന്നത് ശരിയാണ്. എന്നാൽ അത് മനശ്ശക്തികൊണ്ടായിരുന്നില്ല. മനശ്ശക്തികൊണ്ടാണ് ഇത്തരം മാറ്റങ്ങൾ സൃഷ്ടിച്ചതെന്ന് ബോദ്ധ്യപ്പെടുത്താനുള്ള മനശ്ശക്തി ഇന്ദ്രജാലക്കാരനുണ്ടായിരുന്നുവെന്നത് ശരിയുമാണ്. കാഴ്ചക്കാരിലും കേൾവിക്കാരിലും ഒരു മഹാഭൂരിപക്ഷത്തിനും ഇന്ദ്രജാലം എന്ന പ്രഹേളിക കൈയിലൊതുങ്ങാത്ത ഒന്നായിരുന്നു. അതുകൊണ്ടുതന്നെ ഏതുവ്യാഖ്യാനവും സ്വീകരിക്കാൻ പാകത്തിലുള്ള മനസ്സായിരുന്നു ഏവർക്കുമുണ്ടായിരുന്നത്. യാഥാർത്ഥ്യങ്ങളെ സ്വയം സൃഷ്ടിക്കലാണ് ജാലവിദ്യ. നമുക്കിഷ്ടമുള്ളത് നാംതന്നെ സൃഷ്ടിക്കുമ്പോൾ അത് ജാലവിദ്യയാകുന്നു. ഈയൊരു തോന്നൽ ആസ്വാദകനിൽ ജനിപ്പിക്കുമ്പോഴാണ് ഇന്ദ്രജാലം വിജയം കൈവരിക്കുന്നത്. ഇവിടെയാണ് ഇന്ദ്രജാല കലാകാരന്മാരും മറ്റ് കലാകാരന്മാരും തമ്മിൽ വ്യത്യസ്തരാകുന്നത്. സിനിമയിലോ നാടകത്തിലോ നൃത്തത്തിലോ ഒക്കെ നാം മറ്റൊരാളായി അഭിനയിക്കുക മാത്രമാണ്. യഥാർത്ഥത്തിൽ അപ്പോൾ നാം മറ്റൊരാളല്ല. അതൊരു തോന്നലുണ്ടാക്കൽ മാത്രമാണ്. എന്നാൽ ഇന്ദ്രജാലമെന്നത് അതല്ല. അത് യഥാർത്ഥത്തിൽ അവിടെ സംഭവിക്കുകയാണ്. അതുമല്ലെങ്കിൽ സംഭവിച്ചതായി ബോദ്ധ്യപ്പെടുത്തുകയാണ്. ജാലവിദ്യക്കാരന്റെ കൈയിലെ ഓറഞ്ച് ആപ്പിളായി മാറുമ്പോൾ യഥാർത്ഥത്തിൽ ഓറഞ്ച് അപ്രത്യക്ഷമാവുകയും ആപ്പിൾ പ്രത്യക്ഷപ്പെടുകയുമാണ്. അവിടെ ആപ്പിളായി തോന്നുകയല്ല. യഥാർത്ഥ ആപ്പിൾതന്നെ നാം കാണുകയാണ്. എന്നാൽ സിനിമയിലോ നാടകത്തിലോ കുഞ്ഞാലിമരയ്ക്കാറായി വേഷമിടുന്ന ഒരാൾ യഥാർത്ഥത്തിൽ കുഞ്ഞാലിമരയ്ക്കാറല്ല. കുഞ്ഞാലിമരയ്ക്കാറായി അഭിനയിക്കുകയാണ്. ഇവിടെ ഒരനുകരണമോ

അല്ലെങ്കിൽ ഭാവിക്കലോ ആണ് നടക്കുന്നത്. ഇന്ദ്രജാലത്തിൽ ഈ സിമുലേഷൻ അല്ല സംഭവിക്കുന്നതെന്ന് സാരം. ഇതാണ് ഇതര കലാരൂപങ്ങളും ഇന്ദ്രജാലവും തമ്മിലുള്ള വ്യതിയാനം. ചുരുക്കത്തിൽ കാഴ്ചയിൽ അസ്വാഭാവികമെന്ന് തോന്നത്തക്ക തരത്തിൽ മനുഷ്യൻതന്നെ പ്രവർത്തിക്കുമ്പോൾ അത് ജാലവിദ്യയാകും.

ജാലവിദ്യാ പ്രവർത്തനമെന്നത് ഒരുത്തരവാദിത്വമേറ്റെടുക്കലാണ്. യാതൊരു തത്വദീക്ഷയുമില്ലാതെ വെറുതെ ജാലവിദ്യ അവതരിപ്പിക്കുന്നതിനെ 'ബ്ലാക്ക് മാജിക്' എന്നു പറയാം. മറ്റുള്ളവരുടെ മാനസികാവസ്ഥകൾ ഇത്തരക്കാർക്ക് ബാധകമേയല്ല. ഒരാൾക്ക് ഇഷ്ടമുണ്ടെങ്കിലും ഇല്ലെങ്കിലും അയാളെ വശീകരിക്കുക എന്ന ലക്ഷ്യത്തോടെയോ സ്വന്തം താത്പര്യങ്ങൾ സംരക്ഷിക്കുന്നതിനോ ജാലവിദ്യയെ ഉപയോഗിക്കുന്നവരും ഈ ഗണത്തിൽപ്പെടും. ഇവരെയാണ് പൊതുവെ ആഭിചാരക്കാർ എന്ന പട്ടികയിൽ ഉൾപ്പെടുത്തിയിട്ടുള്ളത്. ഇത്തരക്കാരുടെ അതിക്രമങ്ങളാണ് ലോകവ്യാപകമായി ഇന്ദ്രജാല നിരോധനത്തിനുവരെ ഹേതുവായത്. മറ്റുള്ളവരെ അത്ഭുതപ്പെടുത്തുവാനും അതിലൂടെ സന്തോഷിപ്പിക്കുവാനും ശ്രമിക്കുമ്പോൾ അത് 'വൈറ്റ് മാജിക്' ആകുന്നു. ഒരാളെ, അല്ലെങ്കിൽ ഒരു വിഭാഗത്തെ ഒന്നാകെ സന്തോഷിപ്പിക്കാൻ വേണ്ടി ഒരു പരിധിവരെ അവരെ തെറ്റിദ്ധരിപ്പിച്ചാൽ പോലും അതിൽ തെറ്റുണ്ടാകുന്നില്ല. അതിനാൽ ജാലവിദ്യാവതരണം അതീവ ശ്രദ്ധയോടെയും തികഞ്ഞ വീണ്ടുവിചാരത്തോടെയും മാത്രമേ ചെയ്യാൻ പാടുള്ളൂ. പ്രാചീനകാലത്ത് രോഗശാന്തിക്കായി ഇന്ദ്രജാലം ഉപയോഗിച്ചിരുന്നു. എന്നാലിന്ന് പ്രാചീനകാലത്തിൽനിന്നും വ്യത്യസ്തമായി വൈദ്യശാസ്ത്രം ഏറെ മുന്നോട്ടുപോയിരിക്കുന്നു. ചികിത്സാസമ്പ്രദായങ്ങളിൽ കാതലായ പുരോഗതിയും നൂതനമായ മാറ്റങ്ങളും സംഭവിച്ചിരിക്കുന്നു. ഇതൊന്നും വകവയ്ക്കാതെ മന്ത്രവാദചികിത്സയെന്ന തട്ടിപ്പുമായി ഇറങ്ങുന്നവർ ഇതിനായി ജാലവിദ്യ ഉപയോഗിക്കുമ്പോൾ ശക്തിയുക്തം അതിനെ എതിർക്കേണ്ട ചുമതലയും നമുക്കുണ്ട്.

ജാലവിദ്യ ലളിതമായോ തിരക്കിട്ടോ അവതരിപ്പിക്കാൻ കഴിയുന്ന ഒരു കലയല്ലെന്ന ബോധം ശരിക്കുമുണ്ടാകേണ്ടിയിരിക്കുന്നു. ഈയൊരു ബോദ്ധ്യത്തിന്റെ അഭാവത്തിൽ സംഭവിക്കുന്നത് തികഞ്ഞ അപകടമാണ്. അന്ധവിശ്വാസങ്ങളെ വെല്ലുവിളിച്ചുകൊണ്ട് കടന്നുവന്ന ഇന്ദ്രജാലം അന്ധവിശ്വാസം പ്രചരിപ്പിക്കാനുള്ള ഉപാധിയായി മാറിയതും ചരിത്രമാണ്. തന്റെ നിയന്ത്രണത്തിന് അതീതമായി വന്ന അഗ്നിയേയും വരുണനേയും വായുവിനേയുമെല്ലാം ദൈവമായി കരുതി ഭയന്നിരുന്ന ഒരു ജനവിഭാഗമായിരുന്നു നമ്മുടെ പൂർവ്വികർ. അവരുടെ ഇടയിലേക്കാ

ണ് ഒരാവേശമായി ഇന്ദ്രജാലക്കാരൻ കടന്നുവന്നത്. കൈയാമംവച്ച് മേലാസകലം വരിഞ്ഞുകെട്ടി തീയിലേക്കെറിഞ്ഞാലും വെള്ളത്തിൽ താഴ്ത്തിയാലും യാതൊരപകടവും കൂടാതെ രക്ഷപ്പെടുന്നവനായാണ് ജാലവിദ്യക്കാരൻ സമൂഹത്തിന്റെ മുന്നിലെത്തിയത്. അവനിൽ അന്ധവിശ്വാസങ്ങളില്ലായിരുന്നു. അവൻ എല്ലാ അന്ധവിശ്വാസങ്ങൾക്കുമുള്ള മറുപടിയുമായിരുന്നു. നിർഭാഗ്യവശാൽ അമാനുഷികത്വം സ്വയമേറ്റെടുത്ത് അന്ധവിശ്വാസം സൃഷ്ടിക്കുന്നവനായി അവൻ കാലക്രമേണ പരിണമിച്ചു. ഇതായിരുന്നു ഇന്ദ്രജാല കലയിലെ അപചയം.

പ്രാചീന ഇന്ദ്രജാലചരിത്രത്തിൽ നടന്നിട്ടുള്ള ഒട്ടുമിക്ക ജാലവിദ്യകളും നല്ല കാഴ്ചപ്പാടോടുകൂടി നടന്നവയായിരുന്നില്ല. ക്രിസ്തുവിന് മുമ്പ് 1200 ൽ ഈജിപ്റ്റിൽ ഫറോ റെമീസസ് മൂന്നാമനെതിരെ അദ്ദേഹത്തിന്റെ മെഴുകുപ്രതിമയുണ്ടാക്കി ആഭിചാരക്രിയ നടത്തുന്നതിന് ജാലവിദ്യക്കാർ മുതിർന്നിരുന്നു. സ്കോട്ട്ലന്റിലെ രാജാവായിരുന്ന ജെയിംസ് ആറാമനെ സ്ഥാനഭ്രഷ്ടനാക്കുന്നതിനും ഇത്തരം പ്രവൃത്തികൾ നടന്നിരുന്നു. പതിനേഴാം നൂറ്റാണ്ടിൽ ഫ്രാൻസിലും അധികാരം പിടിച്ചെടുക്കുന്നതിനായി ആഭിചാരക്രിയകൾ നടന്നതായി ഊഹങ്ങളുണ്ട്. പതിനാറാം നൂറ്റാണ്ടിന്റെ തുടക്കത്തിൽ ഇന്ദ്രജാലരംഗത്ത് ശ്രദ്ധേയമായ നേട്ടങ്ങൾ കൈവരിച്ചവരായി പാരസെൽസസും അദ്ദേഹത്തിന്റെ ശിഷ്യൻ അഗ്രിപ്പയുമുണ്ടായിരുന്നു. മാർഗ്രിഗർ മാതേഴ്സ്, എഡ്വേർഡ് വെയിറ്റ്, ഡബ്ലിയു ബി യീറ്റ്സ് എന്നിവർ 19-ാം നൂറ്റാണ്ടിലെ പ്രഗത്ഭ ജാലവിദ്യക്കാരായി. യീറ്റ്സിന് സാഹിത്യത്തിന് നൊബേൽ സമ്മാനം ലഭിക്കുകയും ചെയ്തു. ആൽക്കെമിയുടെ ആകർഷണവലയത്തിലൂടെ ഇപ്രകാരം ജാലവിദ്യയിലേക്ക് നടന്നുകയറിയവർ നിരവധിയാണ്.

ഏകദേശം 25000 വർഷങ്ങൾക്കുമുമ്പ് പ്രാചീനശിലായുഗ കാലഘട്ടത്തിൽ വേട്ടയ്ക്കും സന്താനലബ്ധിക്കുമായി അനുഭാവ ജാലവിദ്യ (സിംപതെറ്റിക് മാജിക്) പ്രയോഗിച്ചിരുന്നു. വേട്ടയ്ക്ക് പോകുന്നതിനുമുമ്പ് വേട്ടയാടുവാൻ ഉദ്ദേശിക്കുന്ന മൃഗത്തിന്റെ കളിമൺ രൂപമുണ്ടാക്കി അതിൽ കുന്തം തറച്ചുവച്ചാൽ എളുപ്പത്തിൽ പ്രസ്തുത മൃഗത്തിനെ വേട്ടയാടിപ്പിടിക്കുവാൻ കഴിയുമെന്ന് വിശ്വസിച്ചിരുന്നു. കാട്ടുപോത്തുകൾ ഇണചേരുന്ന രൂപം നിർമ്മിച്ച് സ്ഥാപിച്ചാൽ യഥാർത്ഥ കാട്ടുപോത്തുകൾ ഇണചേരുമെന്നും അതിലൂടെ പാലുല്പാദനം വർദ്ധിക്കുമെന്നും വിശ്വസിച്ചിരുന്നു. ഫ്രാൻസിലും സ്പെയിനിലും ഗുഹകളിൽനിന്നും പര്യവേഷണ സംഘത്തിന് ഇതു സംബന്ധിച്ച നിരവധി സാമഗ്രികൾ ലഭിച്ചിരുന്നു. പുരാതന ഈജിപ്റ്റിൽ ക്രിസ്തുവിനുമുമ്പ് 350 ൽ നെക്റ്റാനിബോ രണ്ടാമന്റെ ഭരണകാലത്ത് അദ്ദേഹം തന്റെ ശത്രുരാജ്യത്തിന്റെ കപ്പലുകളുടെ

മാതൃകകൾ നിർമ്മിച്ച് ഒരു സാങ്കൽപ്പിക യുദ്ധം സംഘടിപ്പിക്കുകയും ആ യുദ്ധത്തിൽ ശത്രുരാജ്യത്തെ പരാജയപ്പെടുത്തുകയും തുടർന്ന് യഥാർത്ഥ യുദ്ധം നടത്തി വിജയിപ്പിക്കുകയും ചെയ്തിരുന്നതായൊരു വിശ്വാസമുണ്ട്. ഇത്തരം ജാലവിദ്യകളാണ് അനുഭാവ ജാലവിദ്യകൾ അഥവാ സിംപതെറ്റിക് മാജിക് എന്ന നിലയിൽ അറിയപ്പെട്ടിരുന്നത്.

ഇന്ദ്രജാലം വൈദ്യുതി പോലെയാണ്. ഇതു നല്ല കാര്യങ്ങൾക്കും ചീത്ത കാര്യങ്ങൾക്കും ഉപയോഗിക്കാം. കമ്പ്യൂട്ടർ ഉപയോഗിക്കാനും ആഹാരം പാചകം ചെയ്യുന്ന സ്റ്റൗ പ്രവർത്തിപ്പിക്കാനും വെളിച്ചം ലഭിക്കാനും ഉൾപ്പടെ നിരവധി നല്ല കാര്യങ്ങൾക്കായി വൈദ്യുതി ഉപയോഗിക്കാം. ആളുകളെ കൊല്ലുന്നതിനുള്ള കസേരയ്ക്കും വൈദ്യുതി വേണം. ഇന്ദ്രജാലവും അതുപോലെയാണ്. ഒരൽപ്പം പരിശീലനമുള്ള ആർക്കും സൃഷ്ടിക്കാവുന്ന ഒരു ഊർജ്ജമാണ് ഇന്ദ്രജാലം. നല്ല മാറ്റങ്ങൾക്കായി ഈ ഊർജ്ജം ഉപയോഗിക്കണമെന്ന് മാത്രം. ആവശ്യബോധവും നിശ്ചയദാർഢ്യവും അതിലുപരി സാമൂഹ്യബോധവും ഉണ്ടായാൽ മാത്രമേ യഥാർത്ഥ ഇന്ദ്രജാലം സംഭവിക്കുകയുള്ളൂ.

സാമൂഹ്യബോധത്തോടെ ഇന്ദ്രജാലത്തെ സമീപിക്കുമ്പോൾ ശ്രദ്ധിക്കേണ്ട നിരവധി ഘടകങ്ങളുണ്ട്. അവ ക്രമപ്രകാരം ചെയ്യുമ്പോഴാണ് അവതരണവഴികൾ സുഗമമായി മാറുന്നത്. ശ്രദ്ധാസ്വാധീനത്തിനായി സൃഷ്ടിക്കുന്ന രഹസ്യചലനങ്ങൾ കാഴ്ചക്കാർ കാണാതിരുന്നാൽ മാത്രം പോര. അവരിൽ സംശയം ജനിപ്പിക്കാതിരിക്കുകയും വേണം. കണ്ണുകളെക്കാൾ വേഗത്തിൽ കൈകൾ ചലിപ്പിച്ചുകൊണ്ടാണ് ഇന്ദ്രജാലം സാദ്ധ്യമാക്കുന്നതെന്ന് പലരും പറയാറുണ്ട്. യഥാർത്ഥത്തിൽ ഇത് ശരിയല്ല. ഉപയോഗിക്കുന്ന വഴികൾ മറ്റ് പലതുമാണ്. ആസ്വാദകന് ആയാസരഹിതമായി സമാധാനത്തോടെ ഇരിക്കുവാൻ കഴിയുന്ന ഒരന്തരീക്ഷം സൃഷ്ടിക്കലാണ് ആദ്യപടി. കാര്യങ്ങളെ ശ്രദ്ധാപൂർവ്വം നിരീക്ഷിക്കുന്ന തലത്തിൽ നിന്നുമാറി ആസ്വാദനത്തിന്റെ ആനന്ദലബ്ധിയിൽ കാഴ്ചക്കാർ സ്വയം മറന്ന് ഒഴുകണം. ആദ്യം ജാലവിദ്യക്കാരൻ ആ നിലയിലാണെന്ന ബോധം കാഴ്ചക്കാരിൽ ജനിപ്പിക്കാനാകണം. അപ്പോൾ മാത്രമേ ഈ പ്രക്രിയ വിജയകരമായി നിർവ്വഹിക്കാനാവുകയുള്ളൂ. ഈയൊരവസ്ഥയിൽ ഇന്ദ്രജാലരഹസ്യം കൺമുമ്പിലൂടെ കടന്നുപോയാൽ പോലും ആർക്കുമതു ശ്രദ്ധിക്കാനാവില്ല.

ഏതൊരു അവതരണകലയുടെയും വിജയത്തിന് നേത്രസമ്പർക്കം അത്യന്താപേക്ഷിതമാണ്. നിർഭാഗ്യവശാൽ പലരും ശ്രദ്ധിക്കാതെ പോകുന്നതും ഇതാണ്. ഇഴയടുപ്പമുള്ള പരസ്പരബന്ധം സ്ഥാപിക്കുന്നതിൽ കണ്ണുകൾക്കുള്ള സ്ഥാനം വളരെ വലുതാണ്. അവതാരകന്റെ കണ്ണ

കൾ കാഴ്ചക്കാർക്ക് ശ്രദ്ധിക്കാൻ പാകത്തിലാകണം. ഇന്ദ്രജാലക്കാരൻ ഒരു വസ്തു അന്തരീക്ഷത്തിലെറിഞ്ഞ് അപ്രത്യക്ഷമാക്കുന്നതായി ഭാവിക്കുമ്പോൾ അയാളുടെ കണ്ണുകൾ അന്തരീക്ഷത്തിൽ തന്നെയായിരിക്കണം. ഈ നോട്ടമാണ് ഇല്ലാത്ത വസ്തുവിനെ ഉള്ളതായും ഉള്ള വസ്തുവിനെ ഇല്ലാത്തതായും പ്രതിഫലിപ്പിക്കുന്നത്. കാഴ്ചക്കാർ എവിടെ നോക്കണമെന്നുപോലും അവതാരകന് തീരുമാനിക്കാൻ കഴിയുന്ന തരത്തിൽ ഒരിന്ദ്രജാലക്കാരൻ പരിശീലനമെടുക്കണം. ശ്രദ്ധാസ്വാധീനത്തിനായി തനതു രീതികൾ തന്നെ ഉപയോഗിക്കുന്നതാണ് ശരിയായ വഴി. ചിലർ നടന്നുകൊണ്ടും മറ്റുചിലർ ഒരു സ്ഥലത്തുതന്നെ നിന്നുകൊണ്ടും അവതരിപ്പിക്കുന്നു. ചിലർ ആത്മവിശ്വാസം പുലർത്തി സധൈര്യം നിൽക്കും. മറ്റുചിലർ ഭയന്നുപോകുന്നു. നാമിതിൽ ഏതു വിഭാഗത്തിലാണെങ്കിലും ആ രീതിതന്നെ ശ്രദ്ധാസ്വാധീനത്തിനായി ഉപയോഗിക്കേണ്ടതുണ്ട്. ചലനങ്ങൾക്കനുസരിച്ച് നമ്മുടെ രീതി മാറ്റുകയല്ല, നമ്മുടെ രീതിക്കനുസരിച്ച് ചലനങ്ങൾ സൃഷ്ടിക്കുകയാണ് ചെയ്യേണ്ടത്. ഇടയ്ക്കിടെ കൈലേസുകൊണ്ട് മുഖം തുടയ്ക്കുന്ന ഒരു രീതി അവലംബിച്ചാൽ വേണ്ടിവന്നാൽ ഒരു സാധനമെടുക്കുവാനോ അല്ലെങ്കിൽ ഒരു സാധനത്തെ മറയ്ക്കുവാനോ ഈ സാദ്ധ്യത ഉപയോഗപ്പെടുത്താമെന്ന് സാരം. എന്നാൽ ഏതൊരു ചലനത്തിനും ഒരു കാരണമുണ്ടായിരിക്കണം (ജസ്റ്റിഫിക്കേഷൻ ഓഫ് മൂവ്സ്). ആ കാരണം കണ്ടുകൊണ്ടിരിക്കുന്നവർക്ക് ബോദ്ധ്യമാവുകയും വേണം. ഇന്ദ്രജാലം ഒരു അവതരണ കലാരൂപമായതിനാൽ അത് അവതരിപ്പിക്കുമ്പോൾ അതിനനുയോജ്യമായ ശാരീരികക്ഷമത അനിവാര്യമാണ്. ശരീരത്തിന്റെ രൂപഘടന പ്രത്യേകം ശ്രദ്ധിക്കേണ്ടതുണ്ട്. ആഹാരനിയന്ത്രണത്തിലൂടെ ഇത് അനായാസം നേടിയെടുക്കാനാകും. ശരീരത്തിനിണങ്ങുന്ന ആകർഷകമായ വസ്ത്രം രൂപകൽപ്പന ചെയ്യുകയും അത് നല്ല നിലയിൽ ധരിക്കുകയും വേണം. ആത്മവിശ്വാസം വർദ്ധിപ്പിക്കുന്നതിന് ഇത് ഉപകരിക്കുമെന്നതിൽ തർക്കമില്ല. ഇക്കാര്യങ്ങളിൽ അതീവ ശ്രദ്ധപുലർത്തുന്നവരാണ് ആഭിചാരക്കാർ. അതുകൊണ്ടാണ് അവരുടെ കെണിയിൽ വീണ്ടും വീണ്ടും ആൾക്കാർ വീണുകൊണ്ടിരിക്കുന്നത്. നിസ്സാരമെന്ന് നാം കരുതുന്ന പലകാര്യങ്ങളും അത്ര നിസ്സാരമല്ലെന്ന് മാത്രമല്ല, വളരെ വലിയ പ്രത്യാഘാതങ്ങൾ സൃഷ്ടിക്കുവാൻ പാകത്തിലുള്ളതാണെന്ന് മനസ്സിലാക്കേണ്ടതുമുണ്ട്. ബോധപൂർവ്വം ശ്രമിക്കുന്ന ഒരാൾക്ക് ഒരാളെയോ ഒരു സമൂഹത്തെയോ അനായാസം സ്വാധീനിക്കാനാകും. ഈ സ്വാധീനം നല്ലൊരു കാര്യത്തിനാകുമ്പോൾ അവിടെ ഒരു കലാരൂപവും കലാകാരനും വിജയം കൈവരിക്കും. ഇതേ സ്വാധീനം സ്വാർത്ഥതാൽപ്പര്യത്തിനായി വിനിയോഗിച്ചാൽ അതുണ്ടാ

ക്കുന്ന അപചയങ്ങൾ അനവധിയാണ്. അതിനാൽ അത്തരം നീക്കങ്ങളെ ചെറുക്കുവാനുള്ള ഒരു മനസ്സ് സജ്ജമാക്കാൻ നാമോരോരുത്തരും ശ്രദ്ധിക്കേണ്ടതുണ്ട്.

സാങ്കേതികവിദ്യയും പാഠ്യപദ്ധതിയും

ലോകത്തിലെ ഏറ്റവും സമ്പത്തുള്ള ക്ഷേത്രം എന്ന നിലയിൽ അറിയപ്പെടുന്നത്, ഇന്ത്യയിൽ, നമ്മുടെ കേരളത്തിൽ, തിരുവനന്തപുരത്തുള്ള പത്മനാഭസ്വാമി ക്ഷേത്രമാണ്. അതിന്റെ നിലവറകളിൽ സൂക്ഷിച്ചിട്ടുള്ള കോടിക്കണക്കിന് രൂപ വിലമതിക്കുന്ന സ്വർണ്ണാഭരണങ്ങളും രത്നങ്ങളുമാണ് ഈ ക്ഷേത്രത്തെ സമ്പന്ന പട്ടികയിലെത്തിച്ചത്. വിവിധ കാലഘട്ടങ്ങളിൽ രാജാക്കന്മാർ യുദ്ധങ്ങളിലൂടെ കരസ്ഥമാക്കിയ സമ്പാദ്യമെല്ലാം ഈ അമ്പലത്തിലേക്ക് നേർച്ചയായി വെക്കുക വഴിയാണ് ഇതിന് കളമൊരുങ്ങിയത്. ഇപ്രകാരം ലോകമെമ്പാടും സമ്പത്ത് സ്വരുക്കൂട്ടുന്നതിനുവേണ്ടി നിരവധി യുദ്ധങ്ങളും അക്രമങ്ങളും നടന്നതായി ചരിത്രം രേഖപ്പെടുത്തുന്നു. ഏറ്റവും കൂടുതൽ ഭൂമി കൈവശമുള്ള ആളിനെ നമ്മൾ പണക്കാരൻ അല്ലെങ്കിൽ ജന്മി എന്ന് വിളിച്ചിരുന്നു. ഏറ്റവും വിസ്തൃതമായ രാജ്യമുള്ള ആളാണ് രാജാക്കന്മാരുടെയും മുകളിലുള്ള ചക്രവർത്തി എന്നറിയപ്പെട്ടിരുന്നത്. അതായത് സമ്പന്നതയുടെ മാനദണ്ഡം കൈവശമുള്ള സ്ഥാവരജംഗമ വസ്തുക്കളിലധിഷ്ഠിതമായിരുന്നു.

പക്ഷേ, കാലം മാറിയതിനനുസരിച്ച് ഏറ്റവും വലിയ ധനികനാര് എന്ന് ചോദിച്ചാൽ അത് ഏറ്റവുംകൂടുതൽ ഡേറ്റ കൈവശംവയ്ക്കുന്ന ആളാണ് എന്ന സ്ഥിതിയിലേക്ക് കാര്യങ്ങൾ മാറിയിരിക്കുകയാണ്. വരുംവർഷങ്ങളിൽ ലോകത്താകമാനമുള്ള വരുമാന സ്രോതസ്സ് നിയന്ത്രിക്കുന്നത് ക്ലൗഡ് ആയിരിക്കും എന്ന് പഠനങ്ങൾ വ്യക്തമാക്കുന്നത് ഇതുകൊണ്ടാണ്. 2021 ൽ വിവിധ ആപ്പുകൾ ഡൗൺലോഡ് ചെയ്ത് ലഭിച്ച വരുമാനം 133 അമേരിക്കൻ ബില്യൺ ഡോളർ എന്നാണ് വി

ലയിരുത്തപ്പെട്ടിട്ടുള്ളത്. ഫ്രോണ്ടിയർ ടെക്നോളജികളിൽ ഒന്നായ ക്ലൗഡ് ടെക്നോളജിയുടെ ആഗോള വിപണിമൂല്യം 2022 ൽ 545.8 അമേരിക്കൻ ബില്യൺ ഡോളറാണ്. ഇത് 2029 ആകുമ്പോൾ 1250 അമേരിക്കൻ ബില്യൺ ഡോളർവരെ ആകാമെന്ന് കണക്കുകൂട്ടുന്നു. നിർമ്മിത ബുദ്ധിയുടെ ഇപ്പോഴത്തെ മൂല്യം 387.5 അമേരിക്കൻ ബില്യൺ ഡോളറാണ്. 2029 ഇത് 545.8 അമേരിക്കൻ ബില്യൺ ഡോളറിലേക്ക് കുതിച്ചുകയറുമെന്നും കണക്കാക്കപ്പെടുന്നു. അതുപോലെതന്നെ വ്യവസായ വാണിജ്യരംഗങ്ങളിൽ ബ്ലോക്ക് ചെയിൻ സാങ്കേതികവിദ്യയിലൂടെ ചെലവ് കുറയ്ക്കുവാൻ കഴിയുന്നു എന്ന പ്രത്യേകതയുമുണ്ട്. ഇതൊക്കെക്കൊണ്ടുതന്നെ ഡാറ്റയും ഡാറ്റയിലധിഷ്ഠിതമായ സാങ്കേതികവിദ്യയുമായിരിക്കും ഇനി ലോകത്തിന്റെ സമ്പദ്‌വ്യവസ്ഥയെ നിയന്ത്രിക്കുക എന്നതിൽ യാതൊരു തർക്കവുമില്ല.

എന്തുകൊണ്ടാണ് ഇത് സംഭവിക്കുന്നത്? ഡാറ്റ കൈവശപ്പെടുത്തിയാൽ അതുവഴി നമുക്ക് ലോകത്തിന്റെ ഗതിയെത്തന്നെ നിയന്ത്രിക്കുവാനാകും. ഇന്ന് ഒരു മനുഷ്യന്റെ ഏത് ആവശ്യത്തിനാണ് മുൻഗണന കൊടുക്കേണ്ടത് എന്നതിനെ സംബന്ധിച്ച് ഒരുപക്ഷേ അയാൾക്കുതന്നെ ചിലപ്പോൾ സംശയം ഉണ്ടായേക്കാം. സംശയലേശമെന്യേ അയാളുടെ ആവശ്യങ്ങളെ യഥാവിധി നിറവേറ്റിക്കൊടുക്കുവാനും അത് നിർവ്വഹിപ്പിക്കുവാനും കഴിയുന്ന തരത്തിൽ അത്ഭുതങ്ങൾ രൂപപ്പെടുന്നത് ഡാറ്റയുടെ പിൻബലത്താലാണ് എന്നതാണ് ഡാറ്റയ്ക്ക് ഇത്രയും വലിയ വിപണിമൂല്യം ഉണ്ടാകുവാൻ കാരണം. നമ്മുടെ മനസ്സിനെ സ്വാധീനിക്കുന്നതെന്ത് എന്ന കാര്യത്തിൽ ഒരു സംശയം നമുക്കുപോലുമുണ്ട്. പക്ഷേ, നമ്മുടെ മനസ്സിനെ എന്താണ് സ്വാധീനിക്കുന്നതെന്ന കാര്യത്തിൽ അൽഗോരിതത്തിന് യാതൊരു സംശയവുമില്ല. നമ്മുടെ ആഗ്രഹങ്ങളുടെ അടിത്തറതോണ്ടി പരിശോധിക്കുന്ന സംവിധാനമാണ് എ ഐ എന്ന ആർട്ടിഫിഷ്യൽ ഇന്റലിജൻസ് അഥവാ നിർമ്മിതബുദ്ധി. നിർമ്മിതബുദ്ധിയുടെ പ്രയോഗത്തിലൂടെ വളരെയേറെ മുന്നോട്ടുപോകുന്നതിന് ലോകത്തിന് സാദ്ധ്യമായിട്ടുണ്ട്.

നമ്മുടെ മനസ്സ് എന്ത് തീരുമാനമെടുക്കും എന്ന് നമുക്കുപോലും തിരിച്ചറിയുവാൻ കഴിയാത്ത നിരവധി സന്ദർഭങ്ങൾ നമ്മുടെ ജീവിതത്തിലുണ്ടായിട്ടുണ്ട്. അപ്പോഴും ലോകമെമ്പാടുമുള്ള ആൾക്കാരുടെ മനസ്സിലിരിപ്പ് വ്യക്തമായി മനസ്സിലാക്കുവാനും അവർക്ക് അനുയോജ്യമായത് അവർക്കായി തിരഞ്ഞെടുക്കുവാനും നിർമ്മിതബുദ്ധിയിലൂടെ കഴിയുന്നു എന്നതാണ് അതിന്റെ വിശാലത.

ബയോമെട്രിക് ഡാറ്റായും കമ്പ്യൂട്ടറും കൂടുതൽ ശക്തിപ്രാപിക്കുമ്പോൾ ഒരു ബാഹ്യ അൽഗോരിതത്തിന്റെ നിരീക്ഷണത്തിലാണ് നാമെല്ലാ

വരും എന്ന സത്യം ഒരുപക്ഷേ നമ്മൾ അറിയുന്നില്ല. വരും ഭാവിയിൽ ലോകമെമ്പാടുമുള്ള കമ്പനികൾ ആൾക്കാർക്ക് പകരം അൽഗോരിതങ്ങളെയായിരിക്കും പകരംവയ്ക്കുന്നത് എന്നുള്ളത് വ്യക്തമായിക്കൊണ്ടിരിക്കുന്നു. അതിനാൽ നിർമ്മിതബുദ്ധി സംബന്ധിച്ച പഠനം നമ്മുടെ പാഠ്യവിഷയം എന്നുള്ള നിലയിൽ സമഗ്രമായി കൊണ്ടുവരികയും നിർമ്മിതബുദ്ധിയിലേക്ക് ആളുകളെ ആകർഷിക്കുകയും ചെയ്യുക എന്നുള്ളത് അത്യന്താപേക്ഷിതമായ ഒരു കാര്യം തന്നെയാണ്.

ശാസ്ത്രബോധത്തിലധിഷ്ഠിതമായ യുക്തിചിന്ത രൂപപ്പെടുത്തുന്നതിന് പലപ്പോഴും മനുഷ്യമനസ്സിന് സാദ്ധ്യമായി എന്നുവരില്ല. ഈ ഒരു പരിമിതിയെ അതിവിദഗ്ദ്ധമായി തരണംചെയ്യുന്നതിന് നിർമ്മിത ബുദ്ധിയിലൂടെ കഴിയുന്നു എന്നതാണ് നിർമ്മിതബുദ്ധിയുടെ പ്രാധാന്യം വർദ്ധിപ്പിക്കുന്നത്. പരസ്യങ്ങളിലൂടെ സിനിമാതാരങ്ങളും കായിക താരങ്ങളും തരുന്ന ഗ്യാരണ്ടിയിലും അവർ നൽകുന്ന വാഗ്ദാനങ്ങളിലും മയങ്ങി നിരവധി അപകടങ്ങളിൽ ചെന്നുപെടുന്ന സാമാന്യജനത്തെ നേർവഴിക്ക് നയിക്കുവാൻ അൽഗോരിതങ്ങൾക്കാകും എന്നത് നിർമ്മിത ബുദ്ധിയുടെ ഏറ്റവും വലിയ പ്രത്യേകതതന്നെയാണ്. തെറ്റിദ്ധരിപ്പിക്കുന്ന പരസ്യങ്ങൾക്കോ വ്യാജപ്രചാരണങ്ങൾക്കോ യാതൊരിടവും നൽകാതെ നമ്മുടെ ആവശ്യങ്ങളെ യഥാവിധി കണ്ടറിഞ്ഞ് സഹായിക്കുവാൻ അൽഗോരിതങ്ങൾ സഹായിക്കും എന്നകാര്യത്തിൽ യാതൊരു തർക്കവുമില്ല. കബളിപ്പിക്കുന്ന പരസ്യവിപണി ഇവിടെ നിർജ്ജീവമാകുന്ന കാലം വിദൂരമല്ല എന്ന് സാരം.

കമ്പോളവൽക്കരണത്തിന്റെ ഭാഗമായി മലീമസമായിക്കൊണ്ടിരിക്കുന്ന ആരോഗ്യരംഗത്ത് പുത്തനുണർവ്വ് വരുത്തുവാൻ ആൽഗോരിതങ്ങൾക്കാകുമെന്ന സത്യവും ഇന്ന് ലോകം തിരിച്ചറിഞ്ഞുകൊണ്ടിരിക്കുന്നു. അങ്ങനെ അമേരിക്കൻ പ്രസിഡന്റിന് ലഭിക്കുന്ന അതേ ചികിത്സ നമ്മുടെ നാട്ടിലെ ഒരു കൂലിവേല ചെയ്യുന്ന വ്യക്തിക്ക് ലഭിക്കുവാൻ പോകുന്ന സാഹചര്യം ഒരുക്കുന്നതിന് അൽഗോരിതങ്ങൾക്കാകുന്നു എന്ന് പറയുമ്പോൾ നിർമ്മിതബുദ്ധിയുടെ സാദ്ധ്യത എത്രകണ്ട് വലുതാണെന്ന് നാം മനസ്സിലാക്കേണ്ടിയിരിക്കുന്നു.

വാളും പരിചയും അമ്പും വില്ലും കൊണ്ട് യുദ്ധം ചെയ്തിരുന്ന പ്രാചീന കാലഘട്ടത്തിലെ ജനതയെക്കുറിച്ച് ഒരു പുച്ഛം മനസ്സിൽ കൊണ്ടുനടക്കുന്നവരാണ് നാം ഓരോരുത്തരും. നേർക്കുനേർനിന്ന് വെടിയുതിർക്കുകയും ആകാശത്തിലൂടെ ബോംബ് വർഷിക്കുകയും ചെയ്തുകൊണ്ടാണ് നാമിങ്ങനെ ചിന്തിക്കുന്നത്. ഫാക്ടറികളും ഓഫീസുകളും അൽഗോരിതങ്ങൾ കയ്യടക്കുന്നതുപോലെ യുദ്ധരംഗത്ത് ഡ്രോണുകൾ അതിന്റെ കൃത്യം നിർവ്വഹിക്കുമ്പോഴാണ് നമ്മുടെ യുദ്ധരീതി എത്രമാത്രം അപരി

ഷ്കൃതമാണെന്ന് വരുംതലമുറ പരിശോധിക്കുന്നത്.

മനുഷ്യന് സംഭവിക്കുവാൻ സാദ്ധ്യതയുള്ള ഓർമ്മത്തെറ്റുകളോ പിഴവുകളോ ഒന്നുംകൂടാതെ അതിസമൃദ്ധമായി ഇക്കാര്യം നിർവ്വഹിക്കുവാൻ അൽഗോരിതങ്ങൾക്കാകുന്നു എന്നത് നിർമ്മിതബുദ്ധിയുടെ അപാര സാദ്ധ്യതയിൽ ഒന്നുമാത്രമാണ്. നാം നമ്മിലൂടെ മാത്രം ചിന്തിക്കുമ്പോൾ അൽഗോരിതങ്ങൾ ലോകത്തെ ഒന്നാകെ കണ്ടുകൊണ്ട് ഒരുപോലെ ചിന്തിക്കുന്നു. തന്മൂലം വരാൻ സാദ്ധ്യതയുള്ള പ്രശ്നങ്ങളെ കൃത്യമായി അവലോകനം ചെയ്തും പ്രതിസന്ധികളെ ഓരോന്നിനെയും തരണംചെയ്തുമാണ് അൽഗോരിതങ്ങൾ പ്രവർത്തനം ആരംഭിക്കുന്നത്. നൂറ്റാണ്ടുകളിലൂടെ മനുഷ്യന് ആർജ്ജിച്ചെടുക്കുവാൻ കഴിയുന്ന കഴിവുകളെല്ലാം തന്നെ അൽഗോരിതങ്ങൾക്ക് ഒരൊറ്റ അപ്ഡേഷനിലൂടെ നിമിഷനേരം കൊണ്ട് നേടിയെടുക്കുവാൻ സാധിക്കുന്നു എന്നതും ഏറ്റവും വലിയ പ്രത്യേകതകളിൽ ഒന്നാണ്.

ദുർഗ്രഹമായ മനുഷ്യമനസ്സിനെ അപഗ്രഥിക്കുവാൻ വളരെയേറെ ബുദ്ധിമുട്ടാണ്. അതുകൊണ്ടാണ് ഒരു നൂറ്റാണ്ടുകാലം കഴിഞ്ഞിട്ടും ഫ്രോയിഡിന്റെ മനോവിശ്ലേഷണം എന്ന മനശ്ശാസ്ത്രസങ്കേതം ഫലപ്രദമായി നടപ്പിലാക്കുവാൻ നമുക്കിനിയും സാദ്ധ്യമാകാത്തത്. എന്നാൽ ഈ മനുഷ്യമനസ്സിനേക്കാൾ ശതകോടി ശക്തിയോടെ പ്രവർത്തിക്കുവാനാകുന്ന അൽഗോരിതങ്ങൾ സുതാര്യമായതിനാൽ നമുക്ക് അതിന്റെ ഗതിവിഗതികൾ മനസ്സിലാക്കുന്നതിനും അതിനെ പരിഷ്കരിക്കുന്നതിനും കഴിയുന്നു എന്ന പ്രത്യേകതയും ശ്രദ്ധേയമാണ്. മാനവരാശിയുടെ ഭാവി ഭാഗധേയം അൽഗോരിതങ്ങളിൽ അധിഷ്ഠിതമായിരിക്കും എന്നതുകൊണ്ടുതന്നെ പുതുതലമുറയിലെ എല്ലാ ആൾക്കാരും നിർമ്മിത ബുദ്ധിയുടെ അപാരസാദ്ധ്യതകൾ അറിയുന്ന തരത്തിൽ അത് പഠിച്ചെടുക്കേണ്ടത് അനിവാര്യമാണ്. അത് നമ്മുടെ പാഠ്യപദ്ധതിയിലൂടെതന്നെ ആവിഷ്കരിക്കുകയും വേണം. റെസ്പോൺസിബിൾ ആർട്ടിഫിഷ്യൽ ഇന്റലിജൻസ് എന്തെന്ന ബോധം കുട്ടിക്കാലം മുതൽ തന്നെ പുതുതലമുറയിൽ വളർത്തിയെടുക്കേണ്ടത് അനിവാര്യമാണ്. മാനവരാശിയുടെ നന്മയ്ക്ക് ഉപകാരപ്പെടുന്ന അതേ അൽഗോരിതങ്ങൾ തന്നെ ഒരല്പം മാറ്റി പ്രയോഗിച്ചാൽ അത് മാനവരാശിയുടെ നാശത്തിനും കാരണമാകുന്നു എന്ന് പഠനങ്ങൾ വ്യക്തമാക്കിയിട്ടുണ്ട്. വൈദ്യുതി നമുക്ക് വെളിച്ചം നൽകുന്നതിനും വ്യവസായങ്ങൾ പുഷ്ടിപ്പെടുന്നതിനും ഉപയോഗിക്കാം. അതേ വൈദ്യുതി വൈദ്യുത ചെയർ ഉണ്ടാക്കി ആളുകളെ കൊല്ലുന്നതിനും ഉപയോഗിക്കാം എന്നത് നമുക്കറിയാം.

റെസ്പോൺസിബിൾ ആർട്ടിഫിഷ്യൽ ഇന്റലിജൻസ് എന്ന സങ്കേതത്തിലൂടെ പ്രയോഗത്തിന്റെ നീതിശാസ്ത്രത്തെയും നമുക്ക് പഠി

പ്പിക്കുവാനാകും. ഇത് സ്കൂൾതലം മുതൽ തുടങ്ങേണ്ടതുമുണ്ട്. ആർട്ടിഫിഷ്യൽ ഇന്റലിജൻസിൽനിന്നും ആർട്ടിഫിഷ്യൽ ജനറൽ ഇന്റലിജൻസിലേക്ക് പ്രയാണം ആരംഭിക്കുന്ന ഘട്ടത്തിലാണ് നാമിപ്പോൾ. അതുകൊണ്ടുതന്നെ മനുഷ്യൻ ചിന്തിച്ച് പ്രവർത്തിക്കുന്നതുപോലെ യന്ത്രങ്ങൾക്കും പ്രവർത്തിക്കുവാനാകുന്ന സാഹചര്യം സംജാതമാകുന്ന സ്ഥിതിവിശേഷമാണ് നിലവിലുള്ളത്. മനുഷ്യന്റെ ബുദ്ധിയിലുരുത്തിരിയുന്ന അൽഗോരിതങ്ങളാണ് ഇതുവരെ കമ്പ്യൂട്ടറിനെ നയിച്ചിരുന്നതെങ്കിൽ കമ്പ്യൂട്ടർ സ്വയംതന്നെ ഇത്തരം അൽഗോരിതങ്ങൾ രൂപപ്പെടുത്തുന്ന തരത്തിലേക്ക് കാര്യങ്ങൾ മാറുന്ന പ്രക്രിയയാണ് ആർട്ടിഫിഷ്യൽ ജനറൽ ഇന്റലിജൻസ് എന്ന് പറയുന്നത്.

ചെസ്സ് കളിയുടെ മേഖലയിൽ 1997 ലാണ് ആദ്യമായി ഒരു കമ്പ്യൂട്ടർ ലോക ചെസ്സ് ചാമ്പ്യനായ കാസ്പറോവിനെ പരാജയപ്പെടുത്തുന്നത്. തുടർന്ന് മനുഷ്യനും കമ്പ്യൂട്ടറും സംയുക്തമായ പ്രവർത്തനത്തിലൂടെയാണ് വലിയ വലിയ മാറ്റങ്ങൾ ഉണ്ടാക്കിക്കൊണ്ടിരുന്നത്. അപ്പോഴാണ് സെക്കന്റിൽ എഴുപതിനായിരം ദശലക്ഷം കരുനീക്കങ്ങൾ ഹൃദിസ്ഥമാക്കിയിരുന്ന സ്റ്റോക്ക് ഫിഷ് 8 എന്ന സോഫ്റ്റ്‌വെയറിനെ ഗൂഗിളിന്റെ അൽഫസീറോ എന്ന സോഫ്റ്റ്‌വെയർ 2017ൽ കീഴടക്കുന്നത്. അൽഫസീറോ എന്ന സോഫ്റ്റ്‌വെയറിന് ഒരു സെക്കന്റിൽ കേവലം 70000 കരുനീക്കങ്ങൾ മാത്രമേ വശമുണ്ടായിരുന്നുള്ളൂ. അൽഫസീറോയുടെ പ്രത്യേകത മനുഷ്യനിർമ്മിതമായ സോഫ്റ്റ്‌വെയറിലല്ല മറിച്ച് സ്വയം ചിന്തിച്ച തീരുമാനമെടുത്ത് പ്രവർത്തിച്ചതിലൂടെയാണ് സ്റ്റോക്ക് ഫിഷ് 8 എന്ന വമ്പനെ പരാജയപ്പെടുത്തുവാനായത് എന്നതാണ്. ഇത് ആർട്ടിഫിഷ്യൽ ജനറൽ ഇന്റലിജൻസിലേക്കുള്ള പ്രയാണത്തിന്റെ തുടക്കമായി കാണാവുന്നതാണ്. മനുഷ്യനിർമ്മിത അൽഗോരിതങ്ങളിൽ തീർച്ചയായും മനുഷ്യന്റെ പരിമിതിയും കടന്നുകൂടും എന്നതിൽ യാതൊരു തർക്കവുമില്ല. എന്നാൽ ഈ പരിമിതികളെ അതിജീവിക്കുന്ന നവീന സാങ്കേതികവിദ്യയിലൂടെ കാര്യങ്ങൾ നീങ്ങുന്നു എന്നതാണ് ആർട്ടിഫിഷ്യൽ ജനറൽ ഇന്റലിജൻസ് നമുക്കുതരുന്ന സൂചന. ഇക്കാര്യങ്ങളിൽ വ്യക്തമായ അവബോധം സ്കൂൾതലം മുതൽ തന്നെ കുട്ടികളിൽ വളർത്തിയെടുത്തു കൊണ്ടുവരിക എന്നതിനാകണം നാമിനി പ്രാധാന്യം നൽകേണ്ടത്. അതിനാൽ കരിക്കുലം പരിഷ്കരണത്തിന്റെ ഭാഗമായി ഇത്തരം ശാസ്ത്ര വിഷയങ്ങളിലേക്കുള്ള താൽപ്പര്യം കുട്ടികളിൽ ജനിപ്പിക്കുന്നതരത്തിൽ വിദ്യാഭ്യാസ നയങ്ങളിൽ കാതലായ മാറ്റങ്ങൾ അനിവാര്യമാണ്.

നിർമ്മിതബുദ്ധിയുടെ ജനാധിപത്യവല്ക്കരണം

ഇരുപതാം നൂറ്റാണ്ടിലെ ഏറ്റവും വലിയ ഭൗതികശാസ്ത്ര വിപ്ലവമാണ് ആപേക്ഷികതാ സിദ്ധാന്തം. ഈ കണ്ടെത്തലിലൂടെ ശാസ്ത്രത്തിന്റെ കാഴ്ചപ്പാടിൽ തന്നെ മാറ്റങ്ങളുണ്ടായി. ആപേക്ഷികതാസിദ്ധാന്തം വളരെയധികം പ്രചാരത്തിലായത് ആളുകൾ അതിനെക്കുറിച്ച് മനസ്സിലാക്കിയതുകൊണ്ടല്ല; മറിച്ച് അതിന്റെ ദുർഗ്രാഹ്യതകൊണ്ടാണ്. എന്നാൽ ഇന്ന് കാര്യങ്ങൾ അത്തരത്തിലല്ല. ആർട്ടിഫിഷ്യൽ ഇന്റലിജൻസ് ഡെമോക്രാറ്റൈസേഷൻ അഥവാ നിർമ്മിതബുദ്ധിയുടെ ജനാധിപത്യവൽക്കരണം എന്ന തലത്തിലാണ് കാര്യങ്ങൾ മാറിക്കൊണ്ടിരിക്കുന്നത്. കേൾക്കുമ്പോൾ ഇമ്പവും കുളിർമയും പകരുന്നതാണ് ഈ പ്രയോഗമെങ്കിലും ഇതിൽ പതിയിരിക്കുന്ന അപകടങ്ങൾ വളരെ വലുതാണ്. വ്യാപകമായി ജനങ്ങളിലെത്തേണ്ട ഒന്നാണ് ശാസ്ത്രംഎന്നതിൽ യാതൊരു തർക്കവുമില്ല. എന്നാൽ ജനാധിപത്യവൽക്കരണത്തിലൂടെ ആളുകളെ ഒന്നായി വിലയ്ക്കെടുക്കുന്ന തലത്തിലേക്ക് കാര്യങ്ങൾ മാറുന്നുണ്ടോ എന്നുകൂടി നാം പരിശോധിക്കേണ്ടിയിരിക്കുന്നു. നമ്മുടെ വിവരങ്ങൾ അതീവ രഹസ്യമായി നമ്മിൽനിന്നുതന്നെ ചോർത്തി വളരെ സൗജന്യമായി മറ്റു വിവരങ്ങൾ നമുക്ക് നൽകുന്നു എന്നുള്ളതാണ് എല്ലാ ഇന്റർനെറ്റ് പ്രവർത്തനങ്ങളുടെയും അടിസ്ഥാനതത്വം. ഇന്നിപ്പോൾ നമ്മിൽനിന്നും പണം ഈടാക്കി നമ്മുടെ രഹസ്യം വളരെ ഭംഗിയായി ചോർത്തിയെടുക്കുന്ന തലത്തിലേക്കുവരെ ഇത് എത്തിനിൽക്കുന്നു.

നിർമ്മിതബുദ്ധിയുടെ ആധിപത്യത്തോടെ മനുഷ്യൻ എന്നത് ഉപയോഗമില്ലാത്ത ഒരു വസ്തുവായി മാറുന്ന സാഹചര്യത്തിലേക്കാണ് കാര്യങ്ങൾ എത്തിയിരിക്കുന്നത്. കണക്കറ്റ സാദ്ധ്യതകൾ അലയടിച്ച

യരുമ്പോഴും അപകടത്തിന്റെ ആഴം അസാധാരണമായി വർദ്ധിക്കുന്നു എന്നത് ഗൗരവമുള്ള ഒന്നുതന്നെയാണ്. 1950 കളോടെ അമേരിക്കൻ കമ്പ്യൂട്ടർ ശാസ്ത്രജ്ഞനായ ജോൺ മക്കാർത്തിയാണ് ആർട്ടിഫിഷ്യൽ ഇന്റലിജൻസ് എന്ന പദത്തിന് രൂപംനൽകിയത്. അന്നുമുതൽ ഈ മേഖലയിൽ കാര്യക്ഷമമായ പഠനങ്ങൾ തുടങ്ങി. ഇന്നത് അതിന്റെ ഉയർച്ചാപടവുകൾ അതിവേഗം താണ്ടി മുന്നേറുകയാണ്.

എന്തിനും ഏതിനും ഓൺലൈൻ സംവിധാനങ്ങളെ ആശ്രയിക്കുക എന്ന ഒരു ശീലം നമ്മിൽ അടിയുറച്ചിരിക്കുന്നു. നേരിട്ടുള്ള വിവരശേഖരണത്തെക്കാൾ ഫലപ്രദം ഇന്റർനെറ്റിലൂടെ സെർച്ച് ചെയ്ത് നേടിയെടുക്കലാണ് എന്ന പാഠവും നാം പഠിച്ചു. എന്നാൽ ഇതൊക്കെ ആർക്കും സാദ്ധ്യമാണ് എന്നതുകൊണ്ടുതന്നെ ഇതിന് അതുല്യത അവകാശപ്പെടുവാനാകുമായിരുന്നില്ല. നേരിട്ടുള്ള കണ്ടെത്തലിൽ ഒരതുല്യത ഒളിഞ്ഞിരിപ്പുണ്ട്. എന്നാൽ നേരിട്ട് കണ്ടെത്താതെതന്നെ ഇന്ന് അതിനും സാദ്ധ്യതയുള്ള സാഹചര്യം സംജാതമായിരിക്കുന്നു. അതാണ് ചാറ്റ് ജി പി ടി അഥവാ ജനറേറ്റീവ് പ്രീട്രയിൻ ട്രാൻസ്ഫോർമർ. അമേരിക്കയിൽ കാലിഫോർണിയയിലെ എലോൺ മസ്കിന്റെ ഓപ്പൺ എ ഐ എന്ന കമ്പനിയാണ് 2022 നവംബർ മാസത്തിൽ ചാറ്റ് ജി പി ടി പുറത്തിറക്കിയത്. പരീക്ഷണാർത്ഥം ഒരു ബീറ്റാ വേർഷനിലാണ് ഇത് ഇറക്കിയിട്ടുള്ളതെങ്കിലും ലോകത്താകമാനം കോടിക്കണക്കിനാളുകൾ ഇതിപ്പോൾ വളരെ ഭംഗിയായി ഉപയോഗിച്ചുവരുന്നു. ചിന്തിക്കുന്നതെന്തും സഫലമാക്കിത്തരുവാനാകുന്ന സാങ്കേതികവിദ്യയാണിത്. അസൈൻമെന്റിനപ്പുറം ഗവേഷണ പ്രബന്ധങ്ങൾപോലും തനതു രീതിയിൽ സൃഷ്ടിക്കുവാൻ ഇതിന് കഴിയുന്നു. അതുകൊണ്ടുതന്നെ അമേരിക്കയിൽ ചില വിദ്യാലയങ്ങളിൽ ഇതിനനുമതി നിഷേധിച്ചിരിക്കുകയാണ്. ഒരു ചിത്രകാരൻ 100 മണിക്കൂറുകൾ ചെലവഴിച്ചു സൃഷ്ടിക്കുന്ന ചിത്രം നിമിഷങ്ങൾകൊണ്ട് സൃഷ്ടിക്കുവാൻ ചാറ്റ് ജി പി റ്റിയിലൂടെ കഴിയുന്നു. കഥയും കവിതയും നോവലുമൊക്കെ ഞൊടിയിടയിൽ സംഭവിക്കും. അതും കുറ്റമറ്റ നിലയിൽ. മൈക്രോസോഫ്റ്റ് എ ഐ, വാൾ ഇ യിലൂടെ സബ്ബിംഗ് നിർവ്വഹിക്കുവാൻ നമുക്കിന്നനായാസം കഴിയുന്നു. എന്നിട്ടും മൈക്രോസോഫ്റ്റടക്കമുള്ള നിരവധി വ്യാവസായിക ഭീമന്മാർ ചാറ്റ് ജിപിറ്റിലേക്ക് മുടക്കുമുതൽ നിക്ഷേപത്തിന് തയ്യാറായിരിക്കുന്നു. ഇതെല്ലാംതന്നെ ചാറ്റ് ജി പി ടിയുടെ വരുംകാല സാദ്ധ്യതകളിലേക്ക് വെളിച്ചംവീശുന്ന വസ്തുതകളാണ്.

ഗൂഗിളിൽ സെർച്ച് ചെയ്താൽ നമുക്ക് വിവരങ്ങൾ ലഭിക്കും. ചാറ്റ് ജി പി ടിയിലൂടെയും വിവരങ്ങൾ ലഭിക്കും. അപ്പോൾ എന്താണ് ഇവ തമ്മിലുള്ള വ്യത്യാസം? അതാണ് പ്രധാനമായും നാം അറിഞ്ഞിരിക്കേണ്ടത്. ഗൂഗിൾ എ ഐ എന്നത് അദ്ധ്യാപകരാണെങ്കിൽ ചാറ്റ് ജി പി റ്റി

എന്നത് ഗുരുക്കന്മാരാണ്. അറിവിൽനിന്നും അദ്ധ്യയനം നടത്തുന്നവരാണ് അദ്ധ്യാപകർ എന്നാൽ ഗുരുക്കന്മാർ അറിയലിൽ നന്നാണ് അദ്ധ്യയനം നടത്തുന്നത്. രണ്ടുഭാഗം ഹൈഡ്രജനും ഒരുഭാഗം ഓക്സിജനും ചേർന്നാൽ അത് വെള്ളമാകും എന്നത് ഒരു അറിവ് മാത്രമാണ്. അതാണ് ഒരു അദ്ധ്യാപകൻ പഠിപ്പിക്കുന്നത്. യഥാർത്ഥത്തിൽ ഒരദ്ധ്യാപകനും ലോകത്തൊരിടത്തും രണ്ടുഭാഗം ഹൈഡ്രജനും ഒരുഭാഗം ഓക്സിജനും ചേർത്ത് വെള്ളം ഉണ്ടാക്കിയിട്ടില്ല. തനിക്ക് ലഭിച്ച ഒരറിവ് മറ്റൊരാളിലേക്ക് പകരുകമാത്രമാണ് ഇവിടെ ചെയ്യുന്നത്. യഥാർത്ഥത്തിൽ അവിടെ അറിയൽ ഉണ്ടായിട്ടേയില്ല.

ഗൂഗിളിലൂടെ ഒരു വിവരം നമ്മൾ അന്വേഷിക്കുമ്പോൾ ഗൂഗിളിനകത്ത് സ്റ്റോർ ചെയ്തിട്ടുള്ള ഡേറ്റകളിൽനിന്നും നമുക്ക് ആവശ്യമുള്ളത് വളരെ പെട്ടെന്ന് തിരഞ്ഞെടുത്തുതരുന്ന ഒരു സെർച്ച് എൻജിൻ മാത്രമാണ് ഗൂഗിൾ. എന്നാൽ ചാറ്റ് ജി പി റ്റി എന്നാൽ നാം ഉന്നയിക്കുന്ന ചോദ്യത്തിന് അതിന്റേതായ മറുപടി അപ്പോൾ സൃഷ്ടിച്ച് നൽകുന്ന ആർട്ടിഫിഷ്യൽ ജനറൽ ഇന്റലിജൻസിന്റെ സ്വയം സൃഷ്ടിക്കുന്ന മറുപടികൾ ലഭിക്കുന്നു. തന്മൂലം ഇതിന് ഇതിന്റേതായ തനത് സ്വത്വം പ്രതിഫലിക്കും. അതുകൊണ്ടാണ് ഗൂഗിൾ എന്നത് അദ്ധ്യാപകനും ചാറ്റ് ജി പി ടി എന്നത് ഗുരുവുമായി മാറുന്നത്. ഗൂഗിളിനെപ്പോലെ മെഷീൻ ലേണിങ് സാങ്കേതികവിദ്യയിലൂടെത്തന്നെയാണ് ചാറ്റ് ജി പി ടിയും പ്രവർത്തിക്കുന്നത്. നാച്ചുറൽ ലാംഗ്വേജ് ജനറേറ്ററിലൂടെ (എൻ എൽ ജി) ഉത്തരങ്ങൾ നൽകാൻ കഴിയുന്നു എന്നുള്ളത് ഒരു പ്രത്യേകതയാണ്. മുൻകൂട്ടി ലഭ്യമായ വിവരങ്ങൾ വച്ചുകൊണ്ട്, അതിന്റെ അടിസ്ഥാനത്തിൽ തനതായി മറുപടി സൃഷ്ടിക്കുക എന്ന മനുഷ്യസാദ്ധ്യ വിശകലനത്തിന് സമാനമായ രീതിയിലാണ് നിർമ്മിതബുദ്ധിയിലൂടെ ചാറ്റ് ജി പി ടി പ്രവർത്തിക്കുന്നത്. ഇവിടെയാണ് വലിയൊരപകടം പതിയിരിക്കുന്നത്. വെബ്സൈറ്റിലേക്ക് അപ്ലോഡ് ചെയ്യുന്ന വസ്തുതകളുടെ അടിസ്ഥാനത്തിലാണ് മറുപടി ലഭ്യമാവുക. വിശ്വാസ്യതയില്ലാത്തതും പക്ഷപാതപരവുമായ വസ്തുതകൾ വെബ്സൈറ്റിൽ കടന്നുകൂടിയാൽ അത് പരിശോധിക്കുവാനുള്ള സംവിധാനം നിലവിലില്ല. ഉദാഹരണത്തിന് അമേരിക്കയിൽ ഏറ്റവും കൂടുതൽ വെബ്സൈറ്റുകളിൽ അവർ അപ്ലോഡ് ചെയ്തിട്ടുള്ള വസ്തുതകൾ പരിശോധിച്ചാൽ കറുത്ത വർഗ്ഗക്കാരെല്ലാംതന്നെ തീവ്രവാദികളാണ് എന്നാണ് ബോദ്ധ്യപ്പെടുക. 2023 ലെ ഗാർഡ്നർ റിപ്പോർട്ടിൽ ഈ ആശങ്ക വളരെ വലിയ പ്രാധാന്യത്തോടെ പങ്കുവച്ചിരിക്കുന്നു.

ഭരണവർഗ്ഗവും ഭരണതലത്തിൽ സ്വാധീനമുള്ള ഉയർന്ന വിഭാഗത്തിൽപ്പെട്ടവരും തീരുമാനിക്കുന്ന തരത്തിൽ കാര്യങ്ങളെ വ്യാഖ്യാനിക്കുവാൻ കഴിയുന്നു എന്ന അപകടം അവിടെ പതിയിരിക്കുന്നു. മഹാ

ഭൂരിപക്ഷം സാധാരണക്കാർക്കും ഇന്റർനെറ്റിലും വെബ്സൈറ്റിലും പ്രവേശനം ഇല്ലാത്തതിനാൽ അവരുടെ കാര്യങ്ങൾ യഥാവിധി അവിടെ പ്രതിഫലിപ്പിക്കാൻ കഴിയാതെ വരും. മേൽക്കൈയുള്ളവരുടെ ഇഷ്ടാനിഷ്ടങ്ങൾ യഥാവിധി നടപ്പിലാക്കുകയും ചെയ്യും. ഗൂഗിളിൽ ആരാണ് വിവരങ്ങൾ നൽകിയത് എന്ന് അറിയുവാനാകും. എന്നാൽ ചാറ്റ് ജി പി ടിയിൽ ഈ സംവിധാനം ഇപ്പോൾ ലഭ്യമല്ല. ഇത് വിശ്വാസ്യതയില്ലാത്ത വിവരങ്ങൾ കടന്നുകൂടുന്നതിന് കാരണമാകും.

പുതിയതായി സൃഷ്ടിക്കുന്ന ശ്രേണിയിലുള്ള കമ്പ്യൂട്ടിങ്ങിനെയാണ് ജനറേറ്റീവ് എ ഐ എന്ന് പറയുന്നത്. ഇതിലൂടെ നിമിഷനേരംകൊണ്ട് എത്ര വലിയ ലേഖനങ്ങൾ തയ്യാറാക്കുന്നതിനും അതിന്റെ വ്യാകരണപ്പിശകുകൾ തിരുത്തുന്നതിനുമൊക്കെ ഇതിന് കഴിയുന്നു എന്ന പ്രത്യേകതയും എടുത്തുപറയേണ്ടതാണ്. സെർച്ച് എൻജിൻ ഒപ്റ്റിമൈസേഷനടക്കം പ്രാവർത്തികമാക്കാൻ കഴിയുന്ന തരത്തിലാണ് ഇതിന്റെ പ്രവർത്തനം. ഇതിനായി ഞൊടിയിടയിൽ കീവേഡുകൾ സൃഷ്ടിക്കുന്നതിനും ചാറ്റ് ജി പി ടിയിലൂടെ കഴിയുന്നു. അങ്ങനെ നമ്മുടെ സൃഷ്ടികൾ അന്വേഷകനു മുന്നിൽ മുൻഗണനയോടെ കടന്നെത്തുന്നു. ഇതെല്ലാംതന്നെ നിമിഷനേരംകൊണ്ട് അനായാസം നിർവ്വഹിക്കാനാകും എന്നുള്ളതാണ് ഇതിന്റെ ഏറ്റവും വലിയ പ്രത്യേകത. യാതൊരുവിധ സാങ്കേതികവിദ്യാ പരിജ്ഞാനവും ഇതിന് ആവശ്യവുമില്ല. ദുർഗ്രാഹ്യമായ ഒന്നുംതന്നെ ഇതിനകത്തില്ലയെന്നുള്ളതുകൊണ്ടുതന്നെ ഇത് സാമാന്യജനങ്ങൾക്ക് മുഴുവനും അനായാസം കൈകാര്യം ചെയ്യുവാനാകുന്നതരത്തിൽ ഉപയോക്തൃ സൗഹൃദമാണ് എന്നുള്ളതാണ് ഇതിനെ ജനകീയമാക്കുന്നത്. ആന്തരികപ്രവർത്തനങ്ങളുടെ സങ്കീർണ്ണതകൾ ഉപയോക്താവിന് യാതൊരുവിധ പ്രശ്നങ്ങളും സൃഷ്ടിക്കുന്നില്ല. ചുരുക്കിപ്പറഞ്ഞാൽ വ്യാകരണമറിയില്ലെങ്കിലും സംസാരിക്കാനാകുമെന്നപോലെ ഏതൊരാളിനും ഈ അൽഗോരിതം അനായാസം ഉപയോഗിക്കുവാനാകും എന്നർത്ഥം. ഈയൊരു ജനാധിപത്യവൽക്കരണം വരുത്തിവയ്ക്കുന്ന അപകടങ്ങൾ നാം അറിയാതെ പോയാൽ അത് ഗൗരവമായ ഭവിഷ്യത്തുകൾക്ക് കാരണമാകും.

ഞാനറിയാതെ തന്നെ എന്റെ തലച്ചോർ മാപ്പിങ്ങിന്റെ പേറ്റന്റ് മറ്റൊരാളിന് എടുക്കുവാൻ കഴിയുന്ന തരത്തിലേക്ക് ഇത് മാറുന്നതിനുള്ള സാദ്ധ്യത വളരെ ഏറെയാണ്. ഇവയെ നിയന്ത്രിക്കുന്നതിനുള്ള നിയമനിർമ്മാണങ്ങൾ അനിവാര്യവും അത്യന്താപേക്ഷിതവുമാണെങ്കിലും നിർഭാഗ്യവശാൽ നമ്മുടെ നിയമനിർമ്മാണ സഭയിലെത്തുന്ന മഹാഭൂരിപക്ഷത്തിനും ഇത്തരം കാര്യങ്ങളെക്കുറിച്ച് യാതൊരു പരിജ്ഞാനവും ഇല്ല എന്നുള്ളത് ആശങ്കപ്പെടുത്തുന്ന ഒന്നുതന്നെയാണ്. ഏതൊരു നിയ

മനിർമ്മാണവും നടക്കുന്നതിനും എത്രയോ മുമ്പേ പുതിയ സാങ്കേതിക വിദ്യ വളർന്നുകൊണ്ടേയിരിക്കുന്നു. ഇത്തരം വളർച്ച അനിവാര്യമായ തിനാൽ അതിന് തടയിടുക സാദ്ധ്യമല്ല. അതിന് ആനുപാതികമായി അതിന്റെ നിയന്ത്രണമടക്കമുള്ള നിയമനിർമ്മാണങ്ങൾ അനിവാര്യ മാണ്. നമ്മുടെ എല്ലാ വിവരങ്ങളും വ്യവസായികാടിസ്ഥാനത്തിൽ കൈമാറും എന്ന് പരസ്യമായി പറഞ്ഞുകൊണ്ടാണ് ഓപ്പൺ എ ഐ ചാറ്റ് ജി പി ടി അവതരിപ്പിച്ചിരിക്കുന്നത്. ഇതിന്റെ സാദ്ധ്യതകൾ കാ ണുമ്പോൾ ഈ മുന്നറിയിപ്പ് കണ്ടില്ലെന്നു നടിക്കുവാൻ നാം പ്രേരിതരാ കുന്നു. അതിനാൽ ശരിയായ ബോധവല്ക്കരണവും ശക്തമായ നിയമവും ഇതിനോടൊപ്പം തീർച്ചയായുമുണ്ടാകണം. നിയമനിർമ്മാണങ്ങൾ ഉണ്ടാകണമെങ്കിൽ ഇതിനെക്കുറിച്ച് ബോദ്ധ്യമുള്ള ഒരു തലമുറ നിയമ നിർമ്മാണ സഭകളിൽ എത്തേണ്ടതുണ്ട്.

ഇപ്പോൾ ഇതിനെതിരെ എന്തെങ്കിലും കേസ് നടത്തണമെങ്കിൽ പോലും അതിന് കാലിഫോർണിയിൽ പോയി അവിടുത്തെ നിയമത്തി നനുസരിച്ച മാത്രമേ കേസ് നടത്തുവാൻ സാധിക്കുകയുള്ളൂ എന്നുള്ളതും പ്രത്യേകം ശ്രദ്ധിക്കേണ്ട ഒരു കാര്യമാണ്.

ആർട്ടിഫിഷ്യൽ ഇന്റലിജൻസ് മേഖലയിൽ വിവിധ രാജ്യങ്ങ ളിൽ ഉണ്ടാകുന്ന മാറ്റങ്ങൾ ആഴത്തിൽ പഠിക്കുന്നതിനും അതിന്റെ ഭവിഷ്യത്തുകൾ മനസ്സിലാക്കുന്നതിനും അത് പരിഹരിക്കുന്നതിനുമുള്ള വേദിയാണ് ജി പി എ ഐ. ഇന്ന് അതിന്റെ അദ്ധ്യക്ഷൻ നമ്മുടെ പ്രധാ നമന്ത്രി നരേന്ദ്രമോദിയാണ്. ആർട്ടിഫിഷ്യൽ ഇന്റലിജൻസ് രംഗത്ത്/ ഉത്തരവാദിത്വപരവും അതുപോലെതന്നെ മനുഷ്യകേന്ദ്രീകൃതവുമായ ഉപയോഗത്തിനും വികസനത്തിനും വേണ്ടി രൂപംകൊണ്ട അന്താരാ ഷ്ട്ര സംഘടനയാണ് ഗ്ലോബൽ പാർട്ണർഷിപ്പ് ഓൺ ആർട്ടിഫിഷ്യൽ ഇന്റലിജൻസ് അഥവാ ജി പി എ ഐ. അന്താരാഷ്ട്ര സാങ്കേതിക മേഖ ലയിൽ ഇത് ഇന്ത്യക്ക് ലഭിച്ച വലിയൊരു നേട്ടം തന്നെയാണ്. ഈ സാ ഹചര്യത്തെ ഫലപ്രദമായി ഉപയോഗിക്കുകവഴി മനുഷ്യനന്മയ്ക്കുവേണ്ടി ഇത്തരം സാങ്കേതികവിദ്യകളെ ഉപയോഗിക്കുന്നതിനുള്ള പ്രവർത്ത നങ്ങൾ അനിവാര്യമാണ്. സമഗ്രമായ പഠനങ്ങളും അതിനനുസരിച്ചിട്ടു ള്ള നിയമനിർമ്മാണങ്ങളും ഈ മേഖലയിൽ ഉണ്ടാവുകതന്നെചെയ്യും എന്നുതന്നെ വിശ്വസിക്കേണ്ടി വരും. കാരണം സാങ്കേതികവിദ്യയുടെ ഇത്തരം കുതിച്ചുചാട്ടങ്ങൾക്കൊപ്പം സഞ്ചരിക്കുക മാത്രമേ ഇനിയുള്ള കാലത്ത് നിവൃത്തിയുള്ളൂ. നിർമ്മിതബുദ്ധി ജനകീയമാകുമ്പോൾ അത് ജനാധിപത്യത്തിലധിഷ്ഠിതമാകണം. അപ്പോൾ ആധിപത്യമേറ്റെടുക്കു ന്ന ജനത അത് നല്ലനിലയിൽ മനസ്സിലാക്കണം. ഉപയോഗ ലാളിത്യം ആകർഷകവും അനിവാര്യവുമാകുമ്പോൾ തന്നെ ഉപയോഗാനന്തര ഭവി

ഷ്യത്തുകളും അതിന്റെ പോംവഴികളും കൂടി നാമറിഞ്ഞിരിക്കണം. അല്ലാത്തപക്ഷം അത് ജനങ്ങളുടെ മേലുള്ള ആധിപത്യമായി പരിണമിക്കും.

സൂചന കണ്ടു പഠിച്ചില്ലെങ്കിൽ...

ഒരുപയ്യനാക്കല്ലിൽ കേറിയക്ഷരം തോറും
തിരിയുമുണ്ണിപ്പൂവിൽ പിടിച്ച മുള്ളുന്നല്ലോ.

ശ്രീ. ചെമ്മനം ചാക്കോയുടെ പ്രശസ്തമായ കവിതയിലെ വരികളാണ് ഇത്. ഉദ്ഘാടനദിവസം തന്നെ പൊളിഞ്ഞുവീണ പാലത്തിനരികിലൂടെ ഉദ്ഘാടനംചെയ്ത നേതാവ് കാറിൽ സഞ്ചരിക്കുമ്പോൾ തന്റെ പേരെഴുതിയ ഫലകത്തിൽ അക്ഷരങ്ങളിലൂടെ മൂത്രമൊഴിക്കുന്ന കുട്ടിയെക്കുറിച്ചാണ് ഈ പരാമർശം. ഈ മൂത്രമൊഴിക്കലിൽ ഒളിഞ്ഞിരിക്കുന്ന ഒരു മനശ്ശാസ്ത്ര സമീപനമുണ്ട്. അതാണ് നഡ്ജ് സിദ്ധാന്തം.

2008 ൽ പ്രസിദ്ധീകരിച്ച *Nudge: Improving Decisions About Health, Wealth, and Happiness* എന്ന പുസ്തകമാണ് നഡ്ജ് സിദ്ധാന്തത്തിന്റെ സവിശേഷതകൾ വിവരിക്കുന്നത്. റിച്ചാർഡ് താലറും കാസ് സൺസ്റ്റെയിനും ചേർന്നാണ് ഈ പുസ്തകം തയ്യാറാക്കിയത്. പേരെഴുതിയ ഫലകത്തിൽ മൂത്രമൊഴിക്കുമ്പോൾ എല്ലാ അക്ഷരങ്ങളിലും മൂത്രം വീഴണം എന്നൊരു വാശി നാം അറിയാതെ നമ്മിൽ കടന്നുവരും. കുട്ടികളിൽ മാത്രമല്ല മുതിർന്നവരിലും പ്രകടമായി ഇതു കാണുവാനാകും. ഇതൊരു കൗതുകമാണ്. അക്ഷരങ്ങളിൽ മാത്രമല്ല നാം ഉന്നംവയ്ക്കുന്ന ഏതൊരു വസ്തുവിലും അത് പൂർണ്ണമായും ഉണ്ടാകണമെന്ന വാശി നമ്മിൽ ഉണ്ടാകും.

ബഹുഭൂരിപക്ഷം പൊതു മൂത്രപ്പുരകളും വൃത്തിഹീനങ്ങളാണ്. അതിനൊരു കാരണമുണ്ട്. പുരുഷന്മാരുടെ മൂത്രപ്പുരകളിൽ പലപ്പോഴും വിസർജ്യപാത്രത്തിനകത്തല്ലാതെ മൂത്രംവീഴുന്ന സ്ഥിതിവിശേഷം സംജാതമാകുന്നതുകൊണ്ടാണ് പലപ്പോഴും അവിടം വൃത്തിഹീനമായി മാ

റുന്നത്. ആംസ്റ്റർഡാം വിമാനത്താവളത്തിൽ ഇതിനൊരു പരിഹാരം കാണുന്നതിലേക്ക് വിസർജ്യപാത്രത്തിനകത്ത് പ്ലാസ്റ്റിക് ഈച്ചയുടെ രൂപം ഉണ്ടാക്കി ഒട്ടിച്ചുവച്ചു. ഇതിനു ശേഷം മൂത്രമൊഴിച്ചവരെല്ലാം കൃത്യമായും ഈച്ചയെ ഉന്നംവച്ച് മൂത്രമൊഴിക്കുകയും പുറമേ മൂത്രം വീഴുന്ന സാഹചര്യം ഒഴിവാകുകയും ചെയ്തു. കേവലം ചില സൂചനകൾ നമ്മുടെ പ്രവർത്തനങ്ങളെയും അതിലൂടെ സ്വഭാവത്തേയും സ്വാധീനിക്കുന്നുവെന്നതിന്റെ തെളിവാണിത്. പേഴ്സണലൈസേഷന് നഡ്ജിങ് കാര്യമായ സ്വാധീനം ചെലുത്തുന്നു.

നൊബേൽ സമ്മാനം നേടിയ ഷിക്കാഗോ സർവ്വകലാശാലയിലെ ബിഹേവിയറൽ സയൻസ്, ഇക്കണോമിക്സ് പ്രഫസറായ റിച്ചാർഡ് താലർ തന്റെ സിദ്ധാന്തത്തിന് ഏറ്റവും ലളിതമായ ഉദാഹരണമായി ചൂണ്ടിക്കാട്ടുന്നത് ഈ ഈച്ചകളെയാണ്.

2008 ൽ യു എസിൽ ബുഷ് ഭരണകൂടം സൺസ്റ്റൈനെ ഇൻഫർമേഷൻ ആൻഡ് റെഗുലേറ്ററി അഫയേഴ്സ് ഓഫീസിൽ നിയമിച്ചു. തുടർന്ന് താലറുടെ സേവനം ബ്രിട്ടീഷ് ഗവൺമെന്റും ഉപയോഗപ്പെടുത്തി. അങ്ങനെ ബിസിനസ് മാനേജ്മെന്റിലും കോർപ്പറേറ്റ് സംസ്കാരത്തിലും നടപ്പാക്കിവരുന്ന HSE(Health, Sefty, Environment) പദ്ധതിയുടെയെല്ലാം അടിസ്ഥാനം നഡ്ജ് സിദ്ധാന്തമായി മാറി. 2012 ൽ യു എസിൽ പെൻഷൻ പദ്ധതിയിൽ നഡ്ജ് സിദ്ധാന്തം നടപ്പിലാക്കി ഒബാമ വിജയം കൈവരിച്ചു. 27 ലക്ഷമായിരുന്ന അംഗസംഖ്യ 2016 ആയപ്പോഴേക്കും 77 ലക്ഷമായി വർദ്ധിച്ചു. ഓട്ടോമാറ്റിക് എൻട്രോൾ സിസ്റ്റത്തിലൂടെ അവരുടെ ശമ്പളത്തിൽനിന്നും നേരിട്ട് പെൻഷൻ തുക പിടിക്കുന്ന സംവിധാനത്തിലൂടെയാണ് ഇത് നടപ്പിലാക്കിയത്.

നമ്മുടെ തലച്ചോറിൽ തീരുമാനങ്ങൾ രൂപപ്പെടുന്നത് രണ്ട് തരത്തിലാണ്. ഒന്ന് ഓട്ടമാറ്റിക് തിങ്കിങ്. മറ്റൊന്ന് റിഫ്ളക്റ്റീവ് തിങ്കിങ്. ഒരു പ്രശ്നത്തിൽ പെട്ടെന്ന് തീരുമാനമെടുക്കുന്നതിന് നമ്മുടെ സബ് കോൺഷ്യസ് മൈൻഡ് നമ്മളെക്കൊണ്ട് എടുപ്പിക്കുന്ന തീരുമാനങ്ങളാണ് ഓട്ടോമാറ്റിക് എന്ന പരിധിയിൽപ്പെടുന്നത്. റിച്ചാർഡ് വൈസ്മാനിന്റെ *തിങ്കിങ് ഫാസ്റ്റ് ആന്റ് സ്ലോ* എന്ന പുസ്തകത്തിൽ പറയുന്ന സിസ്റ്റം ഒന്നിന് സമാനമാണിത്. ഇത്തരം തീരുമാനങ്ങൾ ആലോചിച്ച് എടുക്കാത്തതുകൊണ്ടുതന്നെ കൃത്യമായിരിക്കണമെന്ന് യാതൊരു നിർബ്ബന്ധവുമില്ല. എന്നാൽ ചില അവസരങ്ങളിൽ ഇത് കൃത്യമായി വരുവാനും സാദ്ധ്യതയുണ്ട്. സിസ്റ്റം ടു എന്ന് പറയുന്നതാണ് റിഫ്ലക്റ്റീവ് തിങ്കിങ്ങിന് സമാനമായ കാര്യം. ആലോചിച്ചുറപ്പിച്ച് തീരുമാനമെടുക്കുന്നതാണ് റിഫ്ലക്റ്റീവ് തിങ്കിങ്. വണ്ടിയോടിക്കുന്നതിനിടയിൽ കഫെറ്റീരിയ തിരയുക, പെട്ടെന്ന് ബ്രേക്ക് ചെയ്യേണ്ടി വരിക, ട്രാക്ക്

മാറേണ്ടിവരിക തുടങ്ങിയ കാര്യങ്ങൾ ഓട്ടോമാറ്റിക് തിങ്കിങ്ങിന്റെ പരിധിയിൽ പെടുന്നു. സ്വയം ബോധത്തിൽനിന്ന് ഉരുത്തിരിയുന്നതാണ് റിഫ്ലക്റ്റീവ് തിങ്കിങ്. അതായത് ഏത് ജോലിയിൽ പ്രവേശിക്കണം ആരെ വിവാഹം കഴിക്കണം മുതലായ തീരുമാനങ്ങൾ റിഫ്ലക്റ്റീവ് തിങ്കിങ്ങിന്റെ ഭാഗമായിട്ടാണ് സംഭവിക്കുക. നഡ്ജ് സിദ്ധാന്തം ഏറ്റവും കൂടുതൽ സ്വാധീനിക്കുന്നത് ഓട്ടോമാറ്റിക് തിങ്കിങ് വിഭാഗത്തെയാണ്.

പരിസ്ഥിതിക്കിണങ്ങുന്ന വസ്തുങ്ങൾ പ്രോൽസാഹിപ്പിക്കാൻ, മാലിന്യസംസ്കരണവും പുനരുപയോഗവും പ്രചരിപ്പിക്കാൻ, നിക്ഷേപ പദ്ധതികൾ വിജയിപ്പിക്കാൻ ഒക്കെ ഇന്ന് പല രാജ്യങ്ങളും ഉപയോഗിക്കുന്നത് നഡ്ജ് സിദ്ധാന്തമാണ്. മാലിന്യം തന്റെ തുറന്ന വായയിൽ നിക്ഷേപിക്കുമ്പോൾ 'താങ്ക്യൂ' പറയുന്ന കംഗാരു മാതൃകയിലുള്ള ചവറുവീപ്പകളും മറ്റും വിദേശത്തെ അമ്യൂസ്മെന്റ് പാർക്കുകളിൽ വിജയകരമായി പരീക്ഷിച്ചുവരുന്നത് നഡ്ജ് സിദ്ധാന്തത്തിന്റെ ഭാഗമായാണ്.

ബ്രിട്ടൻ, യു എസ്, ഓസ്ട്രേലിയ, ഡെന്മാർക്ക്, ഫ്രാൻസ് തുടങ്ങിയ രാജ്യങ്ങളിൽ സർക്കാർ നടപ്പാക്കുന്ന സാമ്പത്തിക നയപദ്ധതികൾക്കു നഡ്ജ് സിദ്ധാന്തമാണ് പ്രചോദനം. എൺപതിലേറെ രാജ്യങ്ങൾ പ്രത്യക്ഷമായോ പരോക്ഷമായോ താലറുടെ സിദ്ധാന്തം വിവിധ തലങ്ങളിൽ പ്രയോഗിക്കുന്നു.

പടവുകൾ കയറൂ ആരോഗ്യം നേടൂ എന്ന് എഴുതിവയ്ക്കുന്നതിനേക്കാൾ പിയാനോ പടവുകൾ സൃഷ്ടിച്ചുകൊണ്ട് പ്രത്യേക തരത്തിൽ ഒരു സംവിധാനം ഏർപ്പെടുത്തിയപ്പോൾ 66% ആളുകൾ അധികമായി പിയാനോ പടവുകളിലൂടെ കയറി എന്നാണ് കണക്കുകൾ സൂചിപ്പിക്കുന്നത്. ആകർഷകമായ ബദൽ സംവിധാനങ്ങൾ ഏർപ്പെടുത്തുക എന്നതാണ് നഡ്ജ് സിദ്ധാന്തത്തിന്റെ പ്രത്യേകത. നിയമ നിർമ്മാണത്തിലൂടെയോ നിർബ്ബന്ധപൂർവ്വമോ അടിച്ചേല്പിക്കുന്ന ഒരു സംവിധാനമല്ലിത്. നാമറിയാതെ സ്വയം ഇതിനോട് ഇഴുകിച്ചേരുകയാണ്. മറ്റൊന്നിന്റേയും സ്വാധീനമോ പ്രേരണയോ ഇല്ലാതെ നാം ഇതിലേയ്ക്ക് സ്വയം കടന്നുചെല്ലുന്നു എന്നർത്ഥം. സോഡായ്ക്കും സോഫ്റ്റ് ഡ്രിങ്ക്സിനും മുന്നേ സംഭാരം ആകർഷകമായ നിലയിൽ അടുക്കിവെച്ചാൽ നല്ലൊരു ശതമാനം ആൾക്കാർ സോഫ്റ്റ് ഡ്രിങ്കിൽനിന്നും സംഭാരത്തിലേക്ക് വഴിമാറുന്നു എന്ന് കാണാവുന്നതാണ്. ജംഗ്ഫുഡുകൾ കിട്ടുവാനുള്ള സാദ്ധ്യത കുറച്ച് ആരോഗ്യകരമായ ഭക്ഷണശീലം ഉറപ്പുവരുത്തുന്നതിന് ഏറ്റവും സൗകര്യപ്രദമായ രീതിയിൽ ആരോഗ്യദായകമായ ഭക്ഷണങ്ങൾ ഒരുക്കിവച്ചാൽ കാര്യമായ മാറ്റങ്ങൾ കൊണ്ടുവരുവാനാകും. സ്വച്ഛ് ഭാരത് അടക്കമുള്ള പദ്ധതികളെല്ലാം തന്നെ നഡ്ജ് സിദ്ധാന്തത്തെ അടിസ്ഥാനമാക്കി തയ്യാറാക്കിയിട്ടുള്ളതാണ്.

സംഗതികൾ ഇങ്ങനെയൊക്കെയാണെങ്കിലും നഡ്ജ് സിദ്ധാന്തം അടിസ്ഥാനപരമായി ശാസ്ത്രീയമല്ല എന്ന ഒരു വാദം പരക്കെ നിലനിൽക്കുന്നു. അതിലൊരു വസ്തുതയുമുണ്ട്. സിസ്റ്റം വൺ എന്ന് പറയുന്ന പെട്ടെന്നുള്ള തീരുമാനമെടുക്കലിൽ യുക്തിയില്ല എന്നതുകൊണ്ടുതന്നെ പലപ്പോഴും ഇത് ശരിയാകാറില്ല. എന്നാൽ നല്ലൊരു ശതമാനം കാര്യങ്ങളും ചെലവ് കുറച്ചുകൊണ്ടുതന്നെ മാറ്റങ്ങൾ വരുത്തുന്നതിന് ഒട്ടനവധി മേഖലകളിൽ നഡ്ജ് സിദ്ധാന്തം വിജയകരമായി പ്രയോഗിക്കാനാകും എന്ന സാദ്ധ്യതയും നിലനിൽക്കുന്നു.

നിയമമോ നിർബ്ബന്ധമോ അല്ല സ്വയം തീരുമാനത്തിലൂടെയാണ് നാമിതിനു തയ്യാറാകുന്നത് എന്ന പ്രത്യേകതയും ഇതിനുണ്ട്. അനുയോജ്യമായ സാഹചര്യം ഉണ്ടാക്കലിലൂടെ നാം അറിയാതെ ഇതിലേക്ക് ആകർഷിക്കപ്പെടുന്നു എന്നതാണ് ഇതിന്റെ പ്രത്യേകത.

ആർട്ടിഫിഷ്യൽ ഇന്റലിജൻസ് അഥവാ നിർമ്മിതബുദ്ധി നഡ്ജിങ്ങിനെ ഫലപ്രദമായി ഉപയോഗിച്ചുവരുന്നു. ഡ്രൈവറില്ലാത്ത ഓട്ടോമാറ്റിക് കാറുകളിൽ നഡ്ജിങ് സങ്കേതം കാര്യക്ഷമമായി നടപ്പിലാക്കിയിരിക്കുന്നു. അതുപോലെതന്നെ കാൽനടയാത്രക്കാർ സീബ്രാ ലൈൻ കടക്കുമ്പോൾ കൃത്യമായ നിർദ്ദേശങ്ങൾ നൽകി ഫലപ്രദമായി സഹായിക്കുവാനും നഡ്ജിങ്ങിലൂടെ സാധിക്കും. സാമൂഹ്യമാധ്യമങ്ങൾ ഉപയോഗിക്കുമ്പോൾ കൃത്യമായ മാർഗ്ഗനിർദ്ദേശങ്ങൾ നൽകുവാൻ സോഷ്യൽ മീഡിയ നഡ്ജിങ്ങിന് ഇന്ന് അനായാസം കഴിയുന്നു. ഉദാഹരണത്തിന് നാമൊരു വിവരം മറ്റൊരാളിന് നൽകുവാൻ തുനിയുമ്പോൾ ഇത് സത്യമാണെന്ന് നിങ്ങൾക്കുറപ്പുണ്ടോ എന്നൊരു മുന്നറിയിപ്പ് വന്നാൽ അതിന് ഫലമുണ്ടാകുമെന്ന് പഠനങ്ങൾ വ്യക്തമാക്കുന്നു. അയക്കുന്നതിനുമുമ്പ് ഒരാലോചനയ്ക്ക് ഇതു കാരണമാകും. അതിലൂടെ കണ്ണടച്ച് അയക്കലുകളുടെ എണ്ണത്തിൽ കാര്യമായ കുറവുകൾ കണ്ടെത്തിയിട്ടുണ്ട്. സോഷ്യൽ മീഡിയ നഡ്ജിങ് അങ്ങനെ ഒരു ബോധവല്ക്കരണം കൂടിയാകുന്നു. നിർമ്മിതബുദ്ധിയിലൂടെ നഡ്ജിങ് ഫലപ്രദമായി നടപ്പിലാക്കുമ്പോൾ അതൊരു സുസ്ഥിരത ഉറപ്പാക്കൽ അഥവാ സസ്റ്റെയ്നിബിലിറ്റികൂടിയാകുന്നു. ശക്തമായ ബോധവല്ക്കരണ പ്രവർത്തനങ്ങളുടെ ഭാഗമായി പ്രകൃതിക്കിണങ്ങിയ ജീവിതശൈലി രൂപപ്പെടുത്തുന്നതിന് തുക വിനിയോഗിക്കുവാൻപോലും തയ്യാറാകുന്ന ഒരു വലിയ ജനവിഭാഗം രൂപപ്പെട്ടുവന്നിട്ടുണ്ട്. നഡ്ജിങ്ങിലൂടെ ഇവരുടെ പ്രവർത്തനങ്ങൾക്കാക്കംകൂട്ടുവാനും പുതിയ വിഭാഗങ്ങളെ ഇതിലേക്കാകർഷിക്കുവാനും കഴിയും. ഇത് ശരിയായ ഒരടിത്തറ രൂപപ്പെടുത്തുന്നതിന് (പോസിറ്റീവ് റീ ഇൻഫോഴ്സ്മെന്റ്) കാരണമാകുന്നു. അങ്ങനെ ഒരു പെരുമാറ്റ നിയന്ത്രണത്തിന് അഥവാ ബിഹേവിയറൽ കൺട്രോളിനുവരെ

നഡ്ജിങ് കാരണമാകും. കേവല സൂചനകളിലൂടെ ലോകത്തെത്തന്നെ മാറ്റിമറിക്കുവാൻ നമുക്കാകും. അതിനാൽ സൂചനകൾ പഠിക്കുവാൻ വേണ്ടി മാത്രമുള്ളതല്ല. അത് ഒരു ശീലമായും സ്വഭാവമായുമൊക്കെ മാറേണ്ടതുകൂടിയാണ്.

എനിക്കു മരണമില്ല

കതിരപ്പുറത്തു ഞാൻ പാഞ്ഞു പോകുമ്പോൾ,
കൈയിൽ കുതറിത്തുള്ളിത്തുള്ളി ചാട്ടവാറിളകുമ്പോൾ
നടുങ്ങിപ്പോകുന്നില്ലേ നിമിഷങ്ങളിൽ, കുളമ്പടികൾ പതിയുമ്പോ ളീയണ്ഡകടാഹങ്ങൾ?
ഈശ്വരനെന്നും മറ്റും പേരെനിക്കുണ്ടായിട്ടുണ്ടീശ്വരൻ - ഉറക്കനെ ച്ചിരിക്കാൻ തോന്നിപ്പോകും!
എന്നിലുണ്ടിന്നോവരെ ജീവിച്ച സംസ്കാരങ്ങൾ, എന്നിലുണ്ടിനിയ ത്തെ വിടരും സംസ്കാരങ്ങൾ!
ഇല്ലെനിക്കൊരിക്കലും മരണം - തുറുങ്കുകൾക്കുള്ളിലിട്ടൊരുനാ ളുമടയ്ക്കാനാവില്ലെന്നെ!

വയലാർ രാമവർമ്മയുടെ അതിപ്രശസ്തമായ കവിത, എനിക്ക് മരണമില്ല. മാനവപക്ഷത്തു നിന്നുകൊണ്ട് സമൂഹത്തിനുവേണ്ടി കവി തകളെഴുതിയ വയലാർ എനിക്കെന്നോ അല്ലെങ്കിൽ ഞാനെന്നോ പറ യുമ്പോൾ അത് അദ്ദേഹത്തിൽ മാത്രം ഒതുങ്ങുന്ന ഒന്നല്ലായെന്ന് മനസ്സി ലാക്കാവുന്നതാണ്. പ്രാതിനിധ്യസ്വഭാവമാണവിടെ കാണുവാനാവുക. അപ്പോൾ എനിക്കു മരണമില്ല എന്ന് പറയുമ്പോൾ മനുഷ്യന് മരണമില്ല എന്നുതന്നെയാണ് അതിന്റെ യഥാർത്ഥ അർത്ഥവും. ഒരു മനുഷ്യനല്ലെ ങ്കിൽ അതുപോലെ മറ്റൊരു മനുഷ്യൻ എന്നതിനപ്പുറം ഏതൊരു മനുഷ്യ നിൽനിന്നും മരണത്തെ മാറ്റിനിർത്തുവാനാകുമെന്ന സ്ഥിതിയിലേക്ക് കാര്യങ്ങൾ മാറുകയാണ്.

നിർമ്മിതബുദ്ധിയെക്കുറിച്ച് ചിന്തിക്കുവാൻ പോലും കഴിയാതി രുന്ന ഒരു കാലഘട്ടത്തിലാണ് വയലാർ രാമവർമ്മ ഈ വരികൾ കു

റിച്ചത്. ഇപ്പറഞ്ഞതൊക്കെ പരിപൂർണ്ണ സത്യമായി ഇന്നിതാ നമ്മുടെ മുന്നിൽ പൂത്തുവിടർന്നു നിൽക്കുന്നു. പരമദയനീയമായ പ്രാചീന ജീവിത രീതിയിൽനിന്നും വ്യത്യസ്തമായി മെച്ചപ്പെട്ട ജീവിത നിലവാരമുറപ്പാക്കി മനുഷ്യൻ ഹോമോസാപ്പിയൻസ് എന്ന വിഭാഗമായി ഉയർന്നു. ഇന്ന് അതും കടന്ന് ഹോമോദിയൂസിലൂടെ മനുഷ്യനെ എങ്ങനെ ദൈവമാക്കി മാറ്റാം എന്നാണ് നാം ചിന്തിക്കുന്നത്. ഇതാണ് ഹോമോദിയൂസ് എന്ന പുസ്തകത്തിലൂടെ യുവാൽ നോവാ ഹരാരി ഓർമ്മപ്പെടുത്തുന്നത്. മനുഷ്യന്റെ ഉൽപ്പത്തിയും കഴിഞ്ഞ് ദീർഘനാളുകൾക്കുശേഷമാണ് മതവും ദൈവവുമൊക്കെയുണ്ടാകുന്നത്. അന്നത്തെ ജനതയ്ക്ക് സങ്കൽപ്പിക്കുവാൻ കഴിയുന്ന സുഖഭോഗങ്ങൾ മാത്രമാണ് ദൈവങ്ങൾക്ക് അന്ന് കൽപ്പിച്ചു നൽകിയിട്ടുള്ളത്. ഇത് പരിശോധിക്കുമ്പോൾ അന്നത്തെ ദൈവങ്ങളെക്കാൾ മെച്ചപ്പെട്ട ജീവിതസാഹചര്യമാണ് ഇന്ന് ഹോമോസാപ്പിയൻസിന് ലഭിക്കുന്നത്. എന്നാൽ അന്നൊന്നും ഒരു ദൈവത്തിനും അമരത്വം അനുവദിച്ച് നൽകിയിരുന്നില്ലെന്നു മാത്രമല്ല പല ദൈവങ്ങളുടെയും മരണം അതിദയനീയവുമായിരുന്നു. മാതൃകാപുരുഷോത്തമൻ എന്ന് വിലയിരുത്തിയിട്ടുള്ള ശ്രീരാമൻ ഒടുവിൽ സരയൂനദിയിൽ പോയി ആത്മഹത്യചെയ്യുന്ന സ്ഥിതിവരെയെത്തി. ചാതുർവർണ്യം മയാസൃഷ്ടം എന്ന് പറഞ്ഞ ശ്രീകൃഷ്ണന്റെ മരണമാണെങ്കിലോ അദ്ദേഹം തന്നെ സൃഷ്ടിച്ചെടുത്തിട്ടുള്ള ഏറ്റവും ഹീനജാതിക്കാരനായ ഒരാളുടെ അമ്പേറ്റമാണ്. ക്രൂരവും അതിദയനീയവുമായ മരണമാണ് യേശുക്രിസ്തുവിന് ലഭ്യമായത്. മുഹമ്മദ് നബി 63-ാം വയസ്സിൽ മരണപ്പെട്ടുവെന്ന് കരുതുന്നു. അപ്പോൾ ദൈവങ്ങളൊന്നും മരണത്തിനതീതരായിരുന്നില്ലെന്നർത്ഥം.

പ്രായമാകലും തന്മൂലമുള്ള മരണവും ഒഴിവാക്കുന്നതിനുവേണ്ടിയുള്ള പരീക്ഷണങ്ങളിലൂടെയാണ് ഇന്ന് മാനവരാശിയൊന്നാകെ നീങ്ങുന്നത്. മദ്യവും മയക്കുമരുന്നും സിഗരറ്റുമെല്ലാം ഒഴിവാക്കിയതിനു ശേഷം പോഷകസമ്പുഷ്ടമായ ആഹാരം കഴിക്കുകയും നല്ല നിലയിൽ വ്യായാമം ചെയ്യുകയും ചെയ്താൽ മരണവഴികളിലേക്ക് നയിക്കുവാനിടയുള്ള പ്രധാനപ്പെട്ട രോഗങ്ങളായ ക്യാൻസറിൽനിന്നും ഹൃദ്രോഹത്തിൽനിന്നും ഒരു പരിധിവരെ രക്ഷനേടുവാൻ കഴിയുമെന്ന് കണ്ടെത്തുകയുണ്ടായി. ശക്തമായ നിയന്ത്രണങ്ങളിലൂടെ ജീവിതശൈലീരോഗങ്ങളിൽ നിന്നും രക്ഷ പ്രാപിക്കുവാൻ കഴിയുമെന്നും മനുഷ്യന് വ്യക്തമായി.

മസ്തിഷ്ക വാർദ്ധക്യമാണ് യഥാർത്ഥത്തിൽ മരണത്തിലേയ്ക്കുള്ള വഴികൾ തുറന്നിടുന്നതെന്ന് ശാസ്ത്രീയ നിരീക്ഷണങ്ങളിലൂടെ കണ്ടെത്തുകയുണ്ടായി. ഇന്ന് മസ്തിഷ്ക വാർദ്ധക്യം അഥവാ ബ്രെയിൻ ഏജിങ് തടയുന്നതിനുവേണ്ടിയിട്ടുള്ള പരീക്ഷണങ്ങളാണ് മനുഷ്യൻ നടത്തിക്കൊണ്ടിരിക്കുന്നത്. ഡി എൻ എയിൽ വ്യതിയാനങ്ങൾ വരുത്തുവാൻ

സാദ്ധ്യതയുള്ള രോഗങ്ങളെയടക്കം മുൻകൂട്ടി പ്രതിരോധിച്ചുകൊണ്ട് മുന്നേറുന്ന ഒരു തലമുറയായിരിക്കും നമുക്കിനിയുണ്ടാവുക. ബയോ എൻജിനീയറിങ്ങിലൂടെയും നാനോ റോബോട്ടുകളിലൂടെയും നമുക്ക് വരാവുന്ന ഏല്ലാപ്രശ്നങ്ങളും മുൻകൂട്ടിയറിയുവാൻ കഴിയുന്നു. അഞ്ചുവയസ്സുള്ള ഒരാളിന് അറുപതാം വയസ്സിൽ വരാൻ സാദ്ധ്യതയുള്ള രോഗത്തെക്കുറിച്ചുപോലും മുൻകൂട്ടി അറിയുവാനാകും. അതുകൊണ്ടുതന്നെ വളരെ മുൻകൂട്ടി ഇതിനെ പ്രതിരോധിക്കുവാനും സാധിക്കുന്നു എന്നർത്ഥം. ഇതുകൊണ്ട് രോഗമില്ലാത്തവരായിരിക്കും വരുംതലമുറ എന്ന് പറയുവാനാകില്ല. എന്നുമാത്രമല്ല ഏറ്റവും കൂടുതൽ രോഗികൾ ഉണ്ടാകുന്നതും ഇപ്പോഴായിരിക്കും. കാരണം വരാൻ പോകുന്ന രോഗങ്ങൾക്കുള്ള ചികിത്സ വന്നതിനുശേഷമല്ല വരുന്നതിനും എത്രയോ വർഷങ്ങൾക്കുമുമ്പുതന്നെ തുടങ്ങേണ്ട സാഹചര്യം സൃഷ്ടിക്കുന്നു. ഇതിലൂടെ ജീവിതദൈർഘ്യം കൂട്ടിക്കൊണ്ടുപോകുന്നതിന് കഴിയത്തക്ക തരത്തിലേക്കാണ് കാര്യങ്ങൾ നീങ്ങിക്കൊണ്ടിരിക്കുന്നത്. എന്നുപറഞ്ഞാൽ പഴയ കാലത്ത് നമ്മുടെ ദൈവങ്ങൾക്കുപോലും സാദ്ധ്യമല്ലാതിരുന്ന കാര്യം മനുഷ്യനിന്ന് അനായാസം ചെയ്തുതീർക്കുവാൻ കഴിയുന്നുവെന്നർത്ഥം. യുവാൽ നോവാ ഹരാരി പറയുന്നപോലെ മനുഷ്യൻ ദൈവമാവുകയല്ല യഥാർത്ഥത്തിൽ ദൈവത്തിനും മുകളിലേക്ക് മനുഷ്യൻ പോകുന്ന സാഹചര്യത്തിലേക്കാണ് കാര്യങ്ങൾ നീങ്ങിക്കൊണ്ടിരിക്കുന്നത്. ദൈവത്തിനുപോലും അസാദ്ധ്യമായിരുന്ന കാര്യങ്ങൾ ചെയ്തുതീർക്കുവാൻ കഴിയുന്നതരത്തിൽ ശാസ്ത്രം വളർന്നുകൊണ്ടിരിക്കുന്നു. അതിനായി പുനരുജ്ജീവനത്തിൽനിന്നും പുനർയൗവനത്തിലേയ്ക്കുള്ള പാതയിലൂടെ മനുഷ്യനിന്ന് സഞ്ചരിച്ചുകൊണ്ടിരിക്കുന്നു.

ആദിമകാലത്ത് ആൽക്കെമിസങ്കേതത്തിലൂടെ എലിക്സിർ അഥവാ അമൃതുണ്ടാക്കിക്കഴിച്ച് അമരത്വം നേടുന്നതിലേക്കായി കോടിക്കണക്കിന് തുക ചെലവാക്കിയ ഭരണാധികാരികൾ ലോകത്തെമ്പാടുമുണ്ടായിരുന്നു. അമരത്വം വാഗ്ദാനം ചെയ്താൽ ഒരന്ധവിശ്വാസത്തിന് പോലും നിലനിൽപ്പുണ്ടാകും എന്നതായിരുന്നു അവസ്ഥ. മരണമൊഴിവാക്കുക എന്ന അദമ്യമായ ആഗ്രഹം മനുഷ്യനിൽ വളരെ പണ്ടുമുതലേ അന്തർലീനമായിരുന്നു. ഇവിടെയാണ് അന്ധവിശ്വാസത്തെ തകർത്തെറിഞ്ഞുകൊണ്ട് അമരത്വം വാഗ്ദാനംചെയ്ത് ശാസ്ത്രം രംഗത്തെത്തിയിരിക്കുന്നത്.

ന്യൂമീഡിയ സ്റ്റാറിന്റെ ഉടമ റഷ്യൻ കോടീശ്വരൻ ദിമിത്രി ഇറ്റ്സ്കോവ് കോടികൾ മുടക്കിയാണ് മരണത്തെ ഒഴിവാക്കുവാൻ 2011 ൽ തന്നെ പദ്ധതികൾ ആരംഭിച്ചത്. ആദ്യപടിയായി രോഗങ്ങളെ ചെറുത്തുകൊണ്ട് യൗവനം നീട്ടിക്കിട്ടുവാനുള്ള ശ്രമമാണ് അദ്ദേഹം ആരംഭിച്ചത്.

തുടർന്ന് തലച്ചോറുകൊണ്ട് നിയന്ത്രിക്കാവുന്ന കമ്പ്യൂട്ടറുകൾ സൃഷ്ടിച്ചെടുത്ത് അവയവങ്ങളെല്ലാം തന്നെ യന്ത്രവൽക്കരിച്ചുകൊണ്ട് ജീവിതം നീട്ടിയെടുക്കുന്ന ഒരു സാഹചര്യത്തിലേക്കിതാ പൊയ്ക്കൊണ്ടിരിക്കുന്നു. 2045 ൽ മരണത്തെ കീഴടക്കാൻ കഴിയുമെന്നാണ് അദ്ദേഹം അഭിപ്രായപ്പെടുന്നത്. ആദ്യമൊക്കെ ഇതൊക്കെ വിശ്വസിക്കുവാൻ നാം ഒരല്പം സംശയിച്ചുവെങ്കിൽ ഇന്ന് ആർട്ടിഫിഷ്യൽ ഇന്റലിജൻസിന്റെ വരവോടു കൂടി ഇതെല്ലാം വിശ്വസിക്കുവാൻ പാകത്തിൽ നമ്മുടെ മനസ്സ് രൂപപ്പെട്ടിരിക്കുന്നു.

പ്രായം മൂർഛരിച്ചും രോഗംകൊണ്ടും മുറിവുകൾ സംഭവിച്ചുമാണ് മനുഷ്യൻ പൊതുവേ മരിക്കുന്നത്. തിരിച്ചുവരാനാകാത്ത വിധം സെല്ലുകൾ നശിക്കുക ഡി എൻ എയ്ക്ക് നാശങ്ങൾ സംഭവിക്കുക തുടങ്ങിയ പല കാരണങ്ങളും മരണത്തിലേക്ക് നയിക്കും. ബയോ എൻജിനീയറിങ് സാങ്കേതികവിദ്യയിലൂടെ ഇതിന് ശക്തമായ പരിഹാരങ്ങൾ ഇന്ന് നാം കണ്ടെത്തിക്കൊണ്ടിരിക്കുന്നു. തീരാവ്യാധികളെന്ന് നാം കരുതിയിരുന്ന പല രോഗങ്ങളെയും വാക്സിനേഷനിലൂടെ ചെറുതോൽപ്പിക്കുവാൻ നമുക്കിന്ന് കഴിഞ്ഞിട്ടുണ്ട്. ടെം സെല്ലിന്റെ (Transverse electromagnetic cell) സഹായത്തോടുകൂടി ന്യൂറോ ഡിജനറേറ്റീവ് രോഗങ്ങളായ അൽഷിമേഴ്സിനെയും പാർക്കിൻസാൻസിനെയും ചെറുത്തുതോൽപ്പിക്കുവാൻ നമുക്കിന്നാകും. ടെക്നോളജിയിലൂടെ മുറിവുകൾ അനായാസം ഭേദപ്പെടുത്തുവാൻ കഴിയുന്ന സാഹചര്യവും നമുക്കിന്നുണ്ട്. ഇതെല്ലാം ശുഭസൂചനകളായിത്തന്നെ നമുക്ക് കാണേണ്ടിവരും. 1947 ൽ ഇന്ത്യക്ക് സ്വാതന്ത്ര്യം കിട്ടുമ്പോൾ നമ്മുടെ ശരാശരി ആയുർദൈർഘ്യം 32 വയസ്സായിരുന്നു. ഇന്നത് എഴുപതിൽനിന്നും എൺപതിലേക്ക് കുതിച്ചുകൊണ്ടിരിക്കുന്നു. ആയുസ്സിന്റെ കാര്യത്തിൽ സ്വാതന്ത്ര്യത്തിനുശേഷം മൂന്നിരട്ടിയോളം ചെന്നെത്തുവാൻ കഴിഞ്ഞിട്ടുണ്ടെങ്കിൽ അമരത്വത്തിലേക്കിനി അധികദൂരമില്ലെന്നതിന്റെ സൂചനകളാണ് ഇതെല്ലാം എന്നുതന്നെ കരുതേണ്ടിവരും.

ഇത്തരം ചിന്തകൾ രൂപപ്പെടുന്നതിന് എത്രയോ കാലങ്ങൾക്കു മുൻപേ വയലാർ പറഞ്ഞത് നമുക്ക് വീണ്ടുമോർക്കാം:

എന്നിലുണ്ടിന്നേവരെ ജീവിച്ച സംസ്കാരങ്ങൾ,
എന്നിലുണ്ടിനിയത്തെ വിടരും സംസ്കാരങ്ങൾ !
ഇല്ലെനിക്കൊരിക്കലും മരണം - തുറുങ്കുകൾ -
ക്കുള്ളിലിട്ടൊരുനാളുമടയ്ക്കാനാവില്ലെന്നെ!

വിശ്വാസം എന്ന വിസ്മയം

കടുത്ത നിരീശ്വരവാദിയും അടിയുറച്ച ദൈവവിശ്വാസിയും തമ്മിൽ ഒരു രാത്രി മുഴുവൻ നീണ്ടുനിന്ന സംവാദം നടത്തിയ ഒരു കഥയുണ്ട്. ഓരോരുത്തരും അവരുടെ വാദമുഖങ്ങൾ ശക്തമായി ഉന്നയിച്ച് പരസ്പരം ബോദ്ധ്യപ്പെടുത്തുവാൻ ശ്രമിച്ചുകൊണ്ടേയിരുന്നു. നേരം പുലർന്നു. അന്നത്തെ പ്രഭാതത്തിൽ ആളുകൾക്ക് ഒരത്ഭുതം ദർശിക്കുവാനായി. തലേന്നാൾവരെ ദൈവവിശ്വാസിയായിരുന്നയാൾ നിരീശ്വരവാദിയാവുകയും നിരീശ്വരവാദിയായിരുന്നയാൾ ദൈവവിശ്വാസിയാവുകയും ചെയ്തു! വിശ്വാസം ആരെയും ഏതന്ധകാരത്തിലേക്കും നയിക്കുമെന്നതിന്റെ മകുടോദാഹരമാണ് ഇക്കഥ.

ബോധപൂർവ്വം ശ്രമിച്ചാൽ ആർക്കും ആരെയും എന്തും വിശ്വസിപ്പിക്കുവാനാകും എന്നതാണ് സത്യം. വിശേഷേണയുള്ള ശ്വാസമാണ് വിശ്വാസം. അതുകൊണ്ടാണ് വിശ്വാസവും ശ്വാസവും ഒരുപോലെയാകുന്നത്. ഒരിക്കൽ നിലച്ചാൽ പിന്നെ രണ്ടിനും ജീവനുണ്ടാവുകയില്ല.

വിസ്മയത്തിന്റെ മുൾമുനയിൽ കൃത്യതയോടെ കോർത്തുവച്ചിരിക്കുന്ന ഒന്നാണ് വിശ്വാസം. അറിയായെയോ ആവശ്യമില്ലാതെയോ അതിൽ കയറിപ്പിടിച്ചാൽ പരിക്കുണ്ടാകുവാൻ സാദ്ധ്യതയുണ്ട്. ബഹുഭൂരിപക്ഷം വിശ്വാസവും തെളിവുകൾ ആവശ്യപ്പെടുന്നില്ല എന്നത് മറ്റൊരു വിസ്മയം! സത്യത്തിന് നിലനിൽക്കുവാൻ തെളിവുകൾ അനവധി വേണം. വ്യക്തമായ തെളിവുകൾ ലഭിച്ചാൽപ്പോലും നാമതിൽ സംശയാലുക്കളുമായിരിക്കും. ഈയൊരു സംശയമാണ് ചോദ്യം ചെയ്യലുകൾക്കവസരം ഒരുക്കുന്നത്. ഇതാണ് യഥാർത്ഥ ശാസ്ത്രവഴി. എന്നാൽ ശാസ്ത്രവഴികളെ അനായാസം പിന്തള്ളി വിശ്വാസം അതിന്റെ മുകളിൽ സ്ഥാ

നമുറപ്പിക്കുന്നു. തലമുറകൾ വഴിയും ജീനുകളിലൂടെയും ഇത് കൈമാറ്റം ചെയ്യപ്പെടുന്നു. ഇതാണ് വിശ്വാസത്തിന്റെ ശക്തിയും പിൻബലവും.

ഒരാളുടെയോ ഒരു സമൂഹത്തിന്റെയോ മനസ്സിൽ അടിയുറച്ച ഇത്തരം വിശ്വാസത്തെ തകർത്തെറിയുവാൻ അത്രയെളുപ്പമല്ല. വിശ്വാസം എത്രമാത്രം അശാസ്ത്രീയവും അപ്രായോഗികവുമാണെന്ന് തെളിവുകൾ നിരത്തി ബോദ്ധ്യപ്പെടുത്തിയാലും തെളിവുകളെല്ലാം അംഗീകരിക്കുകയും വിശ്വാസത്തെ അതേപടി നിലനിർത്തുകയും ചെയ്യുക എന്നത് മനുഷ്യസഹജമായ ഒരു പരിമിതിയാണ്. ഇതിനെയാണ് ബിലീഫ് പെർസിവറൺസ് അഥവാ സ്ഥിരോത്സാഹവിശ്വാസം എന്നു പറയുന്നത്. നമ്മുടെ ചുറ്റുപാടുകളും ജീവിതക്രമങ്ങളും ജീവിത സാഹചര്യങ്ങളും നാമറിയാതെ നമ്മെ സ്വാധീനിക്കുന്നതിനാലാണ് ഇങ്ങനെ സംഭവിക്കുന്നതു്. ഒരു കുഞ്ഞു ജനിച്ച് 27 നല്ലെങ്കിൽ 28 ന് ചരടു കെട്ടണമെന്നത് വെറുമൊരു വിശ്വാസമാണ്. യഥാർത്ഥത്തിൽ അത്തരമൊരു ദിവസത്തിനോ ആ ചടങ്ങിനോ അനിവാര്യതയെന്ന നിലയിൽ യാതൊരടിസ്ഥാനവുമില്ല.

ഇവിടെയാണ് ആചാരാനുഷ്ഠാനങ്ങളുടെയും കീഴ്വഴക്കങ്ങളുടെയും ശക്തി തിരിച്ചറിയുവാനാകുന്നത്. ഒരു കുഞ്ഞു ജനിച്ചാൽ നിശ്ചിത കാലയളവുകളിൽ പ്രതിരോധമരുന്നുകൾ നൽകണമെന്നത് ഒരനിവാര്യതയാണ്. അതൊരു വിശ്വാസമായി മനസ്സിലുറയ്ക്കുന്നില്ലെന്നു മാത്രമല്ല ഇതിനെതിരേ പ്രവർത്തിക്കുവാനും പലർക്കും മടിയില്ല. ശാസ്ത്രത്തോട് പിണങ്ങുവാനും വിശ്വാസത്തോടിണങ്ങുവാനും പാകത്തിലുള്ളതാണ് നമ്മുടെ മനസ്സ്. ഒരു വ്യക്തിയിലോ ഒരു വസ്തുവിലോ ഒരാശയത്തിലോ ഉള്ള താല്പര്യത്തെയാണ് വിശ്വാസം എന്ന് പറയുന്നത്.

മതവുമായി ബന്ധപ്പെടുമ്പോൾ അത് ദൈവത്തിലോ മതസംഹിതയിലോ ഉള്ള വിശ്വാസവുമാകാം. രാഷ്ട്രീയവുമായി ബന്ധപ്പെടുമ്പോൾ അത് അവരുടെ പ്രത്യയശാസ്ത്രങ്ങളുമായി ബന്ധപ്പെട്ടതാകാം. ഇത് പലപ്പോഴും പരിപൂർണ്ണ വിശ്വാസമോ ദൃഢവിശ്വാസമോ ആണ്. ഏറ്റവും വലിയ ആശ്ചര്യം ഇതിന് യാതൊരുവിധ തെളിവുകളും ആവശ്യപ്പെടുന്നില്ലയെന്നുള്ളതാണ്. ഒരാൾക്ക് ലഭിച്ച അറിവുകളിൽനിന്നും അയാൾ ഗ്രഹിച്ചെടുത്ത കാര്യത്തിൽ അയാൾക്കുള്ള ഉത്തമവിശ്വാസമാണിത്. ഇതിനെ സംരക്ഷിക്കുവാൻ ഏതറ്റംവരെ പോകുവാനും മടിയേതുമുണ്ടാകില്ല.

വിശ്വാസം എന്നത് പരസ്പര പൂരകമായ ഒന്നാണ്. ഒരച്ഛന് അയാളുടെ കുടുംബത്തോട് അല്ലെങ്കിൽ ഒരു ആതിഥേയന് അയാളുടെ അതിഥിയോടൊക്കെ ഇത് ഉണ്ടാകേണ്ടതുമാണ്. ഒരു കെട്ടുറപ്പുള്ള സമൂഹത്തെയും വ്യക്തിയെയും സംസ്കാരത്തേയും വാർത്തെടുക്കുന്നതിൽ

വിശ്വാസത്തിന്റെ സ്വാധീനം വളരെ വലുതാണ്. വളരെ ആഴത്തിലുള്ള ശക്തമായ ബോദ്ധ്യപ്പെടലാണ് വിശ്വാസം എന്നത്. മതത്തിലും ദാർശനിക വിശ്വാസപ്രമാണങ്ങളിലും ആത്മീയതയിലും ഇത് ശക്തമായി വേരുന്നിയിട്ടുള്ളതിനാൽ നിരവധിപേർക്ക് ഇത് പ്രതീക്ഷയും ആശ്വാസവും വഴികാട്ടിയുമാണ്. അപ്പോഴും പരിമിതികളും പോരായ്മകളുംകൊണ്ട് ഇതൊരപകടകാരി കൂടിയാണ്. ചോദ്യംചെയ്യലുകൾ അനിവാര്യമായ ഒന്നാണ് വിശ്വാസമെങ്കിലും പലയവസരങ്ങളിലും ഇതിനവസരമുണ്ടാകാറില്ല. ഇതാണ് നാം തിരിച്ചറിയേണ്ടതും തിരുത്തേണ്ടതും.

പ്രധാനമായും വിമർശനാത്മക ചിന്തയെ അടിച്ചമർത്തുന്നതിന് വിശ്വാസം കാരണമാകുന്നു. യുക്തിക്ക് നിരക്കാത്തതും തെളിവില്ലാത്തതുമായ കാര്യങ്ങൾപോലും അംഗീകരിക്കുവാൻ നാം അറിയാതെ തയ്യാറാകുന്നു. ഇത് ഒരാളുടെ ബൗദ്ധിക വളർച്ചയെ തടയുന്നു. മാത്രമല്ല നിലവിലുള്ള അസംബന്ധങ്ങളെ എതിർക്കുന്നതിനും പകരം പുതിയ നിർദ്ദേശങ്ങൾ വയ്ക്കുന്നതിനും കഴിയാതെ വരുകയും അതോടുകൂടി മാനസിക വളർച്ച നഷ്ടപ്പെടുകയും ചെയ്യും. ഒരേ വിശ്വാസമുള്ള സമാനമനസ്കർ ഒന്നിക്കുമ്പോൾത്തന്നെ ഭിന്നിപ്പിക്കലും അസഹിഷ്ണുതയും അറിയാതെ വളരും എന്നുള്ളതാണ് മറ്റൊരപകടം.

ആശയങ്ങളുടെയും മതങ്ങളുടെയും പേരിലുള്ള അമിതവിശ്വാസത്തിന്റെ അടിസ്ഥാനത്തിലാണ് പലപ്പോഴും ആശയഭിന്നതകൾ രൂപം കൊള്ളുന്നതും അത് യുദ്ധത്തിലേക്ക് നയിക്കുന്നതുമെന്ന് ചരിത്രം നമ്മെ പഠിപ്പിക്കുന്നു.

അചഞ്ചലമായ വിശ്വാസം മനസ്സിൽ അടിയുറയ്ക്കുമ്പോൾ നമ്മളും നിങ്ങളും എന്ന തരത്തിൽ കാര്യങ്ങൾ ചിന്തിക്കുകയും മാനസികമായ ഒരു ധ്രുവീകരണത്തിനും വിവേചനത്തിനുമൊക്കെ ഇത് കാരണമായിത്തീരുകയും ഒടുവിൽ അതക്രമത്തിലേക്ക് കടക്കുകയും ചെയ്യും. വ്യത്യസ്ത വിശ്വാസങ്ങൾ തമ്മിലുള്ള അസഹിഷ്ണുത നമ്മുടെ സാമൂഹ്യ പുരോഗതിയെയും സഹകരണത്തെയും ധാരണകളെയും അപ്പാടെ അട്ടിമറിക്കും. മാറ്റങ്ങൾക്കും പുരോഗതികൾക്കും വിശ്വാസം തടസ്സംനിൽക്കും. പരമ്പരാഗത മൂല്യങ്ങളെയും പ്രയോഗങ്ങളെയും സംരക്ഷിക്കുകവഴി സമൂഹത്തിന്റെ വികസനത്തിന് ഇത് തടസ്സംനിൽക്കുകയും ചെയ്യും. മതപരവും ആത്മീയവുമായ ഉപദേശങ്ങളിൽ മുറുകെ പിടിക്കുമ്പോൾ ശാസ്ത്രീയ മുന്നേറ്റങ്ങൾ അംഗീകരിക്കുവാനാകാതെ വരികയും സാമൂഹ്യപുരോഗതിക്ക് വിരുദ്ധമായി പ്രവർത്തിക്കുവാൻ തയ്യാറാവുകയും ചെയ്യും. മാത്രമല്ല വൈദ്യശാസ്ത്രം, വിദ്യാഭ്യാസം, മനുഷ്യാവകാശം എന്നിവയെ തടസ്സപ്പെടുത്തുന്നതിനും ഇത് കാരണമായിത്തീരും. പുരോഗതിയിലേക്കും മാറ്റങ്ങളിലേക്കുമുള്ള ഈയൊരു വൈമുഖ്യം നവീകരണത്തെ സ്തംഭിപ്പിക്കുകയും

അശാസ്ത്രീയവും അപകടകരവുമായ കാലഹരണപ്പെട്ട പ്രവർത്തനങ്ങൾ തുടരുവാൻ പ്രേരിപ്പിക്കുകയും ചെയ്യും. സമൂഹത്തിന്റെ തുല്യാവകാശ ത്തെ തുരങ്കം വയ്ക്കുന്നതിനും ഇത് കാരണമായിത്തീരുന്നു.

അന്ധമായ വിശ്വാസം സ്ഥിരീകരണ പക്ഷപാതത്തിനും (confirmation bias) വൈജ്ഞാനിക വൈരുദ്ധ്യത്തിനും (Cognitive dissonance)കാരണമായിത്തീരുന്നു.

തന്മൂലം തങ്ങളുടെ വിശ്വാസങ്ങൾക്ക് എതിർനിൽക്കുന്ന എല്ലാ ക്കാര്യങ്ങളെയും തള്ളിക്കളയുകയും മനസ്സിലുറച്ച വിശ്വാസത്തെ നിലനി ർത്തുന്നതിനുവേണ്ടി തെളിവുകൾ ശേഖരിക്കുകയും ചെയ്യും. നിലവിലുള്ള വിശ്വാസത്തെ അതേപടി നിലനിർത്തുന്നതിന് ഇത് കാരണമാവുകയും തന്മൂലം വ്യക്തിപരമായ വികാസം തടസ്സപ്പെടുകയും ചെയ്യും. ഇതോടെ എതിർപ്പുകളെ, അവ യാഥാർത്ഥ്യമാണെങ്കിൽക്കൂടി, നിഷേധാത്മകമാ യി പ്രതിരോധിക്കുവാനും ശ്രമിക്കും.

വിശ്വാസത്തെ വെല്ലുവിളിക്കുന്ന യാഥാർത്ഥ്യങ്ങൾ മുന്നിൽ നി ൽക്കുമ്പോൾ ഈ വിശ്വാസം അതേപടി നിലനിർത്തുന്നതിനുവേണ്ടിയു ള്ള പരിശ്രമം മാനസികമായ സംഘർഷത്തിന് കാരണമായിത്തീരുന്നു. ഒരാളിൽ വിശ്വാസം അടിയുറയ്ക്കുന്നത് പലപല ഘട്ടങ്ങളിലൂടെയാണ്. ശാസ്ത്രീയ പിൻബലമില്ലാത്ത വിശ്വാസങ്ങൾ പലപ്പോഴും പ്രകൃത്യാതീത ശക്തികളിൽ വിശ്വാസം ജനിപ്പിക്കുന്നതിന് പ്രേരിപ്പിക്കും. പുരോഗമന ചിന്താഗതിയെയും ശാസ്ത്രീയാന്വേഷണത്തെയും ഇത് തടസ്സപ്പെടുത്തും. സമൂഹത്തെക്കുറിച്ചും ലോകത്തെക്കുറിച്ചുമുള്ള വിശാലകാഴ്ചപ്പാടിനെ തട സ്സപ്പെടുത്തുവാൻ ഇത് കാരണമാകുന്നു. ദൈനംദിന ജീവിതത്തിൽ വി ശ്വാസങ്ങൾ അനിവാര്യമാണ്. എന്നാൽ വിശ്വാസങ്ങൾക്ക് ഒരതിർവ രമ്പിടാതിരുന്നാൽ അത് വിനാശത്തിലേക്കു നയിക്കും എന്നതും നാം മനസ്സിലാക്കണം.

വിശ്വാസമില്ലാതെ ജീവിക്കുവാനാകില്ല. കാരണം വിശ്വാസം കട ന്നുവരുന്ന വഴികൾ അതിവിശാലമാണ്. എന്നാൽ അവയ്ക്ക് തിരികെപ്പോ കാനുള്ള വഴി തീരെ ഇടുങ്ങിയതും. ശാസ്ത്രവെളിച്ചത്തിന്റെ സഹായമില്ലാ തെ ഈ ഇടുങ്ങിയ വഴികൾ വിശാല വീഥികളാക്കുവാനാവുകയുമില്ല. അതിനാൽ വിശ്വാസം കടന്നുവരുന്ന വഴികൾ പരിശോധിക്കാതെ വി ശ്വാസത്തെ നവീകരിക്കുവാനും തള്ളേണ്ടതു തള്ളുവാനും കൊള്ളേണ്ടതു കൊള്ളുവാനും നമുക്ക് സാദ്ധ്യമല്ല.

വിശ്വാസവഴികൾ പലതാണ്. ഇതിലെ ആദ്യപടി അന്തർജ്ഞാന യുക്തി അല്ലെങ്കിൽ അന്തർജ്ഞാന സൂത്രം എന്നതാണ്. കഥകളിലൂടെ യും അനുഷ്ഠാനങ്ങളിലൂടെയും മനസ്സിൽ അടിയുറച്ചു പതിയുന്ന ചില വിഭ്ര മാവസ്ഥകളാണിതിന് കാരണം.

ഇത് സ്കൂൾ പഠന കാലഘട്ടത്തിനു മുമ്പുതന്നെ തുടങ്ങുന്നു. കുട്ടിക്കാലത്ത് നാം കേൾക്കുന്ന കഥകളും നമ്മുടെ കുടുംബത്തിലും ചുറ്റുപാടുമൊക്കെയുള്ള ആചാരാനുഷ്ഠാനങ്ങളും ഇതിൽപ്പെടും. സാരോപദേശ കഥകളിൽ പോലും അന്ധവിശ്വാസത്തെ ഊട്ടിയുറപ്പിക്കുന്ന നിരവധി ഉദാഹരണങ്ങൾ കടന്നുവരുന്നുവെന്നത് ഏതൊരാളുടെയും മനസ്സിൽ ഇത് ഇടം പിടിക്കുവാൻ കാരണമാകുന്നു.

കുട്ടികളിൽ നിരീക്ഷണവ്യഗ്രത ഏറ്റവും കൂടിയ ഈ കാലഘട്ടത്തിൽ നമ്മുടെ കുടുംബങ്ങളിൽ നടക്കുന്ന പല ആചാരാനുഷ്ഠാനങ്ങളും അവരുടെ മനസ്സിനെ ഏറെ സ്വാധീനിക്കും. വിവാഹാനന്തരം വധുവുമായി വരൻ വീട്ടിലെത്തുമ്പോൾ ആരതിയുഴിഞ്ഞ് അകത്തേക്കു കടത്തിവിടുന്നത് കാണുന്ന ഒരു കൊച്ചുകുട്ടിയുടെ മനസ്സിൽ അപ്പോൾത്തന്നെ ഇതംഗീകരിക്കുന്ന മറ്റൊരു തീജ്വാല ജ്വലിച്ചുയരുന്നതിന് കാരണമാകും.

രണ്ടാമത്തേത് ഐതിഹ്യ സ്വാധീനമെന്നതാണ്. കാലങ്ങളായി സമൂഹം അംഗീകരിച്ചുവരുന്ന പല ഐതിഹ്യ കഥകളും അതേപടി മനസ്സിൽ ഒരു വിശ്വാസമായി രൂപപ്പെടുന്നു. ഇത് സ്കൂൾ കാലഘട്ടത്തിലായിരിക്കും സംഭവിക്കുന്നത്. ഐതിഹ്യങ്ങൾക്ക് സത്യത്തിന്റെ മുഖാവരണം നൽകി അതപ്പാടെ വിശ്വസിക്കുന്ന അവസ്ഥയാണിത്. അത്ഭുതശക്തിയും അമാനുഷികതയും ഇത്തരം കഥകളിൽ സുലഭമാണ്. ഇത് യാഥാർത്ഥ്യമല്ലെന്ന ബോധം ഉടലെടുക്കണമെങ്കിൽ കഥകളെ കഥകളായി മാത്രമേ കാണുവാൻ പാടുള്ളൂ. ഇതിനെ ഭാവന വികസിപ്പിക്കാൻ ഉപയോഗിക്കാവുന്നതാണ്. യാഥാർത്ഥ്യവുമായി ഇതിനെ ബന്ധപ്പെടുത്തുമ്പോൾ അതപകടമാകും.

പരമ്പരാഗത കൃത്രിമവിശ്വാസമാണ് അടുത്തത്. പരമ്പരാഗതമായി കെട്ടിപ്പടുത്ത കഥകളുംമറ്റും നമ്മുടെ വിശ്വാസവ്യവസ്ഥയായി രൂപപ്പെടുന്നു. ഇത് കൗമാര കാലഘട്ടത്തിന്റെ പ്രാരംഭദിശയിൽത്തന്നെ ആരംഭിക്കും. ശകുനം നോക്കൽ, വീടുപണിയുമ്പോൾ കോലം കെട്ടിവയ്ക്കൽ, ഒന്നാം തീയതികളിലെ കണികാണൽ, രാഹുകാല വിശ്വാസം എന്നിവ ഇതിൽപ്പെടും. മനസ്സിലുറയ്ക്കുന്ന ഇത്തരം അനാചാരങ്ങൾ കടുത്ത വിശ്വാസമായി മാറുവാനുള്ള സാദ്ധ്യത ഏറെയാണ്. വിലയേറിയ സമയം നഷ്ടമാക്കുന്നതിനും അവസരങ്ങൾ കൈവിട്ടുപോകുന്നതിനും ഇതു കാരണമാകും. ഇത്തരം കാര്യങ്ങളിലെ കഥയില്ലായ്മ വ്യക്തമായറിയാതെ ഇതിനെ ചെറുക്കുവാൻ സാദ്ധ്യമല്ല.

വൈയക്തിക പ്രതിഫലനം എന്നതാണ് അടുത്തപടി. തന്നിൽ അന്തർലീനമായിരിക്കുന്ന വിശ്വാസപ്രമാണത്തെ നിലവിലുള്ള വിശ്വാസവ്യവസ്ഥയുമായി തട്ടിച്ചുനോക്കലാണിത്. മനസ്സിൽ അടിയുറച്ച വിശ്വാസങ്ങളെ ഉറപ്പിക്കുകയോ ഒഴിവാക്കുകയോ ചെയ്യുന്നതിന് ഇവിടെ

അവസരം ലഭിക്കും. വിശ്വാസത്തിന്റെ വേരുകൾ ദൃഢവും ആഴത്തിലുള്ള തുമായതിനാൽ അതെത്ര അപ്രായോഗികവും അയഥാർത്ഥവുമാണെങ്കിൽക്കൂടി അതിൽനിന്ന് രക്ഷപ്പെടുക അത്ര എളുപ്പമല്ല. പ്രായപൂർത്തിയാകുന്നതിന് തൊട്ടുമുമ്പാണ് ഇത് സംഭവിക്കുക.

ആവശ്യങ്ങളും പ്രായോഗികപരിജ്ഞാനവും വിരോധാഭാസവുമൊക്കെ അടിസ്ഥാനപ്പെടുത്തിയാണ് ഇത് രൂപപ്പെടുന്നത്. ശാസ്ത്രബോധവും വിശ്വാസവും തമ്മിലുള്ള ഒരേറ്റുമുട്ടലാണിവിടെ സംഭവിക്കുന്നത്. ഭൂരിപക്ഷമാൾക്കാരിലും ശാസ്ത്രത്തെ ഒഴിവാക്കി വിശ്വാസം വിജയം കൈവരിക്കുന്ന ഒരവസ്ഥകൂടിയാണിത്. ഇവിടെയാണ് ബിലീഫ് പെർസിവറൻസ് നമ്മെ കുഴപ്പത്തിലാക്കുന്നത്. അതിനാൽ ശാസ്ത്രത്തെ അംഗീകരിച്ചുകൊണ്ടുതന്നെ അശാസ്ത്രീയ വിശ്വാസം മനസ്സിലുറപ്പിക്കും. സയന്റിഫിക് ടെമ്പർ അഥവാ ശാസ്ത്രാവബോധം ഒന്നുകൊണ്ടു മാത്രമേ നമുക്കിതിനെ തടയുവാനാവുകയുള്ളൂ.

സംയോജിത വിശ്വാസം എന്നതാണ് അടുത്തത്. യുക്തിയുടെ പരിമിതിയും ജീവിതത്തിലെ വിരോധാഭാസങ്ങളുമൊക്കെയാണ് ഇതിന് കാരണമാകുന്നത്. ജീവിതത്തിന്റെ നിഗൂഢതകളെ അറിയാതിരിക്കുകയും അറിഞ്ഞാൽത്തന്നെ അതിനെ ഏറെക്കുറെ അംഗീകരിക്കുകയും ചെയ്യുന്ന ഒരവസ്ഥയാണ് ഇവിടെയുണ്ടാകുന്നത്. നമ്മുടെ വിശ്വാസഘടനയിൽ അടിയുറച്ച ദിവ്യകഥകളും മറ്റും ഇവിടെ സ്വാധീനമുറപ്പിക്കും. ദിവ്യത്വം നമ്മിലുണ്ടാകണമെന്ന ഒരാഗ്രഹം ഏവരിലുമുണ്ടാകും. അതിനാൽ അതിന്റെ നിജസ്ഥിതി മനസ്സിലാക്കാതെ നാമിതംഗീകരിക്കും. നമുക്ക് ദിവ്യത്വമുണ്ടാകണമെങ്കിൽ എവിടെയെങ്കിലും ദിവ്യത്വം അവശേഷിക്കണമല്ലോ! ഇതോടുകൂടി നമ്മൾ ഒരനുരഞ്ജന രീതിയിലേക്ക് മനസ്സിനെ രൂപപ്പെടുത്തിയെടുക്കുന്നു. അങ്ങനെയുമാകാമല്ലോ എന്നൊരനുനയം.

മദ്ധ്യവയസ്കരിലാണ് ഇത് കണ്ടുവരുന്നത്. ഏറ്റവുമൊടുവിൽ ഇത് സാർവ്വലൗകിക വിശ്വാസത്തിലേക്ക് കടക്കുകയാണ്. ഇതിനെ ആത്മജ്ഞാനത്തിന്റെ അല്ലെങ്കിൽ ബോധോദയത്തിന്റെ കാലഘട്ടം എന്നാണ് പറയുന്നത്. ഇത് ജീവിതത്തിന്റെ അവസാന കാലഘട്ടവുമായി ബന്ധപ്പെട്ടാണ് സംഭവിക്കുന്നതെന്നാണ് വിലയിരുത്തപ്പെട്ടിട്ടുള്ളത്. പണ്ഡിതവൃദ്ധൻ എന്ന പ്രയോഗംപോലും ഇപ്രകാരത്തിൽ രൂപപ്പെടുന്നതാണ്. ജീവിതപരിചയത്തിലൂടെ ആർജ്ജിച്ചെടുത്ത അറിവും അതിലൂടെ ലഭ്യമായ ഒരിരുത്തംവരലുമാണിവിടെ സംഭവിക്കേണ്ടത്. ശാസ്ത്രാവബോധത്തിന്റെ അഭാവത്തിൽ പലരും നിർവ്വേദാവസ്ഥയിലാകാനും സാദ്ധ്യത ഏറെയാണ്. ഇതൊന്നും ശ്രദ്ധിക്കാതിരിക്കുമ്പോഴാണ് വളരെ നിസ്സാരമെന്ന് നാം ധരിക്കുന്ന പല കാര്യങ്ങളും നമ്മുടെ മനസ്സിൽ അടിയുറച്ച വിശ്വാസങ്ങളായി മാറുകയും ഒരുപക്ഷേ അതെല്ലാം

അന്ധവിശ്വാസമായി തന്നെ നിലനിൽക്കുകയും ചെയ്യുന്നതിന്റെ രഹസ്യം. പലപ്പോഴും വിശ്വാസങ്ങൾ അനിവാര്യമായതിനാൽ വിശ്വാസത്തിന്റെ വിശാലവഴികളിലൂടെ സഞ്ചരിക്കാതിരിക്കുവാൻ നമുക്കാവുകയില്ല. ആ സഞ്ചാരത്തിനിടയിലും സംശയത്തിന്റെ ചുരുൾനിവർത്തി ചോദ്യങ്ങൾ ചോദിക്കുവാനുള്ള കഴിവ് നഷ്ടപ്പെടാതെ സൂക്ഷിക്കുക മാത്രമേ ഇതിനൊരു പോംവഴിയായിട്ടുള്ളൂ.

വിശ്വാസത്തിന്റെ ആശ്വാസവഴികൾ

മാനവരാശിക്കുമേൽ വിശ്വാസം കരുപ്പിടിപ്പിക്കുന്നതിൽ മന്ത്രവാദം വഹിച്ച പങ്ക് വളരെ വലുതാണ്. ശുദ്ധമന്ത്രവാദവും അവിശുദ്ധ മന്ത്രവാദവും ഇക്കാര്യത്തിൽ ഒരേപോലെ പ്രവർത്തിച്ചിരുന്നു. ആശ്വാസത്തിന്റെ നിരവധി വഴികൾ മുൻകൂട്ടി തയ്യാറാക്കിയാണ് വിശ്വാസം മാനവരാശിക്കുമേൽ പിടിമുറുക്കിയത്. മനുഷ്യന്റെ ജീവിതവുമായി ഇഴചേർന്നിടകലർന്നൊഴുകിയിരുന്ന ഒന്നാണ് മന്ത്രവാദം അഥവാ മാജിക്. അവരുടെ ആഗ്രഹങ്ങൾക്കും ദുരാഗ്രഹങ്ങൾക്കും സാഫല്യമേകാൻ മന്ത്രവാദം അനിവാര്യമായിരുന്നു. വേട്ടയാടി ആഹാരം സമ്പാദിച്ച് നായാടികളായി നടന്നിരുന്ന കാലത്തിൽനിന്നും വ്യത്യസ്തമായി കൃഷി ചെയ്യുവാനും കൂട്ടമായി താമസിക്കുവാനും തുടങ്ങിയപ്പോൾ അവരുടെ ആഗ്രഹങ്ങളും ഒപ്പം ദുരാഗ്രഹങ്ങളും ക്രമേണ വർദ്ധിച്ചു. അതോടുകൂടി പലതരം വിശ്വാസങ്ങളും അവരറിയാതെ അവരുടെയുള്ളിൽ ചേക്കേറി. കൂട്ടായ്മയും സഹകരണവും നിലനില്പിനാവശ്യമായിരുന്നെങ്കിലും അതോടൊപ്പം കൂട്ടത്തിലുള്ളവരോട് പകയും വിദ്വേഷവും വളർന്നുവന്നു. ഇവിടെയാണ് മന്ത്രവാദം അഥവാ മാജിക്ക് അതിന്റെ ഇടം കണ്ടെത്തിയത്. എതിരാളികളെ ഇല്ലായ്മചെയ്യൽ മാത്രമല്ല, സ്വന്തം പ്രശ്നങ്ങൾ പരിഹരിക്കുവാനും മന്ത്രവാദികൾ വേണമെന്നായി. ഭയമകറ്റുവാനും രോഗപ്രതിരോധത്തിനും രോഗങ്ങൾ ഉണ്ടാക്കുന്നതിനും കുട്ടികളുണ്ടാകുവാനും കുട്ടികളെ ഇല്ലാതാക്കുന്നതിനും വിളവ് മെച്ചപ്പെടുത്തുവാനും വിളവ് നശിപ്പിക്കുവാനും സമ്പൽസമൃദ്ധിക്കുമെല്ലാം മന്ത്രവാദം അനിവാര്യമാണെന്ന വിശ്വാസം വളർന്നുവന്നു.

പ്രകൃതിശക്തികളെ ദേവന്മാരായി ആരാധിക്കുന്നതിന് വളരെ

മുമ്പുതന്നെ ഗോത്രങ്ങളിൽ ഉരുത്തിരിഞ്ഞുവന്ന മന്ത്രവാദശാഖയാണ് മാജിക്. മന്ത്രത്തിന്മേൽ തന്ത്രം വിജയം കൈവരിച്ച ഒരു കാലഘട്ടം കൂടിയായിരുന്നു ഇത്. അവിടെ മന്ത്രത്തിന് പ്രാധാന്യം ഒട്ടുംതന്നെ ഉണ്ടായിരുന്നില്ലയെന്നുള്ളതും വളരെ ശ്രദ്ധിക്കേണ്ട ഒരു കാര്യമാണ്. ഇതിൽ പ്രാർത്ഥനയില്ലായിരുന്നു എന്നുള്ളതാണ് ഏറ്റവും വലിയ പ്രത്യേകത. പ്രാർത്ഥനയുടെ പ്രാധാന്യങ്ങൾ മതങ്ങളുണ്ടായതിനുശേഷം രൂപപ്പെട്ടു വന്നതാണ്. അതുകൊണ്ട് മതങ്ങൾക്കൊക്കെ മുമ്പുണ്ടായിരുന്ന ഈ മാജിക് ശുദ്ധമന്ത്രവാദം എന്നറിയപ്പെടുന്നു. പില്ക്കാലത്ത് ഈശ്വരസേവയുടെ ഭാഗമായി നടത്തിവന്നിരുന്ന മന്ത്രവാദങ്ങൾ യഥാർത്ഥത്തിൽ ശുദ്ധമന്ത്രവാദങ്ങളായിരുന്നില്ല. ഇത്തരം മന്ത്രവാദങ്ങൾക്ക് ശുദ്ധമന്ത്രവാദത്തിന്റെയത്രയും പഴക്കവും ഉണ്ടായിരുന്നില്ല.

ആദിമകാലം മുതൽ മനുഷ്യന് തന്റെ പ്രശ്നങ്ങൾ ഉന്നയിക്കുവാൻ ഒരിടം അനിവാര്യമായിരുന്നു. അത്തരമൊരിടത്തിനുവേണ്ടി അന്വേഷിക്കുന്ന സമയത്താണ് ശുദ്ധമന്ത്രവാദികൾ രംഗത്തെത്തുന്നത്. ഗോത്രവംശത്തിലെ ഗോത്രാംഗങ്ങളുടെ ആവശ്യങ്ങളെല്ലാം അംഗീകരിച്ചു കിട്ടുന്നതിന് ശുദ്ധമന്ത്രവാദികൾ സഹായിച്ചിരുന്നു. സാമാന്യജനങ്ങൾ അവരുടെ ആഗ്രഹാഭിലാഷങ്ങൾ സാധിക്കുന്നതിനും രോഗപീഢയില്ലാതാക്കുന്നതിനും ശുദ്ധമന്ത്രവാദികളെ സമീപിച്ചിരുന്നു. ചുരുക്കിപ്പറഞ്ഞാൽ ജീവിതത്തിന്റെ സമസ്തമേഖലയിലും ശുദ്ധ മന്ത്രവാദികളുടെ സ്വാധീനം കടന്നുകയറിയിരുന്നു. അങ്ങനെ മന്ത്രവാദമില്ലാതെ ജീവിക്കാൻ കഴിയാത്ത ഒരു സാഹചര്യമായിരുന്നു ആദിമകാലത്തുണ്ടായിരുന്നത്. സമൂഹത്തിൽ അത്രമാത്രം സ്വാധീനമുറപ്പിക്കുവാൻ മന്ത്രവാദവിശ്വാസത്തിനായി. മന്ത്രവാദമില്ലാതെ ഒന്നിനും നിലനില്ക്കുവാനാകുമായിരുന്നില്ല. കൃഷിയാവശ്യങ്ങൾക്ക് വെള്ളത്തിനായി മഴപെയ്യിക്കുന്നവർ അഥവാ റെയ്ൻ മേക്കേഴ്സ് എന്ന നിലയിലും ഇവരറിയപ്പെട്ടു. മതങ്ങളുടെ വളർച്ചയ്ക്ക് മന്ത്രവാദം അനിവാര്യമാണെന്നു കണ്ട മതമേധാവികൾ മന്ത്രവാദത്തെ അവരുടെ വളർച്ചയ്ക്കുവേണ്ടിയുള്ള ഉപകരണമാക്കി മാറ്റി. മതങ്ങളും ദൈവങ്ങളും എന്നുള്ള രീതിയിൽ ആരാധന ക്രമത്തിൽ മാറ്റമുണ്ടായപ്പോഴാണ് മന്ത്രവാദം മറ്റൊരു രൂപം കൈക്കൊള്ളുന്നത്. അത് ഈശ്വരസേവയ്ക്കും ഈശ്വരനെ പ്രതീപ്പെടുത്തി കാര്യങ്ങൾ സാധിക്കുന്നതിനുമായിട്ടാണ് പ്രധാനമായും ഉപയോഗിച്ചത്. ഇത് ശുദ്ധമന്ത്രവാദമായിരുന്നില്ല. ആഭിചാരക്രിയകൾ ഇതിലൂടെയാണ് ശക്തിപ്പെട്ടത്. സാധാരണക്കാരനും ഈശ്വരനുമിടയിൽ ഇടനിലക്കാരായി പുരോഹിതന്മാർ മന്ത്രവാദികളായി കടന്നുവന്നത് ഈശ്വരപ്രീതിക്കുള്ള മന്ത്രവാദവുമായിട്ടാണ്.

മനശ്ശാസ്ത്രത്തിൽ ആശയസംബന്ധം അഥവാ അസോസിയേഷൻ

ഓഫ് ഐഡിയാസ് എന്നറിയപ്പെടുന്ന നിയമത്തിന്റെ രണ്ടുതരത്തിലു ള്ള തെറ്റായ പ്രയോഗമാണ് മന്ത്രവാദത്തിന്റെ കാതലായ രണ്ടു നിയമ ങ്ങളും. ഹോമിയോപ്പതി അഥവാ അനുകരണ മന്ത്രവാദം സാമ്യത്തിന്മേ ൽ ആശ്രയിച്ചുനിൽക്കുന്ന ആശയാനുബന്ധത്തിലും സമ്പർക്കമന്ത്രവാദം സാമീപ്യത്തിൽ ആശ്രയിച്ച് നിൽക്കുന്ന ആശയാനുബന്ധത്തിലുമാണ് അധിഷ്ഠിതമായിരിക്കുന്നത്. അനുകരണ മന്ത്രവാദം സാമ്യമുള്ള പദാ ർത്ഥങ്ങൾ ഒന്നുതന്നെയാണെന്ന് തെറ്റിദ്ധരിക്കുന്നു. ഒരിക്കൽ അടു ത്തിരുന്ന സാധനങ്ങൾ എന്നും അടുത്ത് തന്നെയാണെന്ന് സമ്പർക്ക മന്ത്രവാദം തെറ്റിദ്ധരിക്കുന്നു. ഈ രണ്ടു തെറ്റിദ്ധാരണകളെയും ചേർത്തുപ യോഗിച്ചുകൊണ്ടാണ് മിക്കയിടങ്ങളിലും മന്ത്രവാദങ്ങൾ നടന്നുവന്നിരു ന്നത്. അനുകരണ മന്ത്രവാദം മാത്രമുള്ള കർമ്മങ്ങൾ അസാധാരണമല്ല. പക്ഷേ അനുകരണമന്ത്രവാദത്തിന്റെ കലർപ്പില്ലാത്ത സമ്പർക്കമന്ത്രവാ ദം നിലനില്ക്കില്ല. ഇതൊക്കെയാണെങ്കിലും ഇത് ഒട്ടും സങ്കീർണ്ണമായി രുന്നില്ല. അതുകൊണ്ടാണ് ആദിമമനുഷ്യന്റെ അപക്വബുദ്ധിക്കുപോലും ഇത് അനായാസം സ്വീകരിക്കുവാനായത്. നിർമ്മിതബുദ്ധിയോടൊ പ്പം സഞ്ചരിക്കുന്ന ആധുനിക മനുഷ്യനെപ്പോലും സ്വാധീനിക്കുന്നതിൽ മന്ത്രവാദം വിജയം കൈവരിച്ചതും അതിന്റെ ലാളിത്യമൊന്നുകൊണ്ടു മാത്രമാണ്. ഒരു ഗൂഢസഹതാപം അല്ലെങ്കിൽ സഹഭാവം അല്ലെങ്കിൽ അനുഭാവം ദൂരത്തിരിക്കുന്ന സാധനങ്ങളെ അന്യോന്യം ബന്ധിപ്പിക്കുന്നു എന്നാണല്ലോ രണ്ടിന്റെയും അടിസ്ഥാനപരമായ തത്ത്വം. പദാർത്ഥക ണികകൾക്കിടയിൽ സ്ഥിതിചെയ്യുന്നതായി കരുതപ്പെട്ടിരുന്ന അതീന്ദ്രി യവസ്തുപോലെ എന്തോ ഒന്ന് (ഈതർ) ഒന്നിൽനിന്ന് മറ്റൊന്നിലേക്ക് ഒരു ശക്തിയെ വഹിച്ചുകൊണ്ടുപോകുന്നു എന്നതാണ് സങ്കല്പം.

ഒരു പരിധിവരെ ഇത് ശരിയാണല്ലോയെന്ന് സാമാന്യബുദ്ധിക്ക് ബോദ്ധ്യപ്പെടുന്നു. കാരണം ഭൗതികശാസ്ത്രവും ഇതുതന്നെയാണ് നമ്മെ പഠിപ്പിക്കുന്നത്. ബസ്സിൽനിന്നിറങ്ങി വന്ന ഒരു പെൺകുട്ടി മനസ്സിൽ പതിഞ്ഞുവെന്നിരിക്കട്ടെ. പിന്നൊരവസരത്തിൽ ആ കുട്ടിയെ കാ ണുമ്പോൾ ബസ്സ് ഓർമ്മയിലെത്തും. അതായത് ഒന്നു കാണുമ്പോൾ മറ്റൊന്നുകൂടി ഓർമ്മയിലെത്തുന്നു. ഇതാണ് സാമിപ്യംകൊണ്ടുള്ള ആശ യാനുബന്ധം അഥവാ അസോസിയേഷൻ ബൈ കണ്ടിംഗ്യൂറ്റി. ഈ സാമീപ്യം സ്ഥലത്തിലും കാലത്തിലുമൊക്കെ സംഭവിക്കാം. ഒരു ബസ്സ് മറ്റൊരു ബസ്സിനെ ഓർമ്മിപ്പിച്ചാൽ അതാണ് സാമ്യത്തെ അടിസ്ഥാന മാക്കിയ ആശയാനുബന്ധം അഥവാ അസോസ്സിയേഷൻ ബൈ സിമി ലാരിറ്റി. ചെറിയത് വലുതിനെ ഓർമ്മിപ്പിക്കുന്നതും ഇതേ നിയമപ്രകാര മാണ്. കാരണം സാമ്യത്തിന്റെ മറുപുറം വൈപരീത്യമാണല്ലോ. നമ്മുടെ മനസ്സിലെ ആശയങ്ങളുടെ നിരന്തരപ്രവാഹത്തെ നിയന്ത്രിക്കുന്ന നിയ

മങ്ങൾ ഇതു രണ്ടുമാണ്. തെറ്റായി ഈ നിയമം പ്രയോഗിക്കുമ്പോൾ തെറ്റിദ്ധാരണയിലും അതിലൂടെ അന്ധവിശ്വാസത്തിലുമെത്തും.

ഇനി ഇതുമായി ബന്ധപ്പെട്ട മന്ത്രവാദ വിശ്വാസം പരിശോധിക്കാം. ശുദ്ധ മന്ത്രവാദത്തിലെ പ്രധാനപ്പെട്ട ഒരു ശാഖയാണ് സഹതാപ മന്ത്രവാദം അഥവാ സിംപതറ്റിക്മാജിക്. ഈ സിംപതറ്റിക്മാജിക്കൽ തന്നെ പല വിഭാഗങ്ങളുണ്ട്. പലപല സിദ്ധാന്തങ്ങൾ ഇതിനകത്ത് അടങ്ങിയിട്ടുണ്ട് എന്നുള്ളതാണ് ഏറ്റവും വലിയ പ്രത്യേകത. പ്രാദേശിക ഭേദങ്ങൾക്കനുസരിച്ച് ഇതിൽ ചില വ്യത്യാസങ്ങളും ഉണ്ടായിരുന്നു. ഇതിൽ പ്രധാനപ്പെട്ട ഒന്നാണ് സദൃശ്യനിയമം അഥവാ ലോ ഓഫ് സിമിലാരിറ്റി. മറ്റൊന്ന് സമ്പർക്ക നിയമം അഥവാ ലോ ഓഫ് കോൺടാക്ട് അല്ലെങ്കിൽ ലോ ഓഫ് കണ്ടേജിയൻ. സദൃശ്യ നിയമം എന്നാൽ സദൃശ്യങ്ങൾ സദൃശ്യങ്ങൾ ജനിപ്പിക്കുന്നു എന്നാണ്. ലൈക്ക് പ്രൊഡ്യൂസസ് ലൈക്. ഇതുമായി ബന്ധപ്പെട്ട് ചെയ്യുന്ന കർമ്മങ്ങളെ അനുകരണമന്ത്രവാദം അല്ലെങ്കിൽ ഹോമിയോപ്പതിമന്ത്രവാദം എന്ന് വിളിച്ചുവന്നു. സാമ്യത്തിൽ ആശ്രയിച്ച് നിൽക്കുന്ന ഒന്നാണ് ഹോമിയോപ്പതിമന്ത്രവാദം അഥവാ അനുകരണമന്ത്രവാദം. ഇവിടെ സാമ്യമുള്ള പദാർത്ഥങ്ങൾ ഒന്നുതന്നെയാണെന്ന് തെറ്റിദ്ധരിക്കുന്നു. വിദ്വേഷമുള്ളവരോട് രഹസ്യമായി പകരം വീട്ടുന്നതിനുവേണ്ടിയും അനുകരണമന്ത്രവാദം ഉപയോഗിച്ചിരുന്നുവെന്ന് ചരിത്രം സൂചിപ്പിക്കുന്നു. ശത്രുവിന്റെ ഒരു രൂപമുണ്ടാക്കി അതിനെ ഹോമിക്കുകയോ കുഴിച്ചിടുകയോ അതിൽ പരിക്കേൽപ്പിക്കുകയും ഒക്കെ ചെയ്താൽ ശത്രു നശിക്കും എന്നാണ് അവരുടെ വിശ്വാസം. പുരാതനകാലത്ത് സാർവ്വത്രികമായി വിശ്വസിച്ചുപോന്ന ഒന്നാണിത്. ലോകവ്യാപകമായി ഇത് നടന്നിരുന്നു എന്നതാണ് ചരിത്രം. ഈജിപ്തിലും ബാബിലോണിയയിലും ഗ്രീസിലും റോമിലുമൊക്കെ മന്ത്രവാദികൾ ഇമ്മാതിരി കർമ്മങ്ങൾ ചെയ്യാറുണ്ടായിരുന്നു. *മഹാഭാരത*ത്തിൽ പരാമർശിക്കുന്ന നിഴൽക്കുത്തടക്കം ഇതുമായി ബന്ധപ്പെട്ട കാര്യങ്ങളാണ്. മലയാളത്തിലെ മന്ത്രവാദികളുടെയിടയിലും ഇത് സാധാരണയാണ്. വടക്കേ അമേരിക്കയിലെ ഇന്ത്യക്കാർ മണ്ണിലോ ചാരത്തിലോ ചെളിയിലോ ശത്രുവിന്റെ രൂപമുണ്ടാക്കി നാരായം തറയ്ക്കാറുണ്ട്. ഈ ക്രിയ ചെയ്താലുടൻ ശത്രു വേദന അനുഭവിക്കും എന്നാണ് വിശ്വാസം. പരിഷ്കൃതം എന്ന് കരുതുന്ന ഈ കാലഘട്ടത്തിൽ പോലും ഇത്തരം കാര്യങ്ങൾ നടക്കുന്നുവെന്ന് കാണുമ്പോൾ അന്ന് ഇത് എത്രമാത്രം സ്വാധീനം ചെലുത്തിയിരുന്നുവെന്ന് ഊഹിക്കാവുന്നതേയുള്ളൂ. സദൃശ്യങ്ങൾ സദൃശ്യങ്ങൾ ജനിപ്പിക്കുന്നു എന്ന വിശ്വാസമാണ് ഇതിന്റെ പിന്നിലെ പ്രേരകശക്തി. പാണന്മാർ ചെയ്യുന്ന പാതാളഹോമം അഥവാ ശത്രു എടുക്കൽ എന്ന ക്രിയ ഇക്കൂട്ടത്തിൽ ഒന്നാണ്. മാറാരോഗങ്ങളിൽ

നിന്നും മറ്റും ദുരിതമനുഭവിക്കുന്നവരെ ദുരിതത്തിൽ നിന്നൊഴിവാക്കിക്കൊടുക്കാമെന്ന് മന്ത്രവാദികൾ ഏൽക്കുന്നു. ഒരു പാണനെ മണ്ണിൽക്കുഴിച്ചിട്ട് ക്രിയകൾക്കുശേഷം എഴുന്നേൽപ്പിക്കലാണ് ഈ മന്ത്രവാദത്തിലെ പ്രധാന ചടങ്ങ്. പാണൻ ഉയിർത്തെഴുന്നേൽക്കുമ്പോൾ രോഗിയും സർവ്വരോഗങ്ങളും മാറി എഴുന്നേൽക്കും എന്നാണ് വിശ്വാസം. പ്രാർത്ഥനകളും നിവേദ്യങ്ങളും ബലികളുമെല്ലാം പിൽക്കാലങ്ങളിൽ മറ്റ് വിശ്വാസങ്ങളുടെ രംഗപ്രവേശത്തോടെ ഇതിലേക്കും കടന്നുകൂടി.

പാലക്കാട് ചിറ്റൂർ പ്രദേശങ്ങളിൽ പാണന്മാർ നടത്തുന്ന പാതാളഹോമം ഇതിൽനിന്നും വ്യത്യസ്തമാണ്. അവർ ഒരു പാണനെ ശവത്തെപ്പോലെ ഏണിയിൽ വച്ചുകെട്ടുന്നു. പിന്നെ അയാളെ കോടിമുണ്ടിൽ പൊതിയുന്നു. ദഹിപ്പിച്ച ദിക്കിൽ വാഴ വയ്ക്കുന്നതിനെ അനുസ്മരിപ്പിക്കാൻ അയാളുടെ തുടയുടെ ഇടയിൽ ഒരു വാഴയും വയ്ക്കുന്നു. കുറെനേരം അനങ്ങാതെ കിടന്നശേഷം മരിച്ചുകിടക്കുന്ന പാണൻ സാവധാനം ബോധം വീണ് എഴുന്നേൽക്കുന്നതുപോലെ എഴുന്നേൽക്കുന്നു. ഇതോടുകൂടി രോഗിയും രോഗംമാറി എഴുന്നേൽക്കും എന്നാണ് വിശ്വാസം. ഇത് ഹോമിയോപ്പതിമന്ത്രവാദത്തിന് ഉത്തമ ഉദാഹരണമാണ്. ബോർണിയോ ദ്വീപിലെ ഡായക്ക് വർഗ്ഗക്കാരുടെ ഇടയിലും ഇത്തരം ഒരുരീതി നടപ്പുണ്ടെന്ന് നരവംശ ശാസ്ത്രജ്ഞർ സൂചിപ്പിച്ചിട്ടുണ്ട്.

ഉപകാരത്തിനും ഉപദ്രവത്തിനും ഉതകുന്ന മന്ത്രവാദങ്ങളായിട്ടാണ് ആദിമകാലം മുതൽ ഇത്തരം ക്രിയകൾ നടന്നിരുന്നത്. വന്ധ്യകൾക്ക് കുട്ടികളുണ്ടാകാൻ എളുപ്പവഴിയും മന്ത്രത്തിലൂടെ സാദ്ധ്യമാകുന്നു. അമ്മയാവാൻ ആഗ്രഹിക്കുന്ന സ്ത്രീ മരംകൊണ്ട് ഒരു കുട്ടിയുടെ പ്രതിമയുണ്ടാക്കി മടിയിൽ സൂക്ഷിക്കുന്നു. കുട്ടിയുണ്ടാവാൻ പിന്നെ അധിക താമസം ഉണ്ടാകില്ലത്രേ! പ്രസവത്തിന് പ്രയാസമുണ്ടായാൽ അതിനും വൈദ്യമുണ്ട്. മന്ത്രവാദിവൈദ്യൻ അടുത്ത മുറിയിലിരുന്ന് പ്രസവിക്കുന്ന സ്ത്രീയുടെ ദേഹചലനങ്ങൾ അനുകരിച്ച് ഒടുവിൽ ഒരു കല്ലിനെ പ്രസവിക്കുന്നു. അതോടുകൂടി സ്ത്രീയും സുഖമായി പ്രസവിക്കുംപോലും. മാത്രമല്ല ഒരു കുട്ടിയെ ദത്തെടുക്കേണ്ടിവന്നാൽ ആ കുട്ടിയെ പ്രസവിക്കുന്നത് പോലെ വസ്ത്രത്തിനിടയിൽക്കൂടി കടത്തി എടുക്കുന്നത് യവനന്മാരുടെ ഒരു ചടങ്ങാണ്. ഇന്നും ഈ ആചാരം പ്രചാരത്തിലുണ്ട്. മരിച്ചു എന്ന് വിചാരിച്ചിരുന്ന ആൾ തിരിച്ചുവരുമ്പോൾ അയാൾ വീണ്ടും ജനിച്ചു എന്നപോലെ ക്രിയകളും മറ്റും ചെയ്യുന്ന പതിവ് ഇന്ത്യയിൽ ചിലകൂട്ടരുടെ ഇടയിൽ ഇന്നും നടപ്പുള്ളതാണ്. ഇത് ഇപ്രകാരംതന്നെ പുരാതന ഗ്രീസിലും നടന്നിരുന്നുവെന്ന് ചരിത്രകാരന്മാർ സൂചിപ്പിക്കുന്നു. ഇതും അനുകരണമന്ത്രവാദം തന്നെയാണ്.

അനുകരണമന്ത്രവാദത്തിന്റെ ഉത്തമ ഉദാഹരണമാണ് മഞ്ഞപ്പി

ത്തത്തിന് നാട്ടിൻപുറങ്ങളിൽ നടത്തിവന്നിരുന്ന നാടൻചികിത്സാ രീതികൾ. മഞ്ഞപ്പക്ഷികൾ, മഞ്ഞജന്തുക്കൾ, മഞ്ഞനിറത്തിലുള്ള സാധനങ്ങൾ മുതലായവയിലേക്ക് രോഗിയുടെ മഞ്ഞനിറം ഉഴിഞ്ഞ് അയക്കുന്നതായി സങ്കൽപ്പിക്കുന്നു. തുടർന്ന് ചുവപ്പ് നിറമുള്ള ജന്തുക്കളിൽ നിന്നും ചുവപ്പ് ആകർഷിച്ച് രോഗിയിലേക്ക് വരുത്തുകയും ചെയ്യാറുണ്ട്. ചുവന്ന കാളയുടെ മീതെ ഒഴിച്ച വെള്ളം കുടിപ്പിക്കുക, അതിന്റെ തോലിൽ ഇരുത്തുക, ചുവന്ന കാളയുടെ രണ്ടു രോമം വെള്ളത്തിലിട്ട് ആ വെള്ളം കുടിപ്പിക്കുക ഇതെല്ലാമാണ് ചുവപ്പ് വരുത്തുവാൻ ചെയ്യാറുള്ളത്. രോഗിയുടെ ദേഹം മുഴുവൻ മഞ്ഞൾ പുരട്ടി ചില ക്രിയകൾക്കുശേഷം കഴുകിക്കളഞ്ഞാൽ മഞ്ഞൾ പോകുംപോലെ മഞ്ഞപ്പിത്തവും പോകുമെന്ന വിശ്വാസവും നിലനിന്നിരുന്നു. ഒട്ടുമിക്ക അവസരങ്ങളിലും യാതൊരു ചികിത്സയും ചെയ്യാതെതന്നെ മഞ്ഞപ്പിത്തം ഇല്ലാതായി പോകാറുണ്ട്. എന്നാൽ ചിലയവസരങ്ങളിൽ ആളുകൾ മരണപ്പെട്ടുപോകാനും സാദ്ധ്യതയുണ്ട്. രക്ഷപ്പെടുകയാണെങ്കിൽ അത് മന്ത്രവാദത്തിന്റെ ഫലം കൊണ്ടാണെന്ന് വിശ്വസിപ്പിക്കും. മരണപ്പെടുകയാണെങ്കിലോ അത് രോഗിക്ക് മന്ത്രവാദത്തിലുള്ള വിശ്വാസമില്ലായ്മയോ കണ്ടുനിന്നവരുടെ സംശയമോ ഒക്കെയാണ് ഇതിന് കാരണമെന്ന് പ്രചരിപ്പിക്കും. എങ്ങനെയായാലും വിശ്വാസങ്ങൾ യാതൊരു പരിക്കും കൂടാതെ നിലനിന്നുപോരുകയും ചെയ്യും. ഇതാണ് വിശ്വാസത്തിന്റെ ആശ്വാസവഴികൾ !

കാര്യസാദ്ധ്യത്തിനായി അമ്പലങ്ങളിൽ ദേവിക്ക് പൊങ്കാലയർപ്പിക്കുക എന്ന ചടങ്ങ് സമീപകാലത്ത് വളരെയധികം പ്രചാരം നേടിക്കൊണ്ടിരിക്കുകയാണ്. തിരക്കുകളിൽപ്പെട്ടോ അല്ലെങ്കിൽ അസുഖവുമായി ബന്ധപ്പെട്ടോ ചിലർക്ക് പൊങ്കാലയിടാൻ കഴിയാത്ത സാഹചര്യമുണ്ടാകുമ്പോൾ ചിലയാളുകൾ അവർക്കുവേണ്ടി മറ്റൊരാളെ ചുമതലപ്പെടുത്തും. ചുമതലയേറ്റയാൾ ചുമതലപ്പെടുത്തിയവർക്കു വേണ്ടി പൊങ്കാലയിടുന്നു. എന്നാൽപ്പോലും അതിന്റെ ഗുണഫലം ലഭിക്കുമെന്ന് വിശ്വസിക്കുന്നവർ നമ്മുടെ ഇടയിൽ ഇപ്പോഴും ധാരാളമുണ്ട്. പണ്ട് ഇതുപോലെ രോഗികൾക്കുവേണ്ടി മറ്റുള്ളവരെ ചികിത്സിച്ച് രോഗിയുടെ രോഗം ഭേദമാക്കുന്ന രീതിയും നിലനിന്നിരുന്നു. കർഷകരുടെ ഇടയിൽ ദീർഘകാലം നീണ്ടുനിൽക്കുന്ന ഛർദ്ദി വന്നാൽ അതിന് കാരണം വയറിന്റെ കൊളുത്തിളകിപ്പോകുന്നതാണെന്ന് കരുതിയിരുന്നു. അങ്ങനെ വരുന്ന സന്ദർഭങ്ങളിൽ ഒരു വൈദ്യൻ വന്നിട്ട് അയാളുടെ വയറിന്റെ കൊളുത്ത് സ്വമേധയാ ഇളക്കുകയും വളരെയധികം കഠിനപ്രയത്നത്തിന്റെ ഫലമായി കൊളുത്ത് തിരിച്ചിടുകയും ചെയ്യുതായി ബോദ്ധ്യപ്പെടുത്തുന്നു. അതോടെ രോഗിയുടെ കൊളുത്തും ശരിയാവുകയും അയാളുടെ രോഗം ഭേദമാവുമെന്നും വ്യാപകമായി വിശ്വസിച്ചിരുന്നു. ഉണ്ടാകേണ്ട ഫലത്തെ അനുകരിക്കുക മാത്രമാ

ണ് ഇവർ ചെയ്യുന്നത്. സദൃശ്യം സദൃശ്യത്തെ ഉണ്ടാക്കുമല്ലോ. പക്ഷികളെ ധാരാളമായി കിട്ടണമെങ്കിൽ പക്ഷിയുടെ പ്രതിമയുണ്ടാക്കി അത് കരയുന്നതുപോലെ കരഞ്ഞാൽ മതി. മദ്ധ്യആസ്ട്രേലിയയിലെ വാരാമുങ്ഗ വർഗ്ഗക്കാർ ഇതാണ് ചെയ്യുന്നത്. ഗർഭിണികൾ കയറുപിരിക്കാൻ പാടില്ലെന്നാണ് സംഘാലിയൻ ദ്വീപിലെ അയിനു വർഗ്ഗക്കാരുടെ വിശ്വാസം. കയറുപിരിച്ചാൽ കുട്ടിയുടെ കുടൽ കയറുപോലെ പിണങ്ങുമെന്നവർ വിശ്വസിക്കുന്നു. കാരണവന്മാർ ആലോചനക്ക് കൂടുമ്പോൾ ആരും തക്ലി തിരിക്കാൻ പാടില്ല. അങ്ങനെ തിരിച്ചാൽ ആലോചനയും തിരിഞ്ഞു തിരിഞ്ഞു പോകുകയല്ലാതെ തീരുമാനം ഉണ്ടാവുകയില്ല എന്നാണ് വിശ്വാസം. ഗർഭിണിയുള്ള വീട്ടിൽ ആരും കോണിയിൽ നിൽക്കാൻ പാടില്ല. പ്രസവത്തിന് അത് താമസമുണ്ടാക്കും എന്നാണ് വിശ്വാസം. കർപ്പൂരം ശേഖരിക്കാൻ പോകുന്ന മലയക്കാർ ഉപ്പ് പൊടിച്ച് കൂട്ടുകയില്ല അങ്ങനെ ചെയ്താൽ അവർ അന്വേഷിക്കുന്ന കർപ്പൂരവും ചെറിയ ചെറിയ തരികളായേ കിട്ടുകയുള്ളൂവെന്ന് അവർ വിശ്വസിക്കുന്നു. കോഴിപ്പോരിൽ തോറ്റ കോഴിയുടെ മാംസം പലരും കഴിക്കാറില്ല. അങ്ങനെ ചെയ്താൽ നമ്മൾ ജീവിതത്തിൽ പരാജയപ്പെട്ടുപോകും എന്നാണ് കരുതുന്നത്. യോദ്ധാവ് യുദ്ധത്തിന് പോയിരിക്കുമ്പോൾ വീട്ടിൽ ആൺമൃഗങ്ങളെ കൊന്നാൽ പോയയാൾ മരിച്ചുപോകുമെന്നും വിശ്വസിക്കുന്നു. മാനിറച്ചി കഴിച്ചാൽ ഭീരുവാകും. പക്ഷേ കാലിനു വേഗം കിട്ടും. സിംഹത്തിനെ തിന്നാൽ ധൈര്യമുണ്ടാകും എന്നൊക്കെയാണ് പഴയകാല വിശ്വാസം. സ്ത്രീകൾ ഇരട്ടപ്പഴം തിന്നാൽ ഇരട്ട പ്രസവിക്കുമെന്ന് നമ്മുടെ ഇടയിൽ പറയാറുണ്ട്. മറ്റു ചില രാജ്യങ്ങളിലും ഇങ്ങനെ ഒരു വിശ്വാസം കാണുന്നുണ്ട്. അരയന്മാർ മത്സ്യബന്ധനത്തിന് പോകുമ്പോൾ അരയത്തി പിഴച്ചു പോകാൻ പാടില്ല എന്നൊരു വിശ്വാസമുണ്ട്. അങ്ങനെ സംഭവിച്ചാൽ അരയൻ കടലിൽ മരിച്ചുപോകുമത്രേ!

മന്ത്രവാദത്തിന്റെ ശക്തി മന്ത്രവാദം ചെയ്യുന്ന പ്രദേശത്തു മാത്രമല്ല വളരെയധികം ദൂരത്തേക്കും അതിനെ എത്തിപ്പിക്കുവാൻ കഴിയും എന്നുള്ളതാണ് ഇതിൽനിന്നും മനസ്സിലാക്കുന്നത്. മാനസസന്ദേശം അഥവാ ടെലിപ്പതി എന്ന് പറയുന്നത് പാരാനോർമൽ വിശ്വാസങ്ങളിൽപ്പെടുന്നതായതിനാൽ ശാസ്ത്രബോധമുള്ളവരാരുംതന്നെ ഇത് വിശ്വസിക്കുന്നില്ല. എന്നാൽ പ്രാചീനമനുഷ്യരെ സംബന്ധിച്ചിടത്തോളം ഇതെല്ലാം കണ്ണടച്ച് വിശ്വസിക്കുവാൻ പാകത്തിൽ അവരുടെ മനസ്സുകൾ രൂപപ്പെട്ടിരുന്നു. അതുകൊണ്ടാണ് ദൈനംദിനം നാം ചെയ്യുന്ന ഓരോ കാര്യവും അങ്ങ് അകലത്തിരിക്കുന്ന ആളുകളെ ബാധിക്കും എന്ന വിശ്വാസം മനസ്സിൽ അടിയുറയ്ക്കുന്നത്. ആനവേട്ടയ്ക്ക് പോകുന്ന ഒരാളുടെ ഭാര്യ ഒരിക്കലും എണ്ണ തേയ്ക്കുവാനോ തലമുടി വെട്ടുവാനോ പാടില്ല. എണ്ണതേച്ചാൽ ആന

വലയിൽനിന്ന് തെന്നിപ്പോകും. തലമുടി വെട്ടിയാൽ ആന വലപൊട്ടിച്ചു പോകും. വീട്ടിലുള്ളവർ വഞ്ചിയാത്ര ചെയ്യുമ്പോൾ മൂന്നോ നാലോ പെൺകുട്ടികൾ ഒരു മുറിയിൽ അനങ്ങാതെയിരിക്കണം. അവർ തലചരിച്ചാൽ വഞ്ചിചരിയും. അവർ മുള്ളുള്ള മത്സ്യം തിന്നാൻ പാടില്ല. തിന്നാൽ യാത്രക്കാർ കഠിനമായ ആപത്തിൽപ്പെട്ടുപോകും. ബന്ധുക്കൾ യുദ്ധത്തിന് പോയാൽ സ്ത്രീകൾ അതിരാവിലെ എഴുന്നേൽക്കണം. അല്ലെങ്കിൽ യോദ്ധാക്കൾ അധികം ഉറങ്ങിപ്പോകും. എണ്ണ തേയ്ക്കുവാൻ പാടില്ല എണ്ണ തേച്ചാൽ യോദ്ധാക്കൾ തെന്നിവീഴും. അവർ തുന്നുവാൻ പാടില്ല. അങ്ങനെ ചെയ്താൽ യോദ്ധാക്കളുടെ കാലിൽ മുള്ളുകൾ കൊള്ളും. മുഖം മൂടിയാൽ അവർക്ക് വഴിതെറ്റും. വീട്ടിൽ എപ്പോഴും കുറച്ചു ചോറെങ്കിലും ഉണ്ടായിരിക്കണം. എന്നാൽ അവർക്ക് ആഹാരത്തിന് ബുദ്ധിമുട്ടുണ്ടാവുകയില്ല. ബ്രിട്ടീഷ് കൊളംബിയയിലെ സ്ത്രീകൾ കത്തി, കോൽ മുതലായവയേന്തി ഒരു നൃത്തം നടത്തുന്നു. ആയുധങ്ങളുമായി മുന്നോട്ടു ചാടുമ്പോൾ ഭർത്താക്കന്മാരുടെ ശത്രുക്കൾക്കും മുറിപ്പാടുണ്ടാകുമെന്നാണ് വിശ്വാസം. സചേതന വസ്തുക്കളെപ്പോലെ അചേതന വസ്തുക്കൾക്കും ഗുണവും ദോഷവും പരത്താൻ സാധിക്കും എന്നും വിശ്വാസമുണ്ട്. സമർഖണ്ഡിലെ സ്ത്രീകൾ കുട്ടികൾക്ക് വായിൽ പഞ്ചസാരയും കൈയിൽ പശയും കൊടുക്കുന്നു. പ്രായമാകുമ്പോൾ മധുരമായി സംസാരിക്കുവാനും കൈയിൽ പണം ഒട്ടിനിൽക്കാനുമാണ് ഇങ്ങനെ ചെയ്യുന്നത്. ബ്രാഹ്മണ സമുദായത്തിൽപ്പെട്ടവർ വേളിക്കും ഉപനയനത്തിനും അമ്മി ചവിട്ടിക്കുന്നത് കല്ലിനെപ്പോലെ സ്ഥിരതയുണ്ടാകാനാണ്. വേലിയേറ്റ സമയത്ത് വിതച്ചാൽ വിളവ് ധാരാളമുണ്ടാകുമെന്നും വേലിയിറക്ക സമയത്ത് വിളവ് കുറയുമെന്നും വേലിയേറ്റ സമയത്ത് ജനനവും വേലിയിറക്ക സമയത്തു മരണവും ഉണ്ടാകുമെന്നും വിശ്വാസമുണ്ട്. അവിവാഹിതകളായ ബാലികമാർ ഉണ്ടാക്കിയ വസ്ത്രം ധരിച്ചാൽ ആയുസ്സ് കൂടുമെന്ന് ചൈനക്കാർ വിശ്വസിക്കുന്നു. അങ്ങനെ ജീവനില്ലാത്ത വസ്തുക്കളും മനുഷ്യ ജീവിതത്തിലേക്ക് തങ്ങളുടെ ഗുണങ്ങളും ദോഷങ്ങളും വിതയ്ക്കുന്നു.

വിളവ് വർദ്ധിക്കുവാനും ഇത്തരം മന്ത്രവാദം സാധാരണയായി നടത്തിവരുന്നുണ്ട്. വിവിധ രാജ്യങ്ങളിൽ ഇതിനെക്കുറിച്ചുള്ള രേഖപ്പെടുത്തലുകൾ കാണാം. ചോളം, ഗോതമ്പ് തുടങ്ങിയ വിവിധതരം ഭക്ഷ്യവിളകൾ വളരുമ്പോൾ സ്ത്രീകൾ തലമുടിയഴിച്ചിട്ട് നൃത്തംവയ്ക്കുന്നു. അതിന്റെ ഫലമായി ചെടികൾ നല്ലവണ്ണം കാറ്റിലാടുമെന്നാണ് വിശ്വാസം. തലമുടിയഴിച്ചിട്ടുള്ള പല ആചാരങ്ങളും ഇതുമായി ബന്ധപ്പെട്ട് തന്നെയാണ് ഉണ്ടായിരിക്കുന്നത്. പരമാവധി പൊക്കത്തിൽ ചാടുകയും നൃത്തം വയ്ക്കുകയും ചെയ്താൽ ധാന്യങ്ങൾ സമൃദ്ധമായി വളരുമെന്നും പരക്കെ വിശ്വസിച്ചിരുന്നു. ഇന്നും ഈ വിശ്വാസങ്ങൾ നമ്മുടെ നാട്ടിലെന്നല്ല യൂ

റോപ്പിലടക്കം നിലനിന്നുപോരുന്നു. മലയയിലെ സ്ത്രീകൾ മാറുമറയ്ക്കാതെ യാണ് കൊയ്യുന്നത്. ഉമിക്ക് കനം കുറയാനാണ് ഇപ്രകാരം ചെയ്യുന്നത്. വന്ധ്യകളായ സ്ത്രീകൾ കൃഷി നശിപ്പിക്കുമെന്നും ഗർഭിണികൾ കൃഷി വർദ്ധിപ്പിക്കുമെന്നും പരക്കെ വിശ്വസിച്ചുപോന്നു. കൃഷി ദേവത മാർക്ക് ഗർഭിണികളെ ബലികഴിപ്പിക്കുക ഗ്രീക്കുകാരുടെ ഉറച്ച വിശ്വാസങ്ങളി ലൊന്നായിരുന്നു. പുണ്യകർമ്മങ്ങളിൽ മംഗല്യവതികൾക്കുള്ള പ്രാധാ ന്യവും വിധവകൾക്കുള്ള നിഷേധവും ഉയർന്നുവന്നതും ഈ വിശ്വാസ ത്തിന്റെ തണലിലാണ്.

മനുഷ്യന്റെ പ്രവൃത്തിയും സാന്നിദ്ധ്യവും ചെടികളുടെ ജീവിതത്തെ ബാധിക്കുമെങ്കിൽ മനുഷ്യജീവിതത്തെ ചെടികൾക്കും സ്വാധീനിക്കുവാ നാകുമെന്നും വിശ്വസിച്ചിരുന്നു. ഇന്നും ഈ വിശ്വാസം വ്യാപകമായി നിലനില്ക്കുന്നു. മന്ത്രവാദത്തിനും കർമ്മവും പ്രതികർമ്മവും തുല്യ ബലമു ള്ളതും വിരുദ്ധവുമാണ്. അതായത് പ്രവർത്തനവും പ്രതിപ്രവർത്തനവും തുല്യവും വിപരീതവുമാണെന്നർത്ഥം. ആക്ഷൻ ആന്റ് റിയാക്ഷൻ ആർ ഈക്വൽ ആന്റ് ഓപ്പോസിറ്റ് എന്ന ഭൗതിക ശാസ്ത്രതത്ത്വത്തെയാണ് ഇവിടെ മന്ത്രവാദികൾ മുതൽക്കൂട്ടാക്കുന്നത്. ഇങ്ങനെയാണ് വിശ്വാസ ങ്ങൾ ശാസ്ത്രങ്ങളായി വ്യാഖ്യാനിക്കപ്പെടുവാൻ ഇടയാകുന്നത്. നൂറ്റാണ്ടു കളായി മനുഷ്യമനസ്സിൽ ആഴത്തിൽ വേരൂന്നിയിട്ടുള്ള വിശ്വാസങ്ങൾ ശാസ്ത്രവുമായി അനായാസം ബന്ധിപ്പിക്കാനും വിദ്യാഭ്യാസമുള്ളവരെ പ്പോലും അതിലേക്കാകർഷിപ്പിക്കാനും കഴിയുമെന്നുള്ളതാണ് ഏറ്റവും വലിയ ശ്രദ്ധാ സ്വാധീനം.

സഹതാപമന്ത്രവാദത്തിന് വേറൊരു വശമുണ്ട്. ഇന്നതൊക്കെ ചെ യ്യണമെന്നതുപോലെ തന്നെ ഇന്നതെല്ലാം ചെയ്യരുതെന്നും ശഠിക്കുന്നു. അരുതാത്ത മന്ത്രങ്ങളെ താബൂസ് എന്ന് ഇംഗ്ലീഷിൽ പറയുന്നു. സദൃശ്യം സദൃശ്യത്തെ ജനിപ്പിക്കും എന്നാണല്ലോ. നല്ലതിനോട് സാദൃശ്യമുള്ള പ്ര വൃത്തികൾ നല്ലതും ചീത്തയോട് സാദൃശ്യമുള്ള പ്രവൃത്തികൾ ചീത്തയും ഉണ്ടാക്കുമെന്ന് സാരം. പ്രായോഗിക മന്ത്രവാദത്തിന്റെ നിഷേധവശം മാത്രമാണ് അരുതാത്തതുകൾ അഥവാ ടാബൂസ്. ആഭിചാരക്രിയകൾ ഈ വിഭാഗത്തിൽ വരും. വിഭാഗം ഏതു തന്നെയായാലും ആശ്വാസവഴി കളിലൂടെ നിലനില്പ് സുരക്ഷിതമാക്കി മന്ത്രവാദം ശുദ്ധമായും അശുദ്ധമാ യും അതിന്റെ ജൈത്രയാത്ര അനായാസേന തുടരുകയാണ്.

സമ്പർക്കസമബന്ധ മന്ത്രവാദം

ലോ ഓഫ് സിമിലാരിറ്റി അഥവാ സദൃശ്യനിയമമന്ത്രവാദം കഴിഞ്ഞാൽ പിന്നെയുള്ളത് ലോ ഓഫ് കോൺടാക്റ്റ് അല്ലെങ്കിൽ ലോ ഓഫ് കണ്ടേജിയൻ എന്നതാണ്. ഇതിനെ സമ്പർക്കനിയമം അഥവാ സമ്പർക്കസമബന്ധമന്ത്രവാദം എന്നും നമുക്ക് നാമകരണം ചെയ്യാവുന്നതാണ്. ഒരിക്കൽ ബന്ധപ്പെട്ടിരുന്ന വസ്തുക്കൾക്ക് ആ ബന്ധം ഒരിക്കലും അവസാനിപ്പിക്കുവാൻ കഴിയുകയില്ല എന്ന വിശ്വാസമാണ് ഈ മന്ത്രവാദത്തിനടിസ്ഥാനം. ഒന്നിനെ ബാധിക്കുന്നത് മറ്റേതിനെയും ബാധിക്കും എന്നതാണ് ഈ വിശ്വാസത്തിന്റെ കാതൽ. ഒരാൾ ചെയ്യുന്ന കുറ്റം അയാളുൾപ്പെടുന്ന സമൂഹത്തെ മൊത്തമായി ബാധിക്കും എന്ന വിശ്വാസം ഇതിലൂടെ രൂപപ്പെട്ടുവന്നതാകാം. ഒരാളുടെ പല്ല്, നഖം, മുടി, കാലടിപ്പാടുകൾ വിയർപ്പുതുള്ളികൾ, അയാൾക്ക് സാദൃശ്യമുള്ളതോ അയാളായി സങ്കല്പിക്കുന്നതോ ആയ രൂപങ്ങൾ ഇവയെല്ലാംതന്നെ അയാളുമായി ബന്ധപ്പെട്ടുതന്നെ നിൽക്കും. അയാളിൽനിന്നും ഇവയെല്ലാം വേർപെട്ടതിനു ശേഷവും അവയ്ക്ക് എന്തെങ്കിലും സംഭവിച്ചാൽ അത് അയാളെയും ബാധിക്കും എന്നുള്ളതാണ് ഈ വിശ്വാസത്തിന്റെ അടിസ്ഥാനതത്ത്വം. സമൂഹത്തിൽ ഏറ്റവും കൂടുതൽ വേരോടിയിട്ടുള്ള ഒരു സിദ്ധാന്തമാണിത്. ഈയൊരു വിശ്വാസത്തിന്റെ അടിത്തറയിൽ രൂപപ്പെട്ട നിരവധി വിശ്വാസങ്ങൾ ഇന്നും സമൂഹത്തിൽ സജീവമായി നിലനില്ക്കുന്നു.

മനുഷ്യൻ സമൂഹമായി ജീവിക്കുന്നതുവരെ വ്യക്തിപരമായ മേന്മകളെക്കുറിച്ചുള്ള അറിവുകൾ കുറവായിരുന്നു. കൂട്ടംകൂടി വേട്ടയാടി ജീവിതം നയിച്ചിരുന്ന ജനവിഭാഗത്തിന് ഒരു മനസ്സും ഒരു പ്രവൃത്തിയും മാത്രമാ

ണ് നിലനിന്നിരുന്നത്. എന്നാൽ അവൻ സമൂഹമായി ജീവിക്കുവാൻ തുടങ്ങിയതോടുകൂടി സമൂഹമനസ്സ് എന്നതിനുപരി ഒരു വ്യക്തിഗത മനസ്സും അവിടെ രൂപപ്പെടുകയായിരുന്നു. അതോടെ അവന്റെ വ്യക്തിഗതമായ നേട്ടങ്ങൾക്കും മേന്മകൾക്കും അവൻ കൂടുതൽ പ്രാധാന്യം നൽകുവാൻ തുടങ്ങി. മേന്മയുള്ള ഒരാളിന്റെ ശരീരത്തിൽനിന്നും വേർപെട്ടുപോകുന്ന വസ്തുക്കളിൽപ്പോലും ആ മേന്മ നിലനിൽക്കുമെന്നും അവയ്ക്ക് സംഭവിക്കുന്ന ഏതൊരു കാര്യവും അദ്ദേഹത്തെയും ബാധിക്കുമെന്നുള്ള ഉറച്ച വിശ്വാസം ഇതോടെ ശക്തിപ്രാപിച്ചു. ഞാനെന്നും എന്റേതെന്നും എന്റേതായിരുന്നതെന്നുമുള്ള ചിന്ത രൂഢമൂലമായി. എന്റേതായിരുന്ന വസ്തുവിൽ സംഭവിക്കുന്ന ആഘാതം അങ്ങനെ എന്റേതായി മാറി എന്നർത്ഥം. ക്രമേണ ഇത് തങ്ങളുടെതാണെന്ന് കരുതുന്ന വസ്തുവിനേല്ക്കുന്ന ആഘാതംപോലും തങ്ങൾക്കേൽക്കുന്ന ആഘാതമായി മാറുവാൻ തുടങ്ങി. നാമുപയോഗിക്കുന്ന ഏതൊരു വസ്തുവിലും തന്റെ പ്രാണനുണ്ടെന്ന തോന്നൽ സജീവമായി. ഇന്ന് നാം താമസിക്കുന്ന വീടുപോലും 2150 ൽ ആരുടേതാകും എന്നതിൽ യാതൊരു നിശ്ചയവുമില്ല. എന്നാലും ഇത് നമ്മുടേത് മാത്രം എന്ന ചിന്ത നമ്മിൽ ഉടലെടുത്തതും ഈ ഒരു കാരണം കൊണ്ടാണ്. നമ്മുടേതെന്നു നാം കരുതുന്ന പേനയെന്നല്ല നിസ്സാരമായൊരു പേപ്പർ തുവല പോലും മറ്റൊരാൾ എടുക്കുമ്പോൾ നമുക്ക് സഹിക്കാനാകാത്തതും ഈ വിശ്വാസം മനസ്സിലടിയുറയ്ക്കുമ്പോഴാണ്.

കുട്ടിക്കാലത്ത് പല്ല് പോകുമ്പോൾ അത് ചാണകത്തിൽ പൊതിഞ്ഞു പുരപ്പുറത്തേക്ക് എറിഞ്ഞ് ചട്ടിപ്പല്ലേ പോ പോ കീരിപ്പല്ലേ വാ വാ എന്ന് വിളിക്കുന്ന പ്രവണത ഉണ്ടായത് ഈ വിശ്വാസത്തിൽ നിന്നാണ്. ഏതു ജീവിയാണോ അത് തൊടുന്നത് ആ ജീവിയുടെ പല്ല് നമുക്ക് ലഭിക്കുമെന്ന മന്ത്രവാദസിദ്ധാന്തമാണ് ഇതിനടിസ്ഥാനം. യഥാർത്ഥത്തിൽ കീരിപ്പല്ല് എന്നാണ് വിളിക്കുന്നതെങ്കിലും എലി വന്ന് ഇത് കടിക്കുമെന്നും അങ്ങനെ എലിയുടെപല്ല് ലഭിക്കണമെന്നുമുള്ള ആഗ്രഹമാണ് ഇതിന്റെയുള്ളിലടങ്ങിയിരിക്കുന്നത്. നമ്മുടെ നാട്ടിലെന്നല്ല യൂറോപ്യൻ രാജ്യങ്ങളിലടക്കം ലോകമെമ്പാടും ഈ വിശ്വാസം നിലനിന്നിരുന്നു. പ്രസവാനന്തരം മറുപിള്ളയെ ശ്രദ്ധാപൂർവ്വം മറവുചെയ്തില്ലെങ്കിൽ അത് നമ്മുടെ സ്വഭാവത്തെയും ബാധിക്കും എന്ന വിശ്വാസവും ലോകമെമ്പാടും നിലനിന്നിരുന്നു. മറുപിള്ളയെ കാട്ടിലിട്ടാൽ കുട്ടി വേടനാകുമെന്നും മരത്തിൽ തൂക്കിയാൽ മരം കയറാൻ നല്ല സമർത്ഥനാകുമെന്നും പടക്കളത്തിൽ കുഴിച്ചിട്ടാൽ നല്ല യോദ്ധാവാകുമെന്നും വിശ്വസിച്ചിരുന്നു. പെൺകുട്ടികളുടെ പൊക്കിൾക്കൊടി അമ്മിച്ചുവട്ടിൽ കുഴിച്ചിട്ടാൽ കുട്ടി പലഹാരമുണ്ടാക്കാൻ സമർത്ഥയാകുമെന്നും അതിനെ സൂചികൊണ്ട് കുത്തിത്തുളച്ചാൽ നല്ല തുന്നൽക്കാരിയാകുമെന്നുമൊക്കെ

വിശ്വാസം നിലനിന്നിരുന്നു. അപരിഷ്കൃത വിഭാഗത്തിനിടയിൽ കുറച്ചുകൂടി പ്രാകൃതമായും ഈ വിശ്വാസങ്ങൾ നിലനിന്നിരുന്നു. പ്രാദേശിക വ്യതിയാനങ്ങൾക്കനുസരിച്ച് വിശ്വാസങ്ങളിൽ ഏറ്റക്കുറച്ചിലുകളും വ്യതിയാനങ്ങളും സംഭവിച്ചിരുന്നു.

കള്ളനെ കിട്ടിയില്ലെങ്കിൽ കള്ളൻ ഉപയോഗിച്ച വസ്തുത്തിന്റെ ഏതെങ്കിലുമൊരംശം കിട്ടിയാൽ അതിൽ ഏൽപ്പിക്കുന്ന പ്രഹരം കള്ളനുമേൽക്കുമെന്ന വിശ്വാസം യൂറോപ്പിലെമ്പാടും നിലനിന്നിരുന്നു. ജർമ്മനിയിലും ഇംഗ്ലണ്ടിലും കൃഷിക്കാരുടെയിടയിൽ വിചിത്രമായ മറ്റൊരു വിശ്വാസമുണ്ടായിരുന്നു. ഏതെങ്കിലുമൊരായുധം കൊണ്ട് മുറിവേറ്റാൽ മുറിവിന് ചികിത്സിക്കുന്നതിന് പകരം ആയുധത്തെ ചികിത്സിച്ചാൽ മുറിവുണങ്ങും എന്നതായിരുന്നു അത്. മുറിവിൽ മുറിപ്പെട്ട വ്യക്തിയുടെ ചോരയുള്ളതിനാൽ ആ ചോരയെ ചികിത്സിച്ചാലും മുറിവുണങ്ങുമെന്നതാണ് വിശ്വാസം. ഈ വിശ്വാസപ്രകാരം ഒരാളെ ദേഹോപദ്രവം ഏൽപ്പിക്കുന്നതിന് അയാളുടെയടുത്ത് പോകണമെന്ന് നിർബ്ബന്ധമില്ല. അയാളുടെ കാലടികളിൽ ആണി തറച്ചാൽ അയാൾക്ക് യഥാർത്ഥ ആണിതറച്ച വേദന അനുഭവപ്പെടുമെന്നും വിശ്വസിച്ചു. നായാട്ടിനുപോകുന്ന സമയത്ത് വേട്ടയാടപ്പെടേണ്ട മൃഗത്തിന്റെ കാലടികളെ കണ്ടെത്തി ആ കാലടികളിൽ ആണിതറച്ച് ആ ജന്തുവിനെ മുടന്തുള്ളതാക്കിത്തീർത്ത് അതിനെ പിടിക്കുവാൻ കഴിയുമെന്ന വിശ്വാസവും നിലനിന്നിരുന്നു. മറ്റുള്ളവരുടെ കാലടികളിൽ ചവിട്ടി നടക്കരുതെന്ന് കുട്ടികളെ വിലക്കുന്നതിനുള്ള കാരണവും ഇതുതന്നെയായിരുന്നു. മാത്രവുമല്ല നമ്മെക്കാൾ പ്രായം കൂടിയവരുടെ ചെരുപ്പ് നമ്മൾ ഉപയോഗിക്കുവാൻ പാടില്ല എന്ന വിശ്വാസവും നിലനിന്നിരുന്നു. ഇതിന്റെ ഫലമായിട്ടാണ് ഭരതൻ ശ്രീരാമന്റെ മെതിയടി തലയിൽവച്ചതും സിംഹാസനത്തിൽ വച്ച് പൂജിച്ചതും. നിഴൽക്കുത്ത് എന്ന ആഭിചാരക്രിയ രൂപമെടുത്തതും ഈ വിശ്വാസത്തിന്റെ പിൻബലത്തിലാണ്. മറ്റൊരാളാണെന്ന് സങ്കല്പിച്ച് ഒരു രൂപമുണ്ടാക്കി അതിന്റെ ഏതുഭാഗത്ത് മുറിവുണ്ടാക്കിയാലും അത് നാം സങ്കല്പിച്ച വ്യക്തിയിൽ മുറിവുണ്ടാക്കുമെന്ന വിശ്വാസമാണ് നിഴൽക്കുത്ത്. *മഹാഭാരത*ത്തിൽ പാണ്ഡവരെ വകവരുത്തുവാൻ നിഴൽക്കുത്ത് നടത്തിയതായി പാരാമർശമുണ്ടായതും ഈ വിശ്വാസംമൂലമാണ്. യൂറോപ്യൻ നാട്ടുകളിലും ആഫ്രിക്കയിലുമുള്ള വൂഡു ഡോൾ (Voodoo doll) സങ്കല്പവും ഇതിനു സമാനമാണ്.

അന്ധവിശ്വാജടിലമായിരുന്നിട്ടും ചിന്താധാരകളെ മുന്നോട്ട് നയിക്കുന്നതിൽ സമ്പർക്കസമബന്ധമന്ത്രവാദം വഹിച്ച പങ്ക് നിർണ്ണായകമാണ്. വ്യക്തിഗത കാര്യസാദ്ധ്യത്തിനുള്ള ആഭിചാരക്രിയയെന്നതിൽനിന്നും സമൂഹനന്മലാക്കാക്കിയിട്ടുള്ള മാന്ത്രിക ക്രിയകൾ ചെയ്യുന്നതിലേക്ക്

മന്ത്രവാദികളെ നയിച്ചത് മാന്ത്രികരിലുണ്ടായ പുരോഗമന ചിന്തയുടെ ഭാഗമായിട്ടാണ്. എല്ലാവർക്കും വേണ്ടി മന്ത്രവാദം ചെയ്യുന്നവർ എന്നുള്ള നിലയിൽ സമൂഹത്തിന്റെ മുഖ്യധാരയിലേക്ക് മന്ത്രവാദികൾ കടന്നുവരുകയും സ്വകാര്യ മന്ത്രവാദികൾ എന്ന നിലയിൽ നിന്നും സമൂഹ നന്മലാക്കാക്കി പ്രവർത്തിക്കുന്ന രീതിയിലേക്ക് പുരോഗമിക്കുകയും അങ്ങനെ നേതൃസ്ഥാനത്തേക്ക് കടന്നുവരുകയും ചെയ്തു. അതോടെ വീട്ടു കുരുതിയിൽനിന്നും നാട്ടുകുരുതിയിലേക്ക് മാറിയ മന്ത്രവാദികൾ നാടിന്റെ നന്മയ്ക്കായുള്ള പൊതു മന്ത്രവാദത്തിലേക്ക് കടക്കുകയായിരുന്നു. അങ്ങനെ നാട്ടിലെ നായകന്മാരായ അവർ ലോകത്തിലാദ്യമായുണ്ടായ രാജാവ് അഥവാ നാട്ടുവാഴി എന്ന നിലയിലേക്ക് ഉയരുകയായിരുന്നു. ഇത് സമുദായത്തിന് വലിയൊരനുഗ്രഹമായി മാറി. അതോടുകൂടി നിലയും വിലയും പണവും മാനവും അധികാരവുമൊക്കെ കൈവരുന്ന ഒരു തൊഴിലായി മന്ത്രവാദം ഉയർന്നു. അതുകൊണ്ടുതന്നെ സമൂഹത്തിലെ ബുദ്ധിമാന്മാരെയും അധികാരികളേയും ഇതാകർഷിച്ചു. തികഞ്ഞ ബുദ്ധിമാന്മാർക്കല്ലാതെ ഇത് തുടർന്നുപോകുവാൻ കഴിയുമായിരുന്നില്ല. പ്രവചനങ്ങളും മന്ത്രവാദങ്ങളും കുറെയെങ്കിലും ഫലവത്താകണമെങ്കിൽ സാധാരണക്കാരെക്കാൾ ബുദ്ധിയും ലോകപരിചയവും പ്രകൃതി നിയമജ്ഞാനവും ആവശ്യമാണ്. ചുരുക്കത്തിൽ ഇല്ലാത്ത കഴിവുകളുണ്ടെന്ന് ആളുകളെ ബോദ്ധ്യപ്പെടുത്തുവാൻ ഇവർ ബാദ്ധ്യസ്ഥരായി. ഇനി ഇതിൽ എന്തെങ്കിലും പാളിച്ചകൾ സംഭവിച്ചാൽത്തന്നെ രക്ഷപ്പെടുന്നതിനുള്ള ഒഴിവുകളും അവർ കണ്ടെത്തിയിരുന്നു. ഇതൊക്കെയാണെങ്കിലും പ്രകൃതിയുടെ പോക്കിനെ പഠിക്കുവാൻ നിയുക്തരായ ഒരുകൂട്ടം ഗവേഷകരായി അവർ മാറി എന്നതിൽ യാതൊരു തർക്കവുമില്ല. കാര്യമായ അറിവ് നേടുക എന്നത് ആത്മരക്ഷയ്ക്ക് വേണ്ടിയിട്ടുള്ള ഒരത്യാവശ്യ കാര്യമായിത്തീർന്നു. അതോടൊപ്പംതന്നെ മരുന്നുകളെക്കുറിച്ചുള്ള അറിവും അവർ നേടിയെടുക്കുകയുണ്ടായി. മഴ, ഇടി, ഉദയം, അസ്തമയം, ജനനം, മരണം ഇവയുടെ കാരണങ്ങൾ അന്വേഷിച്ചറിയുവാൻ ഇവർ നിർബ്ബന്ധിതരായി. ഇത് അവരുടെ നിലനില്പിനരിവാര്യമായിരുന്നു. ഈ അറിവുകൾ വച്ച് അവർ തയ്യാറാക്കിയ നിയമങ്ങൾ തെറ്റായിരുന്നിരിക്കാം. കൂടുതൽ അറിവാണ് അവയെ തെറ്റാക്കി തീർത്തതെന്ന് നാം തിരിച്ചറിയേണ്ടതുണ്ട്. അന്ന് അത് ശരിയായിരുന്നുവെന്നർത്ഥം. അതുകൊണ്ടുതന്നെ കൂടുതൽ അറിവിലേക്കുള്ള വഴി വെട്ടിത്തെളിച്ചതും അവർ തന്നെയാണ്. ഇന്നും അങ്ങനെ തന്നെയാണല്ലോ നമ്മുടെ കണ്ടെത്തലുകളെല്ലാം ഓരോന്ന് പുതുതായി വരുമ്പോഴും പഴയത് വഴിമാറുന്നു. നിരന്തരം പുതിയത് നമ്മൾ കണ്ടെത്തിക്കൊണ്ടിരിക്കുകയാണ്. ഈയൊരു നൈരന്തര്യത്തിന്റെ തുടക്കക്കാർ എന്നുള്ള നിലയ്ക്ക് ചരിത്രത്തിൽ വളരെയധികം പ്രാധാന്യമുള്ളവർ തന്നെയാണിവർ.

പുതിയ കണ്ടുപിടുത്തങ്ങൾ വന്നിട്ടും പഴയതിൽ ഉറച്ചുനിന്ന ആളുകളാണ് ശരിക്കും പറഞ്ഞാൽ ഇതിൽ വിജയം കൈവരിക്കാനാകാതെ പിന്നോട്ട് പോയതും അന്ധവിശ്വാസികളായതും.

യഥാർത്ഥത്തിൽ മന്ത്രവാദികൾ തട്ടിപ്പുകാരായിരുന്നുവെങ്കിലും അതിലുപരി സമർത്ഥന്മാരുമായിരുന്നു. അവർ മണ്ടന്മാരായിരുന്നില്ല എന്നുള്ളതാണ് ഏറ്റവും വലിയ പ്രത്യേകത. മന്ത്രവാദികളാണ് ലോകചരിത്രത്തിലാദ്യമായി രാജാക്കന്മാരായതെന്ന് വിശ്വസിക്കുന്നതിന് മതിയായ തെളിവുകളും ചരിത്രത്തിൽ ലഭ്യമാണ്. ഓസ്ട്രേലിയയിലെല്ലാം വീട്ടുകാരണവന്മാരാണ് യഥാർത്ഥത്തിൽ ഭരണം നടത്തിക്കൊണ്ടിരുന്നത്. ക്രമേണ അവർ ഭരണത്തലവന്മാരായി മാറുകയായിരുന്നു. ഇവരെല്ലാം മന്ത്രവാദികളുമാണ്. ഗനിയയിലും മറ്റും മന്ത്രവാദികൾ തന്നെയായിരുന്നു അവിടുത്തെ രാജാക്കന്മാർ. മെലനേഷ്യക്കാർ ശരിക്കും അനുസരിക്കുകയും അതുപോലെതന്നെ ബഹുമാനിക്കുകയും ചെയ്തിരുന്നത് മന്ത്രവാദികളെയാണ്. അങ്ങനെ മന്ത്രവാദികളിൽനിന്നുള്ള പരിണാമമാണ് രാജാവെന്നത്. രാജാക്കന്മാർ മന്ത്രവാദികളായിരുന്നുവെന്നതിന്റെ നിരവധി തെളിവുകൾ ആഫ്രിക്കയിൽനിന്ന് ലഭിക്കുന്നു. അവരുടെ പ്രധാന ചുമതല മഴയുണ്ടാക്കലാണ്. റെയിൻ മേക്കേഴ്സ് എന്നാണ് ഇവർ അറിയപ്പെട്ടിരുന്നത്. മഴ കുറഞ്ഞാൽ അവരുടെ ജീവൻപോലും അപകടത്തിലാകുന്ന സ്ഥിതിയുമുണ്ടായിരുന്നു. മഴയുടെ അഭാവം പല രാജാക്കന്മാർക്കും രാജ്യനഷ്ടത്തിനും ജീവഹാനിക്കും കാരണമായിട്ടുണ്ട്. അംഗരാജ്യത്ത് മഴയുണ്ടാകുവാൻ രാജാവ് ലോമപാദൻ ഋഷ്യശൃംഗനെ കൊണ്ടുവന്ന കഥപോലും ഈ വിശ്വാസത്തിലൂടലെടുത്തതാണ്. സൂര്യനെയും ചന്ദ്രനെയും പ്രകാശിപ്പിച്ചുകൊള്ളാം യഥാകാലം മഴപെയ്യിച്ചുകൊള്ളാം എന്നൊക്കെ മെക്സിക്കോയിലെ രാജാക്കന്മാർ സിംഹാസനാരോഹണ സമയത്ത് സത്യംചെയ്യണം. നമ്മുടെയിടയിൽ ഇന്നും മഴ കുറയുകയോ കൂടുകയോ ചെയ്താൽ ഭരണാധികാരികളെ കുറ്റം പറയുക സാധാരണയാണല്ലോ. രാജാക്കന്മാർ ദൈവത്തിന്റെ അടുത്തയാളുകളാണെന്നും അവർ ദൈവത്തിന്റെ അടുത്ത ബന്ധുക്കളാണെന്നും അതിനാൽ ദിവ്യശക്തികളുണ്ടെന്നും യൂറോപ്പിൽ എല്ലാ രാജ്യക്കാരും വിശ്വസിച്ചിരുന്നു. അതുകൊണ്ടുതന്നെ രാജാക്കന്മാർ തൊട്ടാൽ തന്നെ അസുഖമില്ലാതാകുമെന്നുമുള്ള വിശ്വാസം നിലനിന്നിരുന്നു. ലോകശാന്തിക്കായി രാജാവിന്റെ എച്ചിൽ ഉണ്ണുന്നതിനെ 'അടിയക്കലം' എന്നാണ് പറഞ്ഞിരുന്നത്. ഇന്നും ചില സ്ഥലങ്ങളിൽ ഇത് നടന്നുവരുന്നു. നല്ല രാജാവിന്റെ രാജ്യത്ത് സ്ത്രീകൾ നല്ല സമയത്ത് പ്രസവിക്കും, ധാരാളം കാലം ജീവിച്ചിരിക്കും, കൃഷി വർദ്ധിക്കും, കുട്ടികൾ മരിക്കുകയില്ല, വികൃതരൂപികളായ കുട്ടികൾ ജനിക്കുകയില്ല എന്നൊക്കെ *മനുസ്മൃതി*യിൽ

കാണുന്നതുമെല്ലാം ഇതിനുദാഹരണമാണ്. ഇന്നും രാജ്യപുരോഗതിയുടെ മാനദണ്ഡങ്ങൾ ഇതൊക്കെയാണല്ലോ. ഇത്തരം തെളിവുകളെല്ലാം വച്ചുനോക്കുമ്പോൾ രാജാവ് മന്ത്രവാദിയുടെ നേർ പിൻഗാമിയാണെന്ന് വ്യക്തമാകുന്നു. മന്ത്രവാദം ക്ഷയിച്ച് മതത്തിന്റെ ശക്തി വർദ്ധിച്ചപ്പോൾ രാജാവ് മന്ത്രവാദമുപേക്ഷിച്ച് പുരോഹിതസ്ഥാനം കൈയേറ്റു. അതിൽ പിന്നെ ദൈവത്തിന്റെ സ്ഥാനം അവതാരമായി മാറുകയായിരുന്നു. പൊതുമന്ത്രവാദം ഇങ്ങനെ രാജാക്കന്മാരുടെ ഉദ്ഭവത്തിന് പോലും കാരണമായി.

പഴയ ആചാരങ്ങളെയും വിശ്വാസങ്ങളെയും മാറ്റുന്നതിന് അവരിൽത്തന്നെയുള്ള ബുദ്ധിമാന്മാർക്കുപോലും സാധിക്കുകയില്ല. മറ്റുള്ളവരുടെ നിലയിലേക്ക് താഴുകയല്ലാതെ അവരെ തങ്ങളുടെ നിലയിലേക്ക് ഉയർത്തുക എന്നത് അസാദ്ധ്യംതന്നെയായിരുന്നു. ഇങ്ങനെയുള്ള സ്തംഭനാവസ്ഥയിൽ ബുദ്ധിക്കും സാമർത്ഥ്യത്തിനും തന്റേടത്തിനും പ്രവർത്തിക്കാൻ സൗകര്യമുണ്ടാക്കിക്കൊടുക്കുന്ന ഏതൊരു പ്രസ്ഥാനത്തിന്റെയും അവിർഭാവം ഒരു നേട്ടമാണ്. ഒരാളിൽത്തന്നെ സർവ്വശക്തിയും കേന്ദ്രീകരിച്ച് പല തലമുറകൾ കൊണ്ടുമാത്രം ഉണ്ടാക്കാവുന്ന മാറ്റങ്ങൾ ഒരു തലമുറയിൽ തന്നെ ഉണ്ടാക്കുവാൻ ഒരേകാധിപതിക്ക് കഴിയും. ഒരു സ്വേച്ഛാധിപതിയുടെ താന്തോന്നിത്തത്തിനും ഗുണമുണ്ട്. മാമൂൽ നാട്ടിൽനടപ്പ് മുതലായവ പാവപ്പെട്ട ആദിമമനുഷ്യരെ ഒരു ചങ്ങലയെന്നോണം ബന്ധിപ്പിച്ചിരുന്നു. ചങ്ങല പൊട്ടിക്കുന്ന തെമ്മാടിത്തവും ഗുണകരമാണ്. ഭരണാധികാരികൾ പലപ്പോഴും അന്ധവിശ്വാസം അടിച്ചേല്പിക്കുന്നവരായിരുന്നു. അപൂർവ്വം ചിലർ ഇതിനെതിരുമായിരുന്നു. ചിലപ്പോൾ അക്രമത്തിലൂടെ മാത്രമേ ആചാരാനുഷ്ഠാനങ്ങളിൽ മാറ്റമുണ്ടാക്കുവാൻ കഴിയുകയുള്ളൂ. അത്തരം അക്രമങ്ങളാണ് പുരോഗമനത്തിന് കാരണമായിട്ടുള്ളതെന്ന് ചരിത്രം ബോദ്ധ്യപ്പെടുത്തുന്നു. അയ്യങ്കാളിയും ആറാട്ടുപുഴ വേലായുധപ്പണിക്കരുമെല്ലാം ഇത് ബോദ്ധ്യപ്പെടുത്തിയവരാണ്.

മന്ത്രവാദം സമുദായത്തിന് ഉപദ്രവമുണ്ടാക്കിയിട്ടുണ്ടെങ്കിലും അതിന്റെ ആവിർഭാവം സമുദായ പുരോഗമനത്തിന്റെ നാന്ദിയായിരുന്നു. ഈ മന്ത്രവാദം തന്നെയാണ് ശാസ്ത്രത്തിലേക്കും വഴികാട്ടിയായതെന്നു കൂടി ഓർക്കുമ്പോൾ അന്ധവിശ്വാസത്തിൽ നിന്നുത്ഭവിച്ചതാണെങ്കിലും സത്യത്തിന്റെയും സ്വാതന്ത്ര്യത്തിന്റെയും വഴിതുറന്നതും ഇവർ തന്നെയാണെന്നത് ചരിത്രമായി നിലനില്ക്കുന്നു.

ആൽക്കമി എന്ന അന്ധവിശ്വാസത്തിൽ നിന്നാണ് യഥാർത്ഥത്തിൽ കെമിസ്ട്രി രൂപപ്പെട്ടത്. അസ്ട്രോളജിയിൽ നിന്നാണ് ആസ്ട്രോണമി രൂപപ്പെട്ടത് ലോകത്തെ ആദ്യത്തെ എൻവയോൺമെന്റൽ എൻജി

നീയേഴ്സ് ആൽക്കമിസ്റ്റുകളാണ്. അന്ധവിശ്വാസങ്ങൾ സഹജമാണ്. എന്നാൽ പുതിയ പുതിയ അറിവുകൾ ലഭ്യമാകുന്നതോടെ അത് മാറുകയും ചെയ്യും. എത്രയൊക്കെ മാറ്റങ്ങൾ വന്നാലും തന്റെ വിശ്വാസങ്ങൾ മാറ്റങ്ങൾക്ക് വിധേയമല്ലെന്ന ചിന്താഗതി വച്ചുപുലർത്തുന്നവർ നവീകരണമില്ലാതെ കാലഹരണപ്പെട്ടും. ഇതാണ് ഉദാഹരണ സഹിതം ചരിത്രം നമ്മെ പഠിപ്പിക്കുന്നത്.

മതപ്പാടിൽ മങ്ങിയ മന്ത്രവാദം

കാലർപ്പില്ലാത്ത മന്ത്രവാദം ശാസ്ത്രത്തോടൊപ്പമാണ് സഞ്ചരിച്ചിരുന്നത്. അതുകൊണ്ടുതന്നെ കലർപ്പില്ലാത്ത മന്ത്രവാദത്തിന് മതത്തിനോടല്ല ശാസ്ത്രത്തിനോടാണ് അടുപ്പമുണ്ടായിരുന്നത്. മന്ത്രവാദത്തിലെ ശാസ്ത്രത്തെ ഉന്മൂലനം ചെയ്യുന്നതിൽ പ്രധാന പങ്കുവഹിച്ചത് മതമാണ്. പ്രാർത്ഥനകൊണ്ടും വഴിപാടുകൊണ്ടും ദേവതമാരെ പ്രീതിപ്പെടുത്തുന്ന സമ്പ്രദായം കടന്നുവന്നത് മതത്തിന്റെ സ്വാധീനത്തിന്മേലാണ്. സമകാലീന മന്ത്രവാദം ഏറിയകൂറും മതവുമായി ബന്ധപ്പെട്ട മന്ത്രവാദത്തിലധിഷ്ഠിതമാണെന്നതും ഒരു ദുര്യോഗമാണ്. ശുദ്ധ മന്ത്രവാദത്തിൽ മതമുണ്ടായിരുന്നില്ല. ശുദ്ധ മന്ത്രവാദമുണ്ടായ കാലഘട്ടത്തിൽ മതമുണ്ടായിരുന്നില്ല എന്നതാണ് അതിന്റെ പ്രധാന കാരണം. മതത്തിന്റെ കടന്നുവരോട്ടുകൂടിയാണ് യജ്ഞങ്ങളും പ്രാർത്ഥനകളും കടന്നുവരുന്നത്.

പ്രകൃതിയിൽ നടക്കുന്ന ഏതൊരു സംഭവവും പരസ്പരബന്ധിതമാണ്. ഒരു സംഭവം മറ്റൊന്നിനെ പിഴയ്ക്കാതെ അനുഗമിക്കുന്നു. ഇതു മാറ്റുവാൻ ഒരാദ്ധ്യാത്മിക ശക്തിക്കും ഒരു ദൈവത്തിനും സാധിക്കുകയില്ല എന്നതാണ് യഥാർത്ഥ വസ്തുത. ഈ വസ്തുതയാണ് ശാസ്ത്രവും മന്ത്രവാദവും ഒരുപോലെ പിന്തുടരുന്നത്. കോസ് ആന്റ് ഇഫക്ട് തിയറി പ്രകാരം ഒരേ കാരണങ്ങൾക്ക് എപ്പോഴും ഒരേ കാര്യങ്ങളാണ് അഥവാ ഫലങ്ങളാണുണ്ടാവുക. മനുഷ്യാതീതമോ പ്രകൃത്യാതീതമോ ആയ ഏതൊരു വസ്തുവിലും സംഭവഗതികളിലും മന്ത്രവാദമോ ശാസ്ത്രമോ വിശ്വസിക്കുന്നില്ല. ഒരു ദൈവത്തിന്റെ മുന്നിലും മുട്ടുകുത്തുന്ന ആളല്ല മന്ത്രവാദിയെന്ന് മാത്രമല്ല ദൈവത്തെ അടക്കിനിർത്തുന്നവരും കൂടിയാണവർ. നിയമങ്ങളെ തെറ്റാതെ പ്രയോഗിച്ചാൽ മാത്രമേ വിജയമുണ്ടാവുകയുള്ളൂവെന്ന്

തിരിച്ചറിഞ്ഞവനാണ് യഥാർത്ഥ മന്ത്രവാദി. അയാൾക്ക് പ്രാർത്ഥനയും വഴിപാടും ഒരുപാധിയേയല്ല. പ്രകൃതിഗതി നിയതവും ദൃഢവുമാണെന്ന് വിശ്വസിക്കുന്നവനാണ് യഥാർത്ഥ മന്ത്രവാദി. മുൻകൂട്ടി മനസ്സിലാക്കി കണക്കാക്കാവുന്നതും അതനുസരിച്ച് പ്രവർത്തിക്കാവുന്നതുമാണ് പ്രകൃതിയുടെ ഗതി എന്നത്. ഇത് വ്യക്തമായി മനസ്സിലാക്കിയത് ശാസ്ത്രവും അതോടൊപ്പംതന്നെ മന്ത്രവാദ സിദ്ധാന്തവുമാണ്. പ്രകൃതിയെ സമഗ്രമായി പഠിക്കുവാനും അതിന്റെ അത്ഭുതങ്ങളും സാദ്ധ്യതകളും പരമാവധി പ്രയോജനപ്പെടുത്തുവാനും ശാസ്ത്രജ്ഞന്മാരും മന്ത്രവാദികളും പ്രത്യേകം ശ്രദ്ധിച്ചിരുന്നു. ഈ ഒരൊറ്റ കാരണംകൊണ്ടാണ് മനുഷ്യമനസ്സിനെ വശീകരിക്കുവാൻ മന്ത്രവാദത്തിനും ശാസ്ത്രത്തിനും ശക്തിയുണ്ടായത്. പ്രകൃതിഗതികൾ പോലും തങ്ങൾക്കധീനമാണെന്ന് സമൂഹത്തെ ബോദ്ധ്യപ്പെടുത്തുവാൻ അവർ സമ്പാദിച്ച അറിവ് അവർക്ക് കരുത്തേകി. ഇങ്ങനെയൊക്കെ സുദൃഢവും സുതാര്യവുമായിരുന്ന മന്ത്രവാദത്തെപ്പോലും സ്വാധീനിക്കുവാനും കീഴ്പ്പെടുത്തുവാനും പില്ക്കാലത്തുണ്ടായ മതങ്ങൾക്കായി എന്നത് ശ്രദ്ധേയമാണ്. ശാസ്ത്രബദ്ധമായിരുന്ന മന്ത്രവാദത്തെ ശാസ്ത്രലേശമില്ലാത്ത മതങ്ങൾ സ്വാധീനിച്ചു എന്ന് പറയുമ്പോൾ മതം മനുഷ്യനെ മയക്കുന്ന കറുപ്പാണെന്ന കാര്യം അന്വർത്ഥമാവുകയാണ്. പ്രശ്നങ്ങളിൽപ്പെട്ടുഴലുന്ന മനുഷ്യന്റെ പ്രശ്നപരിഹാരമെന്ന നിലയിലാണ് മന്ത്രവാദം സമൂഹത്തിൽ സ്വാധീനമുറപ്പിച്ചത്. ആ സമൂഹത്തിൽ പ്രശ്നങ്ങൾ സൃഷ്ടിച്ച് പരിഭ്രാന്തി പരത്തി അതിനെ പരിഹരിച്ചുകൊണ്ട് കടന്നുവന്ന മതങ്ങൾ തികച്ചും അശാസ്ത്രീയ ചിന്താഗതികളാണ് വച്ചു പുലർത്തിയതെങ്കിലും ശാസ്ത്രീയ മന്ത്രവാദത്തെപ്പോലും അതിന്റെ കാൽക്കീഴിലാക്കുന്നതിൽ വിജയം കൈവരിച്ചു.

സത്യത്തെ അന്വേഷിക്കലാണ് ശാസ്ത്രത്തിന്റെയും മന്ത്രവാദത്തിന്റെയും യഥാർത്ഥ വഴി. അതുകൊണ്ടാണ് ശരിയായി പ്രയോഗിക്കുമ്പോൾ മന്ത്രവാദം ശാസ്ത്രമായിത്തീരുന്നത്. തെറ്റായി പ്രവർത്തിച്ചാലോ അത് ശാസ്ത്രമല്ലാതായിത്തീരുകയും ചെയ്യും. സമഗ്രമായ പ്രകൃതിപഠനമാണ് യഥാർത്ഥ മന്ത്രവാദം. അതുതന്നെയാണ് യഥാർത്ഥ ശാസ്ത്രചിന്തയും. പ്രകൃതിയെ നിരീക്ഷിക്കുകയും പഠിക്കുകയും ചെയ്തു എന്നതാണ് മന്ത്രവാദിയെ ശാസ്ത്രബോധമുള്ളവനായി മാറ്റിയത്. പ്രകൃതിസഹജമായി സംഭവിക്കുന്ന കാര്യങ്ങൾ മുൻകൂട്ടി കണ്ടറിഞ്ഞ മന്ത്രവാദിതന്നെയാണ് ഇതൊക്കെ ചെയ്യുന്നതെന്ന് സാധാരണ ജനങ്ങൾ വിശ്വസിച്ചു. മഴയുടെ സാദ്ധ്യത കണ്ടറിഞ്ഞ് മഴ വരുമെന്ന് പറയുമ്പോൾ അയാൾ മഴപെയ്യിക്കുന്നവനായി ചിത്രീകരിക്കപ്പെട്ടു. അതിലൂടെ അവർക്ക് അധികാരവും അംഗീകാരവും ലഭിച്ചപ്പോൾ യഥാർത്ഥ വസ്തുത വെളിപ്പെടുത്താതെ മന്ത്രവാദികൾ ആ സുഖത്തിൽ അഭിരമിച്ചു. ഇത് പണ്ടെന്നപോലെ ഇന്നും

സംഭവിക്കാറുണ്ട്. ഇല്ലാത്ത മേന്മകൾ ചാർത്തിക്കിട്ടുമ്പോൾ സത്യസന്ധതയോടെ അതു നിരസിക്കുകയെന്നത് വിരളമാണല്ലോ.

മതങ്ങളുടെ രംഗപ്രവേശത്തോടെ മനുഷ്യാതീതമായ ശക്തികളിൽ വിശ്വാസമുണ്ടാവുകയും അങ്ങനെ അവയെ പ്രീതിപ്പെടുത്താനുള്ള ശ്രമമുണ്ടാവുകയും ചെയ്തു. വിശ്വാസം പ്രവൃത്തിയിലേക്ക് കടക്കുമ്പോൾ അത് മതമായി മാറി. അതുകൊണ്ടാണ് വിശ്വാസവും പ്രവൃത്തിയും തുല്യപ്രാധാന്യമുള്ളതായി മതം വിശ്വസിക്കുന്നത്. വിശ്വാസമില്ലാതെ പ്രവൃത്തിയുണ്ടാകുന്നില്ല. അശാസ്ത്രീയമായ മതവിശ്വാസങ്ങൾക്കനുസൃതമായ പ്രവർത്തനങ്ങൾക്കാണ് മതങ്ങൾ പ്രേരണ നൽകിയത്. പ്രകൃതി നിയമങ്ങളെ കുറെയൊക്കെ ഇളക്കാനും വഴക്കാനും സാധിക്കുമെന്നാണ് മതത്തിന്റെ വിശ്വാസം. അതുകൊണ്ടാണ് പ്രകൃതിഗതികളെ നിയന്ത്രിക്കുന്ന ഈശ്വരന്മാരെ പ്രീതിപ്പെടുത്തി അവർ മുന്നോട്ട് നീങ്ങുന്നത്. എന്നാൽ മന്ത്രവാദവും ശാസ്ത്രവും ഇതംഗീകരിക്കുന്നില്ല. പ്രകൃതിനിയമങ്ങൾ ദൃഢവും അചഞ്ചലവുമാണെന്നും അവയെ പ്രാർത്ഥനകൊണ്ടോ ഭീഷണികൊണ്ടോ മാറ്റാൻ ശ്രമിക്കുന്നത് ബാലിശമാണെന്നുമാണ് ശാസ്ത്രവും മന്ത്രവാദവും വിശ്വസിക്കുന്നത്. പ്രകൃതിഗതി മനസ്സിലാക്കുവാൻ മാത്രമല്ല കണക്കാക്കുകകൂടി ചെയ്യാമെന്ന് ശാസ്ത്രജ്ഞന്മാരെപ്പോലെ മന്ത്രവാദികൾക്കുമറിയാമായിരുന്നു. ഇതു മനസ്സിലാക്കാത്തവരാണ് അന്ധവിശ്വാസികളായത്. സത്യാന്വേഷണത്തിന് പ്രോത്സാഹനം നൽകുന്നതിൽ ശാസ്ത്രത്തെപ്പോലെ ഒരു പങ്ക് മന്ത്രവാദത്തിനുമുണ്ട്. ആദ്യത്തെ എൻവയോൺമെന്റൽ എഞ്ചിനീയേഴ്സ് ആൽക്കെമി വിശ്വാസികളാണെന്നത് ചരിത്രമാണ്.

മതത്തിന്റെ കലർപ്പ് വന്നതോടുകൂടി മന്ത്രവാദത്തിലും ദേവതമാരെ പ്രീതിപ്പെടുത്തുന്നതിനുള്ള ശ്രമങ്ങൾ കടന്നുവന്നു. ഇവിടെയാണ് മന്ത്രവാദം മതപ്പാടിൽ മങ്ങുവാൻ തുടങ്ങിയത്. അതിനുമുമ്പ് ദേവതമാരെയും ദേവന്മാരെയുമൊക്കെ 'എടി' എന്നും 'കള്ളീ' എന്നും 'ദ്രോഹി' എന്നും തെറിപ്പദങ്ങളടക്കം ഉപയോഗിച്ച് അഭിസംബോധന ചെയ്യുന്നതിന് മന്ത്രവാദികൾക്ക് കഴിയുമായിരുന്നു. എന്നാൽ മതത്തിന്റെ കടന്നുവരവോടുകൂടി അവിടെ ഭയഭക്തിബഹുമാനം പകരംവയ്ക്കുകയായിരുന്നു. കലർപ്പില്ലാത്ത മന്ത്രവാദം ദൈവത്തെ അംഗീകരിച്ചിരുന്നില്ല എന്നുള്ളതുകൊണ്ടുതന്നെ ദൈവത്തിനു മുകളിലായിരുന്നു മന്ത്രവാദികളുടെ സ്ഥാനം. അതാണ് മന്ത്രം കൈകാര്യംചെയ്തിരുന്ന ബ്രാഹ്മണർക്ക് സമൂഹം ദൈവത്തിനു മുകളിൽ സ്ഥാനം കല്പിച്ചുനൽകിയത്.

എന്നാൽ പുരോഹിതന്മാർ ദൈവത്തിന് പ്രാധാന്യം നൽകുകയും ദൈവത്തിനു കീഴ്പ്പെട്ടവരാണെന്ന് വിശ്വസിക്കുകയും ചെയ്തിരുന്നു. മന്ത്രവാദികളോ ദൈവത്തിനും മുകളിൽ നിൽക്കുകയായിരുന്നു. ഈ

ഒരു മൗലിക സിദ്ധാന്തമാണ് മന്ത്രവാദികളെയും പുരോഹിതന്മാരെയും ആജന്മശത്രുക്കളാക്കിത്തീർത്തത്. അങ്ങനെയാണ് വിച്ച് ഹൺഡ് അഥവാ മന്ത്രവാദവേട്ട പല രാജ്യങ്ങളിലും പ്രചുരപ്രചാരം നേടിയത്. മന്ത്രവാദികൾ തങ്ങളോട് മത്സരിച്ച് തങ്ങളുടെ സ്ഥാനം അപഹരിക്കുന്നു എന്ന ഒരു ഭീതി പുരോഹിതന്മാരിൽ വളർന്നുവന്നതും ഇതുകൊണ്ടാണ്. ദൈവങ്ങൾക്കും ദേവതമാർക്കും കീഴ്പ്പെട്ട് മുട്ടിലിഴഞ്ഞ് നിന്നിരുന്ന പുരോഹിതന്മാർക്ക് ഇവരെ ആരെയും വകവയ്ക്കാതിരിക്കുകയും അവരെ മൊത്തം വെല്ലുവിളിച്ചുകൊണ്ടിരിക്കുകയും ചെയ്ത മന്ത്രവാദികൾ ഒരു തലവേദനയായി മാറി. എന്നാൽ പൗരോഹിത്യവും മന്ത്രവാദവും ഒരുമിച്ച് കൈകാര്യംചെയ്തിരുന്ന സ്ഥലങ്ങളിൽ വലിയ വിവാദങ്ങൾ ഉണ്ടായിരുന്നില്ല. അവിടെ മന്ത്രവാദത്തോടൊപ്പം പ്രാർത്ഥനയും വഴിപാടും നടന്നുവരികയും ചെയ്തു. കാര്യസാദ്ധ്യത്തിന് എന്തുംചെയ്യും എന്ന അവസ്ഥയാണ് സാമാന്യ ജനങ്ങൾക്കുള്ളത്. അതുകൊണ്ടുതന്നെ ഇവ തമ്മിലുള്ള പൊരുത്തക്കേട് അവർ അറിഞ്ഞതുമില്ല. അറിഞ്ഞവരോ അത് വലിയ കാര്യമായി എടുത്തതുമില്ല. തന്മൂലം മതവും മന്ത്രവാദവും തമ്മിൽ തിരിച്ചറിയാൻ വയ്യാത്ത ഒരവസ്ഥ ചില കാലഘട്ടത്തിൽ ഉണ്ടായിട്ടുണ്ട്. എന്നാൽ ആസ്ട്രേലിയയിലെ കാര്യം ഇതിൽനിന്നും വിഭിന്നമാണ്. അവിടെ അപരിഷ്കൃത ജനങ്ങളുടെയിടയിൽ മന്ത്രവാദം സർവ്വസാധാരണമാണ്. എന്നാൽ മതം അവർക്ക് ഒട്ടുംതന്നെയില്ല. അവരോരോരുത്തരും മന്ത്രവാദികളാണ്. പക്ഷേ, പുരോഹിതന്മാർ ആരുംതന്നെ അവരുടെ കൂട്ടത്തിലില്ല.

സമഗ്രമായി പഠിക്കുമ്പോൾ നമുക്ക് മനസ്സിലാകുന്ന ഒരു വസ്തുത എല്ലാ മതങ്ങളുടെയും വിശ്വാസപ്രമാണങ്ങളിൽ മന്ത്രവാദത്തിലുള്ള വിശ്വാസം അതിപ്രധാനമാണെന്നതാണ്.

ആധുനിക യൂറോപ്യൻ കർഷകർ വിശ്വസിക്കുന്ന വികാരിയുടെ മന്ത്രവാദ ശക്തിയിൽത്തന്നെയാണ് അനേകായിരം കൊല്ലങ്ങൾക്കു മുമ്പ് ഈജിപ്റ്റുകാരും ഇന്ത്യക്കാരും വിശ്വസിച്ചിരുന്നത്. സാർവ്വത്രികമായ ഒരു വിശ്വാസം എന്നത് ആഭിചാരത്തിലുള്ള വിശ്വാസം മാത്രമാണ്. മനുഷ്യമനസ്സിന്റെ അടിത്തട്ടിൽ ആഴത്തിൽ വേരുകളുള്ള ഈ ഒരാഭിചാരവിശ്വാസം നമ്മുടെ സംസ്കാരത്തെയും പരിഷ്കാരത്തെയും പാടെ നശിപ്പിക്കുന്നു. പ്രകൃതിയുടെ ചക്രവർത്തിയായി വിരാജിച്ചിരുന്ന മന്ത്രവാദി മതത്തിന്റെ കടന്നുവരവോടുകൂടി പ്രകൃതിയുടെ അടിമയായി മാറിയിരുന്നു.

ഈശ്വരനെ പ്രാർത്ഥിച്ചതുകൊണ്ട് സുഖക്കേട് മാറി, കർക്കടകമാസത്തിൽ ഗണപതിഹോമം ചെയ്തതുകൊണ്ട് ഐശ്വര്യമുണ്ടായി, മെഴുകുതിരി കത്തിച്ചതുകൊണ്ട് ബുദ്ധിമുട്ട് കൂടാതെ പ്രസവിച്ചു എന്നെ

ല്ലാം ആളുകൾ ദൃഢമായി ഇന്നും വിശ്വസിക്കുന്നുണ്ടല്ലോ. അനുഭവം കൊണ്ടാണ് ഞാൻ ഇത് പറയുന്നത് എന്നാണല്ലോ എല്ലാ മതവിശ്വാസികളുടെയും ഒടുവിലത്തെ വാദം. അവിടെയാണ് ശാസ്ത്രവും മന്ത്രവാദവും തമ്മിൽ തെറ്റിയത്. അനുഭവജ്ഞാനം ശാസ്ത്രമായി അംഗീകരിക്കുവാനാകില്ല എന്ന വസ്തുത പലപ്പോഴും നാം മറന്നുപോവുകയായിരുന്നു. അങ്ങനെ മതത്തിൽ മയങ്ങിയ മന്ത്രവാദം മതവും മന്ത്രവാദവുമല്ലാത്ത ഒരവസ്ഥയിലേക്കെത്തിച്ചേർന്നു.

മന്ത്രവാദിയിൽനിന്നും മനുഷ്യദൈവത്തിലേക്ക്

മന്ത്രവാദസിദ്ധികൊണ്ട് ഭരണം കൈക്കലാക്കി രാജാവായി വിലസിയിരുന്ന വ്യക്തികൾ മതത്തിന്റെ വരവോടുകൂടി ക്ഷയിച്ചുതുടങ്ങി. അതോടെ പുരോഹിതന്മാർ രാജസ്ഥാനത്തേക്ക് കടന്നുവന്നു. മതസങ്കല്പ പ്രകാരം ദൈവത്തിന്റെ രൂപവും മനുഷ്യന് സമാനമായിരുന്നതിനാൽ മനുഷ്യർക്ക് ദൈവമായി മാറാനാകും എന്ന ചിന്ത സ്വമേധയാ രൂപപ്പെട്ടു. ഇതാദ്യം ഉടലെടുത്തത് രാജാക്കന്മാരിലാണ്. അങ്ങനെ രാജാക്കന്മാർ ദൈവങ്ങളായി സ്വയം പ്രഖ്യാപിച്ച വിലസുകയായിരുന്നു. അപ്പോഴും തന്നെ സഹായിക്കാൻ മറ്റാരുമുണ്ടാകില്ലെന്ന് തിരിച്ചറിവുണ്ടായിരുന്ന ആദിമമനുഷ്യൻ തന്നെയായിരുന്നു ആദ്യകാലത്ത് അവന്റെ ദൈവം. അറിവിന്റെ അഭാവംകൊണ്ടാണ് അന്ന് അങ്ങനെ അവന് വിശ്വസിക്കുവാനായത്.

അറിവ് വർദ്ധിച്ചതോടുകൂടി തനിക്ക് പുറമെ മറ്റു ശക്തികളുമുണ്ടെന്ന് സമ്മതിക്കേണ്ടിവന്നെങ്കിലും അവരെ സമന്മാർ എന്ന നിലയ്ക്കല്ലാതെ അയാൾ കരുതിയിരുന്നില്ല. തനിക്ക് മുകളിൽ മറ്റൊരാൾ ഉണ്ടെന്നുള്ള കാര്യം ഒരിക്കലും അവർ അംഗീകരിച്ചുകൊടുത്തിരുന്നില്ല എന്നർത്ഥം. അതുകൊണ്ടുതന്നെ ഭീതിപ്പെടുത്തിയും നിർബ്ബന്ധിച്ചും ആരെക്കൊണ്ടും തന്റെ കാര്യങ്ങൾ ചെയ്യിപ്പിക്കുവാൻ സാധിക്കുമെന്നവർ കരുതിയിരുന്നു. അതായത് മനുഷ്യശക്തിക്കും അമാനുഷിക ശക്തിക്കും തുല്യബലമേയുണ്ടായിരുന്നുള്ളൂ എന്നാണ് അവർ വിശ്വസിച്ചിരുന്നത്. എന്നാൽ അറിവ് വർദ്ധിക്കുംതോറും പ്രകൃതിശക്തിയിൽ അവൻ അമ്പരന്നുനിൽക്കുവാൻ തുടങ്ങി.

അറിവില്ലാതിരുന്ന ഒരു സമൂഹത്തിൽ തന്റെ അറിവുകൾകൊണ്ട്

മേൽക്കൈ നേടിയിരുന്നവരായിരുന്ന മന്ത്രവാദികൾ. മന്ത്രവാദത്തെ മതം ഏറ്റെടുത്തപ്പോൾ മന്ത്രവാദ സാദ്ധ്യതകൾക്ക് തനതായി നിലനില്ക്കാനാകില്ലെന്ന നിലയുംവന്നു. മതനിയന്ത്രണമെന്ന മഹാദുരന്തം മന്ത്രവാദത്തെ തളച്ചിട്ടു. ഇതോടെ മന്ത്രവാദി അപ്രസക്തനായി. പ്രാർത്ഥനയിലും യാഗത്തിലും വിശ്വസിക്കുന്ന പുരോഹിതന്മാർ നേതൃസ്ഥാനത്തെത്തി. അതോടെ നല്ലവരെല്ലാം ഭക്തിമാർഗ്ഗം സ്വീകരിച്ചു. അഥവാ ഭക്തിമാർഗ്ഗം സ്വീകരിക്കുന്നവരെല്ലാം നല്ലവരെന്ന ധാരണ ബോധപൂർവ്വം വളർത്തി. മന്ത്രവാദം അറിവില്ലാത്തവരുടെയും അന്ധവിശ്വാസികളുടെയും അഭയ കേന്ദ്രങ്ങളായി മാറി അണിയറയ്ക്കുള്ളിൽ അസ്തമിക്കുവാൻ തുടങ്ങി. അമാനുഷികരെന്ന് സമൂഹത്തെ വിശ്വസിപ്പിച്ച് സമൂഹത്തെ അടക്കിവാണിരുന്ന മന്ത്രവാദികൾക്ക് അടങ്ങിയിരിക്കുവാനായില്ല. അവർ മറ്റൊരു വേഷത്തിൽ പുറത്തുചാടി. ആരും അമാനുഷിക ശക്തിയെ അത്ര പെട്ടെന്നൊന്നും കൈവിടുകയില്ലല്ലോ. ഈയൊരു സാഹചര്യത്തെ മറികടക്കുവാൻ മന്ത്രവാദി ദേവാവതാരമായി രംഗപ്രവേശം ചെയ്യാൻ തുടങ്ങി. ഇങ്ങനെയാണ് മനുഷ്യദൈവങ്ങൾ ഉടലെടുത്തത്. അതോടുകൂടി മന്ത്രവാദിക്ക് രാജസ്ഥാനത്തോടൊപ്പം ദേവസ്ഥാനവും ലഭിച്ചു. മതങ്ങൾ കടന്നുവരുന്നതിനുമുമ്പ് മനുഷ്യനും ദൈവവും തമ്മിൽ യാതൊരുവിധ വ്യത്യാസവുമുണ്ടായിരുന്നില്ല. അതുകൊണ്ടുതന്നെ ഇവരെ ദൈവമായി അംഗീകരിക്കുന്നതിന് ആർക്കും ഒരു തർക്കവുമില്ലായിരുന്നു. മാത്രമല്ല ദേവൻ മനുഷ്യരൂപത്തിൽ ഭക്തന്മാരുടെ മുമ്പിൽ പ്രത്യക്ഷപ്പെടാറുണ്ടെന്ന ധാരണയും ഈ വിശ്വാസത്തെ എളുപ്പമാക്കി. അടിയുറച്ച ചില വിശ്വാസങ്ങൾ ഒരു സമൂഹത്തെ വഴിതെറ്റിക്കുന്നതിപ്രകാരമാണ്.

പെട്ടെന്നാണ് ഇതിനൊരു ജനകീയസ്വഭാവം കൈവന്നത്. രാജാവിന് മാത്രമല്ല മനുഷ്യദൈവങ്ങളാകുവാനാവുക. ഏതു ജാതിയിൽപ്പെട്ടവനും ദൈവമാകാനുള്ള സാദ്ധ്യതകൾകൂടി കടന്നുവന്നു. രണ്ട് രൂപത്തിലാണ് ഇത് കടന്നുവന്നത്. ശാശ്വതമായ ദൈവികതയും താൽക്കാലികമായ ദൈവികതയും. താൽക്കാലികമായ അവതാരങ്ങളിൽ ആവേശം, നിയോഗം, കലികൊള്ളൽ, വെളിച്ചപ്പെടൽ. ബാധ, ഉപദ്രവം എന്നിങ്ങനെ പലതും ഉൾപ്പെടും. അമാനുഷികമായ അറിവാണ് അഥവാ വെളിപാടാണ് ഇത്തരം അവതാരത്തിന്റെ പ്രത്യേകത. വെളിപാടുകളാകുമ്പോൾ അവർ ചില പ്രഖ്യാപനങ്ങൾ നടത്തും, അത് കൽപ്പനയാണ്. അത്ഭുതകർമ്മങ്ങൾ അപൂർവ്വമായി മാത്രമേ അവർ ചെയ്യാറുള്ളൂ. എന്നാൽ സ്ഥിരാവതാരങ്ങൾ അങ്ങനെയല്ല. അത്ഭുതപ്രവൃത്തികൾ സ്ഥിരാവതാരങ്ങളുടെ ചുമതലയായിട്ടാണ് അധിക രാജ്യങ്ങളിലും കരുതിയിരുന്നത്. എന്തൊക്കെയായാലും ഭരണാധികാരികളെപ്പോലും തന്റെ കാൽക്കീഴിൽ കൊണ്ടുവരുവാനുള്ള കഴിവ് മനുഷ്യദൈവങ്ങൾ നേടിയെടുത്തു

എന്നുതന്നെ പറയാം. അറിവിന്റെ അത്ഭുതലോകം നിർമ്മിതബുദ്ധിയിൽ തൊട്ടു നിൽക്കുമ്പോഴും അതിന് യാതൊരു മാറ്റവുമില്ല എന്നതാണ് ഏറ്റവും വിസ്മയകരമായ വസ്തുത! താൽക്കാലിക അവതാരത്തെ സർവ്വലോകത്തും ബഹുഭൂരിപക്ഷമാൾക്കാരും വിശ്വസിക്കുന്നു എന്നതാണ് ഏറെ അത്ഭുതം. തുള്ളലും ബോധം കെടലും പകച്ചുനോക്കലും ഗോഷ്ടി കാണിക്കലും അട്ടഹസിക്കലും കല്പിക്കലും ഇന്ത്യയിലെന്നപോലെ എല്ലാ രാജ്യങ്ങളിലുമുണ്ടായിരുന്നു. പരിഷ്കൃതരെന്ന് മാലോകരെയാകെ ബോദ്ധ്യപ്പെടുത്തിയ പോളിനീഷ്യ, ഗ്രീക്ക് എന്നിവിടങ്ങളിൽപ്പോലും ഇത് അതിന്റെ ഉച്ചസ്ഥായിയിലെത്തിനില്ക്കുന്നു. തുള്ളി ഫലം പ്രവചിക്കുന്നവരെ ദൈവങ്ങളായിത്തന്നെ ഇവരെല്ലാം കാണുകയും ചെയ്യുന്നു.

മതം ദൈവത്തിലധിഷ്ഠിതമായതിനാൽ മനുഷ്യദൈവങ്ങൾ രംഗപ്രവേശം ചെയ്തതോടുകൂടി ബലികർമ്മങ്ങൾക്കും അതിന്റേതായ പ്രാധാന്യം ലഭിച്ചു തുടങ്ങി. ബലികഴിച്ച ജന്തുവിന്റെ ചോര കുടിക്കലാണ് ഇതിൽ പ്രധാനമായിട്ടുള്ളത്. ഇതിന്നും മുറതെറ്റാതെ നമ്മുടെ നാട്ടിലടക്കം നിലനില്ക്കുന്നു. ചില നാടുകളിൽ ആടിന്റെയും കാളയുടെയും രക്തമാണ് കുടിക്കുക. കൂടുതൽ ഫലം ലഭിക്കുന്നതിനുവേണ്ടി നരബലിയടക്കം ചെയ്യുന്നവർ ഇന്നും നമ്മുടെ ഇടയിൽപ്പോലുമുണ്ട്. ചില രാജ്യങ്ങളിൽ ചെടികളുടെ ചാറുകുടിച്ചാൽ മാത്രം മതിയാകും. സെഡാർ പോലുള്ള മരം കത്തിച്ചു പുകശ്വസിക്കലാണ് ചിലയിടങ്ങളിലെ ചടങ്ങ്. ഗ്രീസിൽ അപ്പോളോ ദേവന്റെ പുരോഹിതൻ ലാറൽ ചെടിയുടെ ഇല തിന്നുകയാണ് പതിവ്. ഉഗാണ്ടയിലാണെങ്കിൽ പുകയില ഉപയോഗിച്ച് ആവേശം നേടുന്നു. നമ്മുടെ നാട്ടിലുപയോഗിക്കുന്ന അഷ്ടഗന്ധപ്പുകയും സ്വബോധം നഷ്ടപ്പെടുവാൻ ഇടയാക്കുന്ന ഒന്നാണ്. അർദ്ധ അബോധാവസ്ഥയിലാണ് അത്ഭുതങ്ങൾ സംഭവിക്കുക എന്നൊരു ധാരണ അന്നും ഇന്നും നിലനിൽക്കുന്നു.

എംപാഡക്ലിസ് എന്ന സിസിലിയൻ തത്വചിന്തകൻ സ്വയം ദൈവമെന്ന് വിശ്വസിക്കുകയും മറ്റുള്ളവരെ വിശ്വസിപ്പിക്കുകയും ചെയ്ത വ്യക്തിയാണ്. പല അപരിഷ്കൃത വർഗ്ഗക്കാരും തങ്ങളുടെ രാജാക്കന്മാരെയും തലവന്മാരെയും ശാശ്വതാവതാരങ്ങളായി കണക്കാക്കിയിരുന്നു. ഇന്ത്യയിലെ രാജാക്കന്മാരെല്ലാം ദൈവങ്ങളായിരുന്നു. അങ്ങനെയാണ് 'രാജാപ്രത്യക്ഷ ദൈവതം ' എന്ന പ്രയോഗം തന്നെയുണ്ടായത്. ക്രൂരതയുടെ പര്യായമായ, സാമ്രാജ്യത്വ മനോരോഗി എന്നറിയപ്പെടുന്ന, (Imperial psychopath) പട്ടാള മേധാവി ജോൺ നിക്കോൺസണെ ആരാധിക്കുന്ന ഒരുവിഭാഗം ഇന്നും പഞ്ചാബിലുണ്ട്. നികൽസൺ എന്ന ഒരു വിഭാഗത്തിന്റെ ദൈവമായി ഇദ്ദേഹത്തെ ആരാധിച്ചുപോരുന്നു.

നിക്കോൺസൺ കതിരപ്പുറത്ത് സഞ്ചരിക്കുമ്പോൾ ഇദ്ദേഹത്തെ

കണ്ട് സലാം പറഞ്ഞ ഒരിസ്ലാം മതവിശ്വാസിയെ പിടിച്ചുകെട്ടി കൊണ്ടുവരുകയും അദ്ദേഹത്തിന്റെ താടി മുഴുവൻ വടിച്ച് അയാളെ അപമാനിക്കുകയും ചെയ്തു. ഒരു മുസൽമാന്റെ താടി എടുക്കുക എന്നത് ഏറ്റവും വലിയ അപമാനമാണെന്നറിഞ്ഞുകൊണ്ടുതന്നെ ഇത് ചെയ്ത വ്യക്തിയാണ് ഇദ്ദേഹം. മാത്രമല്ല 1857 ൽ ശിപായി ലഹള നടക്കുന്ന സമയത്ത് സൂപ്പിൽ വിഷം കണ്ടു എന്ന കാരണത്താൽ ആ റെജിമെന്റിലുണ്ടായിരുന്ന പാചകക്കാരെ മുഴുവൻ വിചാരണ കൂടാതെ തൂക്കിലേറ്റി ക്രൂരത കാണിച്ച വ്യക്തികൂടിയാണിദ്ദേഹം. ഒരിന്ത്യൻ പട്ടാളക്കാരൻ ഒളിവെടിയിലൂടെ ഇദ്ദേഹത്തെ വധിക്കുകയായിരുന്നു. കാര്യങ്ങൾ ഇങ്ങനെയൊക്കെയാണെങ്കിലും മനുഷ്യദൈവമായി മരണശേഷവും നിക്കോൾസൺ തുടരുന്നു.

പെറുവിലേയും മെക്സിക്കോയിലെയും രാജാക്കന്മാർ അടുത്ത കാലംവരെ ദൈവങ്ങളായിത്തന്നെ വാണിരുന്നു. മഴയും കാറ്റുംവരെ അവരുടെ ആജ്ഞാനുസരണമാണ് പ്രവർത്തിച്ചിരുന്നതെന്ന് വിശ്വസിക്കുന്നവരാണ് പലരും. പുരാതന ഈജിപ്റ്റിലെ രാജാക്കന്മാരും സർവ്വശക്തന്മാരായ ദേവന്മാരായിരുന്നു. അവരെ ആരാധിക്കുന്നതിന് നാട്ടുമുഴുവൻ പ്രത്യേകം അമ്പലങ്ങളും പ്രത്യേക പുരോഹിതന്മാരുമുണ്ടായിരുന്നു. സാധാരണക്കാരന്റെ ഏറ്റവും വലിയ മോഹം ഒരു രാജാവായിത്തീരുക എന്നുള്ളതാണ്. അധികാരത്തിന്റെ ഉത്തുംഗങ്ങളിൽ വളരെ സന്തോഷവാനായി കഴിയുവാൻ രാജാവിന് കഴിയുന്നു എന്നതാണ് അതിന്റെ കാരണം. ഇവിടേക്കാണ് മതം കടന്നുവരുന്നതും ആധിപത്യം സ്ഥാപിക്കുന്നതും. അതോടെ മന്ത്രവാദിക്ക് ഭരണം നഷ്ടമായി. പുരോഹിതന്മാർ ഭരണമേറ്റെടുത്തു. അതോടുകൂടി എല്ലാം നഷ്ടപ്പെട്ടുവെന്ന് നാം കരുതിയ മന്ത്രവാദി അവിടെ നിന്നില്ല. മതത്തിന്റെ ഏറ്റവും ഉന്നത സ്ഥാനമലങ്കരിക്കുന്നത് ദൈവമാണെന്ന് കണ്ടുകൊണ്ട് അവൻ ദൈവമായി സ്വയം അവരോധിക്കപ്പെടുകയായിരുന്നു. ശാസ്ത്രസാങ്കേതികവിദ്യയുടെ വളർച്ചയിലും അവൻ അചഞ്ചലനായി നിലനിന്നു. അങ്ങനെ നന്നായി മാർക്കറ്റ് ചെയ്യപ്പെടുവാനുള്ള ഒരു വസ്തുവായി മന്ത്രവാദി മാറുകയും അത് വൈശിഷ്ട്യത്തോടെ നിർവ്വഹിക്കുകയും ചെയ്യുന്നു. ഇന്നും വിദ്യാസമ്പന്നരെയും ഭരണകർത്താക്കളെയും തന്റെ കാൽക്കീഴിൽ മുട്ടുകുത്തിപ്പിക്കുവാൻ അവന് അനായാസം സാധിക്കുന്നു.

ശാസ്ത്രീയമായി അപഗ്രഥിക്കുമ്പോൾ രണ്ടുതരം മനുഷ്യദൈവങ്ങളെയാണ് നമുക്ക് കാണുവാനാവുക. ഒന്ന് താൻ ദൈവമാണെന്ന് സ്വയംവിശ്വസിച്ച് ഡില്യൂഷനിൽ കഴിയുന്ന മാനസികരോഗികളാണ്. മറ്റൊന്ന് താൻ ദൈവമല്ല എന്ന് വ്യക്തമായി അറിഞ്ഞിട്ടും സമൂഹത്തെ കബളിപ്പിക്കുവാൻ ദൈവമായി അഭിനയിക്കുന്ന വ്യക്തിയാണ്. രണ്ടു

കൂട്ടരും സമൂഹത്തിൽ അപകടം വിതയ്ക്കുന്നു. രണ്ടാമത്തെ വിഭാഗക്കാരാണ് കൂടുതൽ അപകടകാരികൾ. അവർ എന്തുംചെയ്യും ഏതറ്റംവരെയും പോകും. കൊല്ലിനും കൊലയ്ക്കും തയ്യാറായ അനുയായികൾ അനവധി അവരോടൊപ്പം എപ്പോഴുമുണ്ടാകും. ഇത് അവരുടെ രണ്ടാം ജന്മമാണ്. തിരിച്ചുവന്ന് മനുഷ്യരാവുക അസാദ്ധ്യവുമാണ്. അതായത് മനുഷ്യ ദൈവത്തിന് മുന്നിലേക്കുള്ള ഒരൊറ്റ വഴി മാത്രമേയുള്ളൂ. പലതരം കബളിപ്പിക്കലുകളിലൂടെ ഇവർ മുന്നോട്ടു നീങ്ങുമ്പോൾ ഈ കബളിപ്പിക്കലുകൾ ഏറ്റുവാങ്ങാൻ തയ്യാറായി ഒപ്പം നീങ്ങുന്ന അനുയായികൾ അനവധിയാണ്. ജീവിതപ്രാരാബ്ധങ്ങൾ അവരെ അങ്ങനെയാക്കുന്നു എന്നർത്ഥം. ദൈവങ്ങളുടെ അവസ്ഥ തന്നെയാണ് അനുയായികൾക്കുമുള്ളത്. അനുയായികൾക്ക് അവിടെനിന്ന് മാറിനിൽക്കുവാൻ കഴിയാത്ത ഒരു സാഹചര്യം സൃഷ്ടിച്ചുകൊണ്ടാണ് മനുഷ്യദൈവങ്ങൾ അവരുടെ ജൈത്രയാത്ര അഭംഗുരം തുടരുന്നത്.

ഞാൻ പിടിച്ച മുയലും നാല് കൊമ്പും

യഥാർത്ഥ വസ്തുതകളെ മറച്ചുവച്ചുകൊണ്ട്, തന്നിഷ്ടപ്രകാരം താനെടുത്ത നിലപാടിനെ, ന്യായീകരിക്കുവാൻ പാകത്തിൽ രേഖകൾ ശേഖരിക്കുന്ന രീതിയാണ് ചെറി പിക്കിങ്. ഇഷ്ടപ്പെടാത്ത തെളിവുകളെ, അവ എത്രമാത്രം പ്രാധാന്യമുള്ളതാണെങ്കിലും, ഇവിടെ പാടെ അവഗണിക്കും. ഇത്തരത്തിലുള്ള വിശ്വാസങ്ങൾ അശാസ്ത്രീയവും അസത്യവുമാണെങ്കിൽ കൂടി സ്വയം വിശ്വസിക്കുക മാത്രമല്ല മറ്റുള്ളവരെ വിശ്വസിപ്പിക്കുവാൻ പ്രേരണ ചെലുത്തുകയും ചെയ്യും. ചെറി പോലുള്ള പഴങ്ങൾ വിളവെടുക്കുന്ന പ്രക്രിയയെ അടിസ്ഥാനമാക്കിയുള്ളതാണ് ഈ പദം. ചെറിപ്പഴം വിളവെടുക്കുമ്പോൾ ആദ്യപടിയായി ഏറ്റവും പഴുത്തതും ആരോഗ്യകരവുമായ പഴങ്ങൾ മാത്രം തിരഞ്ഞെടുക്കുന്നു. തിരഞ്ഞെടുത്ത ഫലം മാത്രം കാണുന്ന ഒരു നിരീക്ഷകൻ, വൃക്ഷത്തിന്റെ ഫലങ്ങളിൽ ഭൂരിഭാഗവും അല്ലെങ്കിൽ എല്ലാംതന്നെ നല്ല നിലയിലാണെന്ന തെറ്റായ നിഗമനത്തിലെത്തിച്ചേരുന്നു. ഇത് പഴത്തിന്റെ ഗുണനിലവാരത്തെക്കുറിച്ച് തെറ്റായ ധാരണ നൽകും. യഥാർത്ഥത്തിൽ ഇത് വെറും സാമ്പിൾ മാത്രമാണ്. ചെറി പറിക്കലുമായി ബന്ധപ്പെട്ട് ആശയക്കുഴപ്പത്തിലാകുന്ന ഒരു ആശയം, വിളവെടുക്കാൻ എളുപ്പമുള്ള പഴങ്ങൾ മാത്രം ശേഖരിക്കുക എന്നതാണ്, അതേസമയം മരത്തിന് മുകളിൽ ഉയർന്നതും ലഭിക്കാൻ കൂടുതൽ ബുദ്ധിമുട്ടുള്ളതുമായ മറ്റ് പഴങ്ങളെ അവഗണിക്കുകയാണ്.

ഇതേരീതിയിൽ വസ്തുതകളെ വളച്ചൊടിച്ച് ഒരാൾ അല്ലെങ്കിൽ ഒരു വിഭാഗം തങ്ങളുടെ വിശ്വാസങ്ങളെ, അതെത്ര അശാസ്ത്രീയമാണെങ്കിലും, ഉയർത്തിക്കാട്ടുന്ന രീതിയാണിത്. ഇവിടെ നാം ഇഷ്ടപ്പെടുന്ന കാര്യങ്ങ

ളെ ന്യായീകരിക്കുവാൻ പാകത്തിലുള്ള രേഖകൾക്ക് മാത്രമേ പ്രസക്തി നൽകുകയുള്ളൂ. പ്രധാനപ്പെട്ടതും എന്നാൽ നമ്മുടെ ധാരണകൾക്ക് വിരുദ്ധവുമായ എല്ലാ വസ്തുതകളെയും സത്യങ്ങളെയും ഇവിടെ താമസ്കരിക്കുന്നു എന്നതാണ് ഏറ്റവും വലിയ അത്ഭുതം. അപൂർണ്ണമായ തെളിവുകൾ വച്ച് അബദ്ധധാരണകൾ പ്രചരിപ്പിക്കുക എന്നർത്ഥം.

അറിഞ്ഞുകൊണ്ടും ചില സന്ദർഭങ്ങളിൽ അറിയാതെയും ഇത് നാമോരോരുത്തരിലും സംഭവിക്കാം. നമ്മുടെ വിശ്വാസങ്ങളെ സംരക്ഷിക്കുന്നതിനുള്ള ഒരു കുറുക്കുവഴിയാണിത്. ഒരു പരിധിവരെ നമ്മിലെല്ലാവരിലും ഈയൊരു പോരായ്മ കൂടെത്തന്നെയുണ്ട്. യുക്തിഭദ്രമായി ചിന്തിക്കുവാൻ കഴിയുന്നവർ ഇതിനെ അതിജീവിക്കും. അതിനു കഴിയാതെ വരുമ്പോൾ നാമിതിനടിമയായി മാറും. അതോടെ നാം നേടിയ അറിവിനപ്പുറമൊന്നുമില്ലെന്ന അബദ്ധധാരണ കടന്നുവരും. ഇതുവരുത്തുന്ന വിപത്ത് ഒട്ടും ചെറുതല്ല.

സ്റ്റാക്കിങ് ദ ഡക്ക് എന്ന തന്ത്രമാണ് പ്രധാനമായും ഇതിനായി ഉപയോഗിക്കുന്നത്. മാന്ത്രികന്റെ സ്റ്റാക്കിങ് ദ ഡക്ക് എന്ന ഗിമ്മിക്കിൽ നിന്നാണ് ഈ പദം ഉത്ഭവിച്ചത്, അതിൽ ക്രമരഹിതമായി ഷഫിൾ ചെയ്തതായി തോന്നുന്ന ഒരു പായ്ക്കറ്റ് കാർഡ് അവതരിപ്പിക്കുന്നു. വാസ്തവത്തിൽ അത് ഒരു പ്രത്യേക ക്രമത്തിൽ ആരുമറിയാതെ സ്റ്റാക്ക് ചെയ്തിരിക്കുകയാണ്. മാന്ത്രികനു മാത്രമേ ആ ക്രമം അറിയുകയുള്ളൂ. ഇത്രയുമായാൽ പോക്കറിൽ, കാർഡുകൾ അടുക്കിവെക്കാം, അതുവഴി ചില കളിക്കാർക്ക് ചില കൈകൾ നൽകാം. ഉദ്ദേശിച്ച കാർഡുകൾ തനിക്കോ താനിഷ്ടപ്പെടുന്നവർക്കോ നൽകുന്ന രീതിയാണിത്. അതായത് മറ്റുള്ളവർക്ക് ഇത് കണ്ടുനിന്നത്ഭുതപ്പെടുവാൻ മാത്രമേ കഴിയുകയുള്ളൂ. ഇതുപോലെ തനിക്കനുഗുണമായ വസ്തുതകൾ മാത്രം തിരഞ്ഞെടുത്തവതരിപ്പിക്കുകയും യഥാർത്ഥ വസ്തുതകളെ പാടെ അവഗണിക്കുകയും ചെയ്യും. ഇങ്ങനെ ഏത് അസത്യത്തേയും സത്യമാക്കി ഉയർത്തിക്കാട്ടും. ശ്രദ്ധാസ്വാധീനത്തിലൂടെ ഒരു മാന്ത്രികൻ നമ്മെ കബളിപ്പിക്കുന്ന അതേ കൗശലം തന്നെയാണ് ഇവിടെയുപയോഗിക്കുന്നത്. യഥാർത്ഥ വസ്തുതകളിൽനിന്നും നമ്മെ അകറ്റിനിർത്തുകയാണിവിടെ. ഏതു തെറ്റിനേയും ഇവിടെ ശരിയായവതരിപ്പിച്ച് വിശ്വസിപ്പിക്കുന്നു.

പ്രത്യയശാസ്ത്രം, മതം, വൈദ്യശാസ്ത്രം, അന്താരാഷ്ട്ര വിഷയങ്ങൾ തുടങ്ങി സമൂഹത്തിന്റെ സമസ്ത മേഖലയിലും ഇത് ഒളിഞ്ഞും തെളിഞ്ഞും കാണാം. ഓരോ വിഭാഗവും അവരുടെ വിശ്വാസപ്രമാണങ്ങളെ ഉയർത്തിക്കാട്ടുവാൻ പാകത്തിലുള്ള വസ്തുതകൾ മാത്രം ശേഖരിക്കുകയും അത് കലാപരമായി അവതരിപ്പിക്കുകയും ചെയ്യും. ഇതിലൂടെ തങ്ങളാണ് ശരിയെന്ന് സ്ഥാപിക്കുവാൻ ഏതറ്റംവരെയും പോകും. ഇവിടെ

ശാസ്ത്രത്തിനും സത്യത്തിനും പ്രധാന്യമുണ്ടാവുകയില്ല. അശാസ്ത്രീയവും അസത്യങ്ങളുമായ വസ്തുതകളെ സമൂഹത്തെക്കൊണ്ട് വിശ്വസിപ്പിക്കുവാൻ ഇത് സഹായകമാകും. അങ്ങനെ അന്ധവിശ്വാസങ്ങൾ അടിയുറയ്ക്കുന്നതിന് ചെറി പിക്കിങ് കാരണമാകുന്നു. വൈക്കോൽ മനുഷ്യൻ, ഫ്ലാറ്റ് എർത്ത് തിയറി എന്നീ അന്ധവിശ്വാസങ്ങൾ പ്രചരിപ്പിക്കുന്നതിന് ഈ സാദ്ധ്യത വ്യാപകമായി ഉപയോഗിച്ചിരുന്നു.

സ്ഥിരീകരണ പക്ഷപാതം അഥവാ കൺഫർമേഷൻ ബയാസ് ശരിയാണെന്നു സ്ഥാപിക്കാൻ ചെറി പിക്കിങ് ചിന്താഗതി കാരണമാകുന്നു. മാറ്റം എന്നത് അനിവാര്യമാണെന്ന് നമുക്കറിയുമെങ്കിലും നിലവിലെ വിശ്വാസം തുടരാൻ പ്രേരിപ്പിക്കുന്ന ഒന്നാണ് സ്ഥിരീകരണ പക്ഷപാതം. ഇത് ഏറെക്കുറെ നാമോരോരുത്തരിലുമുണ്ട്. ന്യായാധിപന്മാരിലോ പരിശോധകസമിതി അംഗങ്ങളിലോ സ്ഥിരീകരണ പക്ഷപാതമുണ്ടായാൽ അത് അവർ പ്രസ്താവിക്കുന്ന വിധിയെത്തന്നെ സ്വാധീനിക്കുവാനും അശാസ്ത്രീയമായ വിധി പ്രഖ്യാപിക്കുവാനും കാരണമാകും എന്ന് ഉദാഹരണസഹിതം ചരിത്രം വിലയിരുത്തിയിട്ടുണ്ട്. ഇതൊരു പരിമിതിയാണെങ്കിലും അതിനെ ന്യായീകരിക്കുവാൻ നമ്മുടെ മനസ്സ് തയ്യാറാകും. ഇങ്ങനെയുള്ള പോരായ്മകൾ ഊട്ടിയുറപ്പിക്കുവാൻ ചെറി പിക്കിങ് പ്രേരണ നൽകുന്നു.

ഇസ്രയേൽ പലസ്തീൻ യുദ്ധത്തിന്റെ കാര്യകാരണങ്ങൾ ചർച്ച ചെയ്യുന്നത് ശ്രദ്ധിച്ചാൽ ചെറി പിക്കിങ്ങിന്റെ സ്വാധീനം വ്യക്തമാകും. ഇസ്രയേൽ അനുകൂലികൾ ഇസ്രയേലിനെ സംരക്ഷിക്കുന്നതിനും പലസ്തീൻ അനുകൂലികൾ പലസ്തീനെ സംരക്ഷിക്കുന്നതിനും ഉതകുന്ന വസ്തുതകൾ മാത്രം തിരഞ്ഞെടുക്കുന്നു. യഥാർത്ഥ ചരിത്രവസ്തുതകൾ ഇവിടെ പാടെ അവഗണിക്കപ്പെടുന്നു. നിഷ്പക്ഷ ചിന്തയും ശാസ്ത്രീയ വീക്ഷണവും ഇവിടെ അവഗണിക്കപ്പെടും.

നാം അറിഞ്ഞോ അറിയാതെയോ നമ്മുടെയുള്ളിൽ അടിയുറച്ച പല വിശ്വാസങ്ങളും സംരക്ഷിക്കുന്നതിന് ചെറി പിക്കിങ് സാദ്ധ്യത ഉപയോഗപ്പെടുത്തുക സാധാരണയാണ്. ശാസ്ത്രീയമായി നമ്മുടെ ധാരണ തെറ്റാണ് എന്ന് ഉത്തമ ബോദ്ധ്യമുണ്ടെങ്കിലും അത് ശരിയാണെന്ന് ബോദ്ധ്യപ്പെടുത്തുന്നതരത്തിൽ അനുകൂലമായ വസ്തുതകളെ ചികഞ്ഞെടുക്കലാണ് ഇവിടെ നടക്കുന്നത്. നമ്മുടെയുള്ളിൽ അടിയുറച്ച വിശ്വാസങ്ങളെ, അതെത്ര അശാസ്ത്രീയമാണെങ്കിലും, താലോലിക്കുക എന്നത് മനുഷ്യസഹജമായ ദൗർബല്യങ്ങളിൽ ഒന്നാണ്. ഇതാണ് ബിലീഫ് പെർസിവെറൻസ് അഥവാ സ്ഥിരോത്സാഹ വിശ്വാസം. ഈയൊരു പോരായ്മയും ചെറി പിക്കിങ്ങിലൂടെ സംരക്ഷിക്കപ്പെടുന്നു. സമഗ്രമായ പഠനത്തിലൂടെ അറിവു നേടുന്നതിനു പകരം ദൗർബല്യങ്ങളേയും പോ

രായ്മകളെയും അതേപടി നിലനിർത്തി സംരക്ഷിക്കുന്ന തലത്തിലേക്ക് ചെറി പിക്കിങ് നമ്മെക്കൊണ്ടെത്തിക്കുന്നു. അപ്പോഴാണ് നാം പിടിച്ച മുയലിന് നാലു കൊമ്പുണ്ടെന്നുവരെ സധൈര്യം പറയുന്നതിന് നാം തയ്യാറാകുന്നത്.

പൂച്ചയാണിന്നെന്റെ ദുഃഖം

ഇണ പിരിഞ്ഞൊച്ചവയ്ക്കാതെയെൻ
മുറിയിലകപ്പെട്ടെൻ കൊച്ചു കാലിൽ
തുഴഞ്ഞെൻ നേർക്കു നോക്കുമീ

പൂച്ചയാണിന്നെന്റെ ദുഃഖം. എന്ന് കടമ്മനിട്ട പറയുമ്പോൾ പൂച്ചയുടെ അർത്ഥതലങ്ങൾ മാറുകയാണ്. പുലിയാകാനുള്ള പൂച്ചയുടെ വെമ്പൽ നമുക്കിവിടെ കാണാം. മിണ്ടാത്ത പൂച്ചയെപ്പോലെ മിണ്ടുന്ന പൂച്ചയും ഇവിടെ കലമുടയ്ക്കുന്നു.

എന്തിനായ് വന്നെൻ സ്വകാര്യസുഖങ്ങളിൽ വന്നു നീ മാന്തുന്നു
മ്യാവൂ കരയുന്നു.

അങ്ങനെ പൂച്ച എന്നും എവിടെയും എപ്പോഴും ദുഃഖമാണെന്ന് കവി. എന്നാൽ പൂച്ച ദുഃഖം മാത്രമല്ല ഭയവും കൂടിയാണ്. നൂറ്റാണ്ടുകളായി മാന്തിപ്പറിച്ച് ഭയം വിതറി പൂച്ച അതിന്റെ തിളങ്ങുന്ന കണ്ണുകളിലൂടെ നമ്മെ തുറിച്ചുനോക്കുന്നു. ഇരയുടെ കണ്ണിൽനിന്ന് ഏഴുകടം വെള്ളം വന്നാലും പിടിവിടാത്ത പൂച്ച! പൂച്ചയെപ്പോലൊരു സൗമ്യ ജീവിയെപ്പോലും ഭീകരതയുടെ മുഖാവരണമണിയിച്ച് ഭീതിപരത്തുന്നതിൽ അന്ധവിശ്വാസം നേടിയ അനായാസ വിജയമാണിത്. എന്തിനേയും ഏതായി മാറ്റുവാനും അന്ധവിശ്വാസത്തിനാകും. സമൂഹം സമൂഹങ്ങളിലേക്ക് കൈമാറുന്ന കൊടിയ വിപത്തായി ഇതുമാറി. അനുഭവങ്ങളുടെ അടിസ്ഥാനത്തിലുള്ള വ്യതിയാനമാണിവിടെ സംഭവിച്ചത്. ശാസ്ത്രത്തിന്റെ വെളിച്ചത്തിലുള്ള വ്യതിയാനമാണ് പുരോഗമനമെന്ന സത്യം ഇവിടെ വിസ്മരിക്കപ്പെട്ടു.

അത്യാവശ്യമായി നമ്മൾ പുറത്തേക്ക് പോകുന്ന സമയത്ത് അതാ ഒരു കറുത്ത പൂച്ച കുറുകെ ചാടി. അപ്പോൾ നമ്മൾ എന്താണ് ചിന്തി

ക്കുക? മറ്റൊന്നും ചിന്തിക്കരുത്. നമ്മെക്കാൾ എന്തോ തിരക്ക് പൂച്ചയ്ക്ക് ഉണ്ടെന്ന മാത്രം ചിന്തിച്ച് നാം നമ്മുടെ വഴിയേ പോവുക. എന്നാൽ നമ്മിൽ പലർക്കും പലപ്പോഴും ഇതിനാകില്ല. പൊന്നുരുക്കുന്നിടത്ത് പൂച്ചയ്ക്ക് കാര്യമില്ലെന്നെല്ലാം പറയാമെങ്കിലും മനസ്സ് ഉരുകുന്ന ഒരു ദൃശ്യമായിരിക്കും യഥാർത്ഥത്തിൽ നമ്മുടെ മനസ്സിലൂടെ അപ്പോൾ കടന്നു പോവുക. എന്താണ് ഇതിന് കാരണം? കാലങ്ങളായി അനുഭവങ്ങളുടെ ഇല്ലാ വെളിച്ചം തെളിച്ച് സമൂഹത്തെയൊന്നാകെ അന്ധവിശ്വാസത്തിന്റെ അന്ധതയിലേക്ക് ചവിട്ടിത്താഴ്ത്തുവാൻ പിൻതിരിപ്പൻ ശക്തികൾക്കായി എന്നതാണ് ഇതിനു കാരണം. സൗമ്യതയുടെ ശ്രുതിതാളലയങ്ങൾ ഇഴുകിച്ചേർന്ന പെരുമാറ്റരീതി കൈവശമുണ്ടായിരുന്നിട്ടും സിംഹ സാദൃശ്യമുള്ള ഒരു മുഖം പൂച്ചയ്ക്കുണ്ടെന്ന സാദ്ധ്യതയെയാണ് ആഭിചാരക്കാർ മുതലെടുത്തത്.

എടുത്തുചാടിയ പൂച്ച എലിയെ പിടിക്കില്ല എന്നൊക്കെ നമ്മൾ പറയുമെങ്കിലും പൂച്ചയുടെ കുറുകേ ചാടൽ ഒരു ദുശ്ശകുനമായിട്ടാണ് നാം കണക്കാക്കുന്നത്. നൂറ്റാണ്ടുകളായി കൈമാറിവന്ന തികഞ്ഞ ഒരന്ധവിശ്വാസമാണിത്. ഇതിന് അതിപ്രാചീനകാലം മുതലുള്ള പഴക്കവും ഉണ്ട്. മാത്രമല്ല അനുഭവസാക്ഷ്യം ബോദ്ധ്യപ്പെടുത്തുവാൻ നിരവധി പേർ സജ്ജരുമാണ്! അങ്ങനെ ദേശകാലഭേദമില്ലാതെ ഈയൊരു വിശ്വാസം അതിന്റെ ജൈത്രയാത്ര തുടരുകയാണ്. ഭീതിയുടെ സാഹചര്യം ബോധപൂർവ്വം സൃഷ്ടിച്ചുകൊണ്ട് തികച്ചും അശാസ്ത്രീയമായ ഒരു വിശ്വാസം അടിച്ചേല്പിക്കുകയാണ്. ഇതിലൊരു ശരിയില്ലേ എന്ന ചിന്ത പലരിലും ഉണർത്തുവാൻ അനായാസം കഴിയുന്നു. വിധിവിശ്വാസവും ശകുനവും കൂട്ടുചേരുമ്പോൾ ഇതിന്റെ ശക്തി ഇരട്ടിക്കുകയും ചെയ്യും. അന്ധവിശ്വാസങ്ങളുടെ കുടിച്ചേരലുകൾ സൃഷ്ടിക്കുന്ന അപകടങ്ങൾ ആഴമുള്ളതാണ്.

പല നാടുകളിലേയും പൂച്ച സങ്കല്പങ്ങൾ പരിശോധിച്ചാൽ നമുക്കുലഭിക്കുന്നത് തികച്ചും വിരുദ്ധമായ കാര്യങ്ങളാണ്. ജപ്പാൻകാർ പൂച്ചയെ അനാരോഗ്യകരമായ ഒരു ദുശ്ശകുനമായാണ് കണക്കാക്കുന്നത്. സ്ത്രീകളെ കൊല്ലുവാനുള്ള ശക്തി പൂച്ചകൾക്കുണ്ട് എന്ന് അവർ വിശ്വസിച്ചുപോരുന്നു. എന്നാൽ ബുദ്ധിയുടെ സൂചകമായി പൂച്ചയെ കണക്കാക്കിപ്പോരുന്ന വിഭാഗക്കാരും അവിടുണ്ട്. ഇന്ത്യയിൽ പലയിടത്തും സന്യാസി പൂച്ചകളുടെ പ്രതിമകൾ കാണുവാൻ സാധിക്കും. എന്നാൽ പുരാതന ചൈനയിൽ പൂച്ചകളെ നല്ല ശകുനമായിട്ടാണ് കണക്കാക്കിപ്പോരുന്നത്. കമ്പോഡിയയിലാണെങ്കിൽ പൂച്ചയെയും വഹിച്ചുകൊണ്ട് വീട് വീടാന്തരം കയറിയിറങ്ങി പാട്ടുപാടി മഴ പെയ്യിപ്പിക്കുന്ന ഒരാചാരം ഇപ്പോഴും നിലവിലുണ്ട്. ഓരോ വീട്ടിലും എത്തുമ്പോൾ വീട്ടുകാർ വെള്ളം കോരി പൂച്ചയുടെ മേൽ ഒഴിക്കുകയും തന്മൂലം ഇന്ദ്രനെ പ്രീതിപ്പെടുത്തുകവഴി മഴ

ലഭിക്കുമെന്ന് വിശ്വസിക്കുകയും ചെയ്യുന്നു. ലോ ഓഫ് സിമിലാരിറ്റി അഥവാ സദൃശ്യനിയമ വിശ്വാസപ്രകാരമാണ് ഇത്തരം സങ്കല്പങ്ങൾ ഉരുത്തിരിയുന്നത്. സദൃശ്യങ്ങൾ സദൃശ്യത്തെ ജനിപ്പിക്കും എന്നതാണ് ഈ വിശ്വാസം. വെള്ളം കോരി ഒഴിക്കുമ്പോൾ അതുപോലെ മഴ പെയ്യുമെന്ന് വിശ്വസിക്കുന്നു. ഒരന്ധവിശ്വാസം നിലവിലെ മറ്റൊരന്ധവിശ്വാസവുമായി കൂടിച്ചേർന്ന് മറ്റൊരന്ധവിശ്വാസമായി പരിണമിക്കുന്ന അത്ഭുതരസായനവിദ്യയാണിത്. വരൾച്ചയെ പ്രതിരോധിക്കുവാൻ പൂച്ച ഉപകരിക്കും എന്നതാണ് അവരുടെ വിശ്വാസം. വിയറ്റ്നാമിൽ ദൈവത്തിന്റെ പ്രതിരൂപമായി പൂച്ചയെ സങ്കൽപ്പിച്ചുപോരുന്നു. പുരാതന ഈജിപ്തിൽ സംരക്ഷണം നൽകുന്ന ഉപകാരി ദൈവമായിട്ടാണ് പൂച്ചയെ സങ്കൽപ്പിച്ചുപോരുന്നത്. പ്രകൃതിദത്തമായ ശക്തിയായും ചടുലതയുടെ പ്രതിരൂപമായും അവർ പൂച്ചയെ സങ്കൽപ്പിച്ചുപോരുന്നു. അദൃശ്യശക്തികളെ അനായാസം നേരിടുന്നതിനും പൂച്ച സഹായിക്കുന്നുവെന്നും അവർ കരുതിപ്പോന്നു.

ഇന്തോ-യൂറോപ്യൻ കുടുംബത്തിലെ അംഗമായ കെൽട്ടിക്കുകളുടെ പരമ്പരാഗത വിശ്വാസമനുസരിച്ച് പൂച്ചയ്ക്ക് നായയ്ക്കും താഴെയാണ് സ്ഥാനം. മാത്രമല്ല അവിശ്വാസത്തിന്റെ സൂചകമായും പൂച്ചയെ കാണുന്നു. പൂച്ചത്തല ആഭിചാരക്രിയകൾക്കായി ചിലയിടങ്ങളിൽ ഉപയോഗിക്കുന്നു. ഐറിഷ് റൊമാന്റിക് കൃതിയായ വോയേജ് ഓഫ് മെൽഡ്യൂയിനിൽ അത്ഭുത സിദ്ധിയുള്ള ഒരു പൂച്ചയെക്കുറിച്ച് പരാമർശമുണ്ട്. വിശിഷ്ടമായ ഒരു മാല മോഷ്ടിച്ച പൂച്ചയെ തന്റെ കണ്ണുകളിൽനിന്നും തീയുതിർത്ത് ഭസ്മമാക്കിമാറ്റുന്ന മറ്റൊരു പൂച്ചയാണ് അതിലെ പ്രധാന കഥാപാത്രം.

ഇസ്ലാം മതസങ്കല്പമനുസരിച്ച് കറുത്തതൊഴിച്ചുള്ള എല്ലാ പൂച്ചകളും വളരെ പ്രിയപ്പെട്ട വസ്തുവായി കണക്കാക്കുന്നു. പൂച്ചയെ സംബന്ധിച്ച് നിരവധി മിത്തുകൾ നിലനിൽക്കുന്നുണ്ട്. നോഹയുടെ പേടകത്തിൽ എലികളുടെ ശല്യം വർദ്ധിച്ചപ്പോൾ ഇതിനൊരു പരിഹാരമായി നോഹ ഒരു സിംഹത്തിന്റെ മുഖത്തടിച്ചു. ആ നിമിഷം സിംഹത്തിന്റെ രൂപത്തിലുള്ള ഒരു ജോഡി പൂച്ച സിംഹത്തിന്റെ മുഖത്തുനിന്നും പുറത്തുവരികയും ചെയ്തു. സിംഹത്തിന്റെ വായിൽനിന്നും വന്നതിനാലാണ് പൂച്ചയ്ക്ക് ഏകദേശം ആ രൂപം ലഭ്യമായതെന്നും വിശ്വസിച്ചു. അങ്ങനെ ദൈവത്തിന്റെ അനുഗ്രഹം ലഭിച്ച ഒരു ജീവിയായി പൂച്ചയെ കരുതിപ്പോരുകയും ചെയ്തു. കരിമ്പൂച്ച മാന്ത്രികഗുണവിശേഷങ്ങളുള്ള ജീവിയായി കരുതിപ്പോരുന്നതും അങ്ങനെയാണ്. ആഭിചാരക്രിയകളാൽ വശീകരിക്കപ്പെട്ടവരെ സുഖപ്പെടുത്തുന്നതിന് കരിമ്പൂച്ചയുടെ മാംസം ഉപകരിക്കും എന്നും അവർ വിശ്വസിച്ചിരുന്നു. കറുത്ത പൂച്ചയുടെ പ്ലീഹ കൈയിൽ സൂക്ഷിച്ചാൽ സ്ത്രീകളുടെ മാസമുറവരെ നിയന്ത്രിക്കാൻ കഴിയുമെന്നും വിശ്വസിച്ചിരുന്നു. പ്ലീഹ എന്ന അവയവം രക്തം ശേഖരിക്കാൻ കഴിയുന്ന

ഒന്നാണ് എന്നതാകാം ഇത്തരത്തിൽ ഒരു വിശ്വാസം രൂപപ്പെടുന്നതിന് കാരണമായിട്ടുള്ളത്. അതിശക്തമായ ആഭിചാര മാന്ത്രിക വചനങ്ങൾ എഴുതുന്നത് കരിമ്പൂച്ചയുടെ രക്തംകൊണ്ടാണ് എന്ന വിശ്വാസവും നില നിന്നു. അതുകൊണ്ടുതന്നെ അപ്രതീക്ഷിതമായി നമ്മുടെ മുറികളിൽ കരി മ്പൂച്ച കടന്നുവന്നാൽ അതിനെ വളരെ ഭയഭക്തി ബഹുമാനത്തോടുകൂടി മാത്രമാണ് ആളുകൾ കണ്ടിരുന്നത്. ഇരുട്ടിന്റെയും മരണത്തിന്റെയും സൂചകമായിട്ടാണ് കരിമ്പൂച്ചയെ കണ്ടുവന്നിരുന്നത്.

ഇല്ലാത്ത കരിമ്പൂച്ചയെ ഇരുട്ടുമുറിയിൽ തപ്പുന്നതും ഇതുകൊണ്ടാ കാം!

പാതാളലോകത്തിന്റെ പ്രതിനിധികളായിട്ടാണ് പൂച്ചകളെ പലരും കണക്കാക്കുന്നത്. ദുഷ്ചെയ്തികൾ ചെയ്യുന്നവരുടെ ആത്മാക്കളെ നര കത്തിലേക്ക് വലിച്ചെറിയുന്നത് പൂച്ചകളാണെന്നും സുമാട്രാ ദ്വീപ് നി വാസികൾ വിശ്വസിച്ചിരുന്നു. സെൻട്രൽ ആഫ്രിക്കയിൽ കാട്ടുപൂച്ചയുടെ തോല് ഉപയോഗിച്ചാണ് മരുന്നുപെട്ടികൾ നിർമ്മിച്ചിരുന്നത്. കാട്ടുപൂ ച്ചയുടെ തോലിനു പോലും ഔഷധവീര്യമുണ്ട് എന്ന വിശ്വാസമാണ് ഇതിന് കാരണമായത്.

രാത്രി കാഴ്ചയിലുള്ള ഇതിന്റെ പ്രാഗല്ഭ്യവും തിളങ്ങുന്ന കണ്ണുകളും സിംഹത്തിന്റെ മുഖസാദൃശ്യവും ഒക്കെയാണ് പൂച്ചയെക്കുറിച്ച് ഇത്തര ത്തിലുള്ള നിരവധി കഥകൾ ഉണ്ടാകുവാൻ കാരണം. കിട്ടുന്ന സമയ ത്തെല്ലാം ശരീരം സ്വയം നക്കി വൃത്തിയാക്കിയിട്ടും പൂച്ചയെ സംബന്ധി ച്ചിട്ടുള്ള ഇത്തരം അപവാദങ്ങൾക്ക് യാതൊരു കുറവും സംഭവിക്കുന്നില്ല. അടിയുറയ്ക്കുന്ന അന്ധവിശ്വാസങ്ങളുടെ ആഴത്തിലുള്ള വേരുകളാണ് ഇതിന് കാരണം. നിരുപദ്രവകാരിയായ ഒരു സൗമ്യജീവിയിൽ പോലും ഇത്തരം ആരോപണങ്ങൾ നിലനിൽക്കും എന്നതാണ് അന്ധവിശ്വാ സത്തിന്റെ നിലനിൽപ്പിന് ആധാരം. അറിവിന്റെ പ്രതീകമായി അറി യപ്പെടുന്ന പൂച്ചയിൽ നിരവധി ഗുണഗണങ്ങളുള്ളതായി ബോദ്ധ്യമുണ്ടെ ങ്കിലും അതിന്റെ ഭീകരതയ്ക്കാണ് ഏറ്റവും കൂടുതൽ പ്രചാരം ലഭ്യമായിട്ടു ള്ളത്. സാമ്പത്തികാസമത്വവും ജാതീയമായ വേർതിരിവുകളും നില നില്ക്കുമ്പോൾ അവയുടെ സംരക്ഷണ കവചമായി അന്ധവിശ്വാസങ്ങൾ എപ്പോഴും കൂടെയുണ്ടാകും. അത് പൂച്ചയായി വന്ന് മാന്തും. മുട്ടയായുരുണ്ടു വന്ന് പൊട്ടും. ഏലസ്സായി വന്ന് വരിഞ്ഞു മുറുക്കും.

www.ingramcontent.com/pod-product-compliance
Lightning Source LLC
LaVergne TN
LVHW090326051026
849518LV00005B/1899